आपल्या स्नेहीजनांना पुस्तके भेट द्या

वसुंधरा

निरंजन घाटे

AF653337

मेहता पब्लिशिंग हाऊस

All rights reserved along with e-books & layout. No part of this publication may be reproduced, stored in a retrieval system or transmitted, in any form or by any means, without the prior written consent of the publisher and the licence holder. please contact us at **Mehta Publishing House Pvt. Ltd.,** Pune 411030.

✆ +91 020-24476924 / 24460313 / Mob. No. 9545000513

Email : production@mehtapublishinghouse.com

Website : www.mehtapublishinghouse.com

◆ *या पुस्तकातील लेखकाची मते, घटना, वर्णने ही त्या लेखकाची असून त्याच्याशी प्रकाशक सहमत असतीलच असे नाही.*

VASUNDHARA by NIRANJAN GHATE

वसुंधरा : निरंजन घाटे / विज्ञानविषयक

© निरंजन घाटे

Email : author@mehtapublishinghouse.com

संस्थापक : सुनील अनिल मेहता

प्रकाशक : मेहता पब्लिशिंग हाऊस प्रा. लि.,
१९४१ सदाशिव पेठ, माडीवाले कॉलनी, पुणे – ४११०३०.

मुखपृष्ठ : चंद्रमोहन कुलकर्णी

मुद्रक : श्री मुद्रा

प्रकाशनकाल : १९७८ / १९८९ / १९९४ / ऑक्टोबर, २००४ / जून, २०१४ /
पुनर्मुद्रण : जुलै, २०२५

किंमत : ₹ ६५०

P Book ISBN 9788177664973

E Book ISBN 9788171613151

E Books available on : amazonkindle Apple Books Google Play Books

---

* पायरेटेड पुस्तकांची खरेदी-विक्री हा कायद्याने गुन्हा आहे आणि अशा गुन्ह्याविरोधात कायदेशीर कारवाई होऊ शकते.

माझे गुरू
प्रा. प्र.वि.सोवनी
यांना सादर

— निरंजन घाटे

दुसऱ्या आवृत्तीच्या निमित्ताने –

वसुंधराची दुसरी आवृत्ती निघते आहे, याचा मला अतिशय आनंद होतोय. खरं तर ती या आधीच निघायला हवी होती. 'वसुंधरा' हा माझा पहिला मोठा खटाटोप. तो सर्वांना आवडला. वसुंधराला राज्य शासनाचं पारितोषिक मिळालं.

वसुंधराच्या निर्मितीनंतर गेल्या दहा वर्षांत विज्ञानात बरीच प्रगती झाली असली तरी वसुंधरातील माहिती आजही अत्यावश्यक आहे; यामुळेच दुसऱ्या आवृत्तीत काही फरक केलेला नाही.

वसुंधराचे पहिले प्रकाशक श्री. गजानन क्षीरसागर यांनी मोकळ्या मनाने दुसऱ्या आवृत्तीस परवानगी दिली याबद्दल त्यांचे व मेहता पब्लिशिंग हाऊसने दुसरी आवृत्ती काढण्याचे ठरविल्याबद्दल श्री. अनिल मेहता यांचे मी आभार मानतो.

– निरंजन घाटे

चौथ्या आवृत्तीच्या निमित्ताने –

वसुंधराची ही आवृत्ती काढताना त्यात १९९५ नंतर झालेल्या संशोधनाची माहिती घेतलेली आहे. ही माहिती प्रामुख्याने भूकंप आणि ज्वालामुखी यांच्या संबंधीच्या संशोधनाविषयी असून, दख्खनचे पठार आणि भारतीय द्वीपकल्प यांच्या निर्मितीबद्दलचा मजकूरही नव्यानं लिहून समाविष्ट केला आहे. या कामी माझी पत्नी डॉ. सौ. सविता घाटे हिने मला संदर्भ मिळवून दिले व मजकूरही तपासला, त्याबद्दल तिला धन्यवाद द्यायला हवेत, पण ते तिला आवडणार नाही. माझ्या लेखनात खरं तर तिचा फार मोठा वाटा आहे. विशेषतः भूशास्त्र आणि पुरातत्त्व या विषयांवरील नवनवी माहिती तिच्यामुळेच मला मिळते. तसेच तिच्याशी झालेल्या चर्चेतून विषय सोपा करून सांगणे जमते, हे इथे नमूद करणे मी माझे कर्तव्य समजतो. या आवृत्तीची विषयसूचीही तिनेच केली आहे.

ही सुधारित आवृत्ती तयार करताना बहुतेक आकडे मेट्रिक पद्धतीत बदलले आहेत. चुकून एखाद्या ठिकाणी ब्रिटिश पद्धतीचे आकडे राहिले असल्यास, १ मैल = १.६ कि.मी., १ फूट = ३० सें.मी. व १ किलोग्रॅम = २.२ पौंड हे कोष्टक वापरावे.

–निरंजन घाटे

बहुरत्ना वसुंधरा

'बहुरत्ना वसुंधरा' हे आपल्या पूर्वजांनी लिहून ठेवलंय, ते खरं आहे. सर्वसामान्यत: पृथ्वीबद्दल लोकांना जेवढी माहिती असते त्यापेक्षा गैरसमज जास्त असतात. कोयनेचा भूकंप होऊन गेल्यावर स्थानिक वृत्तपत्रांतून भूशास्त्राची विशेष माहिती नसलेल्या असंख्य लोकांनी भूकंपाबद्दल पत्रे वा लेख पाठविले होते. खरं म्हणजे खरा भूशास्त्रज्ञ इतक्या घाईघाईने आपले तोंड उघडत नाही किंवा पेनचे टोपण काढीत नाही. भूशास्त्र हे एक असे शास्त्र आहे की, जिथे घाईला वाव नाही. अर्थात घाई हा शब्द सापेक्ष आहे. आपण ज्याला थंडपणा म्हणतो तो निसर्गाच्या दृष्टीने घाईच असते, हे भूशास्त्रीय कालगणनेकडे नजर टाकताच लक्षात येईल. अब्ज-अब्ज वर्षांचा प्रश्न असतो इथे. काही लक्ष वर्षे इकडे-तिकडे झाली तर ह्यात विशेषसा फरक पडत नाही.

'जिऑलॉजी' हा शब्द 'जिऑस' आणि 'लोगॉस' म्हणजेच भू आणि शास्त्र हे दोन शब्द मिळून तयार झालेला आहे. बऱ्याच वेळा भूस्तरशास्त्र, भूगर्भशास्त्र अशा चुकीच्या संज्ञांनी ह्या शास्त्राचा निर्देश होतो. जशा भूशास्त्राला शाखा अनेक : तसेच कुबड्याही अनेक. बहुरत्नांइतक्या शाखा असलेल्या ह्या शास्त्रास शेषाच्या मुखापेक्षा जास्तच, किंबहुना मानवाला ज्ञात-अज्ञात असलेल्या सर्व शास्त्रांच्या शाखा-उपशाखांचे आधार घ्यावे लागतात.

भू-शास्त्र अवकाशाच्या अथांग पसाऱ्यात असलेल्या वाळूच्या कणाभोवती फिरणाऱ्या एका, किंबहुना त्याहून सूक्ष्म ग्रहांचा अभ्यास करणारे, त्याचबरोबर शून्यातून विश्व निर्माण करणारे शास्त्र आहे. ह्या शास्त्राची सुरुवात होते ती विश्वाच्या उत्पत्तीपासून. विश्वाचा इतिहास अवलोकन करीत आपण आपल्या सूर्यमालेत शिरतो. तिथून आपण पृथ्वीवरच्या घडामोडी पाहत असताना आपल्या लक्षात येते की, अरे! ह्या ग्रहावर काहीतरी वळवळतंय! इथे सजीव आहेत. मग आपण त्या सजीवांचा मागोवा घेतो. असंख्य सूक्ष्म जीवाणूंपासून ते टेकडीच्या आकाराचे, अधिक चांगला शब्द वापरायचा तर पर्वतप्राय डायनॉसॉर वंशापर्यंतचे प्राणी पाहतो. कोळशाला जन्म देणारी अरण्ये दिसत असतात नि एक दिवस ती एकदम नाहीशी होतात.

भूशास्त्रीयदृष्ट्या आधुनिक काळ सुरू झालेला असतो. द्विदल वनस्पतींची वाढ होते, नि त्यातून जमिनीच्या आश्रयाला येतो माणूस! हा वाढतो नि हळू-हळू विचार करू लागतो; अवकाशात सजीव असतील का ह्याचा. पण हे करतानाच तो चंद्रावर जातो. प्रथम गोळा करतो ती माती व खडकांचे नमुने. एक नवे शास्त्र जन्माला येते– 'चंद्राचे भू-शास्त्र (Lunar Geology). हे नाव कुणाला तरी खटकते आणि सेलेनॉलॉजी– चंद्रशास्त्र हे नाव पक्के होते. तोपर्यंत आणखी काही

शास्त्रज्ञ ओरडत असतात – "सूर्य विझणार, सूर्य विझणार!" कुणीतरी म्हणते – "ह्या विश्वाचा शेवट होणार!" सामान्य माणूस ऐकत राहतो. आपले काम करीत राहतो.

लहान मुलाला खाऊच्या पोत्यांनी भरलेल्या दुकानात सोडल्यावर ते मूल ज्याप्रमाणे सर्व खाऊच्या पोत्यांतली एकेक मूठ खिशात कोंबायचा प्रयत्न करील त्याप्रमाणे शास्त्राच्या सर्व विभागांतून थोडे थोडे ज्ञान उचलणारे शास्त्र ते भू-शास्त्र. भू-शास्त्र जसं घेतं तसं देतंही. सर्व शास्त्रांना कच्चा माल मिळवायला भू-शास्त्रच मदत करत असतं.

तसं बघायला गेलं तर 'Geology is a science that deals with the history of earth & it's life as recorded in rocks,' या शब्दकोशातील व्याख्येबरोबरच A study of solid matter of a celestial body हीही व्याख्या दिली आहे. डिक्शनरीप्रमाणे ही व्याख्या थोडीफार बदलते; पण हा शब्दाचा अर्थ झाला. पृथ्वीचा अभ्यास करायचा, पृथ्वीचा आत्मा समजावून घ्यायचा म्हणजे याहीपलीकडे जायला हवे.

हे पुस्तक भू-शास्त्राचं नाही तर पृथ्वीची शास्त्रीय माहिती देणारं आहे असं म्हटलं की, ह्या पुस्तकाची क्षितिजे रुंदावतील; पण तरीही भू-शास्त्राने मला निसर्गात डोकवायची दृष्टी दिली. त्याचे ऋण मान्य करायचे असेल तर असे शब्दांचे खेळ खेळून उपयोग नाही. ह्या ऋणमुक्तीचा एक मार्ग या दृष्टीने मराठीत भू-शास्त्र लोकप्रिय व्हावे म्हणून केलेली ही धडपड आहे.

ही यशस्वी ठरली की नाही, हे तुम्हीच ठरवायचं आहे.

– निरंजन घाटे

अंतरंग

परिशिष्टे

एक

भूशास्त्राचा जन्म

भूशास्त्र हा विषय भूकंपांमुळे सर्वांना परिचित झालेला आहे. जिऑस म्हणजे पृथ्वी किंवा भू. आणि लोगॉस म्हणजे शास्त्र यावरून इंग्रजी भाषेत जिऑलॉजी म्हणजे पृथ्वीचा सांगोपांग अभ्यास असा शब्द निर्माण झाला. मराठीत त्याला भूशास्त्र हा शब्द वापरण्यात येऊ लागला. सर्वसाधारणपणे पृथ्वीच्या पृष्ठभागाच्या काही किलोमीटर जाडीच्या कवचाचा अभ्यास भूशास्त्रात केला जातो. खडकांची निर्मिती, जडणघडण, खनिजांचा शोध, ज्वालामुखी, भूकंप, भूखंडांच्या हालचाली, सागरतळ, पर्वतनिर्मिती या व अशा अनेक घटना भूशास्त्रज्ञ अभ्यासतात.

विल्यम स्मिथ

या भूशास्त्राचा जनक म्हणून विल्यम स्मिथ (१७३९-१८३९) याचं नाव घेतलं जातं; पण विल्यम स्मिथ स्वत:च म्हणत असे त्याप्रमाणे क्षेत्रपरीक्षणावर आधारित असं कुठलंही शास्त्र, हे अमुक दिवशी, अमुक ठिकाणी जन्माला आलं असं आपण म्हणू शकत नाही. विल्यम स्मिथची थोरवीच सांगायची तर त्यानं इंग्लंड, वेल्स आणि स्कॉटलंडच्या काही भागांचा भूशास्त्रीय नकाशा तयार केला. अशा तऱ्हेचा हा पहिलाच नकाशा होता. मात्र या नकाशाचं महत्त्व लक्षात आल्यानंतर अनेक भूशास्त्रज्ञांनी त्यांच्या त्यांच्या भूभागांचे भूशास्त्रीय नकाशे तयार करण्याचा उद्योग हाती घेतला होता.

होरेस वुडवर्ड या १९व्या शतकाच्या उत्तरार्धात आणि विसाव्या शतकाच्या पूर्वार्धात इंग्लंड आणि वेल्सच्या भूसर्वेक्षण विभागात महत्त्वाचे काम केलेल्या भूशास्त्रज्ञांच्या मते भूशास्त्राचा जन्म अठराव्या शतकात झाला. या काळात मिळालेल्या पुराव्यांचा तर्कशुद्ध अर्थ लावायला सुरुवात झाली; त्यामुळे खरं भूशास्त्र याच काळात सुरू झालं असं वुडवर्ड यांचं मत होतं. त्या आधीही बऱ्याच जणांनी भूपृष्ठाच्या जडणघडणीबद्दल विचार केला होता. पायथॅगोरस हा आपल्याला त्याच्या भौमितिक सिद्धांतामुळे माहीत असलेला ग्रीक गणिती. इ.स.पू. ५००च्या आसपासच त्यानं भूपृष्ठ नैसर्गिक कारणांनी सतत बदलत असते, पाण्याच्या प्रवाहामुळे जमिनीचं क्षरण होऊन दऱ्याखोरी तयार होतात, असं लिहून ठेवलेलं आढळतं. तर कोलोफॉनच्या झेनोफेनसनं जीवाश्म हे पूर्वीच्या काळच्या प्राण्यांचे अवशेष असावेत आणि पर्वतांवर ज्या अर्थी माशांचे अवशेष मिळतात त्याअर्थी या पर्वतांचा सागराशी संबंध असावा, असं त्या काळातल्या तत्त्ववेत्यांच्या नजरेस आणून दिलं होतं. पुढं हेरोडोटस आणि त्यानंतर ॲरिस्टॉटल् यांनी त्यांच्या काळात

असंच मत व्यक्त केलेलं आढळतं.

पुढं ख्रिश्चन धर्माच्या प्रसारानंतर ही मतं पाखंडी ठरली. आपल्याला उमर खय्याम हा कवी म्हणून माहिती आहे. तो उत्कृष्ट खगोलवेत्ता होताच, पण त्यानं इतर शास्त्रशाखांतही गती दाखवली होती. प्राचीन भारतीय आणि इराणी नकाशांचा आणि भौगोलिक लेखनाचा अभ्यास करून, तसंच मिठांचे डोंगर, खाजणं यांच्या पाहणीवरून सागर हे कधी पुढे सरकतात तर कधी मागं हटतात, असा निष्कर्ष काढला होता. त्याच्या या पाखंडी मतामुळे मुल्ला मौलवींनी कुराणाविरुद्ध लेखन केलं असा त्याच्यावर आरोप ठेवला. त्यानं माफी मागायला नकार दिल्यानंतर त्याला समरकंदमधून पळून जावं लागलं होतं. बाराव्या शतकातील या घटनेतही 'मृत्युदंड द्यावा' असं कुठं म्हटलेलं नाही.

युरोपात आर्चबिशप अशरनं परमेश्वरानं केलेल्या सृष्टीनिर्मितीची तारीखच निश्चित केल्यामुळे ४ नोव्हेंबर इ.स.पू. ४००४ पूर्वी काहीच अस्तित्व नव्हतं, या धर्ममताविरुद्ध बोलणं प्राणघातक ठरत होतं. तरीही लिओनोर्डो दा व्हिन्सीने जीवाश्म हे प्राचीन प्राण्यांचे अवशेष आहेत, असं स्पष्ट शब्दात लिहून ठेवलंय.

सतराव्या शतकात मार्टिन लिस्टर एम. डी. (१६३८-१७१२) यांनी प्रथम भूशास्त्रीय नकाशाची कल्पना मांडली. इ.स. १६८४मध्ये रॉयल सोसायटीच्या सभेत त्यांनी ही कल्पना सांगितली. वेगवेगळ्या मातींचे आणि खडकांचे स्थान नकाशावर दाखविणे शक्य होईल असे लिस्टरना वाटत होते. लिस्टरचे समकालीन शास्त्रज्ञ रॉबर्ट हूक यांनी इतर शास्त्रांच्या अभ्यासाबरोबरच रॉयल सोसायटीच्या सभांत भूकंपांबद्दलही त्यांचे विचार मांडले होते. भूकंप आणि ज्वालामुखींचे परस्पर संबंध, भूकंपांमुळे उचलली जाणारी आणि खचणारी जमीन, याबद्दल हे विचार होते. जीवाश्मांच्या साहाय्यानं कुठले खडक आधी निर्माण झाले आणि कुठले खडक नंतर निर्माण झाले, हे सांगणं शक्य होईल असं हूक म्हणत असत. इंग्लंडमधल्या कासवाचे अवशेष पाहून त्यांनी प्राचीन काळातलं इंग्लंडमधलं वातावरण हे सध्याच्या काळातल्यापेक्षा वेगळं असावं, असं मतही व्यक्त केलं होतं.

सफोकमधल्या वर्लिंग्टनच्या पर्यवेक्षकानं, इरॅस्मस वॉरेननं जिऑलोगिया; ऑर अ डिस्कोर्स कन्सर्निंग द अर्थ बिफोर डेल्यूज (१६९०) हे पुस्तक लिहिलं. इंग्रजीत 'जिऑलॉजी' हा शब्द वापरल्याचा हा पहिला पुरावा ठरतो. न्यू इंग्लिश डिक्शनरी मात्र हे श्रेय रिचर्ड द बेरी या चौदाव्या शतकातल्या अभ्यासकाला देते.

जॉन वुडवर्ड (१६६५ ते १७२८) हे ग्रेशॅम कॉलेजात निसर्गशास्त्राचे आणि पदार्थ विज्ञानाचे प्राध्यापक होते. त्यांनी १६९५मध्ये 'ॲन असे टोवर्ड नॅचरल हिस्टरी ऑफ अर्थ' नावाचे एक पुस्तक प्रसिद्ध केले होते. १७०२मध्ये याची दुसरी आवृत्ती निघाली. भूपृष्ठाचा आणि भूस्तरांचा पद्धतशीर अभ्यास करणारा हा पहिला शास्त्रज्ञ म्हणावा लागेल. त्यांनी हा अभ्यास कसा केला याबद्दल ते लिहितात. ''जेव्हा जेव्हा कुठे खोदकाम चाललेलं असेल तेव्हा तिथे मी मुद्दाम भेट देतो. माती काढण्याचं काम, दगडांच्या खाणी, विहिरीसाठी खोदकाम, खनिजांच्या खाणी, कोळशाच्या खाणी अशा ठिकाणी भूपृष्ठाखाली काय असावं, याची माहिती मिळते. इथे नीट निरीक्षण करून ते नोंदवून ठेवणे मला महत्त्वाचे वाटते. त्यासाठी एक नोंदवही मी कायम जवळ बाळगतो.

माझा कुणी मित्र प्रवासाला निघाला तर त्यालाही मी अशा नोंदी ठेवायची विनंती करतो. दूरच्या गावी राहणाऱ्या आणि परदेशात राहणाऱ्या मित्रांना त्या त्या भागातील अशा नोंदी करून त्या मला पाठवाव्यात, असा पत्रव्यवहारही मी सतत करतो. आतापर्यंत इंग्लंड, वेल्स, स्कॉटलंड, फ्रान्स, फ्लॅंडर्स, हॉलंड, स्पेन, इटली, जर्मनी, डेन्मार्क, नॉर्वे आणि स्वीडन या देशांतली आणि भागातली माहिती माझ्याजवळ जमा झाली आहे. त्या भूभागांमध्येही इंग्लंडप्रमाणेच खडकांचे स्तर आहेत. ते एकमेकांना समांतर असे एकावर एक आहेत.

इजिप्त, मलबार, अरेबिया, मीरिया, पर्शिया, चीन अशा आशियाई आणि आफ्रिकी देशांत, तसंच जमैका, बार्बाडोस, व्हर्जिनिया, न्यू-इंग्लंड, ब्राझील, पेरू आणि अमेरिकेच्या इतर भागांतही असेच खडकांचे थर एकावर एक रचलेले आढळतात.''

१७व्या शतकात एका प्राध्यापकानं माहिती मिळविण्यासाठी केलेले परिश्रम आणि त्यातून गोळा केलेल्या

माहितीच्या साहाय्यानं जगभर सर्वच भूपृष्ठ एकाच पद्धतीनं तयार होत, हा काढलेला निष्कर्ष हे सर्वच थक्क करणारं आहे. खाणीत, दऱ्याखोऱ्यात, पर्वतशिखरांवर सर्व भूखंडात सापडणारे जीवाश्म, हे सागरी प्राण्यांचे अवशेष आहेत, असं वुडवर्डनी ठामपणानं स्पष्ट केलं आहे. हे प्राण्यांचे अवशेष आहेत यात कसलाही संदेह असू शकत नाही, असं ते म्हणतात.

इ.स. १७२७मध्ये त्यांच्या मृत्युपत्राद्वारे त्यांनी गोळा केलेलं जीवाश्मांचं भांडार केंब्रिज विद्यापीठाला दिलंच, पण तिथं 'वुडवर्डियन प्रोफेसर' नेमता येईल अशी तरतूदही केली.

''हा प्राध्यापक अविवाहित असावा, कारण बायका-मुलांची काळजी घेता घेता त्याचं अभ्यासाकडं आणि व्याख्यानांकडं दुर्लक्ष होण्याची शक्यता आहे. त्यानं वर्षभरात वुडवर्डच्या 'नॅचरल हिस्टरी ऑफ अर्थ'मध्ये उल्लेख झालेल्या विषयांचा अभ्यास करून, तसंच वुडवर्डच्या इतर लेखनातील विषयांचं परिशीलन करून ४ व्याख्यानं द्यावीत. या प्राध्यापकानं या विषयात अधिक संशोधनही करावं.'' असं वुडवर्डनी मृत्युपत्रात लिहून ठेवलं आहे.

लीएबानित्झ (१६४६ ते १७१६) या गणितज्ज्ञानं प्रथम जलजन्य आणि अग्नीजन्य खडकांचा सिद्धांत मांडला. त्याच्या मते काही खडक हे वितळलेल्या शिलारसापासून बनले तर काही खडक प्रलयाचे वेळी गाळ साचून तयार झालेले होते.

यानंतरच्या काळात बऱ्याच धर्मगुरूंनी भूशास्त्राबद्दलची आपापली मते मांडायला सुरुवात केली. याला चर्चची मान्यता होती. त्याकाळात भूशास्त्राकडं एक घातक शास्त्र म्हणून संशयानं बघितलं जात होतं. हे शास्त्र बायबल विरोधी असल्याची चर्चच्या पदाधिकाऱ्यांची खात्री पटलेली होती. त्यामुळे बायबलमधील प्रलय आणि त्यानंतर निर्माण झालेले खडक याबद्दल खूप गंमतशीर मतं बऱ्याच धर्मगुरूंनी आपापल्या कुवतीप्रमाणं मांडली होती. रेव्हरंड थॉमस बर्नेट यांच्या 'द थिअरी ऑफ द अर्थ' आणि फादर विल्यम व्हिस्टनच्या 'द न्यू थिअरी ऑफ द अर्थ'चं परीक्षण करताना त्या काळातील निसर्गशास्त्रज्ञांना तारेवरची कसरत करावी लागलेली होती. ''हा सिद्धांत वेगळा आणि वैशिष्ट्यपूर्ण (पिक्युलिअर) आहे; याबरोबरच या पुस्तकांना 'रोमान्स' असंही म्हणण्यात आलं. मात्र तो धादांत खोटा आहे, असं मात्र म्हणण्यात आलेलं नव्हतं. याचं कारण अर्थातच त्या काळातच चर्चच्या विरोधात जाणं त्रासदायक ठरत असे. व्हिस्टन हा जरी चर्चचा माणूस होता तरी त्याच्या पुस्तकाच्या प्रस्तावनेत तो म्हणतो, ''माणसाच्या निर्मितीच्या कितीतरी आधी पृथ्वीची निर्मिती झाली, हे मान्य करायला हवे. 'जेनेसिस' या बायबलच्या भागाचा अर्थ पारंपरिक पद्धतीनं न लावता नव्या विचारांना वाव देऊन लावला तर अशा तऱ्हेची मान्यता वावगी वाटणार नाही.''

बफॉनं (१७०७ ते १७८८) १७४९मध्ये त्याच्या नॅचरल हिस्टरी या ग्रंथात पृथ्वी फार प्राचीन काळी निर्माण झाल्याचा आणि नैसर्गिक प्रक्रियांनी तिच्यात बदल घडत गेल्याचा सिद्धांत मांडला. सुरुवातीस सर्व पृथ्वीभर पाणीच पाणी होतं. पुढं यातील काही पाणी पृथ्वीच्या पोटात शिरलं आणि त्यामुळे जमीन वर आली, असा काहीसा हा सिद्धांत होता. सोरबोन विद्यापीठातील धर्ममार्तंडांनी याबद्दल बफॉंवर सडकून टीका केली. तेव्हा बफॉं सपशेल माफी मागून– 'माझ्या ग्रंथात मोझेसच्या कथनात जे सांगितलंय त्या कथनाविरुद्ध जाणारा जो भाग आहे, तो चुकीचा आहे, मी त्याबद्दल माफी मागतो.' असं धर्मशास्त्र विभागप्रमुखांना लेखी निवेदन दिलं होतं.

भूशास्त्राच्या इतिहासात एच. बी. द सॉसुर (१७४० ते १७९९) या स्विस शास्त्रज्ञाला मानाचं स्थान द्यावं लागेल. 'व्होयाजेस दॉस्ले आल्प्स' या त्याच्या आल्प्सच्या भटकंतीच्या वर्णनात आडव्या स्तरांवर नैसर्गिक बलाचा प्रभाव पडून ते वेडेवाकडे झाले, तुटले आणि त्यांना सद्यस्थिती प्राप्त झाली– असं निरीक्षण त्यानं मांडलं आहे. त्याचं महत्त्व म्हणजे दाब आणि उष्णता यांच्या प्रभावामुळे एका खडकाचे दुसऱ्या खडकात रूपांतर होते का, हे पाहण्यासाठी त्यानं प्रयोगशाळेत प्रयोगही केले होते.

द सॉसुरनं त्याच्या लेखनात 'जिऑलॉजी आणि जिऑलॉजिस्ट' हे दोन शब्द सर्रास रूढ असावेत असे वापरले आहेत.

इ.स. १७९० ते १८२० हा काळ भूशास्त्राचा इतिहासात 'द हिरॉइक एज ऑफ जिऑलॉजी' म्हणून

ओळखला जातो. या काळात भूशास्त्राचा स्वतंत्र शास्त्र म्हणून पाया घातला गेला. वेर्नर, हटन आणि विल्यम स्मिथ यांनी ही पायाभरणी केली. त्यांना लामार्क आणि कुव्हिये यांच्या अभ्यासाचा हातभार लागला.

वेर्नरचा (१७४९ ते १८१७) जन्म सॅक्सनी परगण्यात झाला. त्याचे वडील खाण पर्यवेक्षक होते. त्यांच्याबरोबर घोड्यावरून फिरताना वेर्नरला बालपणीच खनिज स्फटिक, रंगीत खनिजांचे नमुने आणि खडकांचे नमुने गोळा करण्याचा छंद लागला. शिक्षण संपवून वेर्नर फ्रायबर्ग विद्यापीठात खनिकर्म विभागात प्राध्यापक म्हणून नोकरी करू लागला. खनिकर्म तंत्रज्ञानाबरोबरच खनिजशास्त्र (मिनरॉलॉजी) आणि जिओग्नॉसी (जिऑलॉजीला समानार्थी युरोपी भूखंडावर वापरला जाणारा शब्द) या विषयांवरही वेर्नर विद्यार्थ्यांना भाषणं देत असे. त्यानं 'कुर्झे क्लासिफिकेशन' नावाचा एक ग्रंथही लिहिला.

वेर्नरच्या शिकवण्याची ख्याती त्या काळात दूरवर पसरली. युरोपच्या कानाकोपऱ्यातून त्याच्याकडे शिक्षण घेण्यासाठी विद्यार्थी येऊ लागले. वेर्नरला भूशास्त्राबद्दल प्रेम वाटत होतं आणि त्याची शिकवण्याची हातोटीही अप्रतिम होती. त्यामुळे त्याच्या शिष्यांनाही भूशास्त्राबद्दल प्रेम वाटू लागलं. ग्रॅनाईट, नीस, स्लेट असे भूशास्त्रीय स्तरांचे वर्गीकरण त्याच्यामुळे सुरू झाले. त्यानं त्याच्या दृष्टीनं सर्वात जुन्या खडकांना 'प्रायमरी फॉर्मेशन्स' म्हटलं. यांना आता एस्टफ्लोएट्झ 'पॉलिओझुइक' म्हणतात. त्यावरती फ्लोएट्झ (किंवा सेकंडरी) खडक आणि सर्वात वरती न्यूएस्ट फ्लोएट्झ (टर्शरी) असे त्यानं खडकांचे वयानुरूप वर्गीकरण केले. त्याच्या सिद्धांतानुसार सर्वात तळाचे खडक सोडले तर बाकी सर्व खडक हे पाण्याच्या साठ्यातून अवसाद (गाळ) साठून तयार झालेले होते. वेर्नरच्या विचारांमध्ये एक मोठी उणीव होती. त्यानं जर्मनीच्या बाहेर पाऊल ठेवलेलं नव्हतं. सॅक्सनी आणि त्या जवळच्या परगण्यात जसे खडक आहेत, तसेच इतरत्रही असायला हवेत, या गृहीतकावर त्याच्या सिद्धांताचा डोलारा उभा होता. भूमिगत कोळशाच्या ज्वलनातून ज्वालामुखी जन्माला येतात असं तो म्हणे.

वेर्नरनं खनिजांचाही अभ्यास केला होता. खनिजांचा रंग, चकाकी, काठिण्य आणि विशिष्ट गुरुत्व यांना आजही खनिजांच्या अभ्यासात महत्त्व आहे. ते गुणधर्म तपासण्याची पद्धत वेर्नरनं सुरू केली.

जेम्स हटन (१७२६-१७९७) हा वैद्यकीय व्यावसायिक होण्यासाठी शिक्षण घेत असताना शेतीकडे वळला. एम. डी. झाल्यावर त्यानं शिक्षण थांबवलं. वैद्यकीय व्यवसायाकडं पाठ फिरवली आणि तो शेती करू लागला. स्वत:च्या शेतात आणि आसपासच्या भूप्रदेशात निरीक्षणं

जेम्स हटन

करून त्यांच्या नोंदी ठेवणे हा त्याचा आवडता छंद होता. इ.स. १७८५मध्ये त्यानं एडिंबराच्या रॉयल सोसायटीकडं 'थिअरी ऑफ द अर्थ : ऑर, ॲन इन्व्हेस्टिगेशन ऑफ द लॉज ऑब्झर्वेबल् इन द कॉंपोझिशन, डिझोल्यूशन अँड रिस्टोरेशन ऑफ लँड अपॉन ग्लोब' नावाचा शोधनिबंध पाठवला.

भूपृष्ठावर होणाऱ्या नैसर्गिक प्रक्रियांचा अभ्यास करून आणि तपासणी करून हटननं हे निष्कर्ष काढलेले होते. वाळू, गोटे, गाळ, चुनखडक, दलदल, नदीचा प्रवाह, लाटांचे कार्य या सर्वांचा परस्परसंबंध सिद्ध करायचा

हटनचा प्रयत्न होता. प्राण्यांचे अवशेष हे अवसादन प्रक्रियेचा एक भाग आहे, असं हटनचं म्हणणं होतं. भूपृष्ठाचा फार मोठा भाग सागराखाली दडला आहे, तो कसा वर येत असावा, यासंबंधीही हटननी विचार केलेला होता. सर्व अवसाद जमा होताना क्षितिज-समांतर असतात. पुढं ते वाकतात, मोडतात, दुमडतात. याची कारणं नैसर्गिक असून भूपृष्ठांतर्गत उष्णता, ज्वालामुखी आणि भूकंप यांचा या घटनांशी संबंध असल्याबद्दल हटनना खात्री वाटत असे. भूपृष्ठाखालच्या उष्णतेला हटनच्या विचारात फार महत्त्व असल्यानं हटन आणि त्याच्या समविचारी मंडळींना व्हल्कॅनिस्ट किंवा प्लुटॉनिस्ट म्हणण्यात येत असे.

ट्रॅप रॉक्स (म्हणजे पायरी पायरीसारखे दिसणारे खडक, महाराष्ट्रातल्या काळ्या पाषाणाला 'डेक्कन ट्रॅप' म्हणतात. स्वीडिश भाषेत ट्रॅपॉस म्हणजे पायरी.) असं स्वीडनमध्ये ज्या खडकांना म्हणतात त्या खडकांबद्दल लिहिताना हटननी लाव्हा ओतला गेल्यामुळे तयार झालेले खडक आणि मॅग्मा म्हणजे शिलारस भूपृष्ठावर न येताच थिजून झालेले आणि कालांतराने क्षरणक्रियेमुळे उघडे पडलेले खडक याच्यातला फरक स्पष्ट केला. कुठल्याही खडकातील खनिजांच्या स्फटिकीकरणावरून ते खडक किती खोलीवर तयार झाले; किंवा शिलारस भूपृष्ठावर आल्यानंतर ते तयार झाले हे कळू शकेल असं हटनना वाटत होतं. पृथ्वीवर इतरत्र सापडणारे खडकांचे सर्वच प्रकार आपल्या या छोट्याशा बेटावर सापडणं शक्य नाही, असंही ते म्हणत.

खडकांबाबतच्या सर्व घडामोडी या नैसर्गिक असून, खडक तयार होण्यासाठी दैवी घटनांची मदत घेणं योग्य नाही, असा त्यांचा दावा होता. जमिनीची सतत धूप होते. काही ठिकाणी भूपृष्ठ बुडतं तर काही ठिकाणी ते वर येतं, हे चक्र युगानुयुगं चालू असतं. यामुळे याची सुरुवात कधी झाली आणि हे कधी संपणार हे सांगणं सहज शक्य नाही, असं म्हणणाऱ्या जेम्स हटनना बरेच वेळा फादर ऑफ जिऑलॉजी असं म्हणण्यात येतं. वेर्नरच्या 'नेपच्युनिस्ट' (सर्व खडक पाण्यात तयार झाले) पंथाला तर्कशुद्ध उत्तर देताना हटननी भूशास्त्राची मूलतत्त्वं शोधून काढली. 'प्रेझेंट इज की टू द पास्ट' या त्यांच्या म्हणण्याला नेपच्युनिस्टांनी प्रखर विरोध केला, पण पुढं हटननी घालून दिलेल्या मार्गानं भूशास्त्रीय अभ्यासाची वाटचाल सुरू राहिली.

भूशास्त्राचा पाया पक्का करणाऱ्या विल्यम स्मिथचा (१७६९-१८३९) जन्म चर्चिल या खेड्यात झाला. सेजविक विल्यम स्मिथना 'फादर ऑफ द इंग्लिश जिऑलॉजी' असं म्हटलं. या सेजविकच्या म्हणण्याबद्दल कसलाही वाद झाला नव्हता, हे विशेष. विल्यम काम करू लागला. इथंच शेतातले बांध नीट करता करता भूमिती, त्रिकोणमिती आणि सर्वेक्षण या तीन शाखांचं प्राथमिक शिक्षण स्मिथनी एकलव्याच्या निष्ठेनं मिळवलं. यामुळे वयाच्या अठराव्या वर्षीच स्मिथना सर्वेक्षण सहायक म्हणून नोकरी मिळाली. ही नोकरी करता करता त्याचं ज्ञानार्जन सुरूच होतं. या कामातच माती आणि खडकांचा अभ्यास स्मिथनी सुरू केला. सहा वर्षे नोकरी करून स्मिथनी नोकरी सोडली.

नंतरच्या प्रवासात आपण जसे खडक-मातीचे थर पाहिले तसेच थर इतरत्रही आढळतात हे त्यांच्या लक्षात आले. या खडकांच्या थरांचा उतार आणि त्या भागातील समोच्चतादर्शक रेषा यांचा मेळ घालता आला तर हे स्तर कुठल्या ठिकाणी किती खोलीवर पोहोचतील हे सांगता येणं शक्य आहे, असं त्यांनी सिद्ध केलं.

पुढं सॉमरसेट परगण्यात 'कोल कॅनाल'च्या (कोळसा वाहून नेणाऱ्या होडक्यांसाठीचा कालवा) सर्वेक्षणात आणि बांधणीत त्यांचा सहभाग होता. कोळशाच्या थरात वनस्पतींचे जीवाश्म सापडतात. काही थरात विशिष्ट प्रकारच्या शिंपल्यांचेच जीवाश्म मिळतात. तर तांबड्या खडकात जीवाश्म अजिबात मिळत नाहीत. प्रत्येक थरातले जीवाश्म त्या थरापुरते वैशिष्ट्यपूर्ण असतात आणि या जीवाश्मांवरून त्या स्तराची निश्चिती करणं शक्य आहे, हे विचार छापून १७९९मध्ये वेगवेगळ्या विद्वानांकडे पाठविले. मात्र हे असे का, याचं स्पष्टीकरण देण्यासाठी त्यांनी कुठलेही सिद्धांत पुढे आणले नव्हते. याचं कारण ते कुठल्याही गुरूच्या हाताखाली शिकले नव्हते. एकलव्याच्या निष्ठेने केलेल्या ज्ञानार्जनात त्यांना विद्वत्तापूर्ण सिद्धांतांचा परिचय झालेला नव्हता. त्यामुळे त्यांचे विचार पूर्वग्रहदूषित नव्हते.

नुसता जीवाश्म बघून तो कुठल्या स्तरात सापडावा,

हे स्मिथ अचूकपणे सांगत असत.

रेव्हरंड बेंजामिन रिचर्डसन यांच्याकडे हंगरफोर्डच्या परिसरातले असंख्य जीवाश्म होते. त्यांच्याकडे स्मिथ जेवायला गेले असताना स्मिथनी तिथल्या प्रत्येक जीवाश्माच्या मूळ स्थानी कुठला खडक आहे, हे रिचर्डसनना सांगितलं. तेव्हा चकित झालेल्या रिचर्डसननी ही माहिती रेव्हरंड जोसेफ टाऊनसेंडना कळवली. त्यांनी स्मिथच्या या अभूतपूर्व ज्ञानाची चाचणी घेतली. ''मी युरोपभर प्रवास केला. गेली ४०-५० वर्षे वेगवेगळ्या खडकांची आणि जीवाश्मांची पाहणी केली. त्याबद्दल अनेक विद्वानांशी चर्चाही केली. पण हा स्मिथ अतुलनीय ज्ञानी आहे.'' अशा शब्दांत त्यांनी स्मिथचा गौरवसहायक केला. टाऊनसेंडकडं भोजनास गेलेले असताना स्मिथनी टाऊनसेंड आणि रिचर्डसनच्या मदतीनं इंग्लंडमधील विविध स्तरांची रचना दाखवणारा आराखडा (टेबल) तयार केला. १७९९मध्ये स्मिथच्या आग्रहावरून हा स्तरांचा आराखडा (टेबल ऑफ स्ट्राटा) इंग्लंड व युरोपातील सर्व विद्वानांकडे पाठविण्यात आला.

सुमारे वीस वर्षे मेहनत करून इ.स. १८१५मध्ये १'' = ५ मैल या प्रमाणात स्मिथनी 'जिऑलॉजिकल मॅप ऑफ इंग्लंड, वेल्स विथ पार्ट ऑफ स्कॉटलंड' प्रसिद्ध केला. १८१९ ते २४ या सहा वर्षांत याच प्रमाणबद्धतेनं स्मिथनी २१ परगण्यांचे भूशास्त्रीय नकाशे तयार केले. स्मिथच्या या नव्या भूशास्त्रीय पद्धतीच्या सर्वेक्षणांचं युरोप, अमेरिकेतही स्वागत झालं. स्मिथनी रूढ केलेली प्रस्तरांची आणि जीवाश्मांची बरीच नावं आजही वापरात आहेत, तर काही थोडीफार बदल करून वापरली जातात. या शास्त्रज्ञाच्या हयातीत इतर भूशास्त्रज्ञ त्याला 'फादर ऑफ जिऑलॉजी' म्हणू लागले. त्याला १८०७मध्ये स्थापन झालेल्या 'जिऑलॉजिकल सोसायटी ऑफ लंडन'मध्ये मात्र स्थान नव्हतं.

चार्लस् लायेल यांनी स्मिथच्या निधनानंतर ''ब्रिटिश भूशास्त्र स्मिथचं कायम ऋणी राहील. त्यांच्या निधनामुळे भूशास्त्राच्या सुवर्णयुगाची अखेर झाली.'' असे उद्‍गार काढून त्यांना श्रद्धांजली वाहिली. या भूशास्त्रीय प्रगतीमुळे कोळशाचे साठे कुठं असतील याचा थोडासा अंदाज येऊ

चार्ल्स लायेल

लागला. या संशोधनाचं खरं महत्त्व आर्थिक नसून या संशोधनामुळे डार्विन-रसेल प्रणित उत्क्रांतीवादास भक्कम पाया मिळाला हे आहे. ख्रिश्चन धर्मानं पृथ्वीचं वय ठरवलं होतं. या सुमारे सहा हजार वर्षांच्या काळात उत्क्रांतीवाद बसवणं अवघड होतं, पण भूशास्त्राच्या प्रगतीमुळे पृथ्वीचा इतिहास किमान काही कोटी वर्षांचा आहे हे मान्य झाल्यानं प्राणी-जाती हळूहळू बदलू शकतात. हे मत मांडणं सोपं झालं आणि मानवजातीच्या विचार-प्रक्रियेतच बदल घडून आला.

■

दोन

अवकाश आणि पृथ्वी

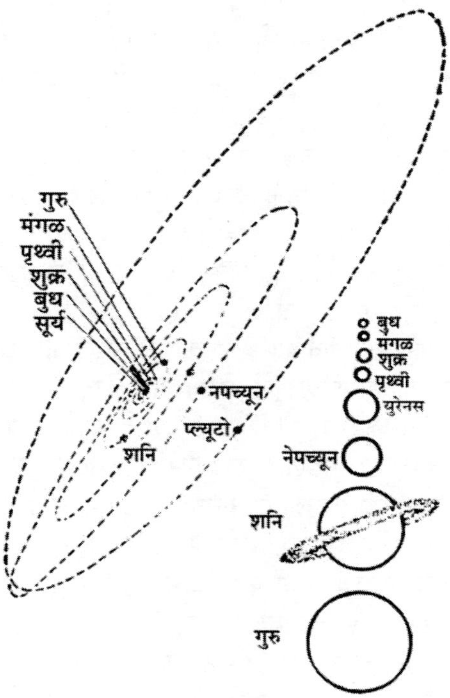

पृथ्वीचे आपल्या सूर्यमालेतील स्थान व तुलनात्मक आकार दर्शविणारे रेखाचित्र.

आपली पृथ्वी ही आपल्या सूर्यमालेचा एक घटक आहे. आपल्या सूर्याच्या ग्रहमालेत सूर्य हा एक मध्यम प्रतीचा तारा आहे. त्या सूर्यापासून तिसरा ग्रह म्हणजे आपली पृथ्वी. ती जवळजवळ गोलाकार असून, तिचा विषुववृत्तीय व्यास ७९०० मैल आहे. दोन्ही ध्रुवाजवळ ती थोडीशी चपटी आहे, तर विषुववृत्ताजवळ ती जरा फुगलेली आहे. स्वपरिभ्रमणासाठी– स्वत:च्या अक्षाभोवती एक प्रदक्षिणा पूर्ण करण्यासाठी पृथ्वीस २३ तास व ५६ मिनिटे एवढा वेळ लागतो. ती पश्चिमेकडून पूर्वेस फिरते. त्यामुळे सर्व आकाशस्थ पदार्थ पूर्वेकडून पश्चिमेस फिरताहेत असा आपल्याला भास होतो. म्हणूनच सूर्य पूर्वेकडे उगवला व पश्चिमेकडे मावळला असे आपल्याला वाटते. या परिभ्रमणामुळे दिवस व रात्र होतात.

पृथ्वी सूर्याभोवती फिरते. तिची कक्षा जवळजवळ वर्तुळाकार आहे. सूर्याभोवती एक प्रदक्षिणा पूर्ण करण्यास पृथ्वीला ३६५.२५ दिवस लागतात. पृथ्वी सूर्यापासून ९.३ कोटी मैल दूर आहे. या अंतरास एक ज्योतिषीय एकक मानण्यात आले आहे.

सूर्याचा व्यास ८६४००० मैल आहे. सूर्याचा व्यास पृथ्वीच्या व्यासाच्या १०९ पट आहे. सूर्यमालेची पृथ्वी एक इंच मानून नमुनाकृती तयार केली तर त्यात सूर्य १०९ इंच व्यासाचा गोळा असेल तर तो पृथ्वीपासून ९७० फूट दूर असेल. आपल्या सूर्याभोवती पृथ्वीशिवाय इतर ८ ग्रह फिरतात. त्यात गुरू, शनि, युरेनस व नेपच्यून हे ग्रह पृथ्वीपेक्षा मोठे आहेत, बुध, मंगळ व प्लुटो हे पृथ्वीपेक्षा लहान आहेत. तर शुक्र आकाराने जवळजवळ पृथ्वीएवढाच आहे. शुक्र व बुध हे पृथ्वीपेक्षा सूर्याच्या जवळ आहेत, तर इतर ग्रह सूर्यापासून पृथ्वीपेक्षा जास्त अंतरावर आहेत. बुध, शुक्र व प्लुटो यांना एकही चंद्र नाही. हे सर्व ग्रह सूर्याभोवती पृथ्वीप्रमाणेच पश्चिमेकडून पूर्वेकडे फिरतात. त्यांच्या भ्रमणकक्षा जवळजवळ एकाच पातळीत आहेत.

सूर्याचे वस्तुमान पृथ्वीपेक्षा ३३२००० पट जास्त आहे. आपल्या सूर्यमालेतील एकूण वस्तुमानापैकी ६९९/७०० एवढे वस्तुमान एकट्या सूर्यात आहे.

आपला सूर्य हा आकाशगंगेतील एक मध्यम दर्जाचा

तारा आहे. या आकाशगंगेत सूर्यापेक्षा जास्त तेजस्वी, जास्त व्याप्ती असलेले, जास्त तप्त असे बरेच तारे आहेत. तसेच सूर्यही इतर बऱ्याच ताऱ्यांपेक्षा जास्त तेजस्वी, जास्त विस्तृत व उष्ण आहे. आपली आकाशगंगा एका टोकापासून दुसऱ्या टोकापर्यंत ८०,००० प्रकाश वर्षे लांब असून, मध्याजवळ ३२००० प्रकाश वर्षे जाड आहे.

अवकाशातील प्रचंड मोठमोठी अंतरे मैलात म्हणजेच मानवी एककात सांगणे अवघड आहे. त्यासाठी अवकाशातील अंतरे प्रकाश वर्षांत मोजली जातात. एक प्रकाश वर्ष म्हणजे प्रकाश एका वर्षात जेवढे अंतर तोडतो तेवढे अंतर. प्रकाश दर सेकंदास १८६००० मैल जातो म्हणजेच तो एका वर्षात १८६००० × ६० × ६० × २४ × ३६५$^{१}/_{४}$ = ५,८८०,०००,०००,००० मैल एवढे अंतर तोडून जातो.

अपोलो अवकाशयानाने टिपलेले चंद्रभूमीचे छायाचित्र

चंद्र : आपल्या पृथ्वीस एकच नैसर्गिक उपग्रह आहे. तो म्हणजे चंद्र. पूर्वी चंद्राच्या उत्पत्तीबद्दल दोन मत-प्रवाह होते. शास्त्रीय संशोधनाने आता असे सिद्ध झाले आहे की, चंद्र हा पृथ्वीबरोबरच तयार झाला असून, तो पृथ्वीचा तुकडा नव्हे.

चौथ्या शतकात हिप्पार्कस नावाच्या अलेक्झांड्रियातील खगोलशास्त्रज्ञाने चंद्र व पृथ्वी यामधील अंतर सर्वप्रथम शोधण्याचा मान मिळविला. चंद्र पृथ्वीभोवती फिरताना जेव्हा पृथ्वीच्या जवळ येतो तेव्हा २२१००० मैलांवर असतो, तर तो जास्तीत जास्त लांब असतो तेव्हा २५३००० मैल दूर जातो. म्हणजे पृथ्वी व चंद्र यातील सरासरी अंतर २३९००० मैल एवढे आहे. चंद्राचा व्यास २१६० मैल आहे. चंद्राची पृथ्वीभोवती फिरण्याची कक्षा लंब वर्तुळाकृती आहे. पृथ्वी सोडून इतर ग्रहांचे उपग्रह हे मूळ ग्रहांच्या तुलनेत खूपच लहान असतात. पृथ्वीच्या चंद्राचे सरासरी विशिष्ट गुरुत्व ३.३ आहे.

पृथ्वीवर सजीव प्राणी आहेत याचे कारण वातावरण. चंद्रावर वातावरणाचा पूर्ण अभाव आहे. चंद्राचा पृष्टभाग खडबडीत आहे. कारण तिथे मृत ज्वालामुखींची विवरे व उल्कापातांमुळे पडलेले खड्डे आहेत. वातावरणाच्या अभावामुळे छोट्या छोट्या उल्काही जळून न जाता सरळ चंद्रपृष्ठावर आदळतात. चंद्राच्या दिवसाच्या व रात्रीच्या तापमानात ४००°F चा फरक असतो. चंद्रावरचा दिवस पृथ्वीवरील १५ दिवसांचा असतो.

चंद्रावरचे खडक : मानवाने २१ जुलै १९६९ रोजी चंद्रावर प्रथम पाऊल ठेवले तेव्हा त्याने चंद्रावरच्या खडकांचे नमुने मिळवले. हे खडक पृथ्वीप्रमाणेच असून, त्यामुळे चंद्राचे वयही पृथ्वीएवढेच आहे हे आपल्याला कळले.

■

तीन

पृथ्वीचा आकार

युरी गागारीन अंतराळात गेला. त्याला तेथून पृथ्वी दिसली. नील आर्मस्ट्राँग चंद्रावर गेला. त्याने पृथ्वी उगवताना पाहिली. गोल पृथ्वी, सुंदर पृथ्वी; मानवाचा मातृग्रह असलेली पृथ्वी. आपण राहतो तो संपूर्ण ग्रह बघायचे भाग्य या मानवांना लाभले. शास्त्रीय प्रगतीने कळस गाठलेल्या या शतकात पृथ्वीची छायाचित्रे बघायचे भाग्य मानवाला लाभले.

मानवी संस्कृतीच्या सुरुवातीस एखादी विशिष्ट मानवाची टोळी, एखादा सांस्कृतिक गट यांच्या टप्प्यात येणाऱ्या भू-भागाला पृथ्वी मानले जात होते. या क्षितिजापासून त्या क्षितिजापर्यंतचा सपाट भू-भाग, वरती निळे आकाश, त्यात चमकणारे तारे. हळूहळू साम्राज्ये पसरायला लागली. निरनिराळ्या नद्यांच्या खोऱ्यातून नाव घेण्यासारख्या संस्कृतींची जडण-घडण होत गेली आणि मानवाला प्रश्न पडला, पृथ्वी आहे कशी नि ती किती पसरली आहे? आपल्या पुराणातून ग्रहगोलांचा उल्लेख आहे, तसेच पृथ्वी गोल असावी याचीही त्या काळात कल्पना असावी, पण नंतर मात्र आपण अंधारयुगात गेलो.

ग्रीकांना पृथ्वी सपाट आहे असे वाटत होते. कोलंबसाच्या वेळेपर्यंत जनतेची अशी कल्पना होती की, पृथ्वी म्हणजे एक खूप मोठे मैदान आहे. खूप मोठे म्हणजे किती? हा प्रश्न निर्माण झाल्यावर त्या मैदानाला सीमा आल्या. या मैदानाच्या चारीही बाजूंनी समुद्र आहे. म्हणजे त्या काळातल्या विचारवंतांनी, जर कुणी या मैदानाच्या कडेला पोहोचलाच तर तो पडेल का? या प्रश्नाचे आपल्या परीने निवारण केले होते. पण या सागरी बंधनाचेही तेच झाले. सागराचे दुसरे टोक कुठे आहे? तिकडे मोठ्ठाले धबधबे आहेत का? हे पाणी पडते ते जाते कुठे? एखादे जहाज भरकटून समजा पृथ्वीच्या टोकाला आलंच, तर त्याचं काय होईल? १४व्या शतकापर्यंत जहाजाच्या कप्तानांना ही भीती वाटत असे. ही भीती दूर करण्यासाठी पृथ्वीवर आकाशाचं झाकण बसवण्यात आलं होतं!

तळ सपाट पृथ्वीचा व चारी बाजूंनी व वर आकाश अशी ही विश्वाची चौकोनी पेटी जनमानसाची पकड घेऊन बसली. नाईल, टायग्रिझ-युफ्रॅटिस व सिंधु संस्कृती या सर्व प्राचीन संस्कृती एका पूर्व-पश्चिम रेषेवर बसल्या होत्या. भू-मध्य समुद्र पूर्व-पश्चिम होता. त्यामुळे त्या काळातल्या संस्कृतीच्या अध्वर्यूंच्या भौगोलिक ज्ञानाचा विस्तारही पूर्व-पश्चिमच झाला आणि विश्वाचा चौकोन पूर्व-पश्चिम बाजू लांब असलेला आयत बनला.

ग्रीकांनी या वेळेपर्यंत इतरांपेक्षा भूमितीत प्रगती केल्यामुळे ते मात्र हा ठोकळा आयताकृती न म्हणता वर्तुळाकृती

'जेमिनी' अंतराळयानाने अवकाशातून घेतलेल्या या छायाचित्रावरून पृथ्वीचा आकार गोल आहे हे प्रत्यक्षच पाहता आले. पण त्यापूर्वी पृथ्वीचा आकार निश्चित करण्यासाठी केवढे मोठे परिश्रम शास्त्रज्ञांना करावे लागले!

म्हणू लागले होते; अर्थात त्यांनी या वर्तुळाचा मध्यबिंदू ग्रीस समजणे साहजिकच होते. या वर्तुळाकृती पृथ्वीच्या कडेने समुद्र होता नि त्या समुद्राचे एक बोट भू-मध्य समुद्राच्या स्वरूपात ग्रीसपर्यंत आले होते.

ग्रीकांमधला पहिला शास्त्रीय भूगोलतज्ज्ञ 'हेकॅटिअस ऑफ मायलेटस' हा होय. (याच्या जन्ममृत्यूच्या तारखा अज्ञात आहेत.) याच्या मते पृथ्वीच्या या वर्तुळाचा व्यास जास्तीत जास्त ८००० कि.मी. होता. म्हणजेच पृथ्वीचा पृष्ठ ३२,०००,००० वर्ग कि.मी. होत होते. त्या काळाच्या मानाने हे क्षेत्र भरपूर होते. किंबहुना हा आकडा सामान्य जनांच्या आवाक्याबाहेरचाच होता. मिलेटसच्या हेकॅटिअसला जर कुणी ही संख्या पृथ्वीच्या पृष्ठभागाच्या क्षेत्रफळाच्या फक्त १/१० आहे असे सांगितले असते तर त्याला केवढा धक्का बसला असता!

या सपाट पृथ्वीला आधार कुठला? शेषाचा? शेष कुठे आहे? समुद्रात. म्हणजे ही प्रश्नमालिका शेवटी देवाचा आधार घेऊन थांबवावी लागत होती. मग ती हिंदू पुराणं असोत किंवा ग्रीक पुराणं असोत.

हळूहळू मानवी दृष्टिकोन बदलत होता. मानव डोळ्यांचा उपयोग करायला शिकत होता. त्याचबरोबर त्याला सारासार विचार करून, तारतम्य वापरून आपल्या विचारांचा वेगळेपणाही लक्षात येऊ लागला होता. उदाहरणार्थ, थोडेफार डोंगर, दऱ्या, खोरी सोडली तर पृथ्वी सपाट होती हे मान्य केले तर पृथ्वीवरून कुठूनही बघितलं तरी तेच ग्रह-तारे दिसायला हवेत, म्हणजे त्यांच्या आकाशातल्या स्थितीत थोडाफार फरक पडला असता हे ठीक, पण जरा उत्तरेला गेले किंवा दक्षिणेला गेले तर क्षितिजावर दिसणारे काही तारे पूर्णपणे दिसेनासे होत. कडेचे तारे मध्ये येत तर काही संपूर्ण नवे तारे दिसू लागत, त्याचे काय? जर पृथ्वीला उत्तरेकडे व दक्षिणेकडे बाक आहे असं गृहीत धरलं तर मात्र या गोष्टीचं योग्य ते स्पष्टीकरण मिळू शकत होतं. पूर्व-पश्चिमेकडेही अशी वक्रता असायला हवी हे अजूनही लक्षात येत नव्हतं. कारण आकाश हा पूर्व-पश्चिम पट्टा असून, तो पृथ्वीभोवती दर २४ तासांस एक फेरी पूर्ण करतो अशी त्या काळात दृढ समजूत होती.

मिलेटसचा अनॅक्झिमँडर हा ग्रीक तत्त्वज्ञ या समजुतीविरुद्ध प्रथमच ख्रि.पू. ५५०मध्ये बोलला. (ख्रि. पू. ६११ ते ५४६ हा याचा काळ) त्याचं म्हणणं असं की, दक्षिणोत्तर वक्र पृष्ठभाग असलेल्या एका पृथ्वी नावाच्या वृत्तचितीवर आपण वावरत आहोत. हे जमिनीवर वावरणाऱ्या, सागरापासून दूर असलेल्या माणसांना सांगायला ठीक होतं, पण सागरतटी राहणाऱ्या माणसांचं काय? जर पृथ्वी सपाट होती तर ते जाणारे जहाज लहान होत होत हळूहळू बिंदूमात्र होऊन नाहीसे व्हायला हवे होते. तसे तर होत नव्हतेच. पण कुठल्याही दिशेने जाणारे जहाज एकाएकी दिसेनासे होत होते. अर्थात एकाएकी म्हणजे लहान लहान होत नव्हते एवढेच. त्याचा तळवा भाग आधी दिसेनासा होई नि मग शिडाचा भाग. यात 'कुठल्याही दिशेने जाणारे'' हा भाग महत्त्वाचा. म्हणजेच उत्तर दक्षिणेला वक्रता असलेली पृथ्वी पश्चिमेलाही तशीच असू शकणार होती. सर्व दिशांनी सारखीच वक्रता असलेली गोष्ट म्हणजेच गोल.

त्याच सुमारास पृथ्वी ही सूर्य आणि चंद्राच्या मध्ये येत असावी व तिची सावली चंद्रावर पडल्यामुळे चंद्राला ग्रहण लागत असावे अशीही कल्पना ज्योतिर्विदांना सुचली. ही छाया नेहमी वर्तुळाकृतीच का? मग चंद्र नि सूर्य कुठेही असू देत! पृथ्वी जर गोल असली तरच हे शक्य होते. अशा रीतीने तत्त्वज्ञांचे विचार चालू असले तरी सर्वप्रथम ही कल्पना मांडण्याचा अधिकृत मान टारेंटमच्या फायलोलॉसकडे जातो. ख्रि.पू. ४५०च्या आसपास त्याने या कल्पनेस शब्दस्वरूप दिले. यामुळे पृथ्वीच्या स्वरूपाबद्दल सर्व वादच संपुष्टात आले. त्यातल्या त्यात पृथ्वी संपते कुठे या वादास सर्वप्रथम मूठमाती मिळाली.

यापुढचे पाऊल उचलले ते ॲरिस्टॉटलने (ख्रि.पू. ३८४-३२२.) त्याने गोलाकार पृथ्वीची कल्पना अधिक दृढ करायला मदत तर केलीच, पण त्यातून उद्भवणाऱ्या काही प्रमुख शंकांचेही निराकरण केले. पृथ्वीच्या स्वरूपाबद्दल कुठलीही कल्पना मांडली तरी सर्वप्रथम शंका विचारली जाई ती अधोगतीबद्दल. पृथ्वी खाली का पडत नाही? दक्षिण गोलार्धातील माणसे खाली पडतील का? किंवा ती कुठे पडतील?

ॲरिस्टॉटलने खाली-वर या सापेक्ष संज्ञा आहेत, हे सर्वप्रथम स्पष्ट केले. त्याचबरोबर खाली म्हणून जेव्हा

आपण आपल्या पायांकडे बघतो तेव्हा आपण पृथ्वीच्या मध्याच्या दिशेने बघतो. म्हणजेच जेव्हा माणूस खाली पडतो तेव्हा तो पृथ्वीच्या मध्याच्या दिशेने पडतो. पृथ्वीच्या दुसऱ्या बाजूस असलेली माणसेही त्याच दिशेने पडतात व त्यांना आपण डोक्यावर उभे आहोत असे वाटण्याची सुतराम शक्यता नाही. हे स्पष्टीकरण त्या स्टागिराच्या तत्त्वज्ञाने फायलोलॉसनंतर शंभर-दीडशे वर्षांतच अज्ञजनांच्या माहितीसाठी दिले.

पृथ्वी का पडत नाही याचेही त्याने शास्त्रीय विवेचन दिले होते. त्याच्या मते पृथ्वीचा कणन् कण जेवढे खाली पडता येईल– म्हणजेच पृथ्वी मध्याकडे जाता येईल– तेवढा गेलेला होता व त्यामुळे पृथ्वी वर्तुळाकारच असायला हवी असा दावा ॲरिस्टॉटलने केला. म्हणजेच पाश्चिमात्य विद्वानांनी ख्रि.पू. साडेतीनशेच्या सुमारास पृथ्वी गोल आहे ही कल्पना मान्य केलेली होती. ही कल्पना सर्वमान्यही झाली, कारण सर्व शंकांचे समाधान करणे यामुळे सोपे जात होते. खरं म्हणजे या कल्पनेच्या पुष्ट्यर्थ कुठलाही रोखठोक पुरावा देण्यात आलेला नव्हता. जवळजवळ अठरा शतकांनंतर इ.स. १५२२मध्ये फर्नांडो मॅगेलानच्या काफिल्यातले (फर्नांडो मॅगेलान, पोर्तुगाल, १४८०-१५२१) एक जहाज पृथ्वीप्रदक्षिणा करून परतले तेव्हा या कल्पनेला पुरावा असा मिळाला. त्याहीपेक्षा खणखणीत पुरावा या शतकातील चौथ्या दशकात आधी बलून व नंतर रॉकेट्सनी फोटो काढून दिलाच, पण नंतर हळूहळू कृत्रिम उपग्रहांनी व नंतर स्वत: मानवाने अवकाशात जाऊन पृथ्वीचा आकार गोल आहे याची खात्री करून घेतली. आपण असंख्य पुरावे देऊन पृथ्वी उत्तर-दक्षिण ध्रुवाजवळ थोडी चपटी आहे, ती पूर्ण गोलाकृती नसून संत्र्यासारखी आहे असे म्हणतो. चंद्रावर गेलेल्या किंवा इतर अवकाशवीरांनी मात्र तसे न म्हणता पृथ्वीचा गोल असंच म्हटलं आहे. याला कारण म्हणजे हा चपटेपणा लक्षात न येण्याइतका (नगण्य) कमी आहे हेच होय.

पृथ्वी गोल आहे हे एकदा ठरल्यावर तिचा आकार, परीघ, क्षेत्रफळ, घनफळ आदी परिस्थितीची चर्चा होणे अनिवार्य ठरत होते. सपाट पृथ्वीचे क्षेत्रफळ ठरवायचे असते तर प्रत्यक्ष मोजमापाची आवश्यकता होती. पृथ्वीचा आकार गोल जर खरोखरच अती प्रचंड असता तर त्याची वक्रता लक्षात आली नसती किंवा या वक्रतेचे परिणामही इतक्या सहजतेने जाणवले नसते. केवळ दोन पाचशे मैल उत्तर किंवा दक्षिणेस जाऊन तारे बदलले नसते. जहाजे एकाएकी लहान न होता बुडाकडून अदृश्य झाली नसती. चंद्रावर पडणारी पृथ्वीची सावली वक्र न दिसता जवळजवळ सरळ रेषाच दिसती; पण ज्या अर्थी वक्रतेचे परिणाम दिसून येतात त्या अर्थी पृथ्वी मोठी असेल पण आकलनापलीकडची निश्चितच नव्हती. तिच्या आकारावर मर्यादा होती.

ग्रीक तत्त्वज्ञांनी ख्रि.पू. २५०मध्ये पृथ्वीचा परीघ ९६०० कि.मी.पेक्षा कमी नाही असे अनुमान बांधलेले होते. ग्रीकांना अनुभवाने हे माहीत होते की, पश्चिमेस जिब्राल्टरच्या पलीकडेही जमीन आहे. पूर्वेस हिंदुस्थान-पर्यंतचा भू-भागही त्यांना ठाऊक होता. हे अंतर ९६०० कि.मी.चे होते. हिंदुस्थान व जिब्राल्टर एकमेकाला नक्कीच मिळत नव्हते, म्हणजे पृथ्वीचा घेर ९६०० कि.मी.पेक्षा जास्त होता; पण तो ९६०० कि.मी.पेक्षा किती जास्त होता हे सांगणे मात्र अवघड ठरत होते.

इरॅटोस्थेनस (ख्रि.पू. २७६ ते १९६) या सायरिनच्या तत्त्वज्ञाने प्रत्यक्ष पाहणी करून त्यावरून गणिताच्या साहाय्याने सर्वप्रथम पृथ्वीच्या आकाराबद्दल अंदाज वर्तविला. इरॅस्टोस्थेनसला कुणी सांगितलं होतं की, त्याने प्रत्यक्ष पाहिले होते त्याचा कुठं उल्लेख नाही, पण २१ जूनला म्हणजे कर्क संक्रांतीस भरदुपारी सायेन (syene) शहरात सूर्य बरोबर डोक्यावर असतो. म्हणजेच तो त्याचा अत्युच्च शिरोबिंदू गाठतो. (इजिप्तमधले 'आस्वान' त्या काळात 'स्येन' या नावाने ओळखले जात होते.) याचा पुरावा म्हणजे जर तिथे एखादी काठी सरळ उभी केली तर तिची सावली पडत नाही. (या गोष्टीचा दुसरा पाठभेद म्हणजे स्येनमधल्या विहिरीत भरदुपारी सावली पडत नाही.) पण त्याच वेळेस स्येनच्या उत्तरेस ५०० मैल असलेल्या अलेक्झांड्रिया शहरात मात्र ताठ उभ्या केलेल्या काठीची सावली पडत होती किंवा विहिरीच्या दक्षिण काठाची सावली विहिरीत पडत होती. या सावलीचा अंदाज घेऊन इरॅटोस्थेनसनं असं गृहीत मांडलं की, भरदुपारचा सूर्य

शिरोबिंदूपासून दक्षिणेस ७ अंश होता.

जर पृथ्वी सपाट असती तर स्येन आणि अलेक्झांड्रियावर सूर्य एकाच वेळी माथ्यावर असायला हवा होता. त्याऐवजी या पुराव्याप्रमाणे तो एका ठिकाणी डोक्यावर होता, त्यावेळेस दुसऱ्या ठिकाणी बरोबर माथ्यावर नव्हता. याचाच अर्थ या दोन शहरांमध्ये पृथ्वीला वक्रता होती. एका शहरातली काठी दुसऱ्या शहरातल्या काठीच्याच दिशेने रोखलेली नव्हती. यातली एक सरळ सूर्याच्या दिशेने रोखलेली होती. दुसरी मात्र दुसऱ्याच दिशेने रोखलेली होती. पृथ्वीच्या वक्रतेवर अवलंबून या दोन काठ्यांच्या दिशेत फरक पडणार होता आणि त्याचबरोबर सावलीतही. इरॅटोस्थेनसने भूमितीच्या साहाय्याने असे सिद्ध केले की, ७ अंशांपेक्षा थोडा जास्त फरक हा ८०० कि.मी. इतका आहे. तर पूर्ण ३६० अंशांमध्ये ४०००० कि.मी. पूर्ण व्हायला हवेत आणि जर वर्तुळाचा परीघ माहिती असेल तर त्याची त्रिज्या काढणे अवघड नाही. यावरून त्याने पृथ्वीचा व्यास १२८०० कि.मी. असावा असेही शोधून काढले. अशा भूगोलाचा पृष्ठभाग ३२ कोटी वर्ग कि.मी. असेल. इरॅस्टोस्थेनसचे आकडे त्या काळातल्या अंदाजापेक्षाही सहापट तरी जास्त होते. त्या काळातल्या लोकांना जेवढे जग माहीत होते त्यावर अवलंबून केलेले हे अंदाज होते.

यानंतरच्या काळातल्या खगोलशास्त्रज्ञांनी जेव्हा इरॅस्टोस्थेनसचा प्रयोग करून त्याचा पडताळा पाहिला तेव्हा खूप काळजीपूर्वक केलेल्या या बऱ्याच प्रयोगांची सरासरी उत्तरे इरॅस्टोस्थेनसच्या उत्तरापेक्षा खूपच कमी आली व त्यानंतर सामान्यजनांनी झटकन विश्वास ठेवला. (२८८०० कि.मी. परीघ; ९१२० कि.मी. व्यास व पृष्ठभागाचे १६०,०००,००० (सोळा कोटी) वर्ग कि.मी. क्षेत्रफळ.) मध्ययुगीन कालखंडात हेच आकडे खरे मानले जात होते. कोलंबसाने याच आकड्यांचा अभ्यास करून स्पेनहून निघून पश्चिमेला गेले तर भारत सापडेल आणि हे करणे सहज शक्य आहे असा अंदाज केला. खरं म्हणजे हा प्रवास वाटतो तितका सोपा नव्हता. कोलंबसाच्या सुदैवाने युरोप व आशिया खंडांच्या मध्ये अमेरिका होती. कोलंबसाच्या अंदाजाप्रमाणे जिथे आशिया खंड असायला हवे होते, तिथे अमेरिका सापडल्यामुळे त्या खंडालाच इंडीज म्हणून त्याने संबोधले.

इ.स. १५२२मध्ये जेव्हा मॅगेलानच्या काफिल्यातले एकमेव जहाज पृथ्वीप्रदक्षिणा करून परतले तेव्हाच इरॅटोस्थेनसच्या गणिताचा जय झाला आणि युरोपला पृथ्वीच्या खऱ्या आकाराची कल्पना आली.

आधुनिक उपकरणांच्या साहाय्याने पृथ्वीचा आकार आता निश्चित करण्यात आला आहे. पृथ्वीचा विषुववृत्तावरील घेर ४०००० कि.मी. असून, सरासरी व्यास १२६७० कि.मी. आहे व पृष्ठभागाचे क्षेत्रफळ ३१५१२०००० म्हणजे ३१ कोटी ५१ लक्ष २० हजार वर्ग कि.मी. आहे.

■

चार

पृथ्वीचा जन्म

आपण पृथ्वीवर राहतो. पृथ्वी ही आपली माता आहे.

पृथूची मुलगी ती पृथ्वी.

ब्रह्मदेवाने पृथ्वी, सूर्य, तारे, आकाश यांची निर्मिती केली.

And God said, `Let there be light & there was light.'

परमेश्वराने सहा दिवस खपून पृथ्वी केली नि सातव्या दिवशी विश्रांती घेतली.

या धर्मकल्पना पृथ्वीच्या निर्मितीचे प्रश्न किती झटकन सोडवतात. 'वेदकालीन भू-स्तर-शास्त्र' या पुस्तिकेत श्री. नाना पावगी यांनी वेद-वाङ्मयात पृथ्वीच्या जन्मापासूनच्या निरनिराळ्या अवस्थांचे वर्णन दिलेले आहे असे म्हटले आहे. वेदात जर हे दिलेले असेल तर त्यावरून असे सिद्ध होते की, फार पूर्वीपासूनच आपण पृथ्वीच्या जन्माचे कोडे सोडविण्याच्या प्रयत्नात होतो.

पृथ्वी ग्रह आहे म्हणजेच पृथ्वी स्वतंत्र नाही. ती एका ग्रहमालेत ओवलेली आहे. तिच्याशी बांधलेली आहे. त्यामुळे एकट्या पृथ्वीच्या जन्माचा विचार करून भागत नाही तर तिच्या भावंडांच्या जन्माचे कोडेही तिच्याबरोबर सोडवायला हवे. हे सगळे एका सूर्याभोवती फिरतात. तो सूर्य कोठून आला? हा सूर्य एका आकाशगंगेचा घटक आहे; ती आली कोठून? अशा असंख्य आकाशगंगा आहेत त्यांचं काय? म्हणजे काय की, पृथ्वीच्या जन्माचं कोडं हे विश्वाच्या अस्तित्वाशीच निगडित आहे. त्यामुळे विश्वाच्या उत्पत्तीचाही आपल्याला विचार करायला हवा.

विश्वाच्या उत्पत्तीचा विचार करताना उदाहरण म्हणून एखादी ग्रहमाला विचारात घेतली जाते आणि त्यावरून मग विश्वासंबंधीचे विज्ञान व्यक्त केले जातात. थोडक्यात म्हणजे आपल्याला आपल्या ग्रहमालेची उत्पत्ती कशी झाली याचा विचार आधी करून चालणार आहे.

१८व्या शतकात शास्त्रीय विचारसरणीत क्रांती झाली. सर्वसाक्षी परमेश्वराशिवाय निसर्गातल्या इतर गोष्टीही सृष्टीत काहीतरी घडामोडी घडण्यासाठी जबाबदार असतात, हे निदान शास्त्रज्ञांच्या लक्षात येऊ लागले होते. मुख्य म्हणजे निसर्गात स्थैर्य नाही, हेही त्यांना पटू लागले होते. इ.स. १७५५मध्ये जर्मन तत्त्वज्ञ कांटने "Give me matter & I will show you how to make a world of it." असे उद्गार काढले. या वेळेस त्याने प्रसिद्ध केलेल्या एका पुस्तिकेत विश्वनिर्मितीच्या आणि विश्वाच्या उत्क्रांतीच्या प्रश्नांचा ऊहापोह करण्यात आला होता. आकाशस्थ ग्रहगोलांच्या निर्मितीची सूत्रेही इथे मांडण्यात आलेली होती. भरकटणाऱ्या वस्तूपासून सूर्य आणि त्याची ग्रहमाला कधी तयार होऊ शकेल यासंबंधीचे विचार सर्वप्रथम ग्रथित करण्याचा मान कांटने मिळवला होता.

प्रथम कांटच्या विचारसरणीकडे कुणीच लक्ष दिले नाही. कारण त्याची पुस्तिका निनावी प्रसिद्ध करण्यात आली होती. दुसरं म्हणजे त्या काळातल्या एकाही शास्त्रज्ञाने या चोपड्याच्या बाजूने किंवा विरुद्ध जाहीर प्रकटन केले नव्हते. १९व्या शतकात मात्र या पुस्तिकेकडे जगाचे लक्ष वेधले गेले. याचबरोबर लाप्लास या शास्त्रज्ञानेसुद्धा एक महत्त्वाचा सिद्धांत १९व्या शतकात मांडला. विश्वाच्या उत्पत्तीच्या संदर्भात या दोन्ही थोर खगोल शास्त्रज्ञांचे सिद्धांत जगभर चर्चिले गेले.

पृथ्वी व इतर आकाशस्थ ग्रहगोलांचे जन्म व

उत्क्रांती यांचा अभ्यास करताना कांट व लाप्लास या दोघांनीही आपल्या सूर्याच्या ग्रहमालेच्या सूत्रबद्धतेचा आधार घेतला.

आपल्या ग्रहमालेला योजनाबद्धता आहे हे खालील गोष्टींवरून लगेचच कळून येते.

बहुतेक सर्व ग्रह-उपग्रहांच्या कक्षा जवळजवळ वर्तुळाकृती आहेत. दुसरे म्हणजे सर्व ग्रहांच्या सूर्याभोवती फिरणाऱ्या कक्षांनी एकमेकांशी केलेला कोन हा तसा फार मोठा नाही. त्यामुळे आपल्या सूर्यमालेबाहेरून पाहाणाऱ्यास आपला सूर्य व त्याची ग्रहमाला सपाट तबकडीसारखी दिसतील. तिसरी महत्त्वाची गोष्ट हे सर्व छोटेमोठे ग्रह सूर्याभोवती एकाच दिशेने फिरतात. एवढेच नव्हे तर शुक्र व युरेनस सोडले तर सर्व ग्रह आपापल्या अक्षांभोवतीही एकाच दिशेने फिरतात. याही पुढे जाऊन बघितले तर सर्व छोट्यामोठ्या ग्रहांचे आपापले जवळजवळ सर्व उपग्रह मुख्य ग्रहांभोवतीही एकाच दिशेने फिरतात. याचाच अर्थ ही सूर्यमाला केवळ योगायोगाने तयार झालेल्या आकाशस्थ गोळ्यांचा बाजार नसून त्यामागे कसले तरी सूत्र, कुठली तरी योजना आहे. हे सर्व ग्रह-उपग्रह सूर्याबरोबरच जन्माला आलेले असावेत असे विचारवंतांना वाटणे साहजिकच होते.

सूर्याजवळचे ग्रह म्हणजे बुध, शुक्र, पृथ्वी व मंगळ हे अधिक घन असून, सूर्यापासून दूरवरचे ग्रह- गुरू, शनी, युरेनस, नेपच्यून यांची घनता कमी कमी होत पाण्याच्या जवळजवळ पोहोचते. (शनीची घनता त्याहीपेक्षा कमीच आहे.)

ग्रहांच्या गतीकडे व त्यातील सूत्रबद्धतेकडे मानवी लक्ष वेधण्याचे काम सर्वप्रथम न्यूटनने केले. यांत्रिकीचे व गुरुत्वाकर्षणाचे नियम शोधून झाल्यावर न्यूटनच्या असं लक्षात आलं की, हे सूर्याभोवती जमा झालेले ग्रहगोल उपटसुंभ नसावेत; पण हे जर सूर्याने अंतरिक्षातून पकडले नसतील तर मग ते इथे का जमा व्हावेत? या प्रश्नाचे उत्तर देताना मात्र देवावर विश्वास ठेवणारा न्यूटन हा सर्वनियंत्या परमेश्वरावर ही सर्व जबाबदारी ढकलून मोकळा झाला. त्याच्या प्रसिद्ध मॅथेमॅटिकल प्रिन्सिपल्स् ऑफ नॅचरल फिलॉसॉफीत त्याने म्हटले आहे, 'This most beautiful system of the sun, planets & Comets, could only proceed from the counsel & dominion of the intelligent & powerful being.'

इ.स. १७४५मध्ये फ्रेंच निसर्गशास्त्रज्ञ बफॉनने आणखी एक नवाच सिद्धांत मांडला. त्यावेळेस बहुतेक सर्वच शास्त्रज्ञ निसर्गशास्त्रज्ञ म्हणून ओळखले जात, स्पेशलायझेशनचा जमाना यायला अजून दोनशे वर्षांचा अवधी होता. त्यामुळे शास्त्रज्ञ हा सर्वज्ञ असे.

बफॉला 'कर्ता करविता परमेश्वर!' हा सिद्धांत काही पटला नाही. सूर्याच्या ग्रहमालेची सुरुवात सूर्यावर एखादा धूमकेतू आपटून झाली असावी. या टकरीनंतर सूर्यातून जे वस्तुमात्र उडाले त्याचेच ग्रहगोल झाले असावेत, असा नवाच सिद्धांत बफॉनने मांडला. या काळात धूमकेतूच्या स्वरूपाबद्दल निश्चित अशी कल्पना शास्त्रज्ञांना नव्हती. धूमकेतूचे केंद्र फारच लहान असते व आपल्याला जो खूप प्रकाशमान भाग दिसतो तो विरळ वायूंनी बनलेला असतो याची बफॉला कल्पना नव्हती. पण निदान त्याने ईश्वराच्या करणीतून पृथ्वीच्या उत्पत्तीची जबाबदारी निसर्गावर सोपविली होती व त्यामुळे प्रगतीच्या दिशेने शास्त्राचे पाऊल पुढे पडले होते हे मात्र खरे.

पुढे लाप्लासने या सिद्धांतातल्या चुका दाखवून एक नवा सिद्धांत मांडला. लाप्लास हा फ्रेंच गणितज्ञ व खगोलशास्त्रज्ञ होता. त्याने इ.स. १७९६मध्ये 'एक्स्पोझिशन ऑफ दि वर्ल्ड सिस्टिम' या नावाचे पुस्तक लिहिले. या पुस्तकाच्या शेवटी त्याने काही टिपणं दिलेली होती. त्यात कांटच्या सिद्धांताशी बऱ्याच प्रमाणात मिळतीजुळती मते त्याने मांडलेली होती. लाप्लासचा सिद्धांत लवकरच मान्यता मिळवून जगन्मान्य झाला. पुढे जवळजवळ १५० वर्षे या सिद्धांतावर कुणीही आक्षेप घेतला नव्हता. कारण हा सिद्धांत समजायला अतिशय सोपा आणि त्यात निरनिराळ्या ग्रहांच्या भ्रमंतीबद्दल मांडलेली मते पटण्याजोगी होती.

लाप्लासच्या मते आपली ग्रहमाला ही एका प्राथमिक अवस्थेतील सूर्याभोवती असलेल्या तप्त विरळ

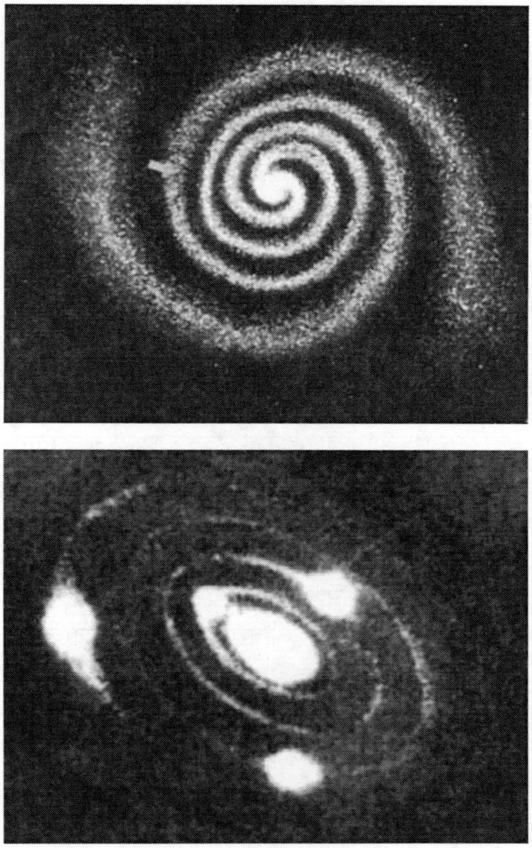

तेजोमेघापासून ग्रहांची उत्पत्ती झाली असावी असा सिद्धांत मांडण्यात आला. ग्रहोत्पत्तीची ही कल्पना स्पष्ट करणारे रेखाचित्र.

वातावरणापासून तयार झाली. हे त्या काळातील वातावरण आपल्या सूर्याच्या सध्याच्या ग्रहमालेच्या सीमारेषांपलीकडेही पसरलेले होते. हे अभ्रिकासम (Nebulas) विरळ वायूंनी बनलेले वातावरण सूर्याभोवती एखाद्या जड ग्रहाप्रमाणेच फिरत होते. त्याचा बाहेरचा भाग आतल्या भागापेक्षा जास्त वेगाने फिरत होता. हळूहळू हे थंड होऊ लागले. साहजिकच ते आकुंचन पावले. आकुंचन पावताना या वातावरणाचा वेग वाढला असणार; कारण कोनीय संवेगाच्या (angular momentum) वास्तवशास्त्रीय नियमाला धरूनच हा वेग वाढायला हवा. कालांतराने विषुववृत्तीय केंद्रोत्सारी प्रेरणा आणि आकर्षण हे समसमान झाले. यामुळे त्या अभ्रिकासम वातावरणाच्या विषुववृत्तीय भागातील वायूंचे पुंजके या वातावरणापासून वेगळे झाले. उरलेले वातावरण आकुंचन पावत गेले. हे वेगळे झालेले पुंजके बाहेर फेकले गेले नाहीत. ज्या ठिकाणी ते वेगळे झाले तिथेच ते स्थिरावले.

अशा तऱ्हेने तयार झालेले ग्रह जवळजवळ वर्तुळाकार कक्षात सूर्याभोवती फिरतील, सगळे एकाच दिशेने फिरतील, ही दिशा मूळ सूर्याची किंवा अभ्रिकेची असेल आणि त्यांच्या कक्षा त्या अभ्रिकेच्या विषुववृत्तीय पातळीत असतील हे उघडच होते. लाप्लास हा स्वत: गणिती होता. तरीही त्याने आपल्या सिद्धांताच्या पृष्ठ्यर्थ कुठल्याही प्रकारची गणिती समीकरणे मांडली नव्हती. त्याने निबंधस्वरूपात वर्णनात्मकरीत्या आपला सिद्धांत मांडला. यात त्याने ग्रहांच्या भ्रमणातील सुसूत्रता आणि हर्शेलच्या खगोलशास्त्रीय अभ्यासाची मदत घेतली. हर्शेलने तेजोपुंज केंद्राभोवती एकत्रित होत असलेल्या वस्तुमात्र असणाऱ्या अभ्रिका (Nebula) बघितल्या होत्या. आपल्या प्राथमिक स्वरूपाच्या अभ्रिका त्या याच असं म्हणून लाप्लास मोकळा झाला.

१८व्या शतकाच्या मध्यावर रोश या फ्रेंच गणितज्ञाने गणिताने असे सिद्ध केले की, लाप्लासची अभ्रिका जर जोरात फिरत होती तर ती केंद्रोत्सारी प्रेरणेमुळे पसरायला हवी होती आणि ती सपाट झाल्यावर मग तिच्या कडेपासून जे पुंजके फेकले गेले असते त्याची ग्रहमाला बनली असती. याऐवजी रोशने अभ्रिकेतून छोटीछोटी कडी वेगळी झाली व त्यांचे ग्रह बनले अशी पुस्ती लाप्लासच्या सिद्धांताला जोडली.

इ.स. १७९६मध्ये लाप्लासने स्वत: सिद्धांत प्रसिद्ध केला तेव्हा फार थोड्या उपग्रहांची जगाला माहिती होती आणि हे उपग्रह मुख्य ग्रहाभोवती त्याच्या स्वपरिभ्रमणाच्या दिशेनेच फिरत होते. १७९७मध्ये प्रजापतीचा उपग्रह त्याच्या भ्रमणाच्या कक्षेला लंबरूप फेऱ्या मारतो असं सिद्ध झालं. १८४७मध्ये वरुणाचा एक उपग्रह वक्री जातो हे सिद्ध झालं, त्यानंतर या शतकाच्या पूर्वार्धात गुरू आणि शनि या दोघांनाही

वक्री जाणारे उपग्रह असल्याचे सिद्ध झाले.

१८७७मध्ये मंगळाला दोन उपग्रह अस्तित्वात असल्याचे उघडकीस आले. त्यांचे भ्रमण सरळ (सरळ म्हणजे मुख्य ग्रहाच्या भ्रमणाच्या दिशेनेच) आहे. पण मंगळाजवळ असलेला मंगळाचा उपग्रह हा दुसऱ्या उपग्रहापेक्षा तिप्पट जोरात मंगळाभोवती फिरतो हे सिद्ध झाले. या गोष्टी लाप्लास, लाप्लास-रोश या कुठल्याही सिद्धांतात बसणाऱ्या नव्हत्या. यानंतर गणितज्ञ हिशेबाला बसले. त्यांचे म्हणणे असे की, लाप्लास-रोश सिद्धांत जर बरोबर असेल तर सध्याची सूर्याची स्व-परिभ्रमणाची गती खूपच जलद असायला हवी. खूपच म्हणजे शेकडो पट!

कांट आणि लाप्लास यांनी शास्त्राच्या प्रगतीच्या दिशेने नक्कीच पाऊल उचलले. त्यांच्या काळापेक्षा ते नक्कीच पुढे होते. त्यांनी प्रगतीपथावर सोडलेल्या विज्ञानाने त्यांच्या सिद्धांतांना चुकीचे ठरवले असेल; पण त्यामुळे त्यांच्या सिद्धांतांचे महत्त्व कमी होत नाही.

कांट आणि लाप्लास यांची ग्रहमाला तयार होण्यासाठी बाहेरून मदत मिळवावी लागत नव्हती; पण बरेच शास्त्रज्ञ असे होते की, त्यांना ग्रहमाला तयार होण्यासाठी उत्पत्ती अपघातांची मदत घेणे आवश्यक वाटत होते. या विचारपद्धतीत आद्य शास्त्रज्ञ म्हणजे जार्जेस द बफॉँ याने इ.स. १७५०मध्येच आपल्या सिद्धांताला प्रसिद्धी दिलेली होती. त्याच्या म्हणण्याप्रमाणे सूर्याजवळून जाणाऱ्या एखाद्या धूमकेतूच्या आकर्षणामुळे सूर्यमालेतील ग्रह सूर्यामधून बाहेर खेचले गेले असावेत.

आज शास्त्राला ज्ञात असलेल्या कुठल्याही धूहमकेतूस हे शक्य नाही. कारण असला उत्पात घडवून आणण्यासाठी खरोखरीच अतिप्रचंड धूमकेतूची आवश्यकता आहे. अशा धूमकेतूचे अस्तित्व सिद्ध झालेले नसले तरी धूमकेतूंवर किंवा दुसऱ्या आकाशस्थ पाहुण्यांवर विसंबून राहणारे बरेच सिद्धांत नंतर अस्तित्वात आले.

इ.स. १९०५मध्ये टी. सी. चेंबर्लेन आणि एफ. आर. मूलटन या अमेरिकन शास्त्रज्ञांनी एक उपपत्ती मांडली. त्यांच्या म्हणण्याप्रमाणे या दुसऱ्या ताऱ्यांच्या सूर्याजवळून जाण्यामुळे सूर्यावरील उष्ण वायूंना भरती आली. ही भरती इतकी प्रचंड होती की, हे वायूंचे पुंजके सूर्याकडे न परतता सूर्याभोवती, त्याच्या गुरुत्वाकर्षणाच्या तालावर भ्रमण करू लागले. हे वायू हळूहळू घन होऊ लागले. त्यांचे छोटे गोलक (Planetesimals) आणि या ग्राहकांच्या गुरुत्वाकर्षणामुळे त्यांच्यावर वस्तुमान वाढत जाऊन पुढे त्यांचे ग्रह बनले. या उपपत्तीप्रमाणे पृथ्वी हा प्रथम एक छोटा घनरूप वायूचा थंड गोळा होता. पुढे वाढत वाढत जाऊन आजचे स्वरूप आले.

इ.स. १९१७मध्ये सर जेम्स जीन्स आणि हॅरॉल्ड जेफ्रीज या दोन इंग्लिश शास्त्रज्ञांनी मूलटन आणि चेंबर्लेनच्या पाहुण्याला सूर्याशी टक्कर घ्यायला लावली. अर्थात ही टक्कर म्हणजे गेंड्याच्या मुसंडीचा प्रकार नव्हता तर हा पाहुणा सूर्याला ओझरता धक्का मारून गेला होता. या निसटत्या धक्क्यामुळे सूर्यातून चिरुटाच्या किंवा लाटण्याच्या आकाराचा एक पुंजका खेचला गेला. या वायूच्या निमुळत्या आवरणात ग्रह निर्माण झाले.

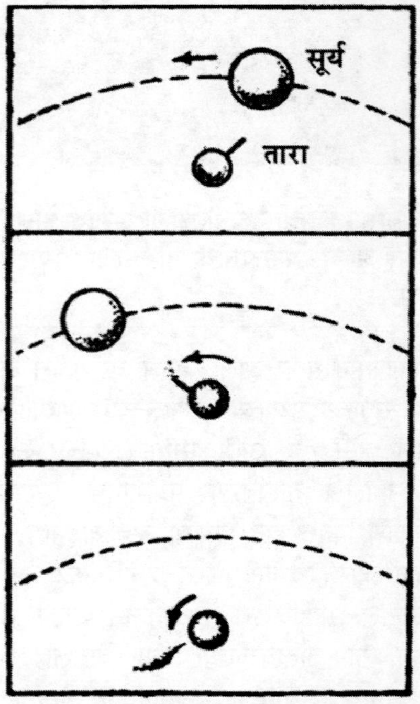

सर जेम्स जीन्स यांचा सिद्धांत.

१९३०पर्यंत या उपपत्तीला कुणीही हरकत घेतली नाही. पण यानंतर मात्र टीकाकारांनी या सिद्धांतातले कच्चे दुवे दाखवायला सुरुवात केली. यातील प्रमुख दोष होता तो ग्रहांच्या कोनीय संवेगांचा. या टीकाकारांच्या मते सध्या या मालेतील ग्रहांना असलेला कोनीय संवेग हा या टकरीमुळे प्राप्त झालेला नसून हा प्रथमपासूनच आहे तसाच आहे. या टीकेला तोंड देण्यासाठी उपऱ्या पाहुण्याचा सिद्धांत मांडणाऱ्यांनी आपल्या सूर्याच्या जोडीला आणखी एक तारा आणला. त्यांच्या मते या तारकायुगुलातील द्वैती ताऱ्यावर (Binary star) तो धूमकेतू आपटला असावा किंवा त्याचा नैसर्गिकरीत्या स्फोट झाला असावा. या विस्फोटामुळे जे वस्तुमान भ्रमण करू लागले त्याला सध्याचा कोनीय संवेग प्राप्त होणे सहज शक्य होते.

उपऱ्या पाहुण्याची मदत घेऊन आपली ग्रहमाला तयार झाली म्हणणाऱ्या शास्त्रज्ञांची संख्या हळूहळू कमी होऊ लागली. कारण त्यांना आपल्या सिद्धांतातले दोष झाकण्यासाठी अधिकाधिक ठिगळांची गरज भासू लागली.

सूर्यापासून वेगळे झालेले वस्तुमान घट्ट न होता विरळ होत जाऊन त्याचा वायूंचा ढग तयार होईल. त्याचे व सूर्याचे घटक एकाच प्रकारचे असायला हवेत. अशा तर्कशुद्ध आक्षेपांना हे सिद्धांत उत्तर देऊ शकले नाहीत.

१९४३-४४च्या सुमारास वायझॅकर या जर्मन शास्त्रज्ञाने सूर्यमालेच्या उत्पत्तीसंबंधी एक नवाच सिद्धांत जगासमोर आणला. या वेळेस कांट, लाप्लासचे सिद्धांत जुने झाल्यामुळे व त्यांचा खंबीरपणे पाठपुरावा करणारा कुणी शास्त्रज्ञ पुढे येत नसल्यामुळे मागे पडले होते. जीन्स, जेफ्रीजच्या दोन आकाशस्थ गोलकांच्या धक्क्याचा सिद्धांत शास्त्रीय जगताने खोडून काढला होता. अशा परिस्थितीत वायझॅकरने या संशोधनास नवी दिशा दाखविली.

वायझॅकरच्या मते सूर्याभोवती आकाशस्थ धूलीकण आणि वायू पसरले होते. अवकाशात केवळ वायू असतात व त्यापासून घन ग्रह तयार होतात. या कल्पनेतला मोठाच अडथळा या धूलीकण व वायू यांच्या मिश्रणामुळे दूर होत होता.

वायझॅकरची धूळ किंवा धुरळा हा सूर्याभोवती थाळीच्या आकारात पसरलेला होता. या धुरळ्यातले वस्तुमान एकत्रित होऊन हळूहळू त्यांचे ग्रह तयार झाले. या थाळीच्या आकाराच्या ढगाचे किंवा धुरळ्याचे वस्तुमान सूर्याच्या सध्याच्या वस्तुमानाच्या एक दशांश होते. या भोवऱ्यांच्या आडोशाला आणखी छोटे भोवरे होते. त्यामुळे सूर्यापासून ठराविक अंतरावर ग्रह तयार होत गेले. वायझॅकरच्या सिद्धांताला हवी तशी लोक-(शास्त्रज्ञ)-प्रियता लाभली नाही. कारण हे भोवरे फार सोयीस्करनीत्या हव्या त्या ठिकाणी निर्माण करता येत होते; पण वायझॅकरच्या रूपाने खगोलशास्त्राने प्रगतीच्या दिशेने आणखी एक पाऊल पुढे टाकलं होतं. धुलीकण वायूंच्या मिश्रणाचा ग्रहांना जन्म देणारा ढग ही एक क्रांतिकारी कल्पना होती. या जनक ढगाचा उपयोग करून नवनवीन उपपत्ती नंतरच्या काळात पुढे येऊ लागल्या.

१९४९मध्ये क्यूपर या अमेरिकन शास्त्रज्ञाने वायझॅकरच्या सिद्धांताने प्रभावित होऊन सूर्याभोवतीच्या धूळवायूच्या ढगाचा अभ्यास करायला सुरुवात केली. प्रथम त्याने वायझॅकरचे भोवरे गृहीत धरले होते, पण त्याने आपल्या विचारसरणीत एक आमूलाग्र क्रांतिकारक बदल केला होता. त्याच्या म्हणण्याप्रमाणे छोट्या केंद्राभोवती वस्तुमान जमा होत होत त्याचा आकार वाढत ग्रह तयार झाले नव्हते, तर प्रत्येक ग्रहासाठी एक आदिग्रह (Protoplanet) आधी तयार झाला होता. त्याही आधी एक आदिग्रहीय ढग त्या धूळमय ढगात निर्माण झालेल्या प्रवाहातून, भोवऱ्यातून तयार झाला. हळूहळू आक्रसणाऱ्या त्या ढगाच्या अब्जावधी वर्षांच्या आकुंचनानंतर सध्याचे ग्रह तयार झाले. या आकुंचनाबरोबरच त्यांचे तापमान वाढत गेले.

क्यूपरच्या मताप्रमाणे सध्याचा सूर्य हा एखाद्या अभ्रिकेच्या (Nebula) आकुंचनापासून तयार झाला असावा आणि हा आदिग्रहीय ढगही या सूर्य तयार होण्याच्या वेळीच जन्माला आला असावा. क्यूपरने अगदी पहिल्यांदा आपला सिद्धांत मांडला तेव्हा आदिग्रह हे स्वलसूर्य स्वयंप्रकाशी तारा म्हणून आकाशात स्थिरावल्यावर तयार झाले असावेत असे त्याला वाटत होते. नंतर त्याने आपली

भूमिका थोड्या प्रमाणात बदलली व सूर्य जन्माला येत असतानाच त्याच्याबरोबरीनेच हे आदिग्रह जन्माला आले. ते जन्माला आले तेव्हा किरणोत्सर्जन चालू नव्हते यामुळे ते आदिग्रह थंड होते. हळूहळू सूर्याचा प्रकाश पसरू लागला. त्यापासून निघणाऱ्या उत्सर्जनाने आदिग्रहांचे जादा वस्तुमान कमी होऊ लागले व हळूहळू ते अवकाशात पसरले गेले.

पृथ्वीच्या सध्याच्या रासायनिक घटकांकडे दृष्टिकोन टाकला तर ही कल्पना तितकीशी पटत नाही, हे बहुधा क्यूपरच्या लक्षात आलं असावं. कारण त्याने आपला दृष्टिकोन पुन्हा एकदा बदलला. घन वस्तुमानाचे एकत्रीकरण करणे हा त्याच्यापुढे प्रश्नच होता. त्याच्या मते छोटे उपग्रह व उल्कांच्या पट्ट्यांतले घटक हे वायूच्या घनीभवनामुळे निर्माण झालेले होते. बहुधा अधिक विचारांती हे त्याचे त्यालाच पटले नसावे; कारण त्याच्या नव्या सिद्धांतात घनवस्तुमात्राच्या एकत्रीकरणावर भर देण्यात आला असून उल्का, धूमकेतू व छोटे-मोठे उपग्रहही असेच तयार झाले असावेत, असे त्याने म्हटले.

अमेरिकन रसायनशास्त्रज्ञ एच. सी. युरीच्या मते थंड घन वस्तुमात्राच्या कणांच्या एकीकरणामुळे ग्रह व अवकाशस्थ इतर वस्तू तयार झाल्या. युरीने आपला सिद्धांत मांडेपर्यंत सर्व शास्त्रज्ञांनी खगोलशास्त्रीय निरीक्षणांवर आपली अनुमाने बेतली होती. वास्तव रसायनशास्त्रीय अनुमानांचा आधार घेऊन खगोलशास्त्रीय सिद्धांत मांडणारा युरी हा पहिलाच शास्त्रज्ञ ठरतो. एजवर्थ (१९४९), हॉईल (१९५५) व गोल्ड (१९५६) या ब्रिटिश खगोलशास्त्रज्ञांनी सुद्धा थंड वस्तुमात्राच्या एकीकरणाच्या सिद्धांतांचा पाठपुरावा केला आहे. श्मिड् व फेसेंकोव्ह हे दोन रशियन शास्त्रज्ञसुद्धा याच विचारसरणीचे आहेत.

भू-वास्तव शास्त्रज्ञ प्राध्यापक बी. गुटेनबर्ग यांनी या संशोधनाचे सार सांगताना म्हटले आहे की, "An ever increasing number of astro-physicists & geo-physicists think it likely that the Earth was formed through the gradual accretion of cold matter & many geologists express the view that the Earth was never in a fully molten state."

(थंड वस्तुमात्राचे एकत्रीकरण होऊन नंतर झालेल्या संघटनक्रियेमुळे पृथ्वी तयार झाली असावी. ही संघटनक्रिया प्रदीर्घ काल चालली होती असे मानण्याकडे दिवसेंदिवस अवकाश व भू-वास्तव शास्त्रज्ञांचा कल होऊ लागला आहे. तर पृथ्वी ही कधीच पूर्णपणे वितळलेल्या स्थितीत नसावी, असे मत बरेच भू-शास्त्रज्ञ व्यक्त करताना आढळतात.)

पृथ्वीच्या किंवा आपल्या सूर्यमालेच्या उत्पत्तीचे रहस्य अजूनही पूर्णपणे सुटलेले नाही. नवी नवी साधने, नवे नवे पुरावे शास्त्रज्ञांच्या हाती येत राहतात. त्या पुराव्यातून वेगवेगळे शास्त्रज्ञ वेगवेगळे निष्कर्ष काढतात. आपापल्या विचारपरंपरा व शास्त्रशाखांवर ते भर देतात. हत्ती आणि सात आंधळ्यांच्या गोष्टीप्रमाणेच हा काहीसा प्रकार आहे. आता मानव अवकाशाच्या काठावर उभा आहे. आज, उद्या, परवा कदाचित तो आपली सूर्यमाला सोडून बाहेर पडेल. त्याला कदाचित अपघातानेच, अवकाशात असताना हे कोडे सुटण्याची शक्यता आहे.

जोपर्यंत आपण अवकाशावर स्वामित्व मिळवू शकत नाही तोपर्यंत रेडिओ दूरदर्शीच्या साहाय्याने अवकाशाला डोळा लावणे किंवा उल्कांच्या व धूमकेतूंच्या रूपाने निसर्ग आपल्याकडे जे शास्त्रीय ज्ञानाचे तुकडे फेकतो, त्यांच्यावर समाधान मानून अधिक ज्ञान मिळवायची धडपड करणे एवढेच आपल्या हाती आहे.

उल्का : सूर्यमाला किंवा पृथ्वीचा अभ्यास उल्कांशिवाय पूर्णच होऊ शकत नाही. उल्का या आपण

सूर्यमालेचे वय काढायला मदत करणाऱ्या उल्का. पहिल्या चित्रातील उल्का अश्मी स्वरूपाची आहे, तर दुसऱ्या चित्रातील उल्का धातूमय आहे.

व अवकाश यामधील पुरातन कालापासूनचा एकमेव दुवा आहेत. या उल्का जरी पृथ्वीबाहेरून आल्या तरी त्या आपल्या सूर्यमालेचाच भाग असतात आणि पृथ्वीच्या उत्पत्ती व वयासंबंधीच्या पुराव्यात थोडीफार भर टाकतात. उल्का दोन प्रकारच्या असतात. 'अश्मी उल्का' व 'धातू उल्का'. अश्मी उल्कांचे स्वरूप पाताळीय अग्निज किंवा रूपांतरित खडकांप्रमाणे असते. त्यामुळे त्या शोधून काढणे अवघड जाते. धातू उल्का मात्र प्रामुख्याने लोह व निकेलच्या बनलेल्या असतात. एवढेच नव्हे तर निसर्गात आढळणारा एकमेव मिश्रधातू असेही त्यांच्याबद्दल म्हणता येईल. या उल्कांतील खनिजांचे स्फटन उत्कृष्ट रूप धारण करतात. याचाच अर्थ त्यांचे स्फटन खूप दाब व तापमानात हळुवारपणे झाले. काही उल्कांत हिरे सापडल्याने या विधानास पुष्टी मिळते. किरणोत्सर्गी पद्धतींनी उल्कांचे वय ४।। अब्ज वर्षे ठरते. मात्र त्यांच्या मूळ ग्रहांचे तुकडे १० ते २० कोटी वर्षांपूर्वी झाले असावेत, असा अंदाज निघतो. आजपर्यंत अवसादी संरचना दाखविणारी उल्का सापडली नसली तरी कार्बनी संयुगे असलेल्या उल्का मिळाल्या आहेत. या कार्बनच्या अस्तित्वाबद्दल अजूनही शास्त्रज्ञांत एकमत झालेले नाही.

■

पाच

भू-कंप आणि पृथ्वीचे अंतरंग

भू-कंप म्हणजे काय हे ११ डिसेंबर १९६७ या दिवशी महाराष्ट्राने खऱ्याखुऱ्या अर्थाने अनुभवले असले तरी प्रत्येक क्षणाला पृथ्वीवर कुठे ना कुठे तरी भूकंपाचा धक्का बसतोच असे म्हटले तर वावगे ठरणार नाही. भूकवचातील आकस्मिक हालचालीने जेव्हा भू-कवच कंप पावते तेव्हा भूकंप झाला असे म्हणतात. अर्थात या आकस्मिक हालचालींचे कारण नैसर्गिक असावे लागते. भू-कंपाच्या शास्त्रीय अभ्यासास अर्थातच भूकंपशास्त्र (सेस्मॉलॉजी) असे म्हणतात. भू-कंपने निर्माण करणारी कारणे भू-पृष्ठाच्या जवळ असतात किंवा खूप खोलवरही असू शकतात.

विसाव्या शतकात भू-कंपावर बरेच संशोधन झालेले असून, त्यावरून हे सिद्ध झाले आहे की, भूकवचाचे दोन भाग जेव्हा एकमेकांवरून सरकतात तेव्हा भूकंप होत असतात. मोठ्या भूकंपाच्या आधी व नंतर बरेच छोटे छोटे धक्के बसत राहातात. महत्त्वाच्या बोलण्यानंतर बारीकसारीक मतभेद मिटविण्यासाठी निरनिराळ्या पातळीवरच्या अधिकाऱ्यांची जी बोलणी होतात, तसाच हा प्रकार असतो. एकदा भूकवचात विशिष्ट ठिकाणी उद्भवलेल्या दाबाचा निचरा झाल्यावर जी दाबाची उपकेंद्रे तयार होतात त्या ठिकाणी स्थानिक स्वरूपाच्या किरकोळ हालचाली होऊन अखेरीस सर्वत्र समतोल निर्माण होईपर्यंत निसर्ग स्वस्थ बसत नाही. अर्थात निसर्गाला वेळेचे बंधन नाही; पण आपल्या दृष्टीने मात्र हा कालावधी प्रदीर्घ ठरत असतो.

भूकंपाचे आणखी एक कारण म्हणजे ज्वालामुखीजन्य धक्के. बहुतेक ज्वालामुखींच्या उद्रेकापूर्वी आसमंतात छोटे-मोठे भूकंपाचे धक्के बसत राहातात. कित्येकदा भूपृष्ठाखाली तयार झालेल्या शिलारसाच्या कोठीत होणाऱ्या घटनांचे हे परिणाम असतात. अशा वेळी लगेच ज्वालामुखीचा उद्रेक होतोच असे नाही. ज्वालामुखीच्या परिसरात बसणारे भूकंपाचे धक्के भू-कवचाच्या हालचालीमुळे होणाऱ्या भूकंपापेक्षा नेहमीच कमी तीव्रतेचे असतात.

भूकंप हा प्रकार तसा मानवास नवा नाही. आजसुद्धा रोज कुठे ना कुठे भू-कंपाचा धक्का बसत असतोच. म्हणजे हा धक्का मानवाला जाणवेल इतपत तीव्रतेचा असतो. तसं बघायला गेलं तर कुठे ना कुठे, कोणत्या ना कोणत्या कारणाने कुठल्याही वेळी पृथ्वीच्या पाठीवर एखादा भूकंप घडत असतोच. जगभर पसरलेल्या भूकंपाचे वेध घेणाऱ्या स्थानकांवर होणाऱ्या भूकंपांच्या नोंदी पाहता या वाक्याची सत्यता पटते. दरवर्षी माणसाला जाणवतील असे सुमारे तीस हजार भूकंपांचे धक्के बसत असतात. अर्थातच यातले बरेचसे धक्के अतिशय सौम्य असतात हा भाग निराळा. अगदी क्वचितच तीव्र स्वरूपाचे धक्के बसतात, पण असे भूकंप सर्वत्र हाहा:कार उडवून देतात. दरवर्षी सरासरीने असे एक-दोन धक्के जपानसारख्या भूकंपनशील प्रदेशात बरेच हादरे देत असतात. काही काही वेळा तर हे प्रमाण दिवसात मांडावे लागते; तर चिली, इटली व कॅलिफोर्नियात हे प्रमाण जरी इतके नसले तरी इथे वर्षाकाठी बरेच धक्के बसत असतात. पण या धक्क्यांनी विशेषसे नुकसान होत नाही. **भूकंप तीव्रता श्रेणीचा तक्ता पुढील पानावर दिलेला आहे.**

पृथ्वीवरचे काही भाग भूकंपापासून पूर्ण सुरक्षित आहेत असे समजण्यात काहीच अर्थ नाही. कोयनेच्या भूकंपाने हे आपल्याला चांगलेच जाणवून दिले आहे. मानवी संवेदनांना जाणवणारी भूकंपने काही सेकंदांपासून

मेर्कालीच्या भूकंप-तीव्रता श्रेणी

क्रमांक	नाव	परिणामांचे वर्णन	ऊर्ध्व दिशेने प्रवेग (मि.मि./सेकंद^2)	तुलनात्मक प्रत (रिक्टर)
I	भूकंप-लेखीय	केवळ भूकंप लेखन यंत्रावर नोंद.	१०	३.५
II	क्षीण	संवेदनशील व्यक्तींना धक्का जाणवतो.	२५	
III	किंचित	स्वस्थ बसलेल्या, विशेषत: वरच्या मजल्यावरील लोकांना धक्का जाणवतो.	५०	४.२
IV	मध्यम	चालणाऱ्या लोकांनाही जाणवतो. उभी वाहने थोडीफार डोलतात.	१००	४.८
V	काहीसा जोरदार	सर्व लोकांना जाणवतो. झोपलेले जागे होतात. टांगलेल्या घंटा वाजू लागतात.	२५०	४.९
VI	जोरदार	झाडे हेलावतात, कपाटे, टेबले इत्यादी आडवी पडतात.	५००	५.४
VII	फार जोरदार	सर्वत्र भयग्रस्त वातावरण. भिंतींना तडे जाऊन गिलावा पडू लागतो.	१००	५.५ ६.१
VIII	विध्वंसक	कच्च्या इमारती पडू लागतात. पक्क्या इमारतींनाही बरेच नुकसान पोहोचते. कारखान्यांची धुराडी कोसळतात.	२५००	६.२
IX	विनाशक	बरीचशी घरे पडतात. जमिनीला भेगा पडतात. पाण्याचे नळ तुटतात.	५०००	६.९
X	अनर्थकारी	भूपृष्ठाला मोठमोठ्या भेगा पडतात. रेल्वे रूळ वेडेवाकडे होतात. कडेकपारी कोसळू लागतात.	७५००	७.३
XI	सर्वानर्थकारी	बहुतेक सर्व इमारती जमिनीसपाट होतात. पूल कोसळतात. डोंगरांच्या बाजूवरून भूमिलोट (लँड स्लाईड) होतात.	९८००*	७.४ ते ८.१
XII	पराकोटीचा संहारक	भूपृष्ठावरील सर्व बांधकामांचा संपूर्ण विनाश, वस्तू हवेत वर फेकल्या जातात. जमिनीवर सागरी वादळाप्रमाणे लाटा येतात.	८.५ ते ८.९	

* पृथ्वीच्या आकर्षणाचा प्रवेग ९८०० मिलिमीटर/सेकंद^2 असतो.
(कोयनानगरच्या भूकंपाचा तीव्रता क्रमांक सुमारे १० होता.)

भूकंप महत्ता प्रत (रिक्टर श्रेणी)

प्रत	तितकीच शक्ती मुक्त होण्यासाठी लागणारे टी.एन.टी.चे वजन		मुक्त होणाऱ्या शक्तीचा परिणाम
०	६००	ग्रॅम	झाडाचा बुंधा उखडण्यासाठी केलेला स्फोट
१	२०	किलोग्रॅम	बांधकामातील पायासाठी केलेला (लहान प्रमाणावर) स्फोट
२	६००	किलोग्रॅम	सर्वसाधारण दगडाच्या खाणीतील स्फोट
३	२०	मेगॅग्रॅम	खाणीतील मोठा स्फोट
४	६००	मेगॅग्रॅम	लहान अणुबॉम्ब.
५	२०	मेगॅग्रॅम	सर्वसाधारण अणुबॉम्ब
६	६००	गिगॅग्रॅम	हायड्रोजन बॉम्ब
७	२०	टेरेग्रॅम	सुमारे ३० हायड्रोजन बॉम्बचा एकत्रित स्फोट.
८	६००	टेरॅग्रॅम	सुमारे १००० हायड्रोजन बॉम्बचा एकत्रित स्फोट.
९	२०,०००	टेरॅग्रॅम	३० हजार हायड्रोजन बॉम्बचा स्फोट.
			जगातील सर्व दगडी कोळसा व सर्व तेलाच्या पाच वर्षांच्या उत्पादनातून निर्माण होणारी एकूण शक्ती
१ मेगॅग्रॅम	१०^{६} ग्रॅम	१००० किलोग्रॅम	१ मेट्रिक टन
१ गिगॅग्रॅम	१०^{९} ग्रॅम	१ किलोटन	
१ टेरॅग्रॅम	१०^{१२} ग्रॅम	१ मेगॅटन	

काही मिनिटांपर्यंत टिकणारी असतात. साधारणपणे जास्त तीव्र भूकंपाची कंपने जास्त काळ जाणवत राहतात. एक मिनिटापेक्षा जास्त काळ टिकणाऱ्या धक्क्याने खूपच नुकसान होते. स्थानिक भूकंप विशेष दूरवर जाणवत नसले तरी कोयनेसारखे मोठे भूकंप मात्र खूपच दूर जाणवत असतात. कोयनेसारखाच एक मोठा भूकंप १९०६ साली कॅलिफोर्नियात झाला होता व तो कोयनेप्रमाणेच हजारो वर्गमैल क्षेत्रात जाणवला होता.

भूकंप होताना त्यातली ऊर्जा ही आपल्या कल्पनेच्या पलीकडची असते. इ.स. १९०६च्या कॅलिफोर्नियात झालेल्या भूकंपामध्ये मुक्त झालेली ऊर्जा रीड या भूशास्त्रज्ञाने गणिताच्या साहाय्याने शोधून काढली. एवढी ऊर्जा एक घन मैल घनफळाचा खडक ६००० फूट उंच उचलू शकली असती. सीबर्गच्या मते १८९१ मधल्या जपानी भूकंपातली ऊर्जा १९०६च्या भूकंपापेक्षा ११ पट जास्त होती.

भूकंप लहरी : भूकंप लहरी दोन प्रकारच्या असतात. प्राथमिक (पी) व द्वितीयक (एस). त्यांची माहिती करून घेण्याआधी त्या ज्या माध्यमातून जातात त्या माध्यमाबद्दल आपल्याला थोडी माहिती करून घ्यायला हवी. हे माध्यम म्हणजे भू-कवच. भू-कवच आपल्याला घन दिसले तरी ते भू-कंपनाच्या दृष्टीने प्रत्यास्थ (लवचिक) असते. त्यामुळे दोन स्तर एकमेकांवरून घसरतात किंवा जिथे ताण असह्य होऊन समतोल साधण्यासाठी भू-कवचात खंड पडतो तेव्हा निर्माण झालेल्या लहरी भू-कवचातून फैलावू

शकतात. यात संपीडनाचे 'अनुलंब तरंग' (Longitudinal waves of Compression) व 'विकृतीचे अनुप्रस्थ तरंग' (Transverse waves of distortion) महत्त्वाचे ठरतात. यातल्या अनुलंब तरंगांची गती दर सेकंदास ३.७५ मैल असते व यांचे आंदोलन नादलहरींप्रमाणे असते. तर अनुप्रस्थ तरंग प्रकाश लहरींप्रमाणे फैलावतात. त्यांची गती दर सेकंदास २.२ मैल असते. अनुलंब तरंगांस प्राथमिक तरंग तर अनुप्रस्थ तरंगास द्वितीयक तरंग असेही म्हणतात. प्राथमिक लहरी घन व द्रव माध्यमांतूनही फैलावू शकतात, तर द्वितीयक लहरी फक्त घन माध्यमातूनच फैलावतात. या दोन्ही लहरींची गती भू-पृष्ठात खोल जावे तसतशी बदलते. २९०० कि.मी.च्या खोलीवर दर सेकंदास १४ कि.मी. इतकी प्राथमिक लहरींची गती वाढते, तर भू-पृष्ठावर ती ३ मैलांपर्यंत कमी होते. द्वितीयक लहरींचा वेग प्राथमिक लहरींच्या दोन तृतीयांश असतो. जेव्हा त्यांच्या माध्यमाच्या प्रकारात कायिक बदल होतो, म्हणजेच एका प्रकारच्या खडकातून दुसऱ्या प्रकारच्या खडकात त्या प्रवेश करतात तेव्हा त्यांचे वक्रीभवन व परावर्तन होत असते. दोन खडकांच्या सांध्यावर प्राथमिक किंवा द्वितीयक तरंग येतात, तेव्हा त्यांच्यामुळे आणखी प्राथमिक व द्वितीयक तरंग निर्माण होऊ शकतात.

या तरंगांचे आलेख काढण्याच्या यंत्रास भूकंप मापी म्हणतात. या भूकंप मापीचे तत्त्व फारच सोपे असते. भूकंपामुळे हलणाऱ्या भू-पृष्ठास पेन लावायचे व त्यावर एक आलेखाचा कागद सरकत ठेवायचा म्हणजे आपोआपच तरंगाचे आलेखन होत रहाते. प्रत्यक्षात भू-कंप मापी करणे हे फारच कुशलतेचे काम आहे.

१९व्या शतकात भूकंपशास्त्राने चांगलेच बाळसे धरले. जॉन मिल्ने या ब्रिटिश शास्त्रज्ञाने जपानमध्ये पहिला भूकंपमापी तयार केला. हे यंत्र जगभर वापरता येण्याजोगे होते. या यंत्रातच पुढे वायशर्ट (जर्मनी), प्रिन्स गॅलिट्झिन (रशिया) व ह्यूगो बेनिऑफ (कॅलिफोर्निया इन्स्टिट्यूट ऑफ टेक्नॉलॉजी) यांनी सुधारणा घडवून आणल्या.

या भूकंप तरंगांचा अभ्यास करून इ.स. १९०६मध्ये आर. डी. ओल्डहॅम यांनी पृथ्वीला एक मध्यवर्ती गाभा

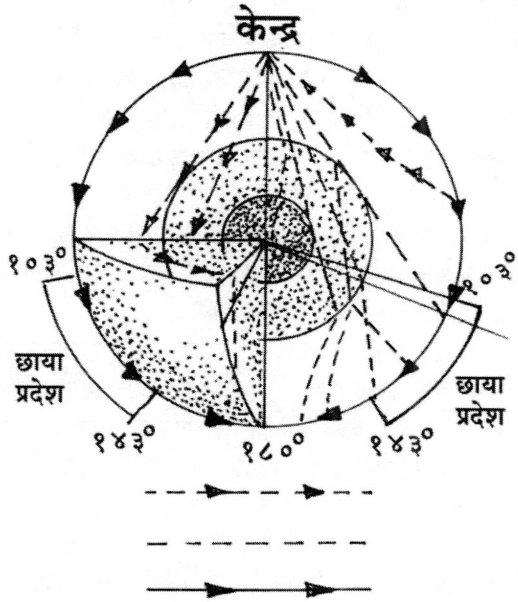

भूगर्भातून प्रवास करणाऱ्या भूकंप लहरी. आकृतीत खाली दिसणारी बाणांची पहिली रेषा प्राथमिक आणि द्वितीयक तरंग दाखवते. दुसरी ठिपक्यांची रेषा प्राथमिक तरंग, तर तिसरी नुसत्या बाणांची रेषा अनुलंब तरंग दाखविते.

असावा असे भाकीत केले. इ.स. १९१४मध्ये बेनो गुस्टेनबर्ग या शास्त्रज्ञाने, भू-पृष्ठाखाली २९०० कि.मी.वर गाभा सुरू होतो, पृथ्वीची त्रिज्या ६३३६ कि.मी. आहे म्हणजे गाभ्याची त्रिज्या ३४५६ कि.मी. ठरते हे सिद्ध केले. पृथ्वीच्या गाभ्याचा शोध लागला तो भूकंपन लेखात छाया प्रदेश दिसल्यामुळे. या छायाप्रदेशात अपेक्षेपेक्षा खूपच कमी प्राथमिक तरंगांचे आलेखन झालेले होते. समजा दक्षिण ध्रुव भूकंपाचे केंद्र आहे. [केंद्रबिंदू किंवा केंद्र (focus) म्हणजे ज्या ठिकाणी प्रत्यक्ष भूकंप घडून येतो ते भूपृष्ठांतर्गत ठिकाण. या ठिकाणाच्या बरोबर वर असणाऱ्या भू-पृष्ठावरील बिंदूस अधिकेंद्र (epi-centre) म्हणतात.] तर दक्षिण गोलार्धातील सर्व वेधशाळांतील भूकंप मापीवर या भूकंपाची नोंद होईल, तसेच विषुववृत्तावर उत्तर गोलार्धात १५°पर्यंत हे तरंग

सहजरीत्या फैलावतील. पण १५° ते ५२°पर्यंत उत्तर गोलार्धात प्राथमिक तरंग अभावानेच जाणवतील. ५२° ते उत्तर ध्रुवापर्यंत पुन्हा प्राथमिक तरंगांचे अस्तित्व जाणवते. हा १५° ते ५२°पर्यंतचा प्राथमिक तरंगविरहित प्रदेश दक्षिण ध्रुवाखाली केंद्र असलेल्या भूकंपाच्या दृष्टीने छाया प्रदेश ठरतो. भू-पृष्ठावर मैलात मोजायचे झालेच तर अधिकेंद्रापासून ७ ते १० हजार मैलांचा म्हणजे ३ हजार मैलांचा भाग छाया प्रदेश असतो. छाया प्रदेशाच्या निर्मितीची कारणे कोणती तेही पाहिले पाहिजे.

प्राथमिक तरंग भूगर्भातून जलद रीतीने फैलावतात. त्यांचा मार्ग एकदम सरळ नसतो तर (पृष्ठ २३ वरील आकृती पाहा.) वक्र असतो. खोलवर पोहोचणारे तरंग दूरवर पसरतात. कमी गतीचा पट्टा सोडला तर पी व एस तरंग भूगर्भात जितके खोल जावे त्या प्रमाणात जलदगतीने फैलावत असतात. सर्वसाधारणतः १३५ ते १४५ कि.मी. खोल गेल्यावर भूकंप तरंगांचा वेग मंदावतो. हे का घडते याचे कारण अजूनही सापडलेले नाही. मात्र हा पट्टा भूगर्भात सर्वत्र आढळतो. उपरिस्थ प्रावरणात आढळणाऱ्या या पट्ट्याला 'कूर्मगती (Low velosity)' किंवा 'आकार्य विभाग' म्हणतात. शास्त्रज्ञांच्या अंदाजाप्रमाणे इथले खडक त्यांच्या विलयन-बिंदूच्या (melting point) जवळ असावेत. हा विभाग किंवा पट्टा सामान्यतः १६० कि.मी.चा आहे. इथून बाहेर (म्हणजे भूगर्भात) सुटले की गाभ्याची सीमारेषा येईपर्यंत भूकंप तरंगांची घोडदौड जलदगतीने चालू राहाते.

अधिकेंद्रापासून ११२०० कि.मी. दूर असलेल्या वेधशाळेत नोंद झालेल्या लहरी भूगर्भात जास्तीत जास्त २८०० कि.मी.ची खोली गाठतात. ३०५० कि.मी. खोल गेल्यावर मात्र काही बदल घडलेले आढळून येतात. हे बदल पृथ्वीच्या अंतरंगाचे कोडे सोडविण्याच्या दृष्टीने महत्त्वाचे ठरतात. पी. तरंग या खोलीवर आपला तर्कशुद्ध मार्ग सोडून वळतात, एस तरंग संपूर्णपणे नाहीसे होतात. पी-तरंग वळताना त्यांचा वेग खूपच कमी होतो. अधिकेंद्रापासून दहा हजार मैल अंतरावरील वेधशाळेत

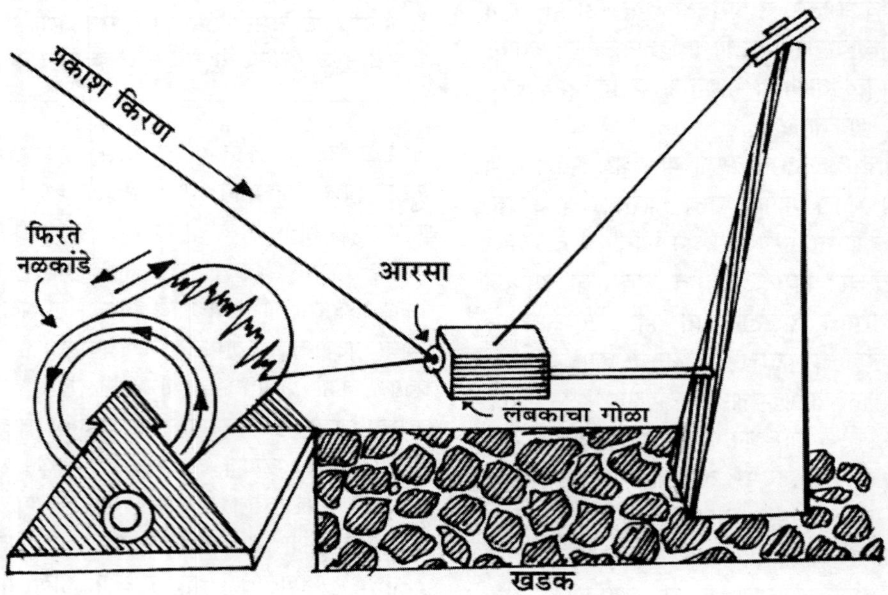

भूकंपमापीचे (सेस्मोग्राफ) कार्य दाखविणारी आकृती. प्रकाशकिरणाचे लंबकावरच्या आरशातून परिवर्तन होते व हे परावर्तित किरण फोटोग्राफीक कागदावर पडतात त्यामुळे भूकंपनांचा आलेख मिळतो.

पी-तरंग पोहोचतात, पण एस तरंग मात्र येत नाहीत. भूपृष्ठावर किंवा भू-पृष्ठांतर्गत कुठल्याही ठिकाणी भूकंप झाला तरी हेच घडते. याचाच अर्थ, पृथ्वीचा गाभा २९०० कि.मी. खोलीवर सुरू होतो व तोही गोल आहे, असा शास्त्रज्ञ लावतात.

पृथ्वीचा गाभा हा दोन भागांचा बनलेला आहे, असेही शास्त्रज्ञांना वाटते. कारण एस-तरंग संपूर्ण नाहीसे होतात व पी-तरंगांचे वक्रीभवन होते व वेगही कमी होतो. त्या अर्थी गाभ्याची सुरुवात २९०० कि.मी.वर होते. तिथे तो द्रवपदार्थासारखा वागतो आणि आकार्य स्थितीत असतो. पण आणखी १६०० कि.मी.चा प्रवास केल्यानंतर पी-तरंगांचा वेग पुन्हा वाढतो म्हणजे तिथे घनस्थितीतले माध्यम असावे असा अंदाज करता येतो.

पृथ्वीच्या मध्यापासून सुरुवात केली तर (आकृती पाहा) घन गाभा १२००-१३०० कि.मी., द्रवासम गाभा १६०० कि.मी. मग प्रावरण असे भूगर्भाचे स्वरूप दिसून येते. या २९०० कि.मी. वरील खंडत्वास अमेरिकन भू-शास्त्रज्ञ बेनो गुटेनबर्ग यांचे नाव देण्यात आले आहे. द्रवरूप व घनरूप स्थितीतील खडकांच्या सांध्यास गुटेनबर्ग खंडत्व या नावाने संबोधण्यात येते; गुटेनबर्ग यांनी १९१४मध्ये गाभा पृथ्वीच्या मध्यापासून १८६० कि.मी.वर आहे असे सिद्ध केले होते. इ.स. १९३६मध्ये कीथ एडवर्ड बुलेन या ऑस्ट्रेलियन शास्त्रज्ञाने भू-पृष्ठापासून भूगर्भापर्यंतच्या निरनिराळ्या स्तरांची घनता किती असेल याबद्दल अंदाज व्यक्त केले. इ.स. १९६०मध्ये चिलीतील भूकंपाचा अभ्यास केल्यावर बुलेनचे गणित बरोबर असल्याचे शास्त्रज्ञांना आढळून आले. बुलेनच्या सिद्धांताप्रमाणे पृथ्वीच्या पोटात शिरावं तसतशी भू-पृष्ठातल्या पदार्थांची घनता वाढत जाते व गुटेनबर्गच्या खंडत्वानंतर ती एकदम सहावरून उडी मारून नऊवर पोहोचते आणि नंतर हळूहळू वाढत भूमध्याशी दर घन सें.मी.स ११.५ ग्रॅम्स इतकी वाढते. म्हणजेच भू-पृष्ठाशी २.५ ग्रॅम दर घन सें.मी. असलेली घनता वाढत वाढत १६०० कि.मी. खोलीवर ५ ग्रॅम्स/घन सें.मी. होऊन २९०० कि.मी. खोलीवर ६ ग्रॅम्स/घन सें.मी. असते ती अखेरीस ११.५/घन सें.मी. इतकी वाढते.

या ११.५ ग्रॅम्स/घन सें.मी. गाभ्याचे स्वरूप काय असावे? पृथ्वीच्या गाभ्याच्या गुटेनबर्ग खंडत्वाच्या भागात दर चौरस सें.मी.वर १२००० टन असलेला दाब वाढत वाढत दर चौरस सें.मी.स ३०००० टनापर्यंत पोहोचलेला असतो. इथल्या तापमानाबद्दलचे अंदाज शास्त्रज्ञांनी वेगवेगळे वर्तवले असले तरीही साधारणपणे ५००० सें. इतके तापमान भूमध्याजवळ असावे.

उल्कापातांवरून व इतर भू-वास्तव शास्त्रीय पुराव्यांच्या आधारे शास्त्रज्ञांनी पृथ्वीच्या गाभ्यात द्रव स्वरूपातील निकेल व लोहाचे मिश्रण असावे असा अंदाज व्यक्त केला आहे. तिथली प्रचंड घनता व तापमान यांचा विचार करूनच शास्त्रज्ञांनी हे मत मांडले आहे.

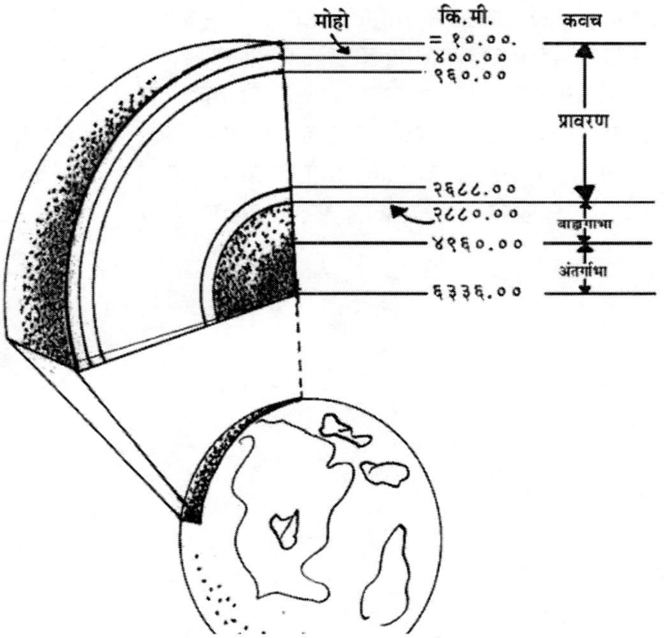

पृथ्वीचा छेद

इ.स. १८३६मध्ये डॅनिश भूशास्त्रज्ञ इंगे लेहमान यांनी असे मत व्यक्त केले की, गाभ्याचेही अंतर्गाभा व बाह्य गाभा असे दोन भाग असावेत. अंतर्गाभा हा भूमध्यापासून १२०० कि.मी.वर संपतो व बाह्य गाभा सुरू होतो असे लेहमानचे मत होते. १९६०च्या चिलीच्या भूकंपातही याही गोष्टीचे निराकरण झाले व अंतर्गाभ्याचे अस्तित्व सिद्ध झाले.

लोह-निकेल गाभ्यावरील भू-भागास प्रावरण असे म्हणतात. प्रावरणांचे घटक सिलिकेट्सरूपी असतात असा अंदाज आहे. अर्थातच भू-पृष्ठावरील सिलिकेटपेक्षा ही सिलिकेट्स निराळी भासतात. हा अंदाज भूकंप तरंगांचा अभ्यास करून व्यक्त करण्यात आला आहे. लिझनहे बर्लिंग ॲडाम्स या वास्तव रसायनशास्त्रज्ञाने हा सिद्धांत सर्वप्रथम मांडला. त्याच्या मते इथले खडक ऑलिव्हिन संपृक्त असावेत. ऑलिव्हिन या खनिजात लोह व मॅग्नेशियमचे प्रमाण जास्त व ॲल्युमिनियमचे कमी असते.

प्रावरण भू-पृष्ठापर्यंत पोहोचत नाही. इसवी सन १९०९ साली बाल्कन राष्ट्रांत बसलेल्या भूकंपांचा अभ्यास करून आँद्रिया मोहोरोव्हिसिक या शास्त्रज्ञाने आणखी एका खंडत्वाचा शोध लावला. या खंडत्वास मोहोरोव्हिसिक किंवा 'मोहो' खंडत्व म्हणतात. मोहो खंडत्व हे भू-पृष्ठाखाली सर्वत्र सारख्याच अंतरावर नाही. भू-पृष्ठाखाली ३२ कि.मी.वर असावे असे मानण्यात येत होते. पण भूपृष्ठ व प्रावरणाची सीमा असलेले 'मोहो' खंडत्व हे खडकांचे प्रकार व संरचना यावर अवलंबून निरनिराळ्या ठिकाणी आपली पातळी सोडून खाली किंवा वर जाते हे पुढे निदर्शनास आले.

'पी' व 'एस' तरंगांप्रमाणे त्यांच्यानंतर येणारी काही भूपृष्ठी तरंग असतात. यांना लव्ह तरंग व रॅले तरंग अशी नावे आहेत. हे तरंग फक्त भू-पृष्ठापुरतेच मर्यादित असतात. या तरंगांच्या साहाय्याने 'मोहो' खंडत्वाचे रूप समजून घेणे सोपे झाले. यामुळे असे सिद्ध झाले की, भूकवच किंवा भूपृष्ठाची (Crust) जाडी जागोजाग बदलते. सागराच्या तळाशी हे कवच अतिशय पातळ- केवळ १३ ते १६ कि.मी. जाडीचे असते. इतरत्र 'मोहो' खंडत्व सरासरीने ३२-३५ कि.मी. खोलीवर असते, तर पर्वतश्रेणींच्या मुळाशी भू-कवचात ६५ कि.मी.पर्यंत जाडी प्राप्त होते.

भूकवच जिथे ६५ कि.मी. जाडीचे असते तिथे भू-कवचाची घनता खूपच कमी असते हे निरनिराळ्या भूवास्तवशास्त्रीय पद्धतींनी सिद्ध झाले आहे. त्याचप्रमाणे भूकवचात बेसाल्ट व ग्रॅनाईट हे खडकांचे दोन प्रमुख प्रकार असतात. यातील हलका ग्रॅनाईट जड बेसाल्टवर तरंगतो. सागरतळाशी बेसाल्ट असतो. भूखंडांवर ग्रॅनाईट असतो. मोठमोठ्या पर्वतश्रेणींची ग्रॅनाईटमुळे बेसाल्टमध्ये खोलवर शिरतात, आदी गोष्टीही सर्वमान्य झाल्या आहेत.

■

सहा

भूकंपाचे भाकीत

जुलै ३०, १९७३ या दिवशी दुपारी लामाँट डोहर्टी जिऑलॉजिकल ऑब्झरवेट्रीच्या भूकंपतज्ज्ञांना एक विचित्र घटना पाहायला मिळाली. त्यांनी न्यूयॉर्क राज्यातील अँडिरोन डॉक पर्वताच्या ब्लू मौंटन लेक्स परिसरात पाहणीसाठी तळ ठोकला होता. तिथे त्यांनी आपले भूकंपमापक जागोजागी पेरले होते. या भूकंपमापकांनी केलेल्या भूकंपनांच्या नोंदीत एकाएकी त्यांना बदल जाणवला. नंतर काही दिवसांनी या नोंदी परत नेहमीसारख्या होऊ लागल्या. हे भूवैज्ञानिक याच गोष्टीची वाट पाहत होते. त्यांच्या प्रमुखाने– डॉ. लिन साइक्स यांनी तिथूनच आपल्या ऑब्झरवेट्रीशी संबंधित नसलेल्या काही भूवैज्ञानिकांना फोनवरून 'उद्या इथे भूकंप होईल' असे भविष्य सांगितले. या दिवशी तारीख होती २ ऑगस्ट.

शुक्रवार ३ ऑगस्ट १९७३ला संध्याकाळी ७ वाजून १० मिनिटांनी २.५ मापनाचा भूकंपाचा धक्का त्या भागात जाणवला. अमेरिकेतील हे पहिलेच यशस्वी भूकंप भविष्य होते. यामुळे विज्ञानात एक नवीन युग सुरू झाल्याची डॉ. साइक्सना खातरी पटली.

गेली कित्येक वर्षे जपान, रशिया आणि अमेरिकेत विज्ञानाच्या आधारे भूकंपाचे भविष्य वर्तविण्याच्या दृष्टीने शास्त्रज्ञांचे प्रयत्न चालू आहेत. खरं म्हणजे भूकंपाबद्दल भविष्य वर्तविण्याचे प्रयत्न मानव तर पूर्वीपासून करतोय, पण या प्रयत्नांना इतके दिवस विज्ञानाची मदत नव्हती. आतासुद्धा ही नवी यंत्रणा यशस्वी ठरायला अजून खूप काळ लागेल. कारण ही भविष्य वर्तवणारी यंत्रणा अजून बाल्यावस्थेतच आहे. पण इतके दिवस या संशोधनाबद्दल शास्त्रज्ञांच्या मनात जी साशंकता होती ती मात्र दूर झाली आहे. एवढंच काय पण भूकंपावर नियंत्रण करण्यातसुद्धा आपल्याला यश मिळू शकेल, असं शास्त्रज्ञांना आता वाटू लागलं आहे.

भूकंपावर नियंत्रण ठेवणे हे मानवजातीचे फार जुने स्वप्न आहे. भूकंपामुळे कित्येकदा आपले कधीही भरून न येण्याजोगे नुकसान होते. कोयनेचा भूकंप मोठा होता. पण सुदैवाने त्यात विशेष हानी झाली नव्हती. १९७२मध्ये पृथ्वीवर १०,००० वर माणसे भूकंपाचे बळी ठरली, तर १९७३मध्येही जवळजवळ तेवढीच माणसे प्राणास मुकली. काही वर्षांपूर्वी इराण, पाकिस्तान व आपल्याकडील भूकंपांनी केलेली हानी आपण वाचलीच आहे.

भूकंप व्हायचे प्रमुख कारण म्हणजे भूपृष्ठांतर्गत हालचाली. गेल्या काही दशकांतल्या भू-वैज्ञानिक संशोधनातून भूपृष्ठाबद्दल बरीच नवी माहिती उपलब्ध झाली आहे. भूपृष्ठ हे बऱ्याच तक्त्यांत विभागले गेले आहे. हे तक्ते हिमनग जसे समुद्रावर तरंगतात तसेच पृथ्वीच्या अंतर्भागावर तरंगतात. त्यांच्या हालचाली नियमित असतात. जिथे दोन तक्ते एकमेकांस भेटतात किंवा एकमेकांवर आपटतात तिथे भूकंपने निर्माण होतात.

याचप्रमाणे जिथे प्रस्तरभंग (फॉल्टस) असतात तिथेही भूपृष्ठाच्या थोड्याशा हालचालीमुळे भूकंप निर्माण होतात. तर कित्येकदा एक तक्ता दुसऱ्या तक्त्यावर जोराने आदळला की, एक तक्ता खाली जातो व दुसरा तक्ता त्यावर आरोहण करतो. यावेळी होणाऱ्या विभंगास प्रणोदभंग म्हणतात. साधे प्रस्तरभंग किंवा प्रणोदभंग या दोन्हींचे पृष्ठ स्तरांच्या हालचालीस सहज प्रवृत्त करू शकतात.

भूकंप का होतात हे जरी आपल्याला माहीत असलं तरी ते केव्हा होतील हे सांगणं आजपर्यंत जवळजवळ अशक्य कोटीतील गोष्ट होती; कारण वरील भूकंप होण्याची कारणे फारच ढोबळ होती. प्रत्यक्ष भूकंप घडताना खडकात काय फेरफार होतात याची आपल्याला अजिबातच कल्पना नव्हती.

अमेरिकेतल्या जगद्विख्यात सॅन अँड्रिअस भंगावर भूपृष्ठाचा एक भाग दर वर्षास ३.२ सेंटीमीटर खचतोय याची शास्त्रज्ञांना जाणीव आहे. सॅन अँड्रिअस भंगाच्या काही भागातच ही हालचाल चालू आहे. पण एक ना एक दिवस निसर्ग पुन्हा एकदा धक्का दिल्याशिवाय राहणार नाही. याआधी १९०६मध्ये एकदम २० फुटांची हालचाल झाली. त्यात सॅनफ्रान्सिस्को शहराचा धुव्वा उडाला नि ७०० माणसे मृत्युमुखी पडली होती. अशी हालचाल सॅन अँड्रिअसच्या बाबतीत पुन्हा केव्हाही होऊ शकेल. प्रश्न एवढाच की, ते आज उद्या घडणार की आणखी ५० वर्षांनी.

प्रस्तरभंगाच्या अभ्यासावरून नॅशनल सेंटर ऑफ अर्थक्वेक रीसर्चच्या डॉक्टर रॉबर्ट वॅलेस यांनी असे अनुमान काढले की, भूकंपमान श्रेणीच्या ८व्या पायरीवरील तीव्रतेचा भूकंप एखाद्या ठिकाणी दर शंभर वर्षांनी एकदाच होऊ शकतो. पण म्हणून त्या भागातल्या रहिवाशांवरचे मानसिक दडपण थोडेच कमी होणार? कारण हा तर फक्त अंदाजच आहे.

भूकंपाच्या आगमनाची वार्ता देणाऱ्या खुणा शोधण्यासाठी जी धडपड चालू आहे, त्यात जपानी शास्त्रज्ञांनी खूपच आघाडी मारली आहे. गेली कित्येक वर्षे त्यांच्याकडे भूकंप भविष्य समिती काम करते आहे. त्यांच्या प्रयत्नांना थोडेफार यशही येत आहे. जपानी भूवैज्ञानिकांनी भूकवचाच्या हालचालीचा खूपच बारकाईने अभ्यास केला. भूकंपाची तीव्रता, अतिसूक्ष्म भूकंपांची संख्या, एवढेच नव्हे तर पृथ्वीच्या ज्या ज्या घटकांचा भूकंपाशी संबंध असेल त्या त्या घटकांचा, उदाहरणार्थ चुंबकीय क्षेत्र– त्यांनी अभ्यास केला. मात्सुशिशे भागात त्यांनी बऱ्याच वेळा होणाऱ्या भूकंपाच्या आगमनाची आधीच कल्पना देऊन ठेवली होती. जपानमधल्या कोळ्यांना याची फार मदत होते. नाहीतर भूकंपप्रणीत राक्षसी सागरी लाटांनी त्यांचे फार नुकसान होत असते.

रशियातसुद्धा भूकंप भविष्याच्या दृष्टीने जोरदार प्रयत्न चालू आहेत. काही भूकंपांपूर्वी त्या भागातील विद्युतरोधकता बदलली असेही त्यांना आढळून आले. या गोष्टींचा उपयोग करून कामश्चाटका द्वीपकल्पातीत बेरिंग किनाऱ्यावरील भूकंपाचे अनुमान काढण्यात रशियन शास्त्रज्ञांना सीमित यश मिळाले आहे.

याचबरोबर रशियन शास्त्रज्ञांना आणखीही एक विचित्र गोष्ट लक्षात आली ती म्हणजे भूकंप होण्याआधी काही काळ त्या भागातील विहिरीच्या पाण्यात व भूजलात रेडॉन हा किरणोत्सारी वायू आढळू लागला होता. ज्या खडकात थोरियम हे किरणोत्सारी द्रव्य असते त्या खडकातील भूजलाचा थोरियमशी संबंध आला की रेडॉनची निर्मिती होते. ही गोष्ट लक्षात येताच त्यांनी ताश्कंद प्रांतातल्या भूजलावर बारकाईने लक्ष ठेवले. भूकंप घडण्याआधी कित्येक आठवडे या भूजलातील रेडॉनचे प्रमाण वाढल्याचे त्यांना आढळून आले होते.

अमेरिकेतसुद्धा ज्ञात असलेल्या सर्व प्रस्तरभंगांवर शास्त्रज्ञ ठाण मांडून बसलेले आहेत. त्यांच्याबरोबर नतिमापक, कलमापक आणि भूकंपनमापक यंत्रे आहेत. पण या शास्त्रज्ञांपैकी एकाने याला 'वाइल्ड गूज चेस' असं म्हटलंय. आपण नक्की काय शोधणार आहोत हेच त्यांना ठाऊक नाही.

अशा परिस्थितीत एका रशियन शास्त्रज्ञाला एक आशेचा किरण दिसला. एका रशियन भूकंप वैज्ञानिकाने एक आश्चर्यकारक शोध लावला. ए.एन. सेमोनोव्ह नावाचा वैज्ञानिक मध्य आशियातील गार्म भागात भूकंपनाची नोंद करीत होता. त्याच्या शोधाचे महत्त्व खालील गोष्टींवरून कळून येईल.

भूकंपने दोन प्रकारची असतात. १) पी किंवा प्राथमिक लहरी; यांची गती सेकंदास ६ कि.मी. असते. यांचे आंदोलन नादलहरीप्रमाणे असते. २) एस किंवा दुय्यम लहरी; यांची गती दर सेकंदास ३.५ कि.मी. असते. दोरीला झटका दिल्यावर दोरीची जशी हालचाल होते त्याप्रमाणे त्यांची हालचाल होते.

पी लहरी व एस लहरी यांचे गुणोत्तर सुमारे १.७५ असते.

सेमोनोव्हला असे आढळून आले की, भूकंप होण्याच्या आधी काही काळ हे गुणोत्तर १.७५पेक्षा कमी होते आणि नंतर ते एकाएकी पुन्हा मूळपदावर येते. यास गतिविक्षेप असे म्हणतात. डॉक्टर साईक्स रशियात गेले असताना

त्यांना ही माहिती कळली. त्यांनी व त्यांच्या दोन सहाध्यायांनी (यश आगरवाल आणि जे आर्मबस्टर) आता गतिविक्षेप शोधायला सुरुवात केली आणि ब्लू मौंटन लेकच्या परिसरात त्यांना बऱ्याच सूक्ष्म भूकंपाआधी हा गतिविक्षेप आढळून आला. अजूनही याचे कारण मात्र अज्ञातच आहे. भूकंपाचा अभ्यास जसा प्रत्यक्ष जागेवर होत होता तसाच तो प्रयोगशाळांतूनही चालू होता. अमेरिकेतल्या प्रख्यात MITमध्ये डॉ. विल्यम ब्रेस हे खडक यांत्रिकी (रॉक मेकॅनिक्स) या विषयात संशोधन करीत होते. भूपृष्ठाखाली निरनिराळ्या खोलीवर असणाऱ्या तापमान व दाबाचा खडकावर काय परिणाम होतो याची पाहणी चालू असताना त्यांना खडकातील विस्फारणाचा शोध लागला. या शोधावर त्यांचे दोन विद्यार्थी ख्रिस शोल्झ व अमोस नूर हे काम करीत होते. त्यांच्या लक्षात प्रथम ही गोष्ट आली.

जेव्हा खडकावर खूप दाब दिला जातो तेव्हा त्या खडकाचे तुकडे होतात; पण जेव्हा खडकाचे तुकडे होतात; त्यापूर्वी काही वेळ खडकाचे विस्फारण होते म्हणजे खडकात सूक्ष्म भेगा पडतात आणि खडक प्रसरण पावतो. जर दाब वाढत गेला तर मग मात्र खडकात भेगा पडून कालांतराने त्याचे तुकडे होतात.

नूरने या खडकातून पी आणि एस लहरी सोडल्या. कोरड्या आणि ओल्या खडकातून त्या लहरी जाताना त्यात काय फरक पडतो हे तो पाहत होता. त्याला असं आढळून आलं की, दाब वाढला की, या खडकातून पी लहरी जास्त वेगाने प्रवास करतात आणि पाण्याने संपृक्त खडकात तर त्या खूपच जलद जातात. रशियन आणि दोन अमेरिकन शास्त्र विभागांनी या खडकांवर आता जोराने काम सुरू केले. त्यांचे निष्कर्ष असे–

जसजसा प्रस्तरभंगाचा भूभागावर दाब व ताण वाढत जातो तसतसे खडक हळूहळू तुटण्याच्या परिस्थितीजवळ पोहोचतात. याच सुमारास त्या खडकांचे विस्फारण होते आणि ते खडक विस्फारण काठिण्याच्या स्थितीस पोहोचतात. यामुळे काही काळ भूकंप होऊ शकत नाही.

खडकास खूप चिरा पडल्यामुळे त्या भागातील भूजल जास्त भागात पसरले जाते आणि खडक जर पाण्याने संपृक्त असेल तर ती अवस्था नाहीशी होऊन तो ससंपृक्त बनतो. पी लहरींची गती कोरड्या खडकात संपृक्त खडकांपेक्षा कमी असते, त्यामुळे विस्फारण पावलेल्या खडकात ती कमी होते. त्यामुळेच त्यांचे गुणोत्तरही. हळूहळू आसपासच्या भागातील भूजल पाझरून विस्फारण पावलेल्या खडकात येते आणि पी व एस लहरींचे गुणोत्तर पुन्हा १.७५पर्यंत येते. जेव्हा या चिरा भरून खडक पुन्हा संपृक्त होतो तेव्हा विस्फारण काठिण्य नाहीसे होऊन तो तुटतो आणि भूकंप होतो.

आता हाच प्रकार जगाच्या बऱ्याच भागात पाहणी करून शास्त्रज्ञांनी मान्य केला आहे. यामुळे भूकंप का, कसा व किती मोठ्या प्रमाणात होईल हे कळण्यास शास्त्रज्ञांना मदत होणार आहे.

हे शास्त्र अजून बाल्यावस्थेत आहे. या शास्त्रास पेट्रोलियम भूशास्त्रज्ञांचीसुद्धा मदत झाली आहे. रँगली कोलोराडो येथील काही प्रयोग शास्त्रज्ञांना असे आढळून आलो आहे की, भ्रंशाखाली खूप दाबाखाली पाणी सोडल्यास भूकंप पुन्हा सुरू होतात आणि हे पाणी काढून घेताच भूकंप थांबतात. याचा भूकंप नियंत्रणात उपयोग करून घेता येणे शक्य आहे.

मात्र आजपर्यंतची सर्व अनुमाने ही प्रणोदांच्या (Crust) भूभागांचा अभ्यास करून काढलेली आहेत. नतिलंब सरकभ्रंशाचा अजून म्हणावा तितका अभ्यास झालेला नाही. पण या संशोधनावरून शास्त्रज्ञांना, एक दिवस मानव भूकंपावर विजय मिळवेल अशी खात्री वाटू लागली आहे.

■

सात

स्थिर-अस्थिर भूभागातील भूकंपांची रंजक कथा

भारतीय भूखंड आशिया खंडाच्या दक्षिणेकडे आपटल्यामुळे अफगाणपासून ब्रह्मदेशापर्यंत वळ्यांचे पर्वत तयार झाले. हा जगातील सर्वांत अस्थिर भूभाग मानला जातो. त्यामुळे तिथे भूकंप झाला यात आश्चर्य मानण्याचे कारण नाही. भारतीय भूखंड दरवर्षी दोन ते पाच सेंटीमीटर उत्तरेकडे सरकत असून, त्यामुळे निर्माण होणारा ताण कमी करण्यासाठी होणारी हालचाल या भूकंपाचे कारण असते.

इ.स. २००१मध्ये भूजला बसलेला भूकंपाचा धक्का किंवा त्याआधीचा किल्लारीचा भूकंप या दोन्ही भूकंपांच्या तीव्रतेमुळे भूशास्त्रीय वर्तुळात काहीशी खळबळ माजली. याचं कारण म्हणजे त्यापूर्वीही जरी भूजच्या भागात भूकंपाचे धक्के बसलेले असले तरी कच्छ आणि मराठवाडा हे पारंपरिक भूकंपपट्ट्यातले प्रदेश नव्हेत, तर भूशास्त्राच्या अभ्यासकांच्या दृष्टीनं दोन ठिकाणं पृथ्वीच्या स्थिर भूभागातली आहेत. पृथ्वीचे स्थिर भूभाग कुठले आणि अस्थिर भूभाग कुठले याबद्दलच्या रूढ समजुतींना धक्का देणारे हे आणि असे काही भूकंप झाले की, निसर्गाचं गूढ उलगडणं वाटतं तितकं सोपं नाही हे स्पष्ट होतं. भूकंप हा पृथ्वीच्या इतिहासाचा एक अविभाज्य घटक आहे.

भूकंपाबद्दलच्या अनेक आख्यायिका ऐकायला मिळतात; पण भूकंपांची शास्त्रीय स्वरूपातील आणि अतिशयोक्ती नसलेली वर्णनं गेल्या दीडशे वर्षांतच ठेवायला सुरुवात झाली आहे. भूकंप का आणि कुठे होऊ शकतात, याचं स्पष्टीकरण देणारे सिद्धांत विसाव्या शतकात प्रथमच नीटपणे मांडले गेले असले तरी त्यामधील सर्वच बारकावे अजून स्पष्ट झालेले नाहीत. सर्वसाधारणपणे भूकंप हे भूकवचाच्या तक्त्यांच्या सांध्यांवर होतात. भूकवचाचा जो भाग तक्त्यांच्या सीमारेषांपासून दूर असतो तिथे भूकंप जास्त प्रमाणात होत नाहीत. तक्त्यांच्या सांध्यावर होणाऱ्या भूकंपाच्या मानानं भूखंडांच्या मध्यभागी असलेल्या भूभागात भूकंपांचा धोका कमी असतो असं मानण्यात येतं. दख्खनचं पठार हा असा एक भूभाग आहे.

पृथ्वीचे कवच अनेक तक्त्यांचं बनलं आहे. हे तक्ते एकमेकासापेक्ष सरकत असतात. जिथे दोन तक्ते एकमेकांच्या दिशेने सरकतात तिथे एक तक्ता दुसऱ्या तक्त्याखाली जातो. तिथं पर्वत तयार होतात. सर्वसाधारणपणे सागरीतक्ता भूतक्त्याच्याखाली जाऊन भूतक्त्याला उचलतो. दक्षिण पॅसिफिक आणि दक्षिण अमेरिकन भूखंडांजवळ अशी हालचाल होऊन अँडीज ही पर्वतराजी तयार झाली आहे. अशा दोन तक्त्यांच्या भेटीच्या जागी दोन्ही बाजूंस शेकडो किलोमीटर भूभाग अस्थिर बनतो. तिथं सतत भूकंपाचे धक्के बसत असतात. जेव्हा दोन्ही तक्ते भूखंडांचे असतात तेव्हा या दोन तक्त्यांच्या धडकीमुळे एक तक्ता चुरगळल्यासारखा होऊन त्याला वळ्या पडतात व वळीचे पर्वत तयार होतात. हे पर्वत काही हजार कि.मी. रुंदीचे असतात. या ठिकाणी भूकंपप्रवण क्षेत्र बरंच दूरवर पसरलेलं असतं. भारतीय द्वीपकल्पानं आशियाई तक्त्याला अशा तऱ्हेनं जी धडक मारली त्यामुळे हिमालय पर्वतराजी तयार झाली. तिबेटचा भूभाग उचलला जाऊन त्याचं पठार बनलं. उत्तरेकडे बैकल सरोवरापर्यंतचा भूभाग अस्थिर बनला.

अत्यल्प प्रमाणात भूकंप घडणाऱ्या भूभागांची निश्चिती करणं तसं अवघड आहे. भूकंपमापीचा वापर पृथ्वीच्या इतिहासात अगदीच अलीकडचा आहे. त्यामुळे भूकंपांच्या खात्रीशीर नोंदीही तशा अत्यल्पच आहेत. अमेरिकेतल्या भूकंपांचे वर्णन एकाच गावातील दोन व्यक्तींनी केले असेल, तर या दोन व्यक्ती एकाच भूकंपाबद्दल बोलताहेत यावर विश्वास ठेवणं अवघड जातं. युरोपात गेल्या हजार वर्षांतील भूकंपांच्या नोंदी आढळतात, तर चीनमध्ये दोन हजार

वर्षांच्याही आधीपासून भूकंपांच्या नोंदी आढळतात. मुख्य म्हणजे त्या अतिशय वस्तुनिष्ठ पद्धतीनं केलेल्या दिसून येतात. भारतात भूकंपांच्या नोंदींची प्रथा ब्रिटिशांनीच सुरू केली. पण या सगळ्या नोंदींतून अमुक एका ठिकाणी भूकंपाचा धक्का जाणवला, यापलीकडे फारसा बोध होत नाही. किंबहुना दोन भूकंपांच्या तीव्रतेत फरक असू शकतो, याची फारशी जाणीव इ.स. १८००च्या आधी असावी असं दिसत नाही.

पूर्वीच्या मर्काली किंवा रिश्टर भूकंप मापनपट्ट्या या बऱ्याचशा व्यक्तिसापेक्ष होत्या. प्रत्यक्ष भूकंपाशी संबंधित ऊर्जा त्यात स्पष्ट होत नाही. त्याऐवजी अलीकडच्या काळात हिरू कानामोरी आणि थॉमस सी. हँक्स या दोघांनी मोमेंट-मॅग्नीट्यूड स्केल हे नवं परिमाण भूकंपमापनासाठी तयार केलं आहे. भूकंपाच्या केंद्राजवळच्या काही प्रक्रियांचा या परिमाणात विचार केला जातो. आपण याला मराठीत 'भूकंपक्षणतीव्रता मापन' असं म्हणू शकतो. हे परिमाण भूकंपाच्या केंद्रापाशी कार्यरत झालेल्या दोन परस्परविरोधी बलांचा विचार करतं. या बलांच्या कार्यामुळे भूस्तरभ्रंश निर्माण होतो. याचं गणित करताना दोन भूस्तर एकमेकासापेक्ष किती सरकले, ज्या खडकात हा भ्रंश घडून आला, त्या खडकांची ताण सहन करण्याची क्षमता आणि स्तरभ्रंशांच्या पृष्ठभागाचे क्षेत्रफळ या सर्वांचा विचार केला जातो.

ज्या ठिकाणी स्तरभ्रंश घडून आला ते ठिकाण भूपृष्ठाखाली खोलवर दडलेलं असलं तरीही एकूण हालचाल किती झाली हे ओळखण्याचं तंत्र दक्षिण कॅलिफोर्निया विद्यापीठातील केईईटी आकी आणि त्याच्या सहकाऱ्यांनी विकसित केले आहे. असं असलं तरी भूकंपस्थिर प्रदेशातील बरेच भूकंप ऐतिहासिक काळात घडून आल्यामुळे आणि त्यातलेही बरेचसे भूकंप भूकंपमापी यंत्रणेचा शोध लावण्यापूर्वी झाल्यामुळे ऐतिहासिक साक्षीदारांनी केलेल्या नोंदीवरच या विषयाच्या संशोधकांना फार मोठ्या प्रमाणात अवलंबून राहावं लागतं. आर्क जॉन्स्टन आणि लिसा कँटर या दोन भूकंप संशोधकांनी स्थिर प्रदेशातील पन्नास भूकंपांची माहिती मिळवली आणि संगणक सादृशीकरणाच्या साहाय्यानं त्यांनी या भूकंपांचा अभ्यास करून त्यांची 'भूकंपक्षणतीव्रता' ठरवली. ही तीव्रता 'एम' या इंग्रजी अक्षरानं दर्शवली जाते. त्यांच्या या अभ्यासात मिसुरी राज्यातील न्यू माद्रिद इथं १८११-१२मध्ये झालेल्या भूकंपाची भूकंपक्षणतीव्रता म्हणजे एम ८.३ इतकी होती, तर १८१९मध्ये कच्छमध्ये झालेल्या भूकंपाचं एम मूल्यांकन ७.८ होतं. हा कच्छचा भूकंप भूकंपशास्त्रज्ञांच्या दृष्टीनं फार महत्त्वाचा मानण्यात येतो. याचं कारण स्थिर प्रदेशातील भूकंपांची भूकंपक्षण तीव्रता (एम) आणि प्रत्यक्ष भूकंपातील घटना यांचा परस्परसंबंध या भूकंपाच्या बाबतीत जोडणं शक्य होतं. सर्वसाधारणपणे स्थिर भूभागातील भूकंपामध्ये ज्या स्तरभ्रंशांवर भूस्तरांची हालचाल घडून येते ते भ्रंश अवसादाखाली किंवा नंतरच्या भूस्तराखाली दडलेले असतात. किल्लारीच्या भूकंपास जबाबदार भ्रंश डेक्कन बेसाल्ट लाव्हा स्तराखाली दडलेला आहे. त्यामुळे भ्रंशासंबंधित हालचालींचा भूपृष्ठावर अंदाज घेता येत नाही. याउलट १८१९च्या कच्छच्या भूकंपातही हालचाल भूपृष्ठावर दृग्गोचर झाली आणि तिची व्यवस्थित नोंद झाली. स्थिर मानल्या गेलेल्या भूकवचाबाबतची भूकंपाच्या इतिहासातील ही अशी प्रथम ज्ञात माहिती ठरते.

या भूकंपाचे परिणाम खरोखरच नाट्यमय होते. भूकंपात सहा ते नऊ मीटर उंचीचा आणि ९० मीटर लांबीचा एक उभा कडा वर आला. याला स्थानिकांनी 'अल्लाहबंद' म्हणजे 'देवनिर्मित तट' असं नाव दिलं. या अल्लाहबंदच्या उत्तरेची जमीन उचलली गेली आणि दक्षिणेकडची जमीन खचली. पूर्वी इथं अधूनमधून पाणी असे. आता बराच काळ हा भूभाग पाण्याखाली राहू लागला. या भूकंपाच्या आधी इथं बराच काळ उभ्या असलेल्या सिंद्री किल्ल्याखालची भूमी आणखी खाली गेल्यामुळे किल्ला पाण्यात बुडाला. त्यामुळे किल्ल्यातल्या सैनिकांनी बुरुजावर चढून होड्यांमध्ये बसून कसाबसा जीव वाचवला होता. हा कच्छचा भूकंप 'खडकांना ताण असह्य झाला की, एकाएकी तो ताण हलका करण्यासाठी झालेली हालचाल' अशा प्रकारे वर्णन केला गेला आणि हा सिद्धांत १९०६च्या कॅलिफोर्नियातील भूकंपानंतर मांडण्यात आला होता. या सिद्धांतानुसार भ्रंशाच्या दोन्ही बाजूंचे खडक परस्परविरोधी दिशांनी हालचाल करतात. कच्छच्या या भूकंपातील हालचालींचे भूपृष्ठावर दर्शन झाल्याने या सिद्धांताचं स्पष्टीकरण देणारं हे एक उत्तम

उदाहरण मानलं जातं. अशा हालचाली सॅनफ्रान्सिस्कोच्या किंवा जपानमधल्या आणि इराणमधल्या भूकंपातून दिसल्या असल्या तरी तो भूभाग भूकंपप्रवण असल्यानं या हालचाली भूभागात गृहीत धरल्या जातात.

कच्छच्या बाबतीत तसं गृहीत धरलं जात नाही. इथं १८१९मध्ये ब्रिटिशांनी भूभागाच्या हालचालींची अत्यंत काटेकोर नोंदणी केलीच; पण जिथं शक्य होतं तिथं बऱ्यापैकी रेखाटनंही केली होती. यामुळे जॉन्स्टन आणि कँटरना 'भूकंपक्षणतीव्रता' ठरवताना या नोंदीची खूप मदत झाली. त्यानंतर त्यांनी स्थिर भूभागातील भूकंपांची जास्तीत जास्त माहिती मिळवली. त्यांच्याकडे गेल्या दोन हजार वर्षांतल्या अशा ८०० भूकंपांची माहिती गोळा झाली.

भूपृष्ठामध्ये ताणामुळे जो फरक पडतो किंवा दाबामुळे जो बदल घडून येतो तो आता मोजणं काही प्रमाणात शक्य झालेलं आहे. यासाठी भूपृष्ठावर एकमेकांपासून हजारो कि.मी. दूर अशी प्रक्षेपण आणि ग्राहक स्थानक निर्माण केली जातात. प्रक्षेपण स्थानकावरून लेझर किरण आणि इतर प्रकारच्या विद्युत चुंबकीय लहरी प्रक्षेपित केल्या जातात. चंद्र, मानवी उपग्रह अशा अवकाशस्थ वस्तूंवरून त्या परावर्तित होतात आणि ग्राहकस्थानकांवर येऊन आदळतात. यामुळे प्रक्षेपक स्थानक आणि ग्राहक स्थानक यामधल्या भूकवचावर ताण पडून ते विस्फारलं जातंय की, दाब पडून ते आकुंचन पावतंय हे लक्षात येतं. अस्थिर भूकवचामध्ये ही हालचाल वर्षास काही सेंमी एवढी असते हे पूर्वीपासून ठाऊक होतं. या नव्या तंत्रानं केलेल्या पाहणीमध्ये भूकवचाच्या स्थिर समजलेल्या भागावरही या ताणाचा परिणाम होत असतो असं दिसून आलं आहे. हजारो वर्षे असा ताण किंवा दाब पडत असेल तर एक वेळ अशी येते की, स्थिर भूभागातले खडक हा ताण हलका करण्यासाठी योग्य ती हालचाल करतात. मग मानवी इतिहासात आजमितीस ज्या ठिकाणी भूकंपांचं केंद्र किंवा अधिकेंद्र नव्हतं, ज्या भूभागात कधी भूकंप घडला नव्हता अशा ठिकाणी भूकंप घडतो. महाराष्ट्रात दख्खनच्या काळ्या खडकाखाली असे खडक आहेत. त्यामुळे भारतीय द्वीपकल्प तिबेटच्या पठाराला मारत असलेल्या धडकांचा परिणाम द्वीपकल्पातील खडकांमध्ये साठत राहतो आणि हे खडक तणावमुक्त होण्याचा जो प्रयत्न करतात त्यात आपण हादरतो.

■

आठ

भूकंपाचा मागोवा– नवे संशोधन

भूकंप केव्हा आणि कुठे हिसका दाखवेल हे जाणून घ्यायचा भूशास्त्रज्ञ बराच काळ प्रयत्न करीत आहेत. विसावं शतक संपत आलं त्या सुमारास उपग्रहांच्या साहाय्यानं भूपृष्ठावरले बहुतेक सर्व बारकावे नकाशाबद्ध झाले होते. त्यांच्या साहाय्यानं भूपृष्ठांतर्गत प्रस्तरभ्रंशाचा शोध घेतला गेला होता. प्रस्तरभ्रंश म्हणजे ज्या रेषेवर खडक एकमकांसापेक्ष सरकतात आणि भूकंप घडवून आणतात तो कमकुवत दुवा. याला शास्त्रीय भाषेत प्रतल असं म्हटलं जातं. भूवास्तविक साधनांनी अशा प्रस्तरभ्रंश प्रतलांचा अभ्यास केल्यानंतर शास्त्रज्ञांनी एक निष्कर्ष काढला तो म्हणजे अशा तऱ्हेच्या भ्रंशप्रतलांलगतच्या हालचाली इतक्या गुंतागुंतीच्या असतात की त्या कशा, कधी आणि केव्हा घडतील, हे आपल्या बापालाही सांगणं अवघड आहे. थोडक्यात म्हणजे अशा प्रस्तरभ्रंशांमुळे घडणाऱ्या भूकंपांचा अंदाज घेणे विज्ञानाला शक्य नाही. बहुतेक सर्व भूकंप शास्त्रज्ञांच्या म्हणण्यानुसार भूकवच अस्थिर आहे. त्याच्या सूक्ष्म हालचाली सतत चालू असतात. त्यामुळे भूस्तरांवर ताण पडत असतो. हा खडकांवरील ताण हळूहळू साठून वाढत जातो. एक दिवस तो असह्य होतो. मग कमकुवत प्रतलांच्या दोन्ही बाजूंचे खडक एकमेकांसापेक्ष सरकतात आणि हा ताण हलका करतात. याचा परिणाम म्हणजे भूकंप. एकदा भूकंप घडून गेला की, मोठ्या भूकंपामागोमाग छोटे छोटे भूकंप घडत हा भाग स्थिरावतो आणि तिथं परत ताण निर्माण व्हायला सुरुवात होते; असंही स्पष्टीकरण भूकंपांबद्दल इतकी वर्षे दिलं जात होतं; पण एका नव्या संशोधनामुळे हे गृहीत चुकीचं ठरण्याची शक्यता निर्माण झाली आहे. भूकंप परस्परसंबंधित असतात आणि एकीकडचा एक भूकंप तिथून हजारो मैल दूर असलेल्या दुसऱ्या क्षेत्रातील भूकंपप्रवण क्षेत्र जागृत करतो, या शोधानं एकविसाव्या शतकाच्या सुरुवातीसच खळबळ माजवली आहे.

या सिद्धांताचा गाभा भूस्तरभ्रंशांच्या आसपासच्या खडकात ताण साठत जातो आणि जेव्हा दुसऱ्या एखाद्या स्तरभ्रंशावर हालचाल होते तेव्हा तिथले खडकांवरचे ताण दूर झाले तरी ते इतरत्र खडकात वाढतात, या विचारांवर आधारित आहे. रॉस स्टाईन आणि त्यांच्या सहकाऱ्यांनी आतापर्यंतच्या सर्व भूकंपांची उपलब्ध माहिती गोळा केली याप्रसंगी स्तरभ्रंशाच्या दोन्ही बाजूंच्या खडकांच्या हालचालीची गणितं केली आणि काही निष्कर्ष काढले. त्यानुसार जेव्हा भूकंप होतो तेव्हा खडकांवरचा ताण पूर्णपणे नाहीसा होत नाही तर हा ताण त्याच खडकांमध्ये दूरवर विखुरला जातो. या ताणाच्या विखुरण्यामुळे खडकांच्या इतर स्तरांमध्ये थोडाथोडा ताण वाढतो. त्यामुळे दुसऱ्या एखाद्या स्तरभ्रंशांजवळ हा ताण सहनशीलतेची मर्यादा ओलांडतो आणि त्या स्तरभ्रंशावर हालचाल होऊन नव्यानं भूकंप होतो. त्या स्तरभ्रंशावरच्या आधीच्या ताणात या काडीची भर हालचाल उद्युक्त करते. भूकंपाच्या परिसरातले छोटे-छोटे स्तरभ्रंशही या प्रकारे मोठ्या भूकंपानंतर जागृत होऊन खडकांमध्ये हालचाली घडवून आणू शकतात. 'उंटाला काडीचा भार' या म्हणीचा प्रत्यय म्हणजे हे भूकंप. पूर्वी भूकंपामध्ये असा परस्परसंबंध असेल अशी कल्पनाही भूकंप शास्त्रज्ञांनी केलेली नव्हती. त्यामुळे भूकंपाचं भाकीत करताना हे परिणाम कधीही लक्षात घेतले गेले नव्हते. त्यामुळे आताही बरेच शास्त्रज्ञ या स्टाईन यांच्या विचारांकडं संशयानंच बघतात; पण इ.स. २०००-०१ नंतरच्या काळात हळूहळू हा विचार आपलासा करणाऱ्या शास्त्रज्ञांची संख्या वाढू लागली आहे; त्यामुळे भूकंपांचं भाकीत करताना हा नवा सिद्धांत विचारात घेतला जाऊ

लागला आहे. कॅलिफोर्निया, जपान आणि तुर्कस्थानात जे भूकंपाचे मोठे धक्के बसले त्यानंतर बसलेल्या छोट्या धक्क्यांचे निदान करताना या सिद्धांताचा गेल्या काही वर्षांत वापर केला गेला. त्यामुळे या सिद्धांतावरचा भूशास्त्रज्ञांचा विश्वास वाढीस लागला आहे. स्टाईन यांनी त्यामुळे उल्हसित होऊन भूकंपांच्या भाकितासाठी या अभ्यासाची कक्षाही बऱ्याच प्रमाणात वाढवली आहे.

भूकंपांचे मोठे धक्के कुठे बसतील, कुठे उद्भवतील हे सांगणे शक्य नाही, या समजुतीला आव्हान समजून स्टाईनसह इतरही अनेक शास्त्रज्ञ भूकंप कुठे होऊ शकेल, हे वर्तवण्याचे शास्त्रीय ठोकताळे बांधण्याचे प्रयत्न पूर्वापार चालत आले आहेत. सुमारे तीन दशके या प्रयत्नांना जोर चढला. विशेषत: १९७० नंतर संगणक आणि इलेक्ट्रॉनिक अत्याधुनिक उपकरणे शास्त्रज्ञांच्या मदतीस आलीच; पण त्याचबरोबर उपग्रहही पृथ्वीवर भूशास्त्रीय पहारा करू लागले. त्यामुळे पृथ्वीच्या कानाकोपऱ्यातील भूशास्त्रीय दुर्घटनांची नोंद घेणं शक्य झालंच, पण दुर्गम भागात ठेवलेली यंत्रेही छोट्या छोट्या धक्क्यांची माहिती उपग्रहांमार्फत अभ्यास केंद्रांकडे पाठवू लागली.

काही शास्त्रज्ञ सूक्ष्म भूकंपनाची नोंद अभ्यासू लागले. इतर काहीजण भूकंपपूर्व काळात भूपृष्ठाखालून वर येणारे वायू, विद्युतचुंबकीय ऊर्जा किंवा खडकातील बारीक चिरांची वर्तणूक यावरून भूकंपाची भाकितं वर्तवता येतील का याचा विचार करू लागले. असे सर्व अभ्यास एकत्र केले गेले तरीही अमुक ठिकाणी, अमुक वेळी भूकंपाचा धक्का बसेलच हे सांगणे शक्य झाले नव्हते. प्राण्यांच्या अवांच्छित हालचालींचाही अभ्यास केला गेला; पण त्यातूनही फारसे काही हाती लागले नव्हते. जेव्हा बृहत्संगणकाची मदत उपलब्ध नव्हती तेव्हासुद्धा सर्वसाधारणपणे एखाद्या मोठ्या भूकंपानंतरच्या काळात छोटे-छोटे धक्के बसतात, हे निरीक्षण बऱ्याचदा करण्यात आलं होतं. त्यावेळी ज्या स्तरभ्रंशावर पहिली मुख्य हालचाल झाली, त्याच प्रतलावर यानंतरच्या छोट्या छोट्या हालचाली होत असाव्यात हे गृहीत धरलं गेलं होतं. या मुख्य भूकंपोत्तरच्या धक्क्यांमध्येही एक सुसूत्रता आढळते, हेसुद्धा फार पूर्वी उघड झालं होतं. इ.स. १८९४मध्ये जपानी भूशास्त्रज्ञ फुसाकिची ओमोरी यानं ही बाब प्रथम नोंदवली. त्यानंतर 'ओमोरीचा नियम' या नावानं हे तत्त्व प्रसिद्धीस आलं. या नियमानुसार भूकंपाच्या प्रमुख धक्क्यामागोमाग लगेच छोट्या धक्क्यांची सुरुवात होते. दहा दिवसांनंतर या भूकंपोत्तर धक्क्यांचे प्रमाण सुरुवातीच्या भूकंपोत्तर धक्क्यांच्या १०% होते, तर १०० दिवसांनंतर ते एक टक्क्यावर येते.

हे जर इतक्या ठामपणे सांगता येत असेल तर याचाच अर्थ पहिला मोठा धक्का हा भूपृष्ठातील जडणघडणीवर परिणाम घडवून आणून पुढच्या धक्क्यांची सुरुवात करतो, असं म्हणायला हरकत नाही, असं भूशास्त्रज्ञ म्हणतात; पण शास्त्रज्ञांना प्रमुख धक्क्यांची शक्यता वर्तवणं अधिक महत्त्वाचं वाटतं, कारण नंतरचे हे धक्के प्रमुख धक्क्याइतके हानिकारक नसतात. शिवाय आता हे प्रमुखोत्तर धक्के गृहीत धरले जाऊनच मदतकार्याची सुरुवात करण्यात येते.

हे जे नंतरचे धक्के आहेत ते इतकी वर्षे अभ्यासकांनी दुर्लक्षिले होते; कारण ज्या प्रमुख धक्क्यानंतर हे बसतात, ते प्रमुख धक्के कुठे बसतील याचा नेम नसे. स्टाईन आणि त्यांच्या सहकाऱ्यांनी मात्र यानंतरच्या धक्क्यांवर त्यांचं लक्ष केंद्रित केलं होतं. याचं कारण या धक्क्यांच्या नियमिततेचं रहस्य उलगडता आलं तर प्रमुख धक्क्यांची कारणमिमांसा करणं सोपं जाईल असं स्टाईनना वाटत होतं. ते अमेरिकेतील भूसर्वेक्षण विभागात भूकंपाच्या विनाशकारी आणि संहारक परिणामांचा अभ्यास करणाऱ्या शास्त्रज्ञांच्या चमूबरोबर कॅलिफोर्नियात, मेन्लोपार्क इथं भूशास्त्रतज्ज्ञ म्हणून काम करतात. त्यांनी १९८०मध्ये स्टॅनफर्ड विद्यापीठातून डॉक्टरेट केली. नंतर त्यांनी भूकंपाच्या अभ्यासास वाहून घेतलं.

स्टाईन आणि त्यांच्या सहकाऱ्यांनी अमेरिकेतील सर्वाधिक भूकंपप्रवण भागात त्यांचं बस्तान ठेवलं आणि ते कॅलिफोर्नियातील सॅन अँड्रियस स्तरभ्रंशावरील भूकंपधक्क्यांचा अभ्यास करू लागले. याचं कारण म्हणजे हा स्तरभ्रंश कॅलिफोर्निया या अमेरिकेतील श्रीमंत राज्यांच्या लॉस एंजल्स आणि सॅनफ्रान्सिस्को या दोन शहरांना त्यावरील हालचालींमुळे उद्ध्वस्त करू शकतो. तसंच पृथ्वीवरच्या सर्वाधिक भूकंपप्रवण क्षेत्रातील एक क्षेत्र म्हणून हा भाग सर्वज्ञात आहे. या ठिकाणच्या गेल्या दीडदोनशे वर्षांमधील सर्व धक्क्यांची

नोंद अगदी व्यवस्थित उपलब्ध आहे. या सर्व उपलब्ध नोंदींच्या अभ्यासावरून साधारणपणे ७.३ तीव्रतेच्या भूकंपाच्या प्रमुख धक्क्यानंतर शंभर कि.मी.च्या परिसरात दुसरा भूकंपाचा धक्का बसण्याची शक्यता जवळजवळ ६७% एवढी असते. जून १९९२मध्ये याचं प्रत्यंतर आलं. लँडर्स या वाळवंटी भागात जून १९९२मध्ये ७.३ तीव्रतेचा धक्का बसला. त्यानंतर तीन तासांनीच इथून ४० कि.मी. अंतरावर असलेल्या बिग बेअर या नगराजवळ ६.५ तीव्रतेचा धक्का बसला होता. असं घडणार हे गृहीत धरण्यात आलं असलं तरी हा धक्का नक्की कुठं बसेल ते तो दुसरा धक्का जाणवेपर्यंत कुणीही वर्तवू शकलं नव्हतं. या दोन्ही धक्क्यांत फारसं नुकसान झालं नाही, कारण त्यांचे केंद्र वाळवंटात कमी वस्तीच्या भागात होते. या दुसऱ्या धक्क्याच्या बाबतीत एक कोडं मात्र शास्त्रज्ञांना सुटलं नव्हतं, ते म्हणजे दोन्हीही भूकंपांची केंद्रं एकाच स्तरभ्रंशावर नव्हती. हे त्या काळातील प्रचलित समजुतीशी जुळत नव्हतं. स्टाईन आणि त्यांच्या सहकाऱ्यांनी हे कोडं सोडवता आलं तर भूकंपांचं कोडं काही अंशी तरी सोडवायला मदत होईल, असं गृहीत धरून या भागाचा कसून अभ्यास करायला सुरुवात केली.

या अभ्यासात त्यांनी लँडर्स, बिग बेअर आणि कॅलिफोर्नियात तोपर्यंत जाणवलेल्या इतर शेकडो धक्क्यांच्या नोंदी बारकाईनं तपासल्या. तेव्हा त्यांना भूकंपानंतर लगेचच जाणवणाऱ्या छोट्या धक्क्यांमध्ये, त्यानंतर काही दिवसांनी, काही आठवड्यांनी आणि काही महिन्यांनी, तसंच काही वर्षांनी त्या स्तरभ्रंशावर किंवा त्यापासून दूरच्या स्तरभ्रंशांवर होणाऱ्या हालचालीत निश्चित पद्धत असल्याचं जाणवलं. बिग बेअर भूकंपाप्रमाणेच इतरही ठिकाणी हे नंतरचे काही भूकंप मुख्य भूकंपाला कारणीभूत स्तरभ्रंशापासून लांबवर घडून आलेले होते.

खरंतर भूकंप घडण्याचं प्रमुख कारण शास्त्रज्ञांना ठाऊक आहे. भूकवच हे तक्त्यांचे बनले आहे. हे तक्ते भूगर्भावर तरंगत असतात. तरंगता तरंगता ते सरकतात. एकमेकांवर आपटतात. काही तक्ते दुसऱ्या तक्त्यांच्या खाली शिरून भूगर्भात दाबले जातात, तर उचलल्या गेलेल्या तक्त्यांचे पर्वत बनतात. हिमालय, आल्प्स आणि अँडीज ही अशा पर्वतांची महत्त्वाची उदाहरणं आहेत. तक्ते जसे भूगर्भात शिरून एका बाजूस नष्ट होत असतात, तसेच दुसऱ्या बाजूंनी त्यांना भूगर्भातील शिलारसाची जोड मिळून नव्याने तयार होत असतात. ही प्रक्रिया आपल्या दृष्टीने फार मंदगती असते. सरासरीनं प्रतिवर्षी २ ते २॥ सें.मी. असा या हालचालीचा वेग असतो.

या सततच्या हालचालींमुळे भूकवचातील खडकांचे स्तर दाबले जातात, ताणले जातात, वर-खाली होत राहतात. त्यामुळे त्यांच्यामध्ये वेगवेगळ्या तणावांचा साठा होत राहतो. जे खडक दाबले जातात, ते दाब कमी करण्याचा प्रयत्न करीत असतात, जे ताणले जातात ते ताण कमी करण्याचा प्रयत्न करतात. या भूस्तरांमध्ये ज्या उपजत कमकुवत प्रतलांचा समावेश असतो त्यांची खडकांना या भारनियमनास मदत होते. दोन वेगवेगळ्या प्रकारच्या खडकांचे जोड, खडक निर्माण झाल्यावर त्यांचे आकुंचन होताना निर्माण झालेल्या भेगा आणि तडे यांना शास्त्रीय भाषेत संधी असं म्हणतात आणि आधीच ज्या प्रतलांवर हालचाल झाली आहे असे भ्रंश या नैसर्गिक प्रतलांवर बऱ्याचदा खडकांच्या तणावमुक्तीच्या प्रसंगी हालचाल होते.

तणावमुक्तीच्या या खडकांच्या प्रयत्नांचं एक जितंजागतं उदाहरण म्हणजे अमेरिकेतील सॅन अँड्रिअस फॉल्ट किंवा स्तरभ्रंश. याचा आजमितीस सर्वाधिक अभ्यास झाला आहे. या सॅन अँड्रिअस स्तरभ्रंशाच्या पूर्व बाजूस उत्तर अमेरिकी भूतक्ता तर पश्चिमेस उत्तर पॅसिफिक भूतक्ता आहे. हा पॅसिफिक तक्ता उत्तर अमेरिकन भूतक्त्यासापेक्ष उत्तरेस सरकतो आहे. या दोन्ही तक्त्यांच्या परस्परविरोधी दिशांनी होणाऱ्या हालचालीमुळे या भ्रंशाच्या समांतर अशा कर्तन बलाची (Shear-stress) निर्मिती होते. त्याचबरोबर या भ्रंशाच्या काटकोनात दुय्यम ताण निर्माण होतो. या ताणांनी एक विशिष्ट मर्यादा ओलांडली की, ताण हलका करण्यासाठी या भ्रंशाच्या दोन्ही बाजूंचे खडक एकमेकासापेक्ष हलतात. यामुळे फार मोठ्या प्रमाणात जी ऊर्जा मुक्त होते ती भूकंपस्वरूपात आपल्याला जाणवते. ही ऊर्जा एकाएकी संपुष्टात येत नाही तर ती इतर कमकुवत पातळ्यांवर हालचाल घडवून आणते, यामुळे दुय्यम स्वरूपाचे भूकंप घडत असावेत असं स्टाईन यांना वाटतं.

भूवास्तव शास्त्रज्ञ या ताणांची कित्येक वर्षे मोजमापे करीत आले असून, त्यांना शास्त्रीय परिभाषेत कुलोंब ताण (कुलोंब स्ट्रेस) असं म्हटलं जातं, पण या ताणांचा यापूर्वी कधी भूकंपांच्या स्पष्टीकरणात उपयोग केला गेलेला नव्हता. याचं कारण या ताणातले फरक इतके किरकोळ असत की, त्यांच्याकडे लक्ष द्यावं, असं शास्त्रज्ञांना कधीच वाटलं नव्हतं. सर्वसाधारणपणे फार मोठ्या भूकंपाच्या वेळी जेवढा ताण मुक्त होतो त्याच्या १०% एवढी ऊर्जासुद्धा या दुय्यम ताणांचे वेळी वापरली जात नसताना या ताणमुक्तीमुळे भूकंप होईल अशी कल्पनाच कुणी केलेली नव्हती. स्वत: रॉस स्टाईनलाही इतक्या अल्प ऊर्जेनं भूकंप घडवून आणले जात असतील ही कल्पना सुरुवातीस पटत नव्हती. पुढं त्यांनी पॅरिस इथल्या जिओफिजिकल इन्स्टिट्यूटचे जॉफ्रे किंग आणि वुडस होल ओशनोग्राफिक इन्स्टिट्यूटचे जिआन लिन या भूशास्त्रज्ञांच्या साहाय्यानं कॅलिफोर्नियामधील भूकंपप्रवण क्षेत्राचा अभ्यास केला.

प्रमुख भूकंपानंतर खडकांवर ताण वाढतो का, याचा अभ्यास करताना जिथं भूकंपोत्तर धक्के सातत्यानं बसत राहतात त्या भागातल्या खडकांवर ताण वाढलेला आढळतो, मात्र तो अत्यल्प असतो असं या शास्त्रज्ञांच्या तुकडीच्या निदर्शनास आलं. जिथं हा ताण वाढतो त्या भागात प्रमुख भूकंपोत्तर धक्के बसत राहणार, हे या निरीक्षणाचं थेट तात्पर्य होतं. तसंच आणखी एक गोष्टही या निरीक्षणांमधून उघड झाली. ती म्हणजे थोडासा ताण कमी होणाऱ्या भागातले धक्के बऱ्याच प्रमाणात कमी होत होते. या कमी ताणाच्या आणि पर्यायानं अल्पभूकंपाच्या विभागास स्टाईन व त्यांच्या सहकाऱ्यांनी 'ताणछायेचा प्रदेश' (स्ट्रेसशॅडो रीजन) असं नाव दिलं.

या सर्व स्पष्टीकरणामुळे भूतकाळातील भूकंप मालिकांचं स्पष्टीकरण शक्य झालं, पण याचा उपयोग भाकितं करण्यासाठी होईल का हा महत्त्वाचा प्रश्न मात्र अनुत्तरित होता. इ.स. १९९३मध्ये अमेरिकेच्या भूसर्वेक्षण खात्याचे भूवास्तव शास्त्रज्ञ जेम्स एच. डिट्रिच आणि इस्तंबूल टेक्निकल युनिव्हर्सिटीमधील आयुफ ए. बारका यांनी तुर्कस्तानातील उत्तर अनाटोलिया स्तरभ्रंशाचा अभ्यास सुरू केला. या भागाचं पृथ्वीवरील सर्वाधिक स्तरभ्रंश भूभागांपैकी एक, असं वर्णन भूशास्त्रज्ञ करतात. गतकाळातील भूकंपामुळे ज्या भागात कुलोंब ताण वाढला आहे अशा स्तरभ्रंशांचा अभ्यास करून इझ्मित शहराजवळच्या स्तरभ्रंशावर १९९७ ते २०२७ दरम्यान हालचाल होऊन रिश्टर पट्टीवर ७ श्रेणींचा भूकंप होण्याची १२% शक्यता आहे असं या अभ्यासकांनी वर्तवलं. हे काही फार अचूक भाकीत नव्हतं हे तेही मान्य करीत होते. पण इतर स्तरभ्रंशावर आणि या स्तरभ्रंशाच्या इतर भागात ही शक्यता १ ते २ टक्के होती. हे भाकीत खरं व्हायला त्यांना फार वाट पाहावी लागली नव्हती. ऑगस्ट १९९९मध्ये इझ्मितला भूकंपाचा धक्का बसला. त्यात २५००० माणसं ठार झाली आणि ६॥ अब्ज डॉलरचं आर्थिक नुकसान झालं. १९३६ सालापासून इथं बारा जोरदार धक्के बसले. त्यातले काही अगदी वाईट भूकंप ५ वर्षांच्या अवधीत घडले. या काळात उत्तर ॲनाटोलिया स्तरभ्रंशाचा ७०० कि.मी.चा भाग ४ धक्क्यांत पश्चिमपूर्व असा एकमेकांसापेक्ष सरकला. या प्रत्येक वेळी जे नवे ताण निर्माण झाले त्यामुळे हे भूकंप एकामागून एक असे झाले. इझ्मित हा त्याच मालिकेतील भूकंप होता.

नोव्हेंबर १९९९मध्ये तेरावा धक्का जाणवला. इझ्मित भूकंपानं जे ताण निर्माण झाले, त्यामुळे हा ७.२१ जोराचा धक्का बसला. हा इझ्मितच्या पूर्वेस १०० कि.मी. दूर असलेल्या द्युझेक या नगराजवळ सर्वाधिक जाणवला. सुदैवानं बारकानं या भूकंपाचं भाकीत दोन महिने आधीच 'सायन्स' या वैज्ञानिक नियतकालिकामध्ये केलेलं होतं, इझ्मित धक्क्यामुळे वाढलेल्या ताणाचा परिणाम म्हणून आज ना उद्या या भागात भूकंप होईल, असं त्यांचं म्हणणं होतं. त्यामुळे पहिल्या भूकंपात कमकुवत झालेल्या इमारती, विशेषत: शाळांमध्ये प्रवेशबंदी करण्यात आली होती. खरं तर या भागात शाळांना दुसरी सोय नव्हती, तरीही अभियंत्यांनी या इमारतींना कुलुपं लावली होती. यातल्या बऱ्याच इमारती या नोव्हेंबरमधल्या उत्पातात आडव्या झाल्या. आतर शिंजी टोडा, बारका, डिएट्रिच आणि स्टाईन्स यांच्या गणितानुसार पुढील तीस वर्षांत इस्तंबूलला रिश्टर श्रेणीवर ५च्या आसपासचा भूकंपाचा धक्का बसण्याची ६२% शक्यता आहे.

जेव्हा एखाद्या भागात भूकंप होण्याची शक्यता वर्तवली

जाते तेव्हा भूकंपप्रवण क्षेत्रातील इतर भागात सुटकेची भावना निर्माण होते. तुर्कस्थानातला असा भाग इस्तंबूलच्या मानानं कमी लोकसंख्येचा आहे, हे मान्य करूनही अशा भागातली सुटकेची भावना ही खोटा आशावाद ठरण्याची शक्यता नाकारता येत नाही. त्याचप्रमाणे एखाद्या स्तरभ्रंशावरील भूकंपानंतर त्या भागात पुन्हा भूकंपाचा धक्का नजीकच्या भविष्यकाळात पुन्हा बसेल, असंही नाही. याचं एक उदाहरण म्हणजे कॅलिफोर्नियामधील 'सॅनफ्रान्सिस्को बे' हा भूभाग. इथं १९०६ साली भूकंपाचा ७.९ तीव्रतेचा जबरदस्त धक्का बसला होता. या भूकंपाची ताण छाया या स्तरभ्रंशाला समांतर असलेल्या अनेक छोट्या-मोठ्या स्तरभ्रंशांकडे सरकली. त्यामुळे १९०६ नंतर या भागाला भूकंपानं फारसा त्रास दिलेला नाही, असं १९९८मध्ये अमेरिकेच्या भूसर्वेक्षण खात्यानं केलेल्या ताणांच्या अभ्यासातून सिद्ध झालं. त्यामुळे या भागाच्या उत्तरेस आणि दक्षिणेस मात्र ताण वाढला. हळूहळू मात्र या भागात ताण वाढत जाईल. याचं कारण १९८९ साली लोमा प्रीटा इथं बसलेल्या धक्क्याचा परिणाम या भागावर होण्याची शक्यता शास्त्रज्ञ गृहीत धरतात.

१९९४ मध्ये अमेरिकेच्या भूशास्त्रीय सर्वेक्षण खात्याच्या जेम्स डिएट्रिच यांनी भूकंपाबाबत एक नवा आडाखा बांधला असून, त्यामध्ये स्तरभ्रंशावर घसरण होताना खडकांच्या घर्षणाचा विचार केलेला आहे. पूर्वी स्थिर खडकात घर्षण जोरात होतं आणि चलखडकात घर्षण हे खडकांच्या घटकांवर आणि हालचालीच्या वेगावर अवलंबून कमीजास्त प्रमाणात घडतं. यासाठी त्या भागातील खडकांच्या घसरण्याची पूर्वपीठिका जाणून घेणं हे प्रत्येक भूभागात महत्त्वाचं ठरतं.

हे सर्व प्राथमिक स्वरूपाचे आडाखे आहेत. स्टाईन यांच्या मते भूकंपाचा अधिक कसून अभ्यास केला तर आज ना उद्या भूकंपांचं भाकीत सांगताना अंदाजाचा कालावधी आणखी कमी होऊ शकेल. इ.स. २००२मध्ये जगातील सर्व भूकंपांचा अभ्यास करण्याची योजना अमलात आली. त्या अभ्यासावरून ७ श्रेणीच्या भूकंपांनंतर हळूहळू ५ आणि नंतर कमीकमी श्रेणीचे भूकंप धक्के ६१% ठिकाणी जाणवल्याचं दिसून आलं. त्यावरून त्यांचं संशोधन योग्य दिशेनं चाललंय, असं स्टाईनना वाटतंय. त्यांच्या प्रयत्नांना यश आलं तर भूकंपांमुळे होणारी हानी निश्चितपणे कमी करणं शक्य होईल यात शंकाच नाही.

■

नऊ

ज्वालामुखी

ज्वालामुखी म्हणजे पेटते पर्वत असा आपला समज होणे साहजिक आहे. याची छायाचित्रे किंवा प्रत्यक्ष दृश्ये पाहताच पर्वत आग ओकताहेत असा भास होतो. पण हे नावापुरतेच. प्रत्यक्षात ज्वालामुखीतून ज्वाला बाहेर पडत नसतात. बाहेर पडतो तो अतितप्त शिलारस. हा तप्त शिलारस काय किंवा पेटते निखारे किंवा अंगार वाटणारे स्फोट-शकली पदार्थ काय, हे प्रत्यक्ष जळत नसतात. तर

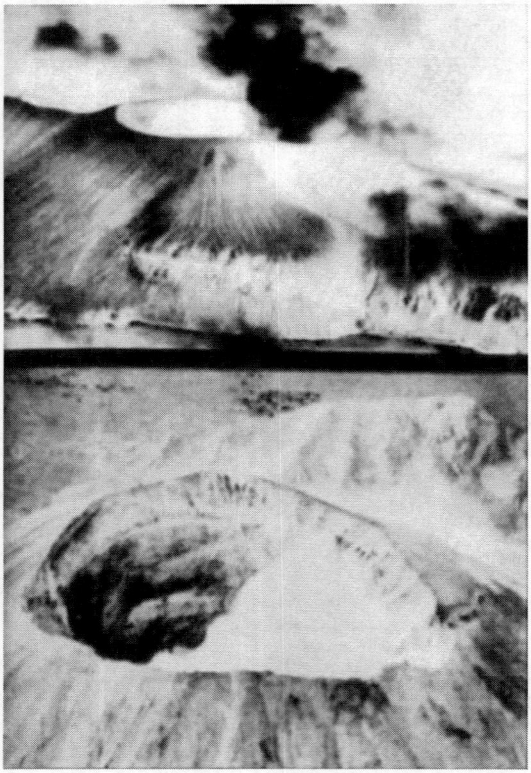

ज्वालामुखीची विवरे

अति उच्च तापमानामुळे ते लालबुंद होऊन बाहेर पडतात. त्यामुळे लाकूड किंवा इतर ज्वालाग्राही पदार्थ सान्निध्यात येताच पेटले तरी ज्वालामुखीचा व आगीचा प्रत्यक्ष संबंध असा येत नाही.

गेल्या ४०० वर्षांत पृथ्वीवर जवळजवळ ५०० ज्वालामुखींचे उद्रेक झाले आहेत व त्यात एक लक्ष नव्वद हजार माणसांचे बळी पडले. ईस्ट इंडिज द्वीपसमूहातील तांबोरी येथल्या एका उद्रेकात इ.स. १८१५ साली यातली एकचतुर्थांशपेक्षा जास्त माणसं (५६ हजार) मृत्यू पावली. ज्वालामुखी या प्रकारची एकंदरीत मानवाने फार पूर्वीपासून धास्ती घेतलेली आहे.

मानवी कळप गुहेत राहात होता, तो सुरक्षिततेसाठी. एक दिवस ती गुहाच डळमळू लागली व नंतर ज्या डोंगरकपारीत ती गुहा होती तो डोंगरच डोक्यातून राख उडवू लागला किंवा तप्त लाव्हारसात जीवसृष्टी बुडवू लागला तर त्या आद्यमानवाला दुसरे वाटणार तरी काय? त्या बिचाऱ्याला काय कल्पना की, आपली वाट लावणारा हा शिलारस उद्याची सुपीक जमीन ठरणार आहे.

तसं बघायला गेलं तर ज्वालामुखी फार जुने! पृथ्वीचे घट्ट कवच तयार व्हायचीच खोटी की, ज्वालामुखींच्या उद्रेकांना सुरुवात झालीच. तप्तवायूंचा गोळा असलेली पृथ्वी थंड होत घनरूपास आली ती ज्वालामुखीसकटच. या ज्वालामुखींच्या उद्रेकातूनच आजही वातावरणात कार्बन डाय-ऑक्साईड, सल्फर डाय-ऑक्साईड व पाऱ्याची संयुगे भू-पृष्ठावर येत असतात. यातूनच पहिला सजीव तयार होण्याच्या दृष्टीने पृथ्वीवर काही संयुगे आली असणार! भू-पृष्ठावर महाबलशाली भीमकाय सरपटणारे प्राणी वावरत होते तेव्हाही ज्वालामुखी वाहात होते. आज आपल्याला दगडी कोळशाच्या रूपात जी अश्मीभूत अरण्ये दिसतात

त्या गजबजाटातही ज्वालामुखींचे उद्रेक होत होतेच. मग मानव आला. प्लीनीसारखे तत्त्वज्ञ ज्वालामुखीच्या उद्रेकात पाँपेईसकट गाडले गेले. त्यानंतर मानव चंद्रावर पोहोचला, त्याची याने मंगळावर गेली तरी पृथ्वीवर ज्वालामुखीचे उद्रेक चालूच आहेत. त्यात आणखी चंद्र व मंगळावरच्या अतिभव्य, पण मृत विवरांचे विश्लेषण पृथ्वीवरच्या ज्वालामुखींबरोबर करायचे काम मानवी शास्त्रज्ञांवर येऊन पडले आहे.

ज्वालामुखी म्हणजे काय, ते कसे तयार होतात याबद्दल शास्त्रज्ञांनी बऱ्याच पाहणीनंतर काही आडाखे बांधले आहेत. भू-पृष्ठाखालच्या गडबडीची ही भू-पृष्ठावरील चिन्हे आहेत याबद्दल सर्वांचीच खात्री आहे. पृथ्वीच्या पोटातील गडबडीची कल्पना आपल्यासारख्या सामान्यजनांच्या आवाक्याबाहेरची आहे. निसर्गाजवळ वेळ भरपूर आहे. आपल्या पूर्वजांनी ब्रह्मदेवाचा क्षण ही जी कल्पना केली आहे ती भू-पृष्ठांतर्गत नैसर्गिक हालचालींना पूर्णपणे लागू पडते. एका मानवी आयुष्यात कळू शकणार नाहीत अशा या हालचाली आहेत.

ज्वालामुखी व भूगर्भ यांचा संबंध असावा हे कळते ते असंख्य छोट्या छोट्या पुराव्यांमार्फत. किंबहुना भू-शास्त्रातील असंख्य घडामोडी समजून घेऊन त्यातून काही अर्थनिष्पत्ती व्हायची असेल तर त्यासाठी भू-शास्त्रज्ञ चांगल्यापैकी गुप्तहेर असावा लागतो. भू-पृष्ठावर जिथे जिथे भूकंपाचे धक्के सातत्याने व अधिक प्रमाणात जाणवतात अशाच ठिकाणी ज्वालामुखींचे अस्तित्व दिसून येते. विशेषत: त्या भूकंपाचा केंद्रबिंदू भू-पृष्ठाखाली ६० मैल खोलीवर आढळतो. म्हणजेच ज्वालामुखींचा व ६० मैल खोलीवरच्या भू-पृष्ठांतर्गत हालचालींचा काहीतरी संबंध असायला हवा. दुसरे म्हणजे जगातील बहुतेक सर्व ज्वालामुखी भू-शास्त्रीय दृष्ट्या अलीकडच्या कालखंडातील नुकत्याच अस्तित्वात आलेल्या पर्वतराजीत आढळतात. म्हणजेच भू-पृष्ठावर नुकताच जिथे ताण पडलाय, घड्या पडल्या आहेत, अशा भू-भागात ज्वालामुखी प्रामुख्याने आढळतात.

भू-पृष्ठाखाली अतिशय तप्त व घट्ट पदार्थ खूप दाबाखाली असतात. जर हा दाब काही कारणांनी कमी झाला तर लगेच त्या घनरूप पदार्थाचा द्रवरूप पदार्थ बनतो. काही वेळा हा बदल तापमानवाढीमुळेही होतो. कित्येकदा किरणोत्सर्गी पदार्थांमुळे तापमान वाढते. यामुळे जो द्रवरूप पदार्थ बनतो त्यास मॅग्मा म्हणतात. हा मॅग्मा भू-पृष्ठाच्या खडकांपेक्षा हलका असतो. यामुळे जशी वाट मिळेल तसतसा तो त्या खडकातून वरवर येऊ लागतो. जर खडकातून अशा मॅग्मास चटकन वर येऊ देणाऱ्या भेगा असतील तर हा मॅग्मा प्रवाही लाव्हाच्या स्वरूपात शांतपणे भू-पृष्ठावर येऊन पसरतो. दरवेळेस असे घडतेच असे नाही. मॅग्माच्या वाटेत जर अडथळे असतील तर अशा खडकांच्या छपराखाली मॅग्माकक्ष तयार होतो व यातील मॅग्मा भू-पृष्ठावर येण्यासाठी धडपडू लागतो व यातून एक किंवा अनेकही स्फोटक उद्रेक होतात.

जिथे पर्वतश्रेणी घडत असतात अशा ठिकाणी प्रवाही मॅग्मा तयार व्हायला व तो भू-पृष्ठावर यायला मदत होईल अशी परिस्थिती निर्माण होते. अर्थात अलीकडच्या सर्वच पर्वतश्रेणीत ज्वालामुखी नाहीत. त्याची कारणेही वेगळीच आहेत. उदाहरणार्थ आल्प्स व हिमालयासारख्या वयाने खूपच कमी असलेल्या पर्वतश्रेणींमध्ये ज्वालामुखींचा अभाव दिसतो. कारण या पर्वतांची असाधारण संरचना. या संरचनेमुळे तिथे मॅग्माला भूपृष्ठावर यायला वावच उरत नाही. ज्या पर्वतश्रेणीत ज्वालामुखी आढळतात तिथे भू-कवचाची जाडी कमी असते व इथे भू-पृष्ठास खूप खोलवर पोहोचणारे तडे गेलेले असतात. भू-शास्त्रीय अभ्यासाने असे सिद्ध झाले आहे की, एखादी पर्वतश्रेणी तयार झाल्यावर, भू-कवचाच्या मोठमोठ्या हालचाली नमत आल्यावर परिस्थितीचा समतोल साधण्यासाठी भूकवचाच्या ज्या बारीकसारीक हालचाली होत राहतात, त्यावेळी ज्वालामुखी उफाळतात. विशेषत: अशा वेळी भू-खंड ज्वालामुखींच्या उद्रेकास जोर चढतो.

ज्वालामुखी म्हटल्यावर आपल्या डोळ्यांसमोर एक शंकू व त्याच्या पोटातून येणारा धूर, उडणारी राख, वाहणारा लाव्हा व होणारे स्फोट डोळ्यांसमोर येतात. याचे एकमेव कारण म्हणजे आपल्याला नेत्रदीपक गोष्टींचा असलेला हव्यास! पण जसे माणसामाणसात प्रकार असतात तसेच ज्वालामुखींचेही असंख्य प्रकार असतात. अतिशय स्फोटक ज्वालामुखींपासून अतिशय शांतपणे वाहणाऱ्या

लाव्हा प्रवाहांना जन्म देणाऱ्या भेगांपर्यंत, अतिप्रचंड उंचीच्या पर्वतशिखरांपासून ते अतिशय छोट्या उंचवट्यापर्यंत आकार प्रकारात ज्वालामुखी सापडतात.

ज्वालामुखींच्या उद्रेकांवरून त्यांचे प्रकार ठरविण्यात आलेले आहेत. अर्थात ज्वालामुखींची सुरुवात एका प्रकारच्या उद्रेकाने होऊन नंतर दुसऱ्याच प्रकारचे उद्रेक झाल्याची उदाहरणे आहेत.

हवाईयन ज्वालामुखी :- या प्रकारात मुख किंवा विवर खूपच मोठे असते. लाव्हा प्रभावी असतो. उद्रेक अतिशय शांतपणे होऊन लाव्हाचे पाट वाहू लागतात. कधीकधी प्रवाहापर्यंत वायूंचा दाब वाढून लाव्हाची कारंजी तयार होतात.

स्ट्राँबोलियन ज्वालामुखी :- या प्रकारच्या ज्वालामुखीच्या उद्रेकात सतत छोटेछोटे उद्रेक होत राहातात. लाव्हा दाट असतो. अशा लाव्हावर झटकन साय धरते व तिचे घट्ट आवरण तयार होते. याखालील वायूंचा दाब वाढताच ते कवच जोराच्या स्फोटाबरोबर छिन्नविछिन्न होऊन दूर फेकले जाते.

व्हल्कॅनियन :- स्ट्राँबोलियन उद्रेकापेक्षा दोन व्हल्कॅलियन उद्रेकांतील मध्यंतर जास्त वेळचे असते. या ज्वालामुखीचे मध्यंतर जास्त असायचे कारण लाव्हा अतिशय दाट असतो व तो अतिशय वेगाने घट्ट होत जातो. यामुळे लाव्हा प्रवाहावरचे आवरण जाड असते. ते फोडून मार्ग काढणाऱ्या लाव्हामध्ये जास्त दाब उत्पन्न व्हावा लागतो. त्यामुळे याचा परिस्फोटही स्ट्राँबोलियन प्रकारच्या उद्रेकापेक्षा प्रखर व वेधक असतो.

व्हेसुवियन :- व्हेसुवियन उद्रेकातील मध्यंतर कित्येक दशक वर्षांत मोजावे लागते इतके मोठे असते. हे उद्रेक फारच प्रक्षोभक असतात. यातून फार मोठ्या प्रमाणावर स्फोटकशील पदार्थ बाहेर फेकले जातात. लाव्हा अतिशय दाट असल्यामुळे तो ज्वालामुखी विवरात घट्ट बूच बसावे तसा साठतो. हे बूच काढण्यासाठी लागणारा दाब अतिप्रचंड असतो. प्रलयंकारी स्फोट होतो.

प्लिनियन :- अतिशय प्रक्षोभक व्हेसुवियन उद्रेकांना

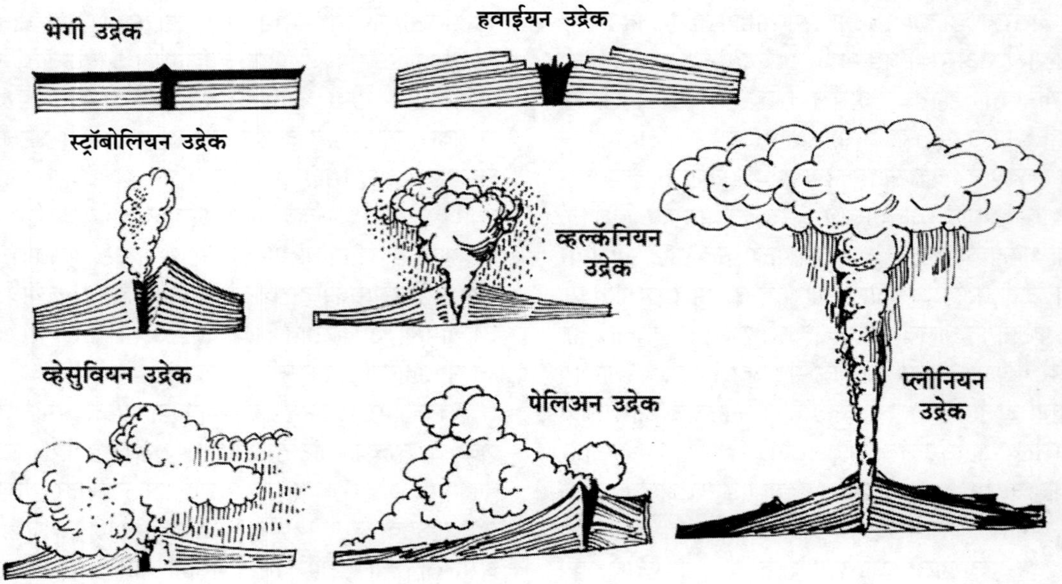

ज्वालामुखींचे प्रकार

प्लिनियन असे संबोधण्यात येते.

पेलियन :- व्हेसुवियन व प्लिनियन यांची पुढची पायरी म्हणजे पेलियन ज्वालामुखी. माऊंट पेलीच्या इ.स. १९०२च्या उद्रेकामुळे हे नाव रूढ झाले. या प्रकारात लाव्हा अतिशय दाट असतो. उद्रेकाची सुरुवात प्रज्वलंत रक्षा प्रवाहांनी (न्यूई आर्दांते) होते. यातून ज्वालामुखी सुळका बाहेर येतो.

हे ज्वालामुखीचे प्रकार बघितले म्हणजे असे लक्षात येते की, ज्वालामुखी कसे तयार होणार हे ज्याप्रमाणे भू-पृष्ठाच्या संरचनेवर अवलंबून असते त्याचप्रमाणे मॅग्माच्या भौतिक गुणधर्मावरसुद्धा अवलंबून असते. ज्वालामुखीच्या उद्रेकावर प्रभाव पाडणारा मॅग्माचा सर्वांत मोठा गुणधर्म म्हणजे विष्यंदता अथवा दाटपणा (Viscosity).

वेगवेगळ्या मॅग्मांच्या व लाव्हा प्रवाहांच्या विष्यंदतेत खूप फरक असतो. काही लाव्हा इतके प्रवाही असतात की, ते ताशी २० मैल वेगाने खूप अंतरापर्यंत वाहात जातात. याउलट काही लाव्हाप्रवाह इतके विष्यंद असतात की, ते गोगलगायीच्या गतीने वाटचाल करीत असतात.

लाव्हा जर प्रभावी असेल तर लाव्हाप्रवाह दूरवर पसरतात. त्यांची वरची बाजू सपाट असते. असा लाव्हा ज्यातून बाहेर पडतो असे ज्वालामुखी विशेष स्फोटक नसतात. त्यांचे उद्रेक सौम्य असतात. अशा सौम्य व शांत उद्रेकांमुळे तयार होणाऱ्या भू-स्तरास ढालीचा आकार लाभतो. हवाई बेटातील ज्वालामुखी अशा प्रकारचे आहेत व ते ज्वालामुखींच्या जीवन-चक्राच्या निरनिराळ्या अवस्था दाखवतात.

अशा ज्वालामुखींच्या प्रथमावस्थेत अतिशय तप्त व प्रवाही बेसाल्ट लाव्हाप्रवाह बाहेर पडतात. जसजसा ज्वालामुखी वाढू लागतो तसतसे शिखरावरचे विवर मोठमोठे व्हायला लागते. त्या विवराच्या भिंती आतील बाजूस कोसळतात. किलू व मावना लोआ हे हवाईतील ज्वालामुखी सध्या या अवस्थेला पोहोचलेले आहेत.

ज्वालामुखी जेव्हा वृद्धावस्थेत पोहोचतो तेव्हा नव्याने निर्माण झालेले लाव्हास्तर पहिल्या सर्व विवरांचा नाश करतात. उद्रेकातील मध्यंतराची कालव्याप्ती वाढत जाते. लाव्हाचे संघटन बदलू लागते. त्यांची विष्यंदता वाढू लागते. त्यामुळे ते शंकूच्या शिखरापासून फार दूरवर जाऊ शकत नाहीत. त्यामुळे शिखराकडे उभे कडे तयार होऊ लागतात. मध्यंतराचा कालखंड वाढल्यामुळे अंतर्भागातील वायूंचा दाबही वाढू लागतो. त्यामुळे प्रक्षोभक विस्फोट वाढतात व रक्षांचे शंकू ज्वालामुखी मूळ ज्वालामुखीच्या बाजूस तयार होतात. 'मावना', 'किलो' व 'कोहाला' हे हवाईबेटातील ज्वालामुखी वृद्धावस्थेस पोहोचले असून, 'हुआलाली' ज्वालामुखीही हळूहळू वृद्धावस्थेकडे झुकू लागला आहे. इ.स. १९०२मधल्या माऊंट पेली या मार्टिनिक्‌मधल्या ज्वालामुखीचा मॅग्मा विष्यंदच म्हणायला हवा. जेव्हा तो लाव्हा स्वरूपात बाहेर आला तेव्हा जवळजवळ घट्टच झालेला होता. त्यामुळे हा लाव्हा स्तंभ स्वरूपातच बाहेर पडला व 'वाढता वाढता वाढे झेपावे गगनाकडे' करीत १००० फूट उंच वाढला नि काही दिवसांनी कोलमडला. कॅलिफोर्नियातील लास्सेन पीक नॅशनल पार्कमधील लास्सेन शिखर हे अशाच प्रकारच्या लाव्हा उत्सर्जनाचे उत्तम उदाहरण म्हणावयास हवे. जपानमधील फुजियामा, मेक्सिकोतील पोपोकाटेपेत्ल व ओरिझाबा, फिलिपीन्समधील मायाँ व अमेरिकेतील माऊंट रेनियर व शास्ता हे ज्वालामुखी काही प्रमाणात लाव्हा उत्सर्जनाने, तर काही प्रमाणात स्फोटशकली पदार्थांच्या उद्रेकाने तयार झाले आहेत. या मिश्र ज्वालामुखींचे उतार अंतर्गोल असून, ते वाढत वाढत शिखरास मिळतात. यांचा पाया रुंद असून, शिखर सुळक्यासारखे दिसते. आसमंतापेक्षा खूपच उंच जाणारी ही शिखरे अतिशय भव्य दिसतात.

काही ज्वालामुखींचे शंकू फक्त स्फोटशकली पदार्थांचेच बनतात. हे झपाट्याने वाढले तरी यांचे उतार सर्व बाजूंनी सारखे तयार होतात. अमेरिकेतल्या माऊंट शास्ताप्रमाणे भव्य ज्वालामुखी पर्वत तयार होण्यासाठी लक्षावधी वर्षांचा काळ जावा लागतो. अतिविष्यंद लाव्हा असेल तरच ज्वालामुखी शंकू भराभरा वाढतात. माऊंट पेलीने या बाबतीत उच्चांक करून ठेवलाय असे म्हणावयास हवे. हा शंकू १८ महिन्यांत १३०० फूट वाढला. माऊंट पेलीचा हा उच्चांक मेक्सिकोतल्या पेरिक्युटिन ज्वालामुखीने मोडला खरा, पण पेरिक्युटिन प्रक्षोभक प्रकारचा ज्वालामुखी

होता. एका वर्षात त्याची उंची १२०० फुटांपर्यंत वाढली. इ.स. १५३८मध्ये नेपल्सच्या उपसागरात जन्मलेल्या माँटेनुव्हेची वाढ तर मनूच्या माशाला लाजविणारी ठरली. या शंकूने एका दिवसात ४४० फुटांची उंची गाठली. एका दिवसात जास्तीत जास्त उंची गाठण्याचा विक्रम ब्लाँश बे मधल्या न्यू इंग्लंड बेटावरच्या ज्वालामुखी शंकूचा आहे. पहिल्या २४ तासांत हा ज्वालामुखी शंकू ६०० फूट वाढला व नंतर काही दिवसांत हळूहळू वाढत वाढत ७४२ फूट उंच वाढून तो स्थिरावला.

आतापर्यंत आपण जे ज्वालामुखी पाहिले ते सगळे मॅग्मा कक्षातून नळावाटे मॅग्माची वाहतूक करून शंकूच्या आकारात स्थिरावणारे ज्वालामुखी होते. यांचे आकार शंकू वा घुमटाकृती होते. काही ढाली ज्वालामुखीही असेच तयार झाले, पण याशिवाय इतर प्रकारचे ज्वालामुखीही असतात. अर्थात या ज्वालामुखींच्या उद्रेकात चित्तथरारक, प्रेक्षणीय असं काही नसतं. भू-कवचाला भेगा पडून त्यातून प्रवाही लाव्हा प्रचंड प्रमाणात बाहेर पडतो. या लाव्हाच्या आधी राखेचा प्रवाहही कधीकधी येत असतो. अशा प्रकारच्या लाव्हा उत्सर्जनामुळे पठारे तयार होतात. दख्खनचे पठार अशा तऱ्हेच्या ज्वालामुखीमुळेच तयार झाले असावे असा शास्त्रज्ञांचा तर्क आहे.

अशा प्रकारच्या उद्रेकातून दोन प्रकारचे लाव्हा बाहेर पडत असतात. यातला एक प्रकार म्हणजे दख्खनच्या पठारावर सर्वत्र सापडणारा बेसाल्ट तयार होण्यासाठी लागणारा बेसाल्टी लाव्हा. बेसाल्टी मॅग्मा भू-पृष्ठाखाली असलेल्या बेसाल्टी थरातून बाहेर पडतो. दुसरा प्रकार म्हणजे ग्रॅनायटी मॅग्माचा. यातून सिलिकासमृद्ध असे ऱ्हायोलाईट लाव्हा तयार होतात.

सुमारे ५ ते १० कोटी वर्षांपूर्वीच्या क्रिटेशियस-इओसीन कालखंडात दख्खनच्या पठारावर पसरलेल्या बेसाल्ट खडकांचे उत्सर्जन झाले. या बेसाल्टांनी आज २ लक्ष चौरस मैल प्रदेश व्यापला आहे. म्हणजे त्या काळात बेसाल्टची व्याप्ती किती असेल हे लक्षात येते. या बेसाल्टची जास्तीत जास्त जाडी साडेपाच हजार फूट आहे. या काळात एक लक्ष घन मैलांपेक्षा जास्त लाव्हा उफाळला असावा, असा अंदाजही तज्ज्ञांनी बांधला आहे.

याउलट ऱ्हायोलाईट प्रकारचे लाव्हा उत्सर्जनाचे उदाहरण पाहावयाचे झाल्यास आपल्याला अलीकडच्या कालखंडातल्या अमेरिकेत जावे लागते. इ.स. १९१२मध्ये अलास्कातील व्हॅली ऑफ टेन थॉउजंड स्मोक्स येथे अशा प्रकारचे उद्रेक झाले. वायूभारित लाव्हा फसफसत या भेगातून वर आला. या लाव्हात लालभडक अतिशय तप्त असे लाव्हाचे थेंब व गोळे होते. भू-पृष्ठावर येताच यांचे प्युमिस व ज्वालामुखी काचेत रूपांतर झाले. हे मिश्रण इतके प्रवाही होते की, त्यातून प्रज्वलंत रक्षेचा प्रवाह निर्माण होऊन कित्येक मैल वाहात गेला. अशा प्रकारच्या भेगी उद्रेकांच्या वेळी पृथ्वीचे कवच खचते व खाली वाकते असे आढळून आले आहे. अशा तऱ्हेचे उद्रेक झालेल्या ठिकाणात न्यूझीलंडमधील तावपो, सुमात्रातील तोबा व एल् साल्वादोरमधील इलोपांगो याचा समावेश होतो.

महाकुंड (CALDERA)

ज्वालामुखी संरचनेतील एक अतिभव्य नेत्रदीपक असे कृत्य म्हणजे महाकुंडाची निर्मिती. महाकुंड ही ज्वालामुखीच्या मुखाप्रमाणेच दिसतात. पण अतिशय भव्य असतात. अर्थात ही महाकुंडे रचनात्मक कृतीने तयार न होता विध्वंसनाने तयार होतात. 'मायटियर दे राईज हेविअर दे फॉल!' अशी एक इंग्रजी म्हण आहे त्याची आठवण महाकुंडांची जन्मकथा वाचताना होते. शंकू वाढत वाढत उंच होत जातो आणि एक दिवस शंकूच्या भिंती आत कोसळतात. विशेषत: मिश्र ज्वालामुखीत हे प्रामुख्याने घडते. प्युमिस व रक्षा जेव्हा प्रचंड वेगाने ज्वालामुखीतून बाहेर फेकली जाते तेव्हा या भिंतींच्या आतून असलेला आधारच नाहीसा होतो. ओरेगॉनमधले क्रेटर लेक हे असेच एक महाकुंड आहे. एकेकाळी इथे बारा हजार फूट उंचीचे शिखर अस्तित्वात असावे. ६५०० वर्षांपूर्वी ज्वालामुखीच्या उद्रेकात यातून १० घन मैल घनफळाची प्युमिसयुक्त रक्षा ओकली गेली. त्यामुळे सहा मैल रुंद व ४००० फूट खोल असे एक महाकुंड इथे शिल्लक राहिले. इ.स.१८८३ सालच्या क्राकाटोआच्या राक्षसी उद्रेकातसुद्धा जवळजवळ

४॥ घनमैल घनफळाएवढी रक्षा बाहेर फेकली गेली. ज्वालामुखी कोसळला त्यामुळे ५ मैल रुंदीचे महाकुंड समुद्रात तयार झाले व त्यामुळे एक राक्षसी लाट उफाळली व तिने जवळच्या जावा, सुमात्रा बेटांना तडाखा दिला. त्यात ३६००० लोक प्राणास मुकले!

सध्या जिथे 'व्हेसुव्हियस'चा ज्वालामुखी आहे तिथे एक खूप मोठा ज्वालामुखी शंकू अस्तित्वात होता. तो असंख्य वर्षे सुप्तावस्थेत होता. त्यामुळे हा ज्वालामुखी आहे हे विसरून लोकांनी त्याच्या उतारांवर द्राक्षाचे मळे लावले होते. ते अगदी त्या पर्वताच्या पायथ्यापासून शिखरापर्यंत पसरलेले होते. या प्रदीर्घ सुप्तावस्थेत असलेल्या ज्वालामुखीच्या अंतर्भागात ज्वालामुखी वायूंचा दाब वाढतच होता. मॅग्मा कक्षाला जोपर्यंत हा दाब सहन करवला, तोपर्यंत विशेषसं काही घडलं नव्हतं. पण नंतर मात्र या ज्वालामुखीचे एकामागोमाग एक प्रक्षोभक स्फोट झाले. या स्फोटात प्रथम हलक्या वायुभारित प्युमिस राखेचा वर्षाव आजूबाजूच्या परिसरात झाला. मग जड काळ्या रंगाच्या मॅग्माचे अगदी अंतर्भागातून प्रक्षेपण झाले. या लाव्हाच्या उत्सर्जनाच्या वेळेसच प्रचंड प्रमाणावर पाऊस पडला आणि त्यामुळे डोंगरउतारावरचे ज्वालामुखी खंगारक प्रवाही बनले. हा लोंढा हर्क्युलेनियम या गावात शिरला व त्यामुळे हे गाव जगाच्या नकाशावरून कायमचे पुसले गेले. या ज्वालामुखीचे इतक्या कमी कालावधीत इतके उद्रेक झाले व त्यातून इतका लाव्हा बाहेर पडला की, आतून आधार सुटून ज्वालामुखीच्या भिंती आतल्या बाजूसच कोसळल्या व तिथे एक प्रचंड अर्धवर्तुळाकृती विवर तयार झाले. या विवराला माँटे सोमा म्हणतात. व्हेसुवियस हे त्या विवरात तयार झालेले ज्वालामुखीचे एक छोटे पिल्लूच म्हणायला हवे.

ज्वालामुखींनी आजपर्यंत आपले खूपच नुकसान केलेले आहे. आता आपण या नुकसानीचा आढावा घेऊ.

■

दहा

धोकादायक ज्वालामुखी

ज्वालामुखींबद्दल आपण बऱ्याच गोष्टी ऐकून असतो. आपली महाराष्ट्राची भूमी ज्वालामुखीतून ओतल्या गेलेल्या लाव्हारसाने तयार झालेली असली तरीही आपल्याला ज्वालामुखींची म्हणावी तशी माहिती नाही. ज्वालामुखीच्या विस्फोट होण्याच्या पद्धतीवरून निरनिराळे प्रकार केले जातात. त्यांची माहिती या आधीच्या भागात आलेली आहेच. या प्रकरणात ज्वालामुखीपासून मानवाचे होणारे नुकसान हा विषय प्रामुख्याने आपण पाहाणार आहोत.

२१ जानेवारी १९५१ या दिवशी १०-१४ला एक विमान पोर्ट मोर्सबीहून राबॉल या ठिकाणाकडे चालले होते. न्यूगिनीतल्या माउंट लॅमिंग्टनच्या वायव्येस ४० किलोमीटर्स असताना, क्वांटास एअरवेजच्या कॅप्टन जेकबसन या वैमानिकाला एक अभूतपूर्व दृश्य पाहावयास मिळाले. तोपर्यंत मृत समजल्या गेलेल्या त्या ज्वालामुखीतून काळ्या रंगाचा ज्वालामुखीतल्या राखेचा फवारा उंच उडाला. केवळ दोन मिनिटांतच या फवाऱ्याने १२००० मीटर्सची उंची गाठली. माऊंट लॅमिंग्टन जागृत झाला होता. त्यातून धगधगीत राख बाहेर पडू लागली. त्या राखेच्या प्रवाहात सापडून २९४२ लोक ठार झाले. यानंतरच्या २५ वर्षांच्या कालखंडात बऱ्याच ज्वालामुखींचे स्फोट झाले. त्यातील सर्वांत नुकसानकारक म्हणजे जानेवारी १९७७मध्ये आफ्रिकन खचदरीच्या परिसरातील रुआंडा बुरुंडीतील जागृत झालेला ज्वालामुखी. यातही दोन हजार लोक ठार झाले असावेत असा अंदाज आहे. असे असले तरी सर्व ज्वालामुखींच्या विस्फोटात मनुष्यहानी होतेच असे नाही. ऐतिहासिक कालखंडापासून जे ज्वालामुखी जागृत झाले, त्यातल्या ७६० ज्वालामुखींची आजमितीस नोंद झाली असून, त्यातल्या फक्त ९५ ज्वालामुखींच्या विस्फोटात मनुष्यहानी झालेली आहे. हा आकडा भूकंपाने झालेल्या प्राणहानीपेक्षा खूपच कमी आहे.

ज्वालामुखीने झालेल्या हानीत अर्थातच जपानचा नंबर पहिला लागतो. जपानमध्ये प्रचंड हानिकारक ज्वालामुखींचे १४ उद्रेक झाले. किरकोळ उद्रेकही झालेले आहेतच. जपानच्या खालोखाल उपद्रवकारक ज्वालामुखीच्या उद्रेकात जावा (इंडोनेशिया)चा नंबर येतो. इथल्या हानिकारक ज्वालामुखींच्या उद्रेकांची संख्या आहे बारा. फिलिपिन्स व दक्षिण अमेरिकेतल्या देशात प्रत्येकी सहा हानिकारक उद्रेक झालेले आहेत. सर्वांत जास्त प्राण घेण्याचा मान मात्र माऊंट एटना या सिसिलीतल्या ज्वालामुखीकडे पोहोचतो. इ.स. १६६९ मधील उद्रेकात या ज्वालामुखीने १ लक्ष लोकांचे जीव घेतले. हा उद्रेक भलताच जोरदार होता. त्या तीव्रतेचा उद्रेक तिथे आज झाला तर किमान २० लाख लोक प्राणास मुकतील.

'क्राकाटोआ' व 'माउंट पेली' हे दोन ज्वालामुखी संहारक ज्वालामुखी म्हणून ओळखले जातात. यातल्या क्राकाटोआ या ज्वालामुखीचा इ.स. १८८३ मधला स्फोट आजही अभूतपूर्व गणला जातो. या ज्वालामुखीतून प्युमिस राख इतक्या मोठ्या व जोरदार प्रमाणात उसळली व वातावरणात मिसळली की, पृथ्वीवर दोन दिवस सूर्योदय व सूर्यास्ताचे रंग बदलले. या ज्वालामुखीच्या मुखाकडचा भाग कोसळून आत पडला. तसेच समुद्रात त्सुनामी या राक्षसी लाटा उसळून ३६४१७ लोक मृत्युमुखी पडले.

वेस्ट इंडिजमधल्या मार्टिनिक बेटावरील माऊंट पेली या ज्वालामुखीतून इ.स. १९०२ साली प्रज्वलंत लाव्हाचा प्रवाह सेंट पिएर या गावावर चालून आला. त्यामुळे या गावच्या तुरुंगाच्या तळघरात एकांतवासाची शिक्षा भोगत असलेला कैदी सोडला तर बाकीच्या सर्वच्या सर्व ३०,००० लोकांना प्राणास मुकावे लागले. सेंट पिएर हे गावच

पृथ्वीवरून पुसले गेले. या गावाच्या बलिदानाने जागृत होऊन शास्त्रज्ञांनी ज्वालामुखींचा रहस्यभेद करण्यासाठी कसून प्रयत्न सुरू केले असे म्हटले तर वावगे होणार नाही.

विशेषत: माऊंट पेली प्रकारचे पेटते अंगार– यांना 'न्युई ऑर्दाते' असे म्हणतात– फेकणारे ज्वालामुखी फार धोकादायक ठरतात. न्युई ज्वालामुखी स्फोट होण्यापूर्वी फारच थोडा इशारा मिळतो. न्युई ऑर्दाते हे प्रवाह म्हणजे सर्वनाशाचे निमंत्रण. ज्वालामुखीचा स्फोट कसा होणार हे प्रामुख्याने मॅग्मात विद्राव्यावस्थेत असलेल्या वायूंच्या प्रमाणावर अवलंबून असते. ज्याप्रमाणे सोडावॉटरच्या बाटलीत दाबाखाली वायू विरघळवला जातो त्याचप्रमाणे मॅग्मात दाबाखाली वायू विरघळतात. जेव्हा हा दाब दूर होतो तेव्हा मॅग्मा जोरात बाहेर पडतो. न्युई ऑर्दाते प्रवाहात हा दाब प्रचंड प्रमाणात वाढतो, पण ज्वालामुखीच्या विवरातले बूच याहीपेक्षा घट्ट असते. त्यामुळे एक तर स्फोटशकली पदार्थ बाहेर पडतात ते चिडूनच. त्यात तप्त हवेचा किंवा अस्तराप्रमाणे वायूचा थर जमीन व लाव्हामध्ये असतो. त्यावरून तो प्रचंड वेगाने पसरत जातो. हे आपल्याला प्रत्यक्ष पाहायचे झाले तर लालबुंद तव्यावर पाणी टाकले की, वाफेच्या थरावर नाचत नाचत पाण्याचे थेंब काही काळ तरंगताना दिसतील, तसेच न्युईच्या बाबतीत घडते. यातून निघणाऱ्या तप्त राखेचा प्रवाह वावटळीच्या वेगाने वाहतो. या प्रवाहाच्या नुसत्या उष्णतेने किंवा ही राख नाकातोंडात जाऊन गुदमरून प्राणी मरतातच, पण यामुळे तापलेल्या हवेनेसुद्धा फुफ्फुसांचा निकाल लागून प्राणहानी होते. एवढेच नव्हे तर या प्रेतांतील द्रवपदार्थाचे भंजक उर्ध्वपातन (डिस्ट्रक्टिव डिस्टिलेशन) होऊन फक्त कार्बन तेवढाच शिल्लक राहातो. यामुळे या ज्वालामुखीच्या प्रकारास सर्वांत भयानक प्रकारचा ज्वालामुखीय उद्रेक म्हणण्यात येते.

ज्वालामुखींचा अभ्यास करणाऱ्या शास्त्रशाखेस व्होल्कॅनोलॉजी व ज्वालामुखीतज्ज्ञांस व्होल्कॅनॉलॉजिस्ट म्हणतात. सध्याच्या शास्त्रीय प्रगतीच्या युगात ज्वालामुखीतज्ज्ञ कुठला ज्वालामुखी न्युई पद्धतीचा फुत्कार टाकील व त्यामुळे कुठल्या भागात किती नुकसान होऊ शकेल याचे बरेच अचूक निदान करू शकतात. आपले सध्याचे ज्वालामुखीसंबंधातले ज्ञान बरेच मर्यादित स्वरूपाचे असले तरीही ज्वालामुखींपासून होणारी प्राणहानी व इतर स्वरूपाची हानी कमी करण्याच्या दृष्टीने प्रयत्न करणे शक्य आहे. हवाई येथे व इतरत्रही जिथे जागृत ज्वालामुखी आहेत त्या ठिकाणी या दृष्टीने ज्वालामुखीतज्ज्ञ ज्वालामुखींची सतत पाहणी करीत असतात.

ज्वालामुखीमुळे होणाऱ्या हानीचे ५ प्रकार मानण्यात येतात.

(१) स्फोटशकली पदार्थांचा वर्षाव

(Pyroclastic falls)

या प्रकारचा वर्षाव हा बऱ्याच जागृत ज्वालामुखींच्या उद्रेकातून होत असतो. यामुळे स्थावर मालमत्तेचे बरेच नुकसान होत असले तरी प्राणहानी कमी होते. सरासरीने पृथ्वीवर दर दोन वर्षांत एकदा कुठे ना कुठे तरी हा वर्षाव घडून येतो. खदखदणारा मॅग्मा जेव्हा त्यातील वायू व वाफ यांच्या मिश्रणातून स्फोट होऊन विवरातून जोराने बाहेर फेकला जातो तेव्हा हा ज्वालामुखीय राखेचा पाऊस आसपासच्या प्रदेशावर बरसतो. [हा फेसाळ लाव्हा घट्ट होऊन प्युमिस हा (पाण्यावर तरंगणारा) खडक तयार होतो.] प्युमिसची घनता कमी असल्यामुळे त्याचे कण वाऱ्याबरोबर दूरवर फैलावतात. हलक्या वर्षावात आजूबाजूच्या प्रदेशावर राखेचे आवरण असते. जर ही वृष्टी जोराची असेल तर मात्र झाडांची पाने, फुले झडतात. क्वचित प्रसंगी फांद्याही मोडून पडतात. १ मीटर जाडीचा थर तयार होईल इतका वर्षाव झाला तर मात्र तो प्रदेश उजाडच बनतो. असा वर्षाव सजिवांच्या दृष्टीनेही घातकच ठरतो, पण तो वेगळ्या प्रकारे. इ.स. १९७३ सालच्या आईसलँडमधील हॅमे बेटावरील उद्रेकात हॅमे गावावर असाच राखेचा थर बसला होता. इथे सपाट छपरांची व गच्च्यांची घरे या राखेच्या ढिगाच्या वजनामुळे कोसळली; तर कित्येकांचे संरचनात्मक नुकसान झाल्यामुळे ती नंतर पाडावी लागली. इथे राखेचा वर्षाव होत असतानाही बरेच शास्त्रज्ञ व समाजसेवक शिरस्त्राणे, गॉगल्स व जाड कपडे घालून काम करीत होते. हा उद्रेक पॉंपेईला कायमचे गाडणाऱ्या उद्रेकाइतकाच तीव्र होता.

ज्वालामुखीच्या उद्रेकातून फेकले गेलेले स्फोटशकली पदार्थ– व्होल्कॅनिक बाँब.

जेव्हा एखाद्या ज्वालामुखीच्या उद्रेकात कमी विष्यंदतेचा मॅग्मा अतिशय मोठ्या प्रमाणात जलदरीत्या ओकला जातो तेव्हा यातून बाहेर पडणारे तुकडे गरम व आकार्य स्थितीत असतात. त्यामुळे ते एकमेकांना चिकटून जोडले जातात व संधित टुफ तयार होते. ही सांधण्याची क्रिया ज्वालामुखीच्या विवरापासून कित्येक किलोमीटर अंतरापर्यंत चालू असते. शिवाय ही संधित राख मूळ नसलेल्या लाव्हाप्रमाणे वाहात राहू शकते. फार मोठ्या प्रमाणात संधित टुफ तयार होण्याची प्रक्रिया भू-शास्त्रीयदृष्ट्या अलीकडच्या काळात विशेष मोठ्या प्रमाणात झालेली नाही, हे आपले नशीबच समजायला हवे. अशा तऱ्हेचे संधित टुफांचे थर अमेरिकेतील पेंटालेरिया येथे सापडतात.

प्लिनियन पद्धतीच्या उद्रेकात खूप प्रचंड प्रमाणात राखेचा वर्षाव होतो. या पद्धतीत वायूंचे जोरदार उत्सर्जन होते. इ.स. ७९मध्ये व्हेसुवियनसचा असाच उद्रेक झालेला होता. या उद्रेकात प्रचंड नुकसान होत असतेच, पण अतिशय वजन एकाएकी पडल्यामुळे इमारती कोसळतात. कललेल्या छपरामुळे राख ओघळून जाते. त्यामुळे अशी घरे विशेष नुकसान न होता उकरून काढता येतात. प्लिनियन पद्धतीच्या उद्रेकात फार थोड्या वेळात फार मोठ्या प्रमाणात राखेचा वर्षाव होतो. यामुळे दळणवळण, संदेशवहन यात खंड पडतो. वाहतूक आणि मदत व सुटकेच्या प्रयत्नात अडथळे येतात. शिवाय या ज्वालामुखीतील राखेमुळे मानवी व यांत्रिक कामेही बंद होतात.

या रक्षावर्षावामुळे चराऊ जनावरांच्या दातांना धोका पोहोचतोच; पण ही राख पोटात जाऊन त्यांच्या आतड्यांचेही नुकसान होते. या राखेत कधीकधी विषारी मूलद्रव्ये असतात. त्यामुळे गवत माखले जाऊन तेही विषारी बनते व असे गवत खाणारी जनावरे प्राणास मुकतात. न्यूझीलंडमध्ये प्रागैतिहासिक काळातील संधित टुफमध्ये कोबाल्टचे प्रमाण वाजवीपेक्षा जास्त होते. तिथले गवत खाल्ल्यावर बरीच पाळीव जनावरे मरू लागली त्यामुळे हे लक्षात आले.

या रक्षावर्षावामुळे जीवनाचा नैसर्गिक समतोल ढळतो. यामुळे काही नाजूक प्रकृतीचे प्राणी व पक्षी त्या भागातून नामशेष होतात; तर शेतीच्या दृष्टीने हानिकारक पण नैसर्गिकरीत्या कणखर प्रकृतीचे पशूपक्षी बचावतात. इ.स. १९५३मध्ये पेरीक्युटीन ज्वालामुखीच्या उद्रेकात उसाला भोक पाडून आत शिरणारे किडे जिवंत राहिले. त्यांना खाणारे पक्षी मात्र नाहीसे झाले. त्यामुळे ती दोन वर्षे उसाचे पीक काढणाऱ्या शेतकऱ्यांचे मात्र नुकसान झाले.

ज्वालामुखीतून फेकल्या जाणाऱ्या अतितप्त शिलांमुळे व राखेमुळे वणवे पेटतातच, पण शहरातली लाकडी घरे, झोपड्या, तसेच छप्पर फोडून आत घुसणाऱ्या ज्वालामुखीय बाँबमुळे घरातले फर्निचर पेटण्याचा धोका असतो. हॅमेच्या उद्रेकात फर्निचर जळण्याच्या खूप घटना घडल्या आहेत, तसेच कपड्यांचेही नुकसान झाले.

राखेच्या वर्षावातून पुनरुत्थान मात्र लवकर होते. भूमिगत गटारे प्रचंड प्रमाणात तुंबतात हे खरे, पण नैसर्गिक प्रक्रियांनीही ही राख झपाट्याने वाहून नेली जाते. त्याचबरोबर तिचा अपक्षय होऊन शेतीस उपयुक्त असा सुपीक मातीचा थरही तयार होतो. त्यामुळेच बऱ्याच घातकी ज्वालामुखींच्या तळाशी भरपूर प्रमाणात लोक राहाताना दिसतात. ज्वालामुखीचा उद्रेक झाला की पळून जायचे आणि उद्रेक थांबला की घरी परतायचे अशा तऱ्हेने धोका पत्करूनही आपल्या सुपीक जमिनींचा ताबा सोडायला हे लोक तयार होत नाहीत.

स्फोटशकली पदार्थांचे प्रवाह :- या प्रकारच्या प्रवाहांना जन्म देणाऱ्या ज्वालामुखीच्या उद्रेकांच्या भयानकपणाच्या जवळपासही इतर उद्रेक पोहोचू शकत

नाहीत. यांच्या प्रभावाखालील परिसरात सजीव वा निर्जीव अशी कुठलीच गोष्ट टिकाव धरू शकत नाही. न्युई आर्दंते हे याच प्रकारचे प्रवाह असतात. इथे ज्याप्रमाणे अति उष्णतेने माणसे मृत्युमुखी पडतात त्याचप्रमाणे कोसळणाऱ्या घराखाली, झाडाखाली सापडूनही माणसे मरतात. अतिशय भक्कम दगडी इमारतीच या प्रकारच्या उद्रेकातून कशाबशा वाचतात. या प्रवाहाच्या प्रचंड उष्णतेमुळे सर्व प्रकारचे ज्वालाग्राही पदार्थ पेट घेतात.

ज्वालामुखी-तज्ज्ञांच्या मते अशा प्रवाहांचे तीन प्रकार पडतात.

१) स्फोटशकली हिल्लोल :- या प्रकारात अतिशय कमी घनतेचे, अतिशय तप्त वायू व ज्वालामुखीय पदार्थांच्या तुकड्यांचे मिश्रण प्रचंड वेगाने सुसाटत सुटते. याची तुलना केवळ अणुस्फोटाशीच होऊ शकते. या प्रकारच्या प्रवाहावर स्थलरूपाचा काहीही परिणाम होत नाही. दऱ्याखोऱ्या, टेकड्यावरूनसुद्धा हे प्रवाह ताशी १६० कि.मी. वेगाने वाहतात. यामुळे वातावरणातही प्रचंड ढवळाढवळ होते.

२) हे स्फोटशकली प्रवाह जास्त घनतेचे असतात. पण हे स्थलरूपावर अवलंबून जलप्रवाहाप्रमाणेच वाहतात. हेही प्रचंड प्रमाणात उष्ण असतात. हे स्फोटशकली हिल्लोलांच्या इतकेच धोकादायक असतात. फक्त यांच्या प्रवाहाचा वेग खूप कमी असतो.

३) इग्निंब्राईट निर्माण करणारे स्फोटशकली प्रवाह– अशा प्रकारच्या प्रवाहांची व्याप्ती फारच मोठी असते. कित्येकदा हे प्रवाह शेकडो किलोमीटर्स वर्ग क्षेत्रफळात पसरतात आणि इथे त्यांचे प्रचंड ढिगारे साठले जातात. यापासून संधित रक्षा (वेल्डेड ॲश) बनते. या खडकास मग इग्निंब्राईट हे नामाभिधान प्राप्त झाले.

स्फोटशकली हिल्लोलांना जन्म देणाऱ्या ज्वालामुखीवर काळजीपूर्वक नजर ठेवणे भाग असते. कारण ज्वालामुखीच्या उद्रेकमालिकांची ती पहिली पायरी असते. यानंतरही स्फोटशकली हिल्लोलांना तो ज्वालामुखी जन्म देऊ शकतो.

लाव्हा प्रवाह :- ज्वालामुखीतून मॅग्मा बाहेर पडून तो पसरू लागला की, त्यास लाव्हा म्हणतात. काही लाव्हा प्रवाह दाट असतात, तर काही पातळ असून, जलद, प्रवाही असतात. हे अर्थातच लाव्हाच्या घटकांवर अवलंबून असते. पूर उद्रेकातून जलद प्रवाही लाव्हा बऱ्याच मोठ्या प्रमाणात बाहेर पडतात व खूप दूरवर पसरतात. हे लाव्हा भेगी उद्रेकातून जन्माला येतात. लाकी (आईसलँड) येथील भेग ही या बाबतीत प्रसिद्धच आहे. इ.स. १७८३मध्ये लाकी येथे भू-पृष्ठास एक भेग पडली. या भेगेमधून ५ महिने लाव्हा बाहेर पडत होता. ही भेग २४ किलोमीटर्स लांब होती. त्यातून ११.८ घन किलोमीटर्स लाव्हा बाहेर पडला व तो ५५८ वर्ग किलोमीटर क्षेत्रात पसरला. या ५५८ वर्ग किलोमीटर्स क्षेत्रात अर्थातच काहीही शिल्लक उरले नाही हे सांगायला नकोच. हा अर्थातच लाव्हा प्रवाहांचा नुकसानकारक प्रकार म्हणायला हवा. तरीही कमी नुकसानकारक लाव्हा थोड्याफार प्रमाणात नुकसान करतातच. विशेषत: शेती, दळणवळण व संपर्क साधने यांचे लाव्हा प्रवाहामुळे नुकसान होते. काही वेळा दऱ्या-खोरी लाव्हा प्रवाहाने व्यापली की, तेथील जलप्रवाह मार्ग बदलून नुकसानीस कारणीभूत होत असतात.

चर खणून लाव्हा प्रवाहांची दिशा बदलणे शक्य असते. त्याचप्रमाणे विमानातून बॉम्ब टाकूनही लाव्हा प्रवाहांची दिशा बदलता येते. भरपूर पाणीपुरवठा असेल तर लाव्हा प्रवाहांची पुढील बाजू पाणी मारून गोठविता येते. मात्र यासाठी स्थलरूप सपाट असावे लागते.

सध्याच्या शास्त्रीय प्रगतीमुळे लाव्हा प्रवाहाचा उगम होताच या प्रवाहाबद्दल तो कुठल्या दिशेने, काय वेगाने किती काळ वाहील याचे तंतोतंत अंदाज बांधणे शक्य झाले आहे. लाव्हा प्रवाहाचा पृष्ठभाग थंड होताच त्यावरून माणूस चालू शकतो; लाव्हा प्रवाहामुळे प्राणहानी होत नाही; परंतु स्थावर मालमत्ता, विशेषत: शेतजमिनीचा पार धुव्वा उडतो. विषुववृत्तीय प्रदेशात मात्र वातावरण प्रक्रिया जोम करून अशा लाव्हांवर मातीचा थर निर्माण करण्यात इतर प्रदेशांपेक्षा लवकर यशस्वी होतात, मात्र यालाही थोडाफार वेळ लागतोच.

चिखल प्रवाह :- ज्वालामुखीच्या उद्रेकाच्या वेळी जर खूप जोरात पाऊस पडला किंवा निद्रिस्त ज्वालामुखीच्या आधीच्या मुखात तळे निर्माण झाले असेल व नवे विवर दुसरीकडे निर्माण झाल्याने जर त्या टेकडीचा वरचा भाग

कोसळला तर ज्वालामुखीच्या राखेत पाणी मिसळून प्रवाही चिखल तयार होतो. कित्येकदा स्फोटशकली हिल्लोल नदीच्या प्रवाहात वा एखाद्या जलाशयात घुसल्यानेही उकळता प्रवाही चिखल तयार होतो.

चिखली प्रवाह स्फोटशकली हिल्लोलांप्रमाणेच धावत सुटतात. मात्र त्यांच्या सुटण्यावर स्थलरूपाची बऱ्याच मोठ्या प्रमाणात बंधने पडतात. यामुळे त्यांचे धोके कमी होत नाहीत. कारण हा चिखल प्रवाही व आकार्य असल्यामुळे अडथळ्यांना वळसे घालून वेगात पुढे सरकू शकतो. शिवाय या प्रवाहावर मोठमोठी झाडे वा १० मीटर्सपर्यंत व्यासाचे पदार्थ वाहू शकतात. इ.स. १९५३च्या ख्रिसमसच्या सुरुवातीस न्यूझीलंडमधील तांगिवाई येथील रेल्वेचा पूल अशाच एका चिखली प्रवाहामुळे वाहून गेला व त्यानंतर दोनच मिनिटांत आलेली एक्सप्रेस कोसळून फार मोठ्या प्रमाणात मनुष्यहानी झाली होती.

ज्वालामुखीच्या उद्रेकानंतर कार्बन डाय ऑक्साईड, कार्बन मोनॉक्साईड, सल्फर डायॉक्साईड आदी विषारी वायू खोलगट भाग व तळघरातून साठून राहण्याची शक्यता असते. इ.स. १९४७च्या हेक्ला (आईसलँड) येथील उद्रेकानंतर बऱ्याच मेंढ्या विषारी वायूमुळे प्राणास मुकल्या, तर हैमी येथे एका माणसाचा बळी या विषारी वायूंनी घेतला.

ज्वालामुखींपासून निर्माण होणारे धोके टाळण्यासाठी प्रत्येक ज्वालामुखीच्या आधीच्या उद्रेकांचा अभ्यास होणे जरूर असते. अशा अभ्यासानंतर त्या ज्वालामुखीच्या विवराजवळचे कमी अधिक धोक्याचे प्रमाण दाखविणारा नकाशा तयार केला जातो व ज्वालामुखीचा उद्रेक होईल असे वाटू लागताच धोका टाळण्याची तातडीची उपाययोजना अमलात आणता येते. जर उद्रेकाचे स्वरूप प्रचंड असेल तर आजूबाजूच्या सर्व वस्त्या हलवणे, जर लहान असेल तर धोक्याचे भाग मोकळे करणे या मार्गांनी नुकसानीचा आकडा कमी करता येईल. ज्वालामुखीच्या उतारावरील दऱ्याखोऱ्यांमध्ये व खोलगट भागात वसलेल्या गावांना जास्त धोका पोहोचतो हे आता अनुभवाने सिद्ध झालेले आहे. अशा गावांभोवती तटबंदी घालून चर खणून लाव्हाप्रवाह निर्मनुष्य दऱ्यांच्या दिशेने वळवायचे प्रयत्न व्हायला हरकत नाही. ज्या भागात स्फोटशकली हिल्लोल वा न्युई ऑर्दांते प्रकारच्या ज्वालामुखीय पदार्थांची भीती असेल त्या भागात लाकडी बांधकाम टाळून व आश्रयासाठी भक्कम तळघरे बांधून बरीच प्राणहानी टाळता येईल. केलुद या जावामधील ज्वालामुखीच्या विवरात निर्माण होणाऱ्या तळ्याचे पाणी कृत्रिम मार्गांनी सतत उपसले जाते. त्यामुळे प्रवाही चिखलापासून होणारे नुकसान कमी होते.

ज्वालामुखीपासून होणारे नुकसान टाळता येण्यासाठी ज्वालामुखीची पूर्वसूचना मिळाल्यास बराच फायदा होईल. गेल्या काही वर्षांत या दृष्टीने बरेच प्रयत्न झाले असून, आता ज्वालामुखीच्या उद्रेकाबद्दल बरीच यशस्वी भाकिते करता येतात.

■

अकरा

किलोया ज्वालामुखी

पृथ्वीच्या ज्वालामुखींचा अभ्यास करायचा असेल तर त्यासाठी हवाई बेटांसारखी जागा नाही. यातसुद्धा किलोया (Kilaue) ज्वालामुखी तज्ज्ञांचा आवडता ज्वालामुखी आहे. याचं कारण किलोया ज्वालामुखीजवळ जाऊन त्याचा अभ्यास करणं सहज शक्य होतं. शिवाय हा ज्वालामुखी जगातल्या अतिशय जागृत ज्वालामुखींपैकी सर्वांत मोठा ज्वालामुखी आहे, हे त्यानं वारंवार सिद्ध केलं आहे. इ.स. १९१२पासून या ज्वालामुखीचा सतत अभ्यास केला जातोय. या अभ्यासाचं सुसूत्रीकरण आणि आता हवाईवरच्या आणि आसपासच्या सर्वच ज्वालामुखींचा अभ्यास करण्यासाठी हवाईयन सर्वच ज्वालामुखींचा अभ्यास करण्यासाठी हवाईयन व्होल्कॅनो ऑब्झर्वेटरीची १९५२ साली स्थापना करण्यात आली. तेव्हापासून आजमितीस किलोयाचे अनेक विस्फोट झाले असून, तो निरनिराळ्या ठिकाणांहून लाव्हारस ओकत आला आहे. याच्या शंक्वाकृती शिखरावर स्फोट होऊन तेथून लाव्हा ओकला जातो तेव्हा तो हलेमाऊ माऊ (अग्नीकुंड) चा स्फोट झाला असं म्हणतात. त्याच्या बाजूंना ज्वालामुखींशी संबंधित वेगवेगळी नावं देण्यात आली आहेत. यातल्या पूर्वेच्या बाजूस 'पूना रिफ्ट झोन' असं म्हणतात. ही बाजू हवाई बेटाच्या पूर्व टोकास ४८ कि.मी. पसरली असून, तिचा काही भाग सागरात आहे. गेल्या काही वर्षांत किलोयावर बरेचदा ज्वालामुखे निर्माण झाली असली तरी १९५९च्या किलोईकीचा उद्रेक हा या शतकातला सर्वांत भव्य उद्रेक मानण्यात येतो. १९५५मध्ये पूना रिफ्टवर झालेल्या उद्रेकांमध्ये आतापर्यंतच्या पाहणीतला सर्वात जास्त लाव्हा भूपृष्ठावर ओतण्यात आला. ही खरंतर अनेक उद्रेकांची एक शृंखला होती. जवळजवळ इतकीच मोठी उद्रेक शृंखला म्हणजे १९६० ची कापोहो शृंखला आणि १९६९ साली सुरू झालेली मौना उलू उद्रेक शृंखला तर सतत ६ वर्षे चालू होती.

या मौना उलू शृंखलेच्या वेळी उपग्रहांचीही अभ्यासास मदत झाली. या शृंखलेतला पहिला उद्रेक २४ मे १९६९ रोजी झाला. हलेमाऊ माऊ पासून ८-९ कि.मी. अंतरावर ३.२ कि.मी. लांबीची एक भेग पडली आणि त्यातून लाव्हाची कारंजी उसळू लागली. अलोई ज्वालामुखी विवराजवळून जाणारा चेन ऑफ क्रेटर्स नावाचा अनेक विवरांना जोडणारा रस्ता या उद्रेकात नाहीसा झाला. या भेगी उद्रेकातून एकाआड एक असे शांत आणि रौद्र उद्रेक होत होते. रौद्र उद्रेकात लाव्हारसाचे कारंजे उंच उफाळत असे. वर शांत उद्रेकात लाव्हारस हळूहळू भेगेतून बाहेर ओतला जात असे. असं २॥ वर्षे चाललेलं होतं. या उद्रेकांची पूर्वकल्पना असल्यानं यांचा सर्व प्रकारे कसून अभ्यास झाला. यातल्या लाव्हा प्रवाहांनी वाहत वाहत तीन वेळा सागरात प्रवेश केला. मौना उलूचा ही पहिली उद्रेकमालिका ऑक्टोबर १९७१मध्ये संपली. अलोई आणि अलाई या पूर्वीच्या उद्रेकांची कुंडं यावेळच्या लाव्हानं पूर्णपणे भरली गेली आणि एक ढाली डोंगर नव्यानं अस्तित्वात आला. या ढाली डोंगराची व्याप्ती पाऊण कि.मी. असून, उंची १०० मीटर होती. या नव्या ढालीचं नाव मौना उलू म्हणजे 'वाढणारा डोंगर' असं ठेवण्यात आलं.

मौना उलूच्या दुसऱ्या उद्रेकाची सुरुवात फेब्रुवारी ७२मध्ये झाली. यावेळी प्रथम लाव्हा तळ्याची पातळी हळूहळू वाढू लागली. फेब्रुवारीअखेर तळं काठोकाठ भरलं. मग लाव्हाची नयनमनोहर, पण रौद्रभीषण कारंजी उडून लाव्हा उतू जाऊ लागला. हे मार्चच्या सुरुवातीला घडलं. मग १९७२ चा उरलेला काळ पुन्हा हे थंडावलं आणि लाव्हा तळ्याच्या कडांखाली ३२ मीटर पातळीवर हे तळं स्थिरावलं.

या तळ्याला सतत उकळ्या फुटून गरम लाव्हा वर येत असे वा थंड लाव्हा खाली जात असे. यातल्या लाव्हावरचा साकाही अभ्यासण्यासारखा होता. या साक्याचे तुकडे एकमेकांवर आपटून एखादा तक्ता दुसऱ्या तक्त्याखाली सारला जायचा. यामुळे पृथ्वीच्या पृष्ठभागावरील तक्त्यांच्या हालचालीचे छोटेखानी प्रतिरूप इथे अभ्यासता येत असे.

हे लाव्हा तळं १०० मीटर रुंद आणि २५० मीटर लांब होतं. मार्चनंतरही या लाव्हाच्या पातळीत १७ ते ५० मीटर बदल होत राहिला तरी हे तळं पुन्हा उतू गेलं नव्हतं. मार्चमध्ये पूर्वीच्या अले कुंडाच्या जागी मौना उलूच्या पूर्वेस नवा उद्रेक झाला. इथून जो लाव्हा निघाला तो लाव्हा नळ आणि लाव्हा बोगद्यांतून १३ कि.मी. वाहत ऑगस्ट ते ऑक्टोबर या तीन महिन्यांच्या कालावधीत सागरापर्यंत पोहोचला. जेव्हा लाव्हा वाहू लागतो तेव्हा हवेच्या संपर्कामुळे त्याचा वरचा भाग लवकर घट्ट होतोच आणि त्याचे साईत रूपांतर होते. या घट्ट झालेल्या पृष्ठाखालून गरम लाव्हा वाहातच राहतो. अशा बंदिस्त लाव्हा मार्गांना त्यांच्या आकारावरून लाव्हा ट्यूब किंवा लाव्हा बोगदे म्हणतात. पुणे विद्यापीठाचे डॉ. अनंत वि. फडके आणि मी, असे दोघांनी मिळून पुण्याजवळ असे लाव्हा बोगदे असल्याचे प्रथम शास्त्रसभेत मांडले होते.

मौना उलूच्या आणि इतर उद्रेकांच्यावेळी या लाव्हा नळांचे छप्पर सोडून शास्त्रज्ञांनी लाव्हारसाचे नमुने वेळोवेळी घेतले होते. याशिवाय लाव्हाचे तापमान आणि वेगही या झरोक्यामधून मोजण्यात आला होता. काही वेळा या झरोक्यांतून लाव्हा उफाळून वर यायचा आणि त्याचे दोरखंडी पृष्ठभागात रूपांतर व्हायचे. असे दोरखंडी पृष्ठभाग (रोपी सरफेस) पुण्याजवळ कोंढवा, पर्वती, फर्ग्युसन टेकडी, आता एम.आय.टी झालंय त्यामागची टेकडी अशा ठिकाणी आढळतात. हा लाव्हा वाहत वाहत सागर किनाऱ्याकडे जात असताना होले ई पाली या ठिकाणी तो ३०० मीटर उंचीच्या कड्यावरून खाली पडायचा. या कड्यापासून सागरकिनारा ३ ते ४ कि.मी. दूर होता. इथे लाव्हा बोगदा फोडून बाहेर पडतानाचे दृश्य रात्री फार नयनरम्य दिसत असे. या कड्याच्या तळाशी लाव्हाची डबकी किंवा छोटी तळी तयार व्हायची. या लाव्हांना इतर लाव्हा नळांमधूनही लाव्हाचा पुरवठा होत असे. या लाव्हा तळ्यामधूनच एखादा अगदी पातळ पाहुईहुई म्हणजे दोरखंडी लाव्हाचा थर दोनचार एकर क्षेत्रफळात पसरत असे. अशा तऱ्हेनं सागरापर्यंत पोहोचेपर्यंत या लाव्हानं खूप मोठा भूभाग व्यापला होता आणि प्रत्यक्ष सागरात शिरताना या लाव्हा प्रवाहाची रुंदी खूप वाढलेली असे. पाहुईहुई लाव्हा एक विशिष्ट पद्धतीने वाहत असतो. अतिशय जलद गतीने वाहणाऱ्या द्रवरूप, नारिंगी-पिवळ्या जिभांच्या (टंगज) स्वरूपात (यांना जिभा म्हणायचं कारण या प्रवाहांचा आकार जिभांसारखा असतो.) हा लाव्हा काही अंतर वाहून जातो. हे अंतर परिस्थितीनुरूप ५० मीटरपर्यंत असू शकते. इथे या जिभांचा पृष्ठभाग काळवंडतो आणि त्याला वळ्या पडत तो घट्ट होतो. यामुळे या जिभांचं पसरणं थांबतं आणि या जिभांच्या मध्यातून नव्या जिभा निघतात. या जिभांची लांबी अगदीच छोटेखानी असते. म्हणजे १-२ मीटर असेल तर त्यांना अंगठे असं म्हणतात. हे असं सतत घडत राहतं. अशा तऱ्हेनं पाहुईहुई लाव्हाच्या थराची जाडी ही कायम कमी राखली जाते. मग याच जिभा आणि अंगठ्यांच्या वरती नवे असेच जिभा आणि अंगठ्यांचे प्रवाह येत राहतात. अशा तऱ्हेने या लाव्हा थरांची जाडी (किंवा उंची) वाढत राहते.

हे असं बरेच दिवस चालल्यावर सर्व लाव्हानळ कोरडे पडले. याचं कारण अलेई विवरातून आता लाव्हा वाहू लागला होता. यानंतर अलेईची उंची वाढू लागली. या लाव्हाचंहीमध्येच एक तळं तयार झालं. यातून पुढं लाव्हा नळ किंवा लाव्हा बोगदेही तयार व्हायला लागले. हे प्रकरण असं २ ते २॥ वर्षं चाललं आणि मग हळूहळू शांत होत गेलं. पण यामुळे या उद्रेकाचा, विशेषत: लाव्हा कसा पसरतो याचा शास्त्रज्ञांना अभ्यास करणे शक्य झाले.

■

बारा

काळ्या पाषाणांचे रहस्य

आपला देश अनेक चमत्कारांचा देश मानला जातो. यात बऱ्याच निसर्ग-चमत्कारांचाही समावेश आहे. उदाहरण घ्यायचं झालं तर आपल्या महाराष्ट्रातील काळ्या पाषाणांचं घेता येईल. याला भू-शास्त्रीय भाषेत बेसॉल्ट असं म्हणतात. या बेसाल्टचा भारतातला ९० टक्के भाग महाराष्ट्रात असला तरी एकेकाळी तो पूर्व किनाऱ्यापर्यंत पसरलेला असावा, असे पुरावे आहेत. याशिवाय या बेसाल्टचे एकावर एक आलेले थर मिळून काही ठिकाणी वरपासून तळापर्यंत २००० मीटरहून जाड आहेत.

पूर्वी खडकांचा अभ्यास व्हायचा त्यावेळी ज्यांच्यापासून आर्थिक लाभ अधिक असे खडक निवडले जायचे. बेसाल्ट हा बांधाच्या भरीला घालायचा दगड. त्यावर असं फारसं संशोधन होत नव्हतं. गेल्या काही दशकांत मात्र नव्या तंत्रांनी आणि त्याचबरोबर नव्या सिद्धांतांमुळे महाराष्ट्राच्या या काळ्या पाषाणाचं नशीब पालटलं, असं म्हणावं लागेल. हे नशीब का पालटलं, हे बघण्याआधी आपण एका प्राणीवंशाकडे वळू.

डायनोसॉरस नावाचे अजस्र सरडे आपल्याला आता ऐकून माहीत झाले आहेत. भारतातही यांचे अवशेष सापडतात. पण यांच्या प्रचंड आकारानं हे चित्रपटांचाही विषय बनले आहेत. सुमारे बावीस कोटी वर्षांपूर्वी हे पृथ्वीवर अस्तित्वात आले आणि साडेसहा कोटी वर्षांपूर्वी नाहीसे झाले.

सुमारे पंधरा कोटी वर्षे पृथ्वीवर वावरणारी आणि फोफावणारी ही मंडळी, हे प्राणिकुल असं एकाएकी का बरं नाहीसं व्हावं? ही शास्त्रज्ञांच्या दृष्टीनं चिंतेची बाब ठरली. एक वैज्ञानिक रहस्य म्हणून याबद्दल उत्सुकता होतीच; पण त्याचबरोबर १५ कोटी वर्षं फोफावणारे प्राणी जर असे चुटकीसरशी नाहीसे होऊ शकत असतील तर आपलं काय, हा प्रश्नही या औत्सुक्यामागं असावा. याचं कारण आपला म्हणजे मानवजातीचा इतिहास ओढूनताणून जास्तीत जास्त ४० लाख वर्षांपर्यंत मागं नेता येतो. त्या काळातल्या मानवांचा नि आपला असा दुरान्वयानंच संबंध पोहोचतो. ते वानरांना जास्त जवळचे होते, असं असलं तरी त्यांना मानवात धरूनही पृथ्वीवरचं मानवी वास्तव्य किंवा अस्तित्व हे जेमतेम अर्ध्या कोटी वर्षांचंही भरत नाही. डायनोसॉरसवर जसं संकट कोसळलं तसं संकट आज कोसळलं तर काय होईल, मानवजात नष्ट होईल का, हा सुप्त प्रश्नही डायनोसॉरसांच्या नाहीसे होण्याचं कारण शोधण्यामागं होतं.

यावर मध्यंतरी एक सिद्धांत मांडण्यात आला. पृथ्वीवर अवकाशातून एक प्रचंड मोठी उल्का आदळली. त्यामुळे जो उत्पात घडला, त्यात डायनोसॉरस नाहीसे झाले, असा सिद्धांत थोडक्यात सांगता येईल. या सिद्धांताबद्दल खूप वाद चालू आहेत. हा सिद्धांत मान्य नसणारे काही शास्त्रज्ञ आहेतच. याचबरोबर त्या सिद्धांताच्या बाजूने बोलणारेही काही शास्त्रज्ञ आहेत. त्या वादाशी सध्या आपल्याला कर्तव्य नाही, पण एका शास्त्रज्ञानं एक मोठी उल्का आपटल्यानं पृथ्वीच्या कवचाला तडे गेले नि त्यातून प्रचंड मोठ्या प्रमाणात लाव्हा पृथ्वीवर आला, असा एक सिद्धांत या गदारोळात मांडला होता.

दरम्यानच्या काळात काही अमेरिकन शास्त्रज्ञ आणि काही फ्रेंच शास्त्रज्ञ भारतातल्या बेसाल्टवर म्हणजे मुख्यत: महाराष्ट्रातल्या काळ्या पाषाणावर अभ्यास करीत होते. त्यांनी या बेसाल्टच्या वयाची किरणोत्सर्गी पद्धतीनं माहिती मिळवली. त्यावरून हा बेसाल्ट साडेसहा कोटी वर्षांपूर्वी भू-पृष्ठावर लाव्हा थरांच्या स्वरूपात ओतला गेला, असं त्यांना आढळून आलं. हा एवढा लाव्हायुक्त भू-प्रदेश

तयार होण्यास ५ लक्ष वर्षं लागली असावीत. साधारण हजार ते ५ हजार वर्षांच्या शांततामय मध्यंतरानंतर शे-पाचशे वर्षं लाव्हा ओतला गेला असावा, असं त्या ५ लाख वर्षांत बराच काळ झालं असावं. मानवी आयुर्मर्यादित हा काळ बराच वाटला तरी पृथ्वीच्या साडेचार अब्ज वर्षांच्या आयुष्मानाच्या तुलनेत हा काळ किरकोळ आहे, हे लक्षात ठेवायला हवं.

म्हणजेच फार थोड्या कालखंडात बऱ्याच मोठ्या भू-भागावर प्रचंड मोठ्या प्रमाणात शिलारस व त्याबरोबरचे नानाविध बाष्पनशील पदार्थ भू-पृष्ठावर पसरले. त्यामुळे पर्यावरणावर खूप ताण पडला. हे एक फार मोठं नैसर्गिक प्रदूषण होतं. यामुळे निसर्गाचा समतोल ढासळला आणि त्या डायनोसॉरसांचा वंशविच्छेद झाला, असा एक सिद्धांत जून १९८८मध्ये मांडण्यात आला आहे. त्यावर आता साधकबाधक चर्चा सुरू होईलच. ■

तेरा

ऐतिहासिक पुरावे आणि ज्वालामुखींचे उद्रेक

ख्रि.पू. ४४मध्ये एक धूमकेतू दिसू लागला. त्याचवर्षी ज्युलियस सीझरचा खून झाला होता. त्यामुळे देव नाराज झाले आणि तो धूमकेतू पाठवला असं रोमनांना वाटू लागलं. ओव्हिड या कवीनं शुक्र तांबूस दिसू लागलाय, असं वर्णन केलं. हासुद्धा एक दैवी कोपच होता. चंद्र तर त्या काळात लालबुंद दिसत असे आणि सूर्याचं तेजही मंदावलं होतं. सीझरसारख्या देवमाणसाची हत्या केल्यामुळेच हे घडतंय याबद्दल ओव्हिडबरोबर इतरांचीही खात्री पटली होती. सीझरचं चरित्र लिहिणाऱ्या प्लुटार्कनंसुद्धा सूर्याचं तेज मंद झालं, त्याची प्रखरता कमी झाली; एवढंच नव्हे तर वातावरण नेहमीपेक्षा थंड झाल्यामुळे फळं अर्धवट पिकून वाळली आणि गळून पडली. कुठलंही पीक त्यावर्षी पूर्णपणे फळाला आलंच नाही. डिओ कॅसियसनं हे सगळं ऐकून सीझरला देवांनी आपला मानला म्हणून हे घडलं असं आपल्या रोमच्या तिसऱ्या शतकात लिहिलेल्या इतिहासात लिहून ठेवलं आहे.

खरंतर हे सर्व सीझरच्या मृत्युमुळे घडलेलं नव्हतं तर सिसिलीमधल्या माऊंट एटना या ज्वालामुखीच्या विस्फोटामुळे हे घडून आलं होतं. यामुळे धूळ, ज्वालामुखीय राख आणि वायू यांचा एक प्रचंड मोठा ढग वातावरणात खूप उंचावर पोहोचला. वाऱ्यामुळे हा ढग उत्तरेस गेला. रोमच्या परिसरातलं आकाश ढगानं व्यापून टाकलं. यामुळे सूर्यप्रकाश अडवला गेला आणि त्याचं आकाशाएवढं परावर्तन झालं. यामुळे रोमच्या परिसरातलं वातावरण एकदम थंड झालं. यामुळेच धूमकेतू, शुक्र आणि चंद्र लाल झाले. हळूहळू ही राख व धूळ खाली बसली. यामुळे निळ्या रंगाच्या तरंगाचं विस्फारण थांबलं. आता आकाशात फक्त या ज्वालामुखीतून निघालेले आम्लांचे तुषार होते. हे लाल रंगाचं विस्फारण करतील अशा सुयोग्य आकाराचे होते. यामुळे पुढील वर्षी सूर्य निळा दिसत होता.

माऊंट एटनाच्या उद्रेकाचा प्रभाव केवळ रोममध्येच जाणवला होता असं नाही तर उत्तर गोलार्धात सर्वत्रच ही ज्वालामुखीची राख खूप उंचीवरच्या हवेच्या प्रवाहांनी वाहून नेली होती. ती दक्षिण गोलार्धातही पसरली असेल, पण त्याचे पुरावे उपलब्ध नाहीत. चीनमध्ये याच काळात नेहमीपेक्षा खूप थंड वातावरण निर्माण झालं होतं. ही थंडी बरेच महिने टिकली. हॅन घराण्याचा इतिहास 'हानशू' लिहिणारा प्रमुख लेखक कु यानं ख्रि.पू. ४च्या या अनैमित्तिक थंडीचं वर्णन करून ठेवलं आहे.

तिसरा चंद्र (चिनी चांद्रमासाचा तिसरा महिना) बर्फ पडला. थंडी आणि धुक्यामुळे मलबेरीचं पीक हातचं गेलं. चौथा महिना, सूर्य फिकट निळा दिसतो. त्याच्या उन्हात सावली पडत नाही. भरदुपारी सावली पडते. चंद्रप्रकाशात पडावी तशी दिसते. नववा चंद्र, दुसरा दिवस थंडी, धुकं यामुळे सर्व पीक वाया गेलं. सर्व दूर दुष्काळ पडला आहे. गव्हाच्या पिकाचा सत्यानाश झाला. रब्बीचं कुठलंही पीक हाती आलं नाही.

अकराव्या चंद्राला (म्हणजे साधारण ऑक्टोबरच्या सुमारास) ही ज्वालामुखीय धूळ बहुधा विरळ बनली असावी. सूर्यप्रकाशाचं तेज वाढल्याची नोंद या महिन्यात आढळते. पण पुढच्या वर्षीच्या शाही फर्मानात 'सूर्य, चंद्र, तारे घुंघट पांघरून बसल्याप्रमाणे दिसतात' असं त्याचं वर्णन आहे.

बहुधा एटनाचा आणखी एक स्फोट झालेला असावा. एटना शांत होईपर्यंत चीनमध्ये सहा वेळा पेरलेली पिकं वाया गेली होती. अन्नधान्याचे भाव बाराशेपट वाढले होते. इ.स.पू. ५२मध्ये चिनी शासनानं प्रसृत केलेल्या एका शाही पत्रकात पुढीलप्रमाणे उल्लेख आढळतो :

बराच काळ सूर्य प्रकाशलेला नाही. साम्राज्यात चोहोबाजूंना दुष्काळ पडलाय. हजारो शेतकरी शेत नांगरतात आणि पेरणी करतात. त्यांच्या हाती काहीच पडत नाही. या दुष्काळपीडित लोकांना वाचवणं अवघडच आहे. पृथ्वीच्या पाठीवर इतरत्र माणसानं या उद्रेकाची नोंद केलेली नसली तरी निसर्गानं या उद्रेकाची नोंद केलेली आढळते. अमेरिकेच्या पश्चिम किनाऱ्यावर असलेल्या पर्वतराजीवर जिथे वृक्षरेषा संपते, त्याखाली उगवणाऱ्या ब्रिसल् कोन पाईन वृक्षांच्या वार्षिक वाढवलयांमध्येही थंडी आणि धुके यांचा परिणाम दिसून येतो. ही वाढवलयं इ.स.पू. ४२ व ४३ सालातली आहेत. उत्तरेस ग्रीनलँडमधलं बर्फही या उद्रेकाच्या खुणा जतन करून ठेवताना आढळतं. या काळातल्या हिमथरात सल्फ्युरिक आम्लाचे पातळ आवरण दिसून येते. ज्वालामुखीच्या उद्रेकातून बाहेर आलेला सल्फर-डाय-ऑक्साईड वायू आणि पाण्याची वाफ यांच्या संयोगाने हे सल्फ्युरिक आम्ल तयार झाले.

एटनाच्या स्फोटाचे पुरावे असे पृथ्वीभर जपून ठेवले गेले असले तरी १९८०पर्यंत तसे ते अज्ञातच होते. इ.स. १९८०मध्ये ग्रीनलंडमधल्या बर्फाचा अभ्यास करणाऱ्या डॅनिश भू-शास्त्रज्ञांना त्या बर्फात ज्वालामुखीय राख आणि सल्फ्युरिक आम्लाचे पुरावे मिळाले. इ.स.पू. २० या काळात हे प्रदूषित बर्फाचे थर तयार झाले होते. यामुळे एटनाच्या उद्रेकामुळे तर हे प्रदूषण घडत नसेल ना हा विचार त्यांच्या मनात आला; पण एटनाचा उद्रेक इतक्या दूरवर पुरावे ठेवू शकेल का? ही शंकाही त्यांना सतावत होतीच. यानंतर तीन वर्षांनी रिचर्ड स्टोदर्स आणि मायकेल रांपिनो यांनी एटनासंबंधी संशोधन करायला सुरुवात केली. स्टोदर्स न्यूयॉर्क येथील नासाच्या गोडार्ड इन्स्टिट्यूट फॉर स्टडीजमध्ये खगोलशास्त्रज्ञ आहेत, तर रांपिनो हे न्यूयॉर्क विद्यापीठात भूशास्त्रज्ञ आहेत. त्यांनी या काळासंबंधीच्या भूशास्त्रीय पुराव्यांबरोबर ऐतिहासिक पुराव्यांचाही अभ्यास केला, पण माऊंट एटना येथे जाऊन एटनातून बाहेर पडलेल्या आणि आता ज्वालामुखीजन्य खडक बनलेल्या प्रकारांचा अभ्यास केला. एटनातून फार मोठ्या प्रमाणावर गंधक आणि गंधकाच्या ऑक्साईडांचा समावेश असलेले उद्रेक झाले. यामुळे ग्रीनलंडमधल्या बर्फातले पुरावे हे एटनाजन्य असावेत, या निष्कर्षाप्रत पोहोचले. त्यानंतरच्या वर्षी अमेरिकेतल्या पाईन वृक्षांच्या वाढीवरचा परिणाम आणखी काही शास्त्रज्ञांना दिसून आला. तो तर इ.स. पू.४२ मधला असावा हे निश्चित सांगता येत होतं आणि १९८५मध्ये हुंग-झियांग चौ या चिनी भाषेच्या कॅलिफोर्निया विद्यापीठातील प्राध्यापकांनी केपिन डी. पांग यांच्याबरोबर लहानशा हानशूचा अभ्यास करून एटनासंबंधीचा मानवी पुरावा शोधून काढला. यामुळे ज्वालामुखीच्या उद्रेकामुळे वातावरणाबरोबर किती दूरपर्यंत परिणाम होतो हे पुराव्याने सिद्ध झाले. या यशाने उत्साहित होऊन स्टोदर्स, रांपिनो आणि पांग यांनी युरोपीय व चिनी पुरातन ग्रंथांची अडीच लाख पाने चाळून गेल्या ३६ शतकांतील ज्वालामुखींच्या उद्रेकांचे लिखित पुरावे शोधून काढले आणि त्यांच्या इतिहासावर झालेल्या परिणामांचा अभ्यास केला.

ग्रीनलंडच्या हिमटोपामध्ये दडलेली ज्वालामुखी उद्रेकांच्या इतिहासाची कहाणी सहज वाचता येते याचं कारण शतकानुशतके तिथे नैसर्गिकरीत्या हिमाचे थर साठत आले आहेत. ग्रीनलंडमधल्या अतीव थंडीमुळे दरवर्षी तिथे जुन्या बर्फावर नव्या बर्फाचा थर साठतो. हेच इकडे दक्षिण ध्रुवीय प्रदेशातही घडतं, पण ग्रीनलंडमध्ये जाऊन बर्फाचा अभ्यास करणं सोपं जातं. या हिमथरांचं वय रासायनिक पद्धतींनी शोधून काढता येतं. उन्हाळ्यात पडणाऱ्या बर्फामध्ये हिवाळ्यात पडणाऱ्या बर्फापेक्षा नायट्रिक आम्लाचे प्रमाण अधिक असते. यामुळे जास्त नायट्रिक आम्लाचा एक थर आणि कमी नायट्रिक आम्लाचा थर मिळून एक वर्षाचा थर कुठला हे सांगता येते. कायमस्वरूपी हिमाचा अभ्यास करणारे संशोधक बर्फामध्ये नलिका कूप खोदतात व बर्फाचे क्रोड काढून घेतात. हे नलिकाकूप मैलाहून अधिक खोल असतात. (दीड ते ३ कि.मी. खोल असतात.) प्रत्येक तुकडा एक मीटर ते दीड मीटर लांब (३ ते ५ फूट लांब) आणि १२ ते १५ सें.मी. व्यासाचा असतो (४ ते ६ इंच). या क्रोडावरून किंवा वरवंट्यावरून विद्युतप्रस्थ फिरवले जातात. यामुळे कमी व जास्त होणारे आम्लाचे प्रमाण झटकन कळते. यावरून या क्रोडातले हिम किती वर्षापूर्वीपर्यंतचे आहे ते कळते. अशा तऱ्हेने हिमथरांचे वय मोजून झाल्यावर प्रत्येक थराचा थोडा थोडा नमुना

घेऊन या बर्फाचे रासायनिक पृथ:करण करण्यात येते. या रासायनिक पृथ:करणातून पृथ्वीच्या वातावरणात आणि जलवायुमानात घडलेले (अॅटमॉस्फेरिक अँड क्लायमेटिक) बदल आपल्या लक्षात येऊ शकतात. यामुळेच कमी अवधीचे म्हणजे ज्वालामुखीजन्य आणि प्रदीर्घ मुदतीचे म्हणजे हिमयुगासारखे परिणामही आपल्याला समजतात. या प्रदीर्घ मुदतीच्या बदल्यात एक उदाहरण म्हणजे अंटार्क्टिकातील बर्फाचा अभ्यास करून गेल्या हिमयुगानंतर म्हणजे सुमारे दहा हजार वर्षांपूर्वीपासून पृथ्वीच्या वातावरणात कार्बन-डाय-ऑक्साईडचे प्रमाण हळूहळू वाढत आहे. हा शास्त्रज्ञांनी काढलेला निष्कर्ष; यातही औद्योगिक क्रांतीनंतर प्रचंड प्रमाणात एकदम वाढ झाली हेही अभ्यासातूनच उघड झाले.

पुरातनकालीन ज्वालामुखीय उद्रेकांचे पुरावे शोधणाऱ्या शास्त्रज्ञांना ज्वालामुखीच्या उद्रेकाआधी उडणारी धूळ किंवा उद्रेकातून फवारली जाणारी राख मिळतेच असं नाही. यातले मोठे कण ज्वालामुखीच्या उद्रेकातून निघालेल्या राखेत अग्निजन्य काचेचे सूक्ष्मकण आढळून ते खूप दूरवर जातात. त्याहीपेक्षा महत्त्वाचं म्हणजे या उद्रेकातून जे वायू विशेषत: सल्फर-डाय-ऑक्साईड वायू बाहेर पडतात, त्याचे त्या तापमानास पाण्याच्या वाफेबरोबर प्रक्रिया होऊन आम्ल बनते. हे आम्ल पुरातन ज्वालामुखींचा शोध लावण्याच्या दृष्टीने महत्त्वाचे ठरते. एखाद्या पुस्तकात खूण म्हणून एखादी वस्तू ठेवावी त्याप्रमाणे हे आम्लाचे रेणू शास्त्रज्ञांना खुणावतात. या आम्लांमुळे त्या थरातील बर्फाची विद्युत्वाहकता बर्फाच्या इतर थरांपेक्षा खूपच वाढते. यामुळे या विशिष्ट थराशी विद्युत्प्रस्थ येताच विद्युत्वाहकतेच्या आलेखामध्ये एकदम एक शिखर दिसू लागते. या पद्धतीचा वापर करून कोपेनहेगन विद्यापीठातील भूशास्त्रज्ञ क्लाऊस हॅमर यांनी इ.स.पू. ७९००पर्यंत केव्हा केव्हा ज्वालामुखीचे उद्रेक झाले असावेत याची कालगणना केली आहे. जसजसे खोलवर जावे तसतसा खालचा बर्फ हा वरच्या बर्फाच्या थरांच्या वजनाने दाबला जाऊन घट्ट झालेला असतो. यामुळे त्यातले थर वेगळे होणे अवघड होऊन बसते. यामुळे अधिक खोलीवरच्या कालगणनेमध्ये थोडाफार फरक होऊ शकतो. यामुळे माऊंट एटनाचा उद्रेक सांगताना हॅमर ख्रिस्तपूर्व ५० अधिक अथवा उणे ३० वर्षे अशी तारीख सांगतात, पण हेक्लाच्या पाचवा उद्रेकांचा काळ सांगताना हा फरक अधिक/उणे ८० वर्षांचा होतो. हेक्लाचे अनेक उद्रेक त्यांनी नमूद केले आहेत. त्यातला हा पाचवा उद्रेक इ.स.पू. २६९० अधिक अथवा उणे ८० वर्षे या काळात झाला असावा असे हॅमर सांगू शकतात. मग इतर पुराव्यांची जोड देऊन हा काळ अधिक निश्चित करता येतो.

वृक्षकड्यांमुळे जो कालावधी ठरवता येतो तो अधिक बरोबर ठरतो, याचं कारण ही वृक्षकडी नुसत्या डोळ्यांनीही पाहता येतात आणि त्यामुळे सहज मोजता येतात. १९८० नंतरच्या काही वर्षांत डेंडोक्रोनॉलॉजिस्ट म्हणजे वृक्षकडी कालमापनतज्ज्ञ व्हॅल्मोर लामार्श आणि जलवायुमानशास्त्रज्ञ (क्लायमेटॉलॉजिस्ट) कॅथेरीन हर्शबेक यांनी अरायझोना विद्यापीठात याबाबत विशेष अभ्यास केला. त्यांनी पाईन वृक्षराजीतील जुन्यातल्या जुन्या वृक्षांचा अभ्यास करून पुढील निष्कर्ष काढले. जर झाडाच्या वाढीच्या ऋतूमध्ये तापमान गोठणबिंदूचे खाली गेले तर ताबडतोब वृक्षकड्यांवर त्याचे परिणाम दिसून येतात. आता शीत तापमानाच्या प्रदेशात झाडांच्या वाढीचा ऋतू म्हणजे उन्हाळा. उन्हाळ्यात गोठणबिंदूखाली तापमान जायला तसाच काही उत्पात घडावा लागतो. जेव्हा ज्वालामुखीच्या उद्रेकातून निघालेली राख वातावरणाच्या वरच्या थरात मिसळते आणि सूर्याचे किरण अडवते तेव्हा अशा तऱ्हेनं उन्हाळ्यात बर्फ पडतं. लामार्श आणि हर्शबेकना वृक्षकड्यांच्या अभ्यासातून इ.स. पूर्व २०३५मध्येही अशा उद्रेकांची चिन्हे दिसली. हाच तो माऊंट एटनाचा उद्रेक.

ज्या वृक्षांच्या वाढीवर तापमानातील बदलांचा परिणाम होतो त्या वृक्षांमधील वाढकड्यांमध्ये हे परिणाम झटकन दिसून येतात. ब्रिसल्कोन पाईन, आयरिश बॉग ओक अशा प्रकारचे काही वृक्ष यासाठी उपयोगी पडतात. आता अशा प्रकारचे सर्व वृक्ष पाईन किंवा इतर काही सूचिपर्णी वृक्षांप्रमाणे हजारो वर्षे जगतातच असं नाही, पण त्यातल्या काही वृक्षांचा वापर काही जुन्या इमारतीमध्येच करण्यात आलेला असतो. ती इमारत कधी बांधण्यात आली याची कागदोपत्री नोंद असते. त्यामुळे तो वृक्ष कधी तोडण्यात आला त्याची माहिती मिळते व त्या वर्षापासून मागे गेलं

की, या वृक्षकड्यांपासून आणखी ४-५ शे वर्षे तरी व्यवस्थित माहिती मिळते. युरोपमधल्या चर्चमधून ओकवृक्षांचे ओंडके फार मोठ्या प्रमाणात वापरण्यात आले आहेत. चर्चवर ते केव्हा बांधले याचा उल्लेख करण्यात आलेला असतो. एवढंच नव्हे तर ख्रिस्तपूर्व काळातील अनेक इमारतींवरही त्यांच्या बांधकामाचा काळ नोंदलेला असतो. यावरूनही ज्वालामुखी उद्रेकाचा काळ शोधता येतो. हिमक्रोडावरून काढलेला काळ आणि नुकसान झालेली वृक्षकडी यांचा काळ एकमेकांशी मिळताजुळता आढळतो हे महत्त्वाचं. यावरून आणखीही एक निदान काढता येतं ते म्हणजे ज्वालामुखींमुळे २-३ वर्षांत वृक्षाचं जे नुकसान होतं ते भरून यायला किमान ८-१० वर्षांचा काळ जावा लागतो.

पूर्वीच्या काळात लोकांनी ज्या नोंदी ठेवल्या त्या लोकांनी हे विचित्र जलवायू मान आणि ज्वालामुखीचे उद्रेक यांचा परस्पर संबंध लावला नाही तर दैवी प्रकोपाचा ज्वालामुखी हा आणखी एक आविष्कार असं त्यांनी मानलं. खरंतर रोमन लोकांना माऊंट एटनाच्या उद्रेकाची कल्पना होतीच. यामुळे मग जुन्या हस्तलिखितांचा विचार करताना विचित्र हवामान आणि त्यामुळे झालेलं शेतीचं नुकसान याचा आधी शोध घेऊन मग त्या काळात कुठे ज्वालामुखी उद्रेक झाला होता का, याचा विचार करावा लागतो.

अठराव्या आणि एकोणिसाव्या शतकात ज्वालामुखीचे जे उद्रेक झाले त्यांची वर्णनं व्यवस्थित लिहून ठेवण्यात आली आहेत. विशेषतः इ.स. १८८५मध्ये उद्रेक झालेला इंडोनेशियातील तांबोरा आणि १८८३मध्ये उद्रेक झालेला क्राकाटोआ यांची वर्णनं अगदी सविस्तर लिहिण्यात आली आहेत. यामुळे ज्वालामुखीचे वातावरणावर होणारे तात्कालिक परिणामही त्या काळातील शास्त्रज्ञांना पाहायला मिळाले. अचानकपणे येणारी थंडीची लाट, धुळीचे ढग यांच्याबरोबर तांबडे किंवा निळे सूर्य, चंद्र नि सूर्याभोवती पडणारं रक्तवर्णी खळं, तसंच एकाचवेळी दोन सूर्य मावळणं, खूप जोरदार पाऊस आणि हिमवृष्टी, दुष्काळ हे आविष्कार अशा मोठ्या उद्रेकानंतर दिसून येतात. (राखेवरून परावर्तित होणाऱ्या सूर्यकिरणांमुळे मावळताना एकाऐवजी दोन सूर्य या काळात दिसत असत आणि नंतर हे एकामागून एक असे मावळत असत.)

ग्रीनलंडमधील बर्फात जे पुरावे मिळतात त्यातून माऊंट एटनापूर्व काळात इ.स.पू. २४० ते इ.स.पू. १८०च्या दरम्यान आईसलंडमध्ये झालेल्या उद्रेकांचे पुरावे बघायला मिळतात. वृक्षकडी कालमापनतज्ज्ञ जी. एल. बेली यांच्या मते हा उद्रेक इ.स.पूर्व २०९ ते २०४च्या दरम्यान झाला असावा. बेली बेलफास्ट विद्यापीठात प्राध्यापक आहेत. त्यांनी आयरिश ओकचा अभ्यास करून हा निष्कर्ष काढला. या उद्रेकाचा उल्लेख युरोपात कुठेही आढळत नाही. पण पानकुमध्ये इ.स. पूर्व २०८मध्ये तीन महिने सतत पाऊस पडत होता अशी नोंद आहे. याशिवाय चीनमध्ये जुन्या नोंदीवरून इसवीसनाच्या १० ते १३व्या शतकात लिहिल्या गेलेल्या इतिहासात इ.स.पूर्व २०८मध्ये ऑगस्टनंतरचे तीन महिने आकाशात तारे दिसत नव्हते असं वर्णन करण्यात आलं आहे.

इ.स.पू. पहिल्या शतकात झू-मा-शिएन याने लिहिलेल्या इतिहासात 'इ.स.पू. २०७च्या नोव्हेंबरमध्ये पिकं जळून गेली, लोक देशोधडीस लागले आणि अन्नधान्य नाही म्हणून सैनिकसुद्धा रानफळं आणि शेंगा गोळा खाऊन राहात होते.' असा उल्लेख आढळतो. इ.स.पू. २०५मध्ये तर परिस्थिती याहूनही गंभीर झाली. पान कुच्या हानशुमध्ये लिहिलंय त्यानुसार 'सततचा दुष्काळ या वर्षीही चालूच राहिला. अर्धा पायली तांदळासाठी १० हजार नाणी द्यायची वेळ आली आणि माणसं माणसांना खाऊ लागली. सम्राटांनी मुलं विकायची परवानगी दिली आणि उत्तरेकडचे लोक स्थलांतर करून दक्षिणेकडे जाऊ लागले. देशाची लोकसंख्या रोडावली. निम्मी माणसं मरून गेली.'

या आधीचा ज्वालामुखीचा उद्रेक इ.स.पू. २९० ते २० दरम्यान झाला असावा, असा अंदाज ग्रीनलँडमधल्या हिमक्रोडांवरून काढता येतो. बहुधा इ.स.पू. २६९मध्ये लिहिलंय त्यावरून रोममध्ये खूप हिमवृष्टी झाली होती. ४० दिवस बर्फ पडत होतं. टायबर नदी पूर्णपणे गोठून गेली होती. रोममधल्या लोकांचे खूप हाल झाले. गवत उगवलंच नाही, यामुळे गुरंढोरं मेली. चिनी इतिहासातही या काळात खूप कडाक्याची थंडी पडल्याची नोंद आढळते.

हा उद्रेक कुठला, हा प्रश्न मात्र अजून सुटलेला

नाही. या आधी किमान ८०० वर्षे तरी दुसऱ्या कुठल्याही उद्रेकाची लक्षणं सापडत नाही; म्हणजे त्या काळात छोटे छोटे उद्रेक झालेच नाहीत असे नाही, तर पृथ्वीवर सर्वत्र त्याचे परिणाम दिसून यावेत एवढे ते मोठे नव्हते. इ.स.पू. १००० ते ३००पर्यंत पृथ्वीचं सरासरी तापमान नेहमीपेक्षा थोडं जास्तच थंड होतं. यामुळे ज्वालामुखीचा हिवाळा अवतरण्यासाठी ज्वालामुखीचा उद्रेक तसा बराच मोठा असणं आवश्यक होतं.

आईसलँडमधील हिमक्रोडांचा अभ्यास करता या आधीचा उद्रेक इ.स.पू. ११५० ते इ.स.पू. १०५०मध्ये झाला असावा. आयरिश ओक वृक्षकड्यानुसार हा उद्रेक ११५९ ते ११३६ इ.स.पू. या कालखंडात झाल्याची नोंद मिळते. याच काळात उत्तर ब्रिटनमधली लोकसंख्या ९०% कमी झाल्याचे पुरातत्त्वीय पुराव्यांवरून दिसून येते. हा उद्रेक हेक्ला ज्वालामुखीचा तिसरा उद्रेक. चीनमध्ये याची नोंद आढळते.

त्याकाळात चीनमध्ये घडणाऱ्या घटना बांबूंच्या वाळक्या पट्ट्यांवर आढळतात. त्यावरून ख्रि.पू. तिसऱ्या शतकात नव्या तंत्राने इतिहास लिहून काढण्यात आला. त्यावरून शांग घराण्यातील शेवटचा सम्राट चौ याच्या राजवटीच्या पाचव्या वर्षात पो येथे धुळीचा (चिखलाचा) पाऊस पडला, हे आपण सांगू शकतो. ख्रि.पू. पाचव्या शतकातील चिनी तत्त्ववेत्ता मोत्झू याने त्या काळाचे वर्णन या बांबूंच्या पट्ट्या वाचून केलं. त्यात 'दहा दिवस आकाशातून राख बरसली. पाऊस राखाडी रंगाचा होता.' चीनमध्ये धुळीची वादळं होतात, पण ही धूळ पिवळी असते. ही वादळं वसंत ऋतूत होतात आणि एक-दोन दिवसच टिकतात. त्यामुळे ही ज्वालामुखीचीच राख असावी असं तज्ज्ञांना वाटतं.

लु ताओ नावाचं एक लष्करी डावपेचाचं पुरातन चिनी पुस्तक आहे. त्यामध्ये सम्राट चौच्या काळात जुलै महिन्यात बर्फ पडलं. त्याचे फूटभर उंचीचे ढीग झाले, पिकं गेली, खूप पाऊस झाला, असे वर्णन आढळते. इतक्या जुन्या ऐतिहासिक घटनांच्या तंतोतंत जुळतील अशा तारखा शोधणं अवघड असतं. सम्राट चौच्या काळाबद्दल तारीख-वार उल्लेखही नाही; पण गेल्या तीन हजार वर्षांपासूनचे चिनी सम्राटांचे वंशवृक्ष आणि वंशावळी अजूनही उपलब्ध आहेत. चिनी पुराव्यात ख्रि.पू. ८४१पर्यंतच्या लिखित, तारीखवार नोंदी आहेत. चिनी लोक एक पिढी ३० वर्षांची मानतात आणि सम्राट चौ ख्रि.पू. ८३१च्या ८ पिढ्या राज्य करीत होत्या असे उल्लेख आहेत. म्हणजे तो या आधी २४० वर्षे किंवा ख्रि.पू. ११००च्या सुमारास राज्यावर होता असं म्हणता येतं. याच काळातल्या सम्राट वेनच्या ३५व्या वर्षी एक चंद्रग्रहण झालं असा उल्लेख आढळतो. वेन चौच्या आधी एक पिढी राज्य करीत होती. हे चंद्रग्रहण ख्रि.पू. २९ जानेवारी १९४७ या दिवशी झालं. हे गणितानं सांगता येतं, यावरूनही चौच्या राज्याची व हेक्लाच्या उद्रेकाची तारीख अंदाजे सांगता येते.

याच काळात चीनमध्ये आणखी एक वेगळ्या प्रकारे घटनांची नोंद ठेवली जात असे. त्यांना भविष्यदर्शी हाडे (खरंतर भूतकाळ सांगणारी) म्हणत. कासवाची पाठ किंवा बैलाच्या फऱ्याचं हाडं यासाठी वापरण्यात येत असे आणि तत्कालीन मांत्रिक या हाडांवर प्रश्न लिहीत. मग ही हाडे तापवली जात. तापल्यावर ती फुटत असत. ती ज्या प्रकारे फुटत त्यावरून त्या भविष्य कालविषयक प्रश्नाचं उत्तर मांत्रिकाला कळत असे. असं समजण्यात यायचं. या पुढे जाऊन नक्की काय घडलं म्हणजे त्या हाडानं उत्तर दिलं ते खरं की खोटं, हेही त्या हाडावर मागील बाजूस लिहिण्यात येत असे. यातल्या एका हाडाचे किरणोत्सारी कार्बनच्या साहाय्याने वय काढण्यात आलं. ते ख्रि.पू. १००९५ + ९० वर्षे एवढे आले. त्यात 'त्झू' नावाचा मानवी बळीचा समारंभ झाल्यावर निसर्ग प्रकोप थांबला असा उल्लेख आहे.

या आधीचा एक ज्वालामुखीय उद्रेक फार महत्त्वाचा आहे. मानवी इतिहासातील एक महत्त्वाची संस्कृती या नैसर्गिक प्रकोपात नष्ट झाली असं मानण्यात येतं. म्हणून याला एक वेगळंच महत्त्व प्राप्त झालं आहे. या उद्रेकाचेवेळी जो स्फोट झाला तो हिरोशिमावर पडलेल्या अणुबाँबच्या २० लक्षपट शक्तिशाली होता; तर १८८३च्या क्राकाटोआच्या स्फोटापेक्षा १०० पट शक्तिशाली होता. यामुळे ४०० मीटर खोल (सुमारे १२०० फूट) आणि १७॥ कि.मी. परिघाचं (सुमारे ११ मैल) विवर तयार झालं होतं. यात सँटोरीनी (किंवा थेरा) नावाचं एक बेट नाहीसं झालं. हे

थेरा क्रीटच्या उत्तरेस एजियन सागरात ११२ कि.मी. (७० मैल) वर होतं. काही तज्ज्ञांच्या मते या स्फोटामुळे क्रीटवरची मिनोअन संस्कृती नष्ट झाली. प्लेटोनं याच बेटास अटलांटिस म्हटलं असं मानण्यात येतं.

मिनोस नावाच्या राजानं वसवलेल्या मिनोअन संस्कृतीचे थेरा हे एक महत्त्वाचं ठाणं होतं. कास्य युगाच्या मानानं ही संस्कृती खूपच प्रगत होती. इथं पाणी आणायची आणि सांडपाणी वाहून न्यायची व्यवस्था कुठल्याही आधुनिक शहराच्या तोंडात मारील इतकी कार्यक्षम होती. इथे मोठमोठी जहाजं बांधली जात, असं पुरातत्त्वीय पुराव्यांवरून निश्चितपणे सांगता येतं. ख्रि.पू. २८०० पासून भरभराटीस आलेली ही संस्कृती ख्रि.पू. १४५०च्या सुमारास अचानक नाहीशी झाली. सँटोरीनीच्या स्फोटाचा काळ ख्रि.पू. १६७५ ते १५२५ असा किरणोत्सर्गी कार्बन (कार्बन-१४) पद्धतीने हाती येतो. हिमक्रोडांनुसार तो ख्रि.पू. १६४५ येतो. (=२० वर्षे.)ला मार्श आणि हर्ष बोएकच्या पाईन अभ्यासातून तो ख्रि.पू. ६२८ ते ख्रि.पू. १६२० एवढा येतो तर बेलीच्या ओकच्या अभ्यासातून तो ख्रि.पू. १६२८ ते ख्रि.पू. १६२०पर्यंत येतो. चीनमध्ये मात्र या स्फोटाचे परिणाम नोंदलेले आढळतात. 'चिएह नावाचा राजा पापी होता' असं म्हणून चिएहच्या काळात जी अस्मानी संकटं कोसळल्याचं वर्णन आहे; त्यावरून हे सर्व चमत्कार ज्वालामुखीय राखेचे आहेत, हे कळून येतं. चिएहचा अंदाजे काळ ख्रि.पू. १६००च्या आसपासचा आहे. यामुळे हा काळ सँटोरीनीच्या उद्रेकाशी जुळतो. अशा तऱ्हेने ऐतिहासिक पुरावे शास्त्रज्ञांना खूप मदत करू शकतात. दुर्दैवाने आपल्या भारतात मात्र अशा तऱ्हेच्या नोंदी करून ठेवल्याचं आढळत नाही. चीनमध्ये गेलेल्या भारतीय बौद्ध भिक्षूंनी चीनमध्ये नोंदी ठेवल्या, मात्र भारतात असं काही घडल्याच्या नोंदी कुणीच ठेवल्या नाहीत; असं दिसून येतं. यामुळे आपण खूप शास्त्रीय माहितीस मुकलो असंच म्हणावं लागतं. संस्कृत साहित्याचा या दृष्टीनं अभ्यास झाला तर त्या साहित्याचा काळ ठरवायलाही याची मदत होऊ शकेल असं वाटतं.

■

चौदा

भूगर्भ आणि ज्वालामुखींचे उद्रेक : एक नवा सिद्धांत

जमिनीखाली जसजसं खोल खोल जावं तसतसं तापमान वाढत जातं. अतिशय खोल खाणीमध्ये तर खाणीतला बोगदा पोहोचला की, वाढतं तापमान आणि कमी झालेला दाब यामुळे खडक डांबराप्रमाणे अकार्य बनल्याची उदाहरणं आहेत. याही खाली तर खडक वहात असतात असं म्हटलं तर चूक ठरू नये अशी परिस्थिती असते, पण केवळ प्रचंड दाबाखाली असलेले हे घटक, पाणी किंवा हिमनदी, फार कशाला डांबराच्या वेगानंही वाहात नाहीत. त्यांचा वाहण्याचा वेग वर्षाला २ ते ५ सें.मी. एवढाच असतो, पण ही क्रिया लक्षावधी, कोट्यवधी वर्षे चालते आणि मग या वाहण्याच्या खुणा सागरतळीचे कटक किंवा पर्वतराजी यातून भूपृष्ठावर दिसून येतात.

आपण पृथ्वीच्या कवचाला १६ किलोमीटरपेक्षा जास्तीचं भोक पाडू शकत नाही. आकाशगंगेतल्या ताऱ्यांचा अभ्यास करायचा तर आपण प्रयत्न करतोय, पण आपल्याला भूगर्भात नक्की काय दडलंय हे ठामपणाने सांगता येत नाही, अशी परिस्थिती आहे. भूगर्भाविषयी आपण फक्त अंदाजच करू शकतो. इतर बहुतेक सर्व शास्त्रांत ज्या घटनेचं, त्या गोष्टीचं किमान छायाचित्र तरी शास्त्रज्ञांना उपलब्ध असतं. अगदी दूरदूरच्या ताऱ्यांची आकाशगंगे-पलीकडच्या अभिकांची छायाचित्रे शास्त्रज्ञांना संदर्भासाठी उपलब्ध असतात. भूगर्भाचे बाबतीत मात्र हेही साधन भूशास्त्रज्ञांना उपलब्ध नसते. अशाही परिस्थितीत भूशास्त्रज्ञ भूगर्भाचा अभ्यास करण्यासाठी सतत झटत असतात हे विशेष.

गेल्या काही वर्षांत या अभ्यासास विशेष प्रगती प्राप्त झाली आहे आणि वेगवेगळ्या दोन मार्गांनी भूगर्भाच्या रहस्याचा गुंता सोडवण्याचे प्रयत्न सुरू झाले आहेत. भूकंपशास्त्रज्ञ गेली कित्येक दशके भूपृष्ठांतर्गत संरचनेचा वेध घ्यायच्या प्रयत्नात होतेच. त्यांनी आता भूकंपनांचा अर्थ लावायचा एक नवा ठोकताळा तयार केला. अमेरिकेतील कालटेक या संस्थेच्या भूकंपमापन प्रयोगशाळेत संचालक डॉन अँडर्सन यांच्या मते या नव्या तंत्रामुळे नजीकच्या भविष्यकाळात भूगर्भाचे कोडे उकलले जाईल. या नव्या तंत्रास 'सैस्मिक टोमोग्राफी' (भूकंपन त्रिमित आरेखन) असे नाव आहे. भूकंपात निर्माण होणाऱ्या लहरी पृथ्वीच्या पोटातून जातात आणि त्या पृथ्वीच्या दुसऱ्या टोकापर्यंत पोहोचतात. या प्रवासात त्यांच्यातील फेरबदल जाणून घेऊन ते तंत्र भूगर्भीय घडामोडींचा पत्ता लावतं.

दुसरा भूगर्भ शास्त्रज्ञांचा गट प्रायोगिकरीत्या आपले निष्कर्ष काढतो. यासाठी चुंबकीय तोफा, लेझर आणि हिऱ्यांच्या भिंती असलेल्या अतीव दाब सहन करणाऱ्या भांड्यांमध्ये भूगर्भातील तापमान व दाब निर्माण करून त्यात शिलारसाची पाहणी केली जाते. या प्रयोगातून त्यांनी अनेक धक्कादायक निष्कर्ष काढले आहेत. त्यांच्या मते भूगर्भाचं तापमान सौरपृष्ठावरील तापमानापेक्षा कितीतरी पटीनं जास्त आहे आणि भूषृष्ठावरील अनेक हालचालींचं ते मूलभूत कारण आहे.

जेव्हा सरकत्या तक्त्यांचा सिद्धांत मांडला गेला, तेव्हा भूगर्भाचं तापमान खूप जास्त आहे हे गृहीत धरण्यात आलं होतं. भूपृष्ठ आणि भूगर्भ यांच्या मधला सुमारे २९०० कि.मी.चा भाग ज्याला इंग्रजीत मँटल असे म्हणतात– तो भाग प्रक्रमण क्रियेमुळे सतत ढवळला जात असतो. प्रक्रमण क्रिया म्हणजे कन्वेक्शन आणि मँटल म्हणजे प्रावरण. या प्रक्रमण क्रियेमुळे भूपृष्ठाचे तक्ते सतत सरकत असतात. या सिद्धांतास सरकत्या

तक्त्यांचा सिद्धांत म्हणतात. या सिद्धांतामुळे सागरतळाचं प्रसरण, पर्वतनिर्मिती व इतर भूभौतिक प्रक्रियांचे सहजपणे स्पष्टीकरण करता येऊ लागले. यामुळे सध्या हा सिद्धांत भूशास्त्रात अग्रणी सिद्धांत ठरला आहे. तक्त्यांच्या सततच्या सरकण्यामुळे या सर्व क्रिया घडून येतात.

ही प्रक्रमण क्रिया भूशास्त्रज्ञांच्या लक्षात आली. याचं कारण अर्थातच भूकंपन त्रिमित आरेखनतंत्र त्यांना उपयोगी पडलं. भूकंपन त्रिमित आरेखनतंत्र म्हणजे काय ते आधी आपण बघूया. याला इंग्रजीत सैस्मिक टोमोग्राफ म्हणतात. मानवाचा सीटी स्कॅन (म्हणजे कॉम्प्युटराइज्ड टोमोग्राफी) करतात हे आता सर्वश्रुतच आहे. यामध्ये शरीरात सर्व बाजूंनी क्ष-किरण सोडून शरीराच्या कुठल्याही भागाच्या विशिष्ट प्रतलाचं चित्रण करता येतं. हाड, अवयव आणि आवाळू याचं चित्रण वेगवेगळं येतं. याचं कारण आपल्या शरीराचे हे घटक क्ष-किरणाचं शोषण वेगवेगळ्या तीव्रतेनं करतात. हे कमी-जास्त शोषणाचं प्रमाण आता शास्त्रज्ञांना ठाऊक झालेलं आहे. शरीराच्या वेगवेगळ्या प्रतलांचं चित्रण संगणकाच्या साहाय्यानं एकत्रित रचलं की, डॉक्टरांच्या पुढे एक त्रिमित प्रतिमा उभी राहते. भूकंपन त्रिमित आरेखनातही असंच केलं जातं.

पृथ्वीवर भूकंप आरेखकांचं जाळं पसरलेलं आहे. या सर्व आरेखनाचा एकत्रित अभ्यास करून संगणक भू-गर्भाचं त्रिमित सादृशीकरण करतात. भूपृष्ठाखाली प्रावरण आणि त्याही आत धातूमय गाभा आहे, हे आता भूशास्त्रज्ञांना गेली कित्येक दशके मान्य आहे. यातून जेव्हा भूकंपने आरपार जातात तेव्हा या थरांच्या घनतेनुसार भूकंपनांच्या वेगात कमी-जास्त बदल घडून येत असतो. यामुळेच गाभ्याचे दोन भाग असावेत. यातला बाह्य गाभा द्रव असावा, हेही भूशास्त्रज्ञांना माहीत होऊन बराच काळ लोटला आहे. ही भूकंपने किती काळात किती अंतर कापतात, याची भलीमोठी यादीच भूशास्त्रज्ञांजवळ आहे. याचा अभ्यास करताना शास्त्रज्ञांना एक विचित्र गोष्ट लक्षात आली ती म्हणजे समजा 'क्ष' पासून 'अ' हे ठिकाण पूर्वेला २००० कि.मी. आहे आणि 'ब' हे ठिकाण दक्षिणेला तेवढ्याच अंतरावर आहे, तर दोन्हीकडच्या भूकंपनांना 'क्ष' या ठिकाणी पोहोचायला समान वेळ लागायला हवा, पण तसं घडत नाही. तर 'क्ष' कडे 'अ' कडून येणारी भूकंपनं 'ब' कडून येणाऱ्या भूकंपनापेक्षा जलद गतीनं पोहोचतात. याचं कारण भूपृष्ठाखाली ठराविक खोलीवर काही ठिकाणी या लाटा मंदावतात, तर इतर ठिकाणी जलदगतीनं जातात. याचा फायदा घेऊन बृहद्संगणकांच्या साहाय्यानं भूगर्भाची एक त्रिमित भास प्रतिमावली तयार करण्यात आली. या जलदवाही आणि मंदवाही भागांचे पुंजके या भास प्रतिमात वेगवेगळ्या रंगांत दिसतात.

प्रयोगशाळेतले प्रयोग आणि ज्वालामुखीखालच्या भूपृष्ठाचा अभ्यास केल्यावर, अतिशय उष्ण भागात भूकंपनं मंदावतात हे या शास्त्रज्ञांच्या लक्षात आलं तर थंड भागातून या भूकंपनांचा वेग वाढतो. यावरून मग भूगर्भाचे तापमानानुसार नकाशे करणंही शक्य झालं. यातला गरम शिलारस वरवर येणार तर त्या मानाने थंड शिलारस खाली खाली जाणार हेही शास्त्रज्ञ जाणतातच. यावरून भूगर्भातील प्रक्रमण प्रवाहांचे मार्ग शोधणंही हळूहळू शक्य होऊ लागलं आहे. एवढंच नव्हे तर हे थंड आणि गरम पुंजके सरकत्या तक्त्यांच्या सिद्धांतास पुष्टी मिळेल, अशाच ठिकाणी आढळतात.

या सरकत्या तक्त्यांच्या सिद्धांतानुसार अगदी थोडक्यात सांगायचे तर भूकवच हे अनेक छोट्या-मोठ्या तक्त्यांचं बनलेलं आहे. हे तक्ते एका बाजूने तयार होत असतात व त्यामुळे ते पुढे पुढे सरकत असतात, आणि पुढे सरकण्यास जागा नसल्यानं दुसऱ्या बाजूस नष्ट होत असतात.

अटलांटिक सागराच्या तळाशी एक पर्वतमाला आहे. याला मध्य-अटलांटिक कटक असं म्हणतात या ठिकाणी उत्तर अमेरिकन आणि युरोपीय तक्ते एकमेकांपासून विरुद्ध दिशेने पसरत असतात. इथे भूकवचास असलेल्या भेगेतून तप्त शिलारस वरवर येतो. यातूनच या दोन तक्त्यांमध्ये नवी भर पडते आणि नवा सागरतळ तयार होतो. भूकंपन त्रिमित आरेखनात या मध्य अटलांटिक कटकाखाली एक भलामोठा तप्त व ज्यातून भूकंपनं मंद गतीनं प्रवास करतात, असा पुंजका दिसतो.

हार्वर्ड विद्यापीठाच्या ॲडाम झिवोन्स्की यांच्या मते

जास्तीत जास्त वेगानं जिथे शिलारस वर येतो त्या कटकांखाली भूकंपनं सर्वात मंदगतीनं जातात. सरकत्या तक्त्यांच्या सिद्धांतानुसारही इथून तप्त शिलारस जास्त प्रमाणात बाहेर पडतो.

याउलट भूखंडाखाली खूप लंबेचौडे, थंड आणि ज्यातून भूकंपनं खूप मंदगतीनं प्रवास करतात असे थंड विभाग आढळतात. हे २०० कि.मी. खोलीपर्यंत आढळतात. झिवोन्स्कींच्या मते हे थंड भाग म्हणजे भूखंडांची मुळं असतात. यांच्या आधारावर वरचा भूखंडांचा डोलारा तोलला जातो. द.अमेरिका आणि आफ्रिका यांची मुळं ४०० कि.मी. खोलीवर एकमेकांत मिसळतात असंही झिवोन्स्कींना आढळून आलं आहे. २० कोटी वर्षांपूर्वी ही दोन्ही भूखंडं एकत्रित होती, त्यानंतरच्या काळात ती वेगळी झाली.

४०० कि.मी.पेक्षा जास्त खोल भूगर्भाची त्रिमित आरेखनं मिळवण्यात अजूनतरी शास्त्रज्ञांना म्हणावं तसं यश आलेलं नाही. असं असलं तरी भूखंड आणि सागरतळाखाली जे काही वरवर का होईना दडलंय त्यामुळे भूपृष्ठावरील बऱ्याच नैसर्गिक घडामोडींचं स्पष्टीकरण आणि तपशील मिळवणं शक्य झालं आहे. उदाहरणार्थ, पृथ्वीचं गुरुत्वाकर्षण सर्वत्र सारखं नाही; हे गेली शंभरहून अधिक वर्षे शास्त्रज्ञांना ठाऊक होतं. मानवी उपग्रह अवकाशात फिरू लागल्यानंतर ते अधिक प्रकर्षाने जाणवू लागलं. पृथ्वीला प्रदक्षिणा घालणाऱ्या उपग्रहांच्या गतीत जागोजाग बदल जाणवतो. काही भूभागांवरून ते अधिक जलदगतीनं तर काही भूभागांवर ते थोड्या कमी गतीनं भ्रमण करताना आढळतात. हा फरक तसा सूक्ष्म असतो, पण यामुळेच पृथ्वीचं गुरुत्वाकर्षण सर्वत्र सारखं नाही हे शास्त्रज्ञांच्या लक्षात आलं. पण याचा आणि पृथ्वीच्या पृष्ठभागावरील संरचनांचा मेळ बसत नसे, पण या भूपृष्ठांतर्गत बदलाचा आणि गुरुत्वाकर्षणातील बदलाचा मेळ घालता येईल असा शास्त्रज्ञांना विश्वास वाटतो.

आफ्रिका आणि मध्य पॅसिफिकवर गुरुत्वाकर्षण जास्त, तर हिंदी महासागर आणि द. ध्रुवीय प्रदेशांवर गुरुत्वाकर्षण कमी, असं या पाहणीत लक्षात आलं होतं. न्यूटनच्या नियमांनुसार गुरुत्वाकर्षण हे वस्तुमानाच्या प्रमाणात आणि अंतराच्या वर्गाच्या उलट प्रमाणात बदलायला हवं. यातलं अंतर जरी शास्त्रज्ञ मोजू शकत होते तरी पृथ्वीच्या मध्यापर्यंतच वस्तुमान मात्र ते ठामपणे सांगू शकत नव्हते. हेगर या शास्त्रज्ञाने याबाबत बरेच प्रयत्न केले आणि आता या त्रिमित भूआरेखन तंत्रामुळे त्याच्या प्रयत्नांना मोठ्या प्रमाणावर यश मिळण्याची शक्यता निर्माण झाली आहे.

झिवोन्स्की आणि कालटेकचे रॉबर्ट क्लेटन यांनी भूगर्भाचे जे त्रिमित आरेखन केले आहे त्याची हेगरना मदत झाली. या आरेखनामुळे प्रत्येक पुंजक्याचा आकार, जागा आणि घनता निश्चित करता येते. ज्याप्रमाणे गरम हवा थंड हवेपेक्षा हलकी असते, त्याचप्रमाणे गरम पुंजका थंड पुंजक्यापेक्षा हलका असणार, हे हेगरनी गृहीत धरले आणि गणितं करायला सुरुवात केली. तेव्हा त्यांना जी उत्तरं मिळाली त्यामुळे गरम भागावर गुरुत्वाकर्षण कमी असणार, याउलट थंड भाग जास्त घन त्यामुळे त्यावर गुरुत्वाकर्षण जास्त असणार हा आडाखा त्याच्या मनात होता. प्रत्यक्षात हाती आलेली उत्तरं या उलट परिस्थिती आहे हे दाखवून देत होती. हा गुंता कसा सोडवायचा हे हेगरना कळेना.

झिवोन्स्की आणि क्लेडनच्या संगणक कार्यक्रमात चूक असावी किंवा एखादा वास्तव शास्त्रीय ठोकताळा चुकत असावा, असं त्यांना सुरुवातीस वाटलं. प्रत्यक्षात काय घडत होतं ते नंतर त्यांच्या लक्षात आलं. गरम हवा ज्याप्रमाणे वरवर जाते आणि थंड हवा खाली खाली येते त्याचप्रमाणे गरम शिलारस वरवर येतो आणि थंड शिलारस खाली खाली जातो. हे बरोबर, पण हा शिलारस त्या भागातील भूपृष्ठाला वर ढकलतो आणि त्याचबरोबर हा नवा शिलारस त्या भागात आल्यामुळे तेथील वस्तुमानही वाढते. येथील भूपृष्ठाचा भाग वर ढकलला गेला असल्यामुळे तो इतर भूभागाच्या मानानं उपग्रहाच्या थोडा जवळ असतो यामुळेच गुरुत्वाकर्षणातला फरक लगेच उपग्रहास जाणवतो. इथे जास्त वस्तुमान आणि उपग्रहाची जवळीक यामुळे गुरुत्वाकर्षणात जी वाढ होते त्या वाढीमुळे प्रत्यक्षात कमी घनता असूनही या पुंजक्यांवर गुरुत्वाकर्षण वाढलेले आढळते. याउलट जो थंड पुंजका खाली खाली जातो तिथलं भूपृष्ठही

त्या पुंजक्याबरोबर खाली खेचलं जात असतं. त्यामुळे इथं, घनता जास्त असूनही गुरुत्वाकर्षण कमी दिसतं.

ज्या भागात तापमान जास्त जाणवतं त्या भागात जिवंत ज्वालामुखीही हेगरना आढळले. कारण या भागात सतत भूगर्भातून गरम आणि प्रवाही शिलारसाचा पुरवठा होऊ शकतो.

या सिद्धांतामुळे भूशास्त्रातील आणखीही एक कोडे सुटायला मदत होईल. गेल्या काही वर्षांत सागरी पातळी काही ठिकाणी शेकडो फुटांनी कमी किंवा जास्त झाली आहे. हेगर यांच्या मते जेव्हा हे गरम पुंजके सागरतळ वर ढकलतात तेव्हा सागरी पाण्याची त्या भागातली पातळी वाढते आणि जेव्हा सागरतळ थंड आणि खोल जाणाऱ्या पुंजक्यावर येतो तेव्हा तोही भूगर्भाकडे खेचला जातो आणि सागरी पातळी कमी होते.

हेगर आणि अँडर्सन या दोन शास्त्रज्ञांनी या त्रिमित आरेखनांच्या साहाय्यानं भूकवचाचे तक्ते कसे सरकले असतील याचाही अंदाज बांधला आहे. सरकत्या तक्त्यांची ही हकिकत सुमारे ४० कोटी वर्षांपूर्वी सुरू होते. याला भूशास्त्रीय भाषेत सिल्युरियन कालखंड म्हणतात. यावेळी आज जिथे दक्षिण आफ्रिका आहे त्या भागाच्या चोहोबाजूस एक प्रचंड मोठे भूखंड होते. याचं नाव गोंडवन लँड. या महाभूखंडाचे तुकडे होऊन पुढे दक्षिण अमेरिका, आफ्रिका, भारत, ऑस्ट्रेलिया व दक्षिण ध्रुवीय भूखंड ही खंडे व उपखंडे तयार झाली. अँडर्सनच्या मते या महा-भूखंडाखाली भूभागातील उष्णता साचत होती. ती भूपृष्ठावर येऊ शकत नव्हती. यामुळे या महाभूखंडाखाली एक इतर भागापेक्षा जास्त उष्ण भाग तयार झाला व तिथला शिलारस अधिक वर आला. यामुळे हे महाभूखंड वर उचलले गेले. या काळात यामुळे सागरी पातळी खूप खाली गेली आणि इथे गुरुत्वाकर्षणही वाढलं.

अशा तऱ्हेनं या भागातलं वस्तुमान वाढल्यामुळे पृथ्वीचा समतोल ढासळला. पृथ्वीचे परिवलन नि परिभ्रमण यावर याचा साहजिकच परिणाम झाला. यामुळे पृथ्वीवर हा असमतोल घालवण्याची क्रिया घडून आली. पुढची दहा कोटी वर्षे प्रावरण आणि भूपृष्ठात फेरबदल घडले आणि गोंडवन लँड व त्याखालचा उष्ण पुंजका विषुववृत्तावर आले असं तरी आपण म्हणू किंवा पृथ्वीचे ध्रुव सरकले आणि विषुववृत्त या प्रदेशावर आले असंही आपण म्हणू शकतो. यामुळे आता या महाभूखंडात असमतोल झाला. दक्षिणध्रुवीय प्रदेशाभोवती त्याच्या दृष्टीनं त्या महाभूखंडाने समतोल साधलेला होता. विषुववृत्तावर पृथ्वीचा परीघ हा एकतर सुमारे २१ कि.मी. ने जास्त होता आणि यामुळे तिथे हा भूभाग ताणला गेला. हा ताण महाभूखंडास पेलवला नाही आणि युरेशियन भूखंडाला भिडलेल्या गोंडवन लँडमुळे पृथ्वीवर तयार झालेलं एकमेव भूखंड पॅंगिआ हे फुटलं. हे फुटल्यामुळे आतल्या शिलारसावर कोंडलेली उष्णता मोकळी झाली. भूगर्भावरचा दाब कमी झाला. यातून नव्यानं तप्त शिलारस वर येऊ लागला आणि तो बुडणाऱ्या भागामुळे निर्माण झालेल्या जागेवर म्हणजे गोंडवन लँडच्या कडेच्या दिशेनं चारी बाजूस पसरू लागला. यामुळे यावर तरंगणारे गोंडवन लँडचे तुकडे एकमेकांपासून दूर सरकू लागले. गेली २० कोटी वर्षे ही प्रक्रिया चालूच आहे.

वर महाभूखंडाचा मध्य पूर्व आफ्रिकेजवळ होता, याचं कारण आजही पूर्व आफ्रिका गरम पुंजक्यावर आहे. तिथे गुरुत्वाकर्षण जास्त आहे. ती सागरापेक्षा वर आहे. यामुळेच झांबेझी व नाईल नद्यांवर धबधबे आहेत. आफ्रिकेत अजूनही भूखंडे दूर जाण्याची क्रिया चालूच आहे. आफ्रिकन निदरी आणि तांबडा समुद्र या भागात ही क्रिया अजूनही दिसून येते.

या गरम आणि थंड पुंजक्यांमुळे काही प्रश्न सुटले तरी आणखी काही प्रश्न नव्यानं पुढे येतात. पृथ्वीचा जन्म होऊन ४॥ अब्ज कोटी वर्षे लोटली. या काळात सर्व पुंजके भूपृष्ठावर यायला हरकत नव्हती, एवढंच नव्हे तर एव्हाना तापमानाचा समतोल व्हायलाही हरकत नव्हती. तसं होत नाही त्याअर्थी नवनवे तप्त पुंजके तयार होत असले पाहिजेत, ते कशामुळे? हा प्रश्न उरतोच.

यासाठी काही प्रयोग प्रयोगशाळांमधून करण्यात आले. काल्टेक या विश्वविद्यालयातील थॉमस अऱ्हेन्स यांनी ते प्रयोग केले. हे प्रयोग आपल्या दृष्टीने बरेच गुंतागुंतीचे

आहेत. यात पृथ्वीच्या अंतर्गाभ्याप्रमाणे परिस्थिती निर्माण केली जाते. त्यासाठी लोहाच्या नमुन्यात ताशी २५६०० कि.मी. वेगाने टँटालम आणि प्लॅस्टिकची एक गोळी या प्रयोगात घुसवली जाते. यामुळे काही क्षण या लोहामध्ये पृथ्वीच्या मध्याशी असावी तशी उष्णता आणि दाब निर्माण होतात. यांचा अभ्यास केल्यावर नि त्या धक्क्यातून निर्माण होणाऱ्या लहरीवरून अऱ्हेन्सनी जे अनुमान काढलंय त्यानुसार बाह्य गाभ्याचं तापमान किमान ४६०० सें. एवढं तरी असायलाच हवं, तर अंतर्गाभ्यात पृथ्वीच्या मध्याशी हे तापमान ६६०० सें.पर्यंत असू शकेल. सूर्याच्या पृष्ठभागी जेवढं तापमान असतं त्यापेक्षाही हे तापमान १००० सें.ने जास्त आहे. पूर्वीच्या शास्त्रज्ञांच्या अंदाजापेक्षा तर हे तापमान खूपच जास्त आहे. म्हणजेच पृथ्वीच्या गाभ्यात भरपूर उष्णता साठवलेली आहे आणि त्यामुळेच प्रावरणात वेगवेगळे प्रवाह निर्माण होतात.

असं असलं तरी गाभ्यातून उष्णता सर्वत्र सारख्या प्रमाणात सातत्यानं बाहेर पडत नाही. तसं झालं तर प्रावरणाचं तापमान आहे त्यापेक्षा खूपच वाढेल. मग तिथे काय घडतं हे पाहायला बर्कले इथल्या कॅलिफोर्निया विद्यापीठातील भूवास्तव शास्त्रज्ञानं प्रयोगशाळेतच एक सूक्ष्म गाभा निर्माण केला. त्यांनी लोह-निकेलचा एक सूक्ष्म गोल घेतला. त्यावर त्यांनी एक सूक्ष्म प्रावरण चढवलं, म्हणजे सिलिकॉन-डाय-ऑक्साईड आणि इतर काही सिलिकेटच्या मिश्रणाचा थर चढवला. या सूक्ष्म गोलावर त्यांनी हिऱ्याच्या पकडीनं खूप दाब दिला. या पकडीची टोकं ज्या हिऱ्यांची होती, ते पारदर्शक (रत्न हिरे) असल्यानं त्यानं त्यातून लेझर शलाका सोडून याचवेळी त्या सूक्ष्म गोळ्याचं तापमान हजारो डिग्री सेल्सियस करता आलं आणि तिथं नक्की काय घडतंय याचं सूक्ष्मदर्शीस जोडलेल्या दूरचित्रवाणी कॅमेऱ्यानं अवलोकन करता आलं. या अवलोकनात त्यांना असं आढळून आलं की, गाभ्यात जशी परिस्थिती असते त्या परिस्थितीत लोह मिश्रण आसपासच्या सिलिकेटांशी चटकन जवळीक साधतं व त्यात रासायनिक प्रक्रिया घडून येतात. त्यामुळे प्रावरण विरघळून गाभ्यात पडू लागतं. यामुळे गाभ्याभोवती लोहयुक्त शिलारसाचं एक आवरण तयार होतं आणि ते गाभ्यातील उष्णता कोंडून ठेवतं. गेली कोट्यवधी वर्षं ही प्रक्रिया चालू असल्यानं हे आवरण जाडजाड होत गेलं असावं, त्यातच वरून खाली येणाऱ्या थंड खडकांची भर पडून ते अधिक जाड होत असावं, हा सिद्धांत अजून सर्वमान्य झालेला नाही.

जॉर्डन यांच्या मते १० कोटी वर्षांपूर्वी म्हणजे क्रीटेशियस कालखंडात असं काहीतरी दडलेलं असावं. या काळात सागरी पातळी वाढली, अनेक ज्वालामुखी वा शिलारस भूपृष्ठावर ओतू लागले, भूपृष्ठाचे तक्ते वेगानं सरकू लागले. हे का घडलं तर प्रावरण आणि गाभ्यामधलं सिलिकेट आवरण जास्त जड झालं आणि त्यातून ते संपूर्ण सिलिकेट आवरणच डळमळू लागलं.

अर्थातच इतर सिद्धांताप्रमाणे या सिद्धांतालाही बऱ्याच शास्त्रज्ञांचा विरोध आहे. हे शास्त्र अजून बाल्यावस्थेत असताना या शास्त्रावर अवलंबून कुठलंही निदान घाईघाईनं करणं योग्य नाही, असं शास्त्रज्ञ म्हणतात. पण आज ना उद्या या त्रिमित आरेखन तंत्रानं भूगर्भाचं कोडं उकलेल असं बऱ्याच शास्त्रज्ञांना वाटू लागलं आहे.

■

पंधरा

ज्वालामुखीचे भाकीत

हवाईतल्या वॉर्नर मळ्यातली कुत्री एकाएकी उत्तेजित होऊन भुंकू लागली. त्यांच्या मानवी मालकाला जे कळत नव्हतं ते त्यांना बहुधा उमगलं असावं. त्यांनी वाहत्या मॅग्माचा आवाज ऐकला होता की, त्यातल्या वायूंचा वास त्यांना येत होता? तीन दिवसांनंतर सकाळी ८च्या सुमारास या मळ्यापासून केवळ थोड्याशा अंतरावर असलेल्या भेगेतून उफाळता लाल पिवळ्या रंगाचा तप्त लाव्हारस बाहेर ओतला जाऊ लागला. किलुआ ज्वालामुखीचा १९५५ चा उद्रेक सुरू झाला होता!

हवाईतल्या ज्वालामुखीतज्ज्ञांकडे कुत्र्यांसारख्या अतिमानवी शक्ती नव्हत्या. पण अत्याधुनिक यंत्रे मात्र होती. त्या यंत्राच्या साहाय्याने त्यांनी वॉर्नर मळ्याजवळचा उद्रेक केव्हा होईल हे अचूक सांगितले होते. ते खरेही ठरले होते. दुर्दैवाने सर्वच ज्वालामुखींच्या उद्रेकांबद्दल इतके अचूक भविष्यनिदान करणे शक्य होत नाही. आज शास्त्रज्ञांकडे जगभरच्या ७६० ज्वालामुखींची नोंद केलेली आहे. पण त्यातल्या फारच थोड्या ज्वालामुखींची पूर्ण माहिती आपल्याला आहे. त्यामुळे हे ज्वालामुखी कशी डोक्यात राख घालून घेतील हे सांगता येणे अशक्य होते. (खरं म्हणजे डोक्यातून राख झटकतील असं म्हणणं अधिक सयुक्तिक होईल.) अगदी थोड्या ज्वालामुखींवर शास्त्रज्ञ लक्ष ठेवून असतात. पण कित्येकदा त्यांच्याकडे आधुनिक सामुग्री नसते, तर काही वेळा 'निद्रिस्त' किंवा 'मृत' समजला जाणारा हा शंकराचा अवतार आपला तिसरा डोळा उघडतो व आजूबाजूच्या परिसरात हाहा:कार माजवून टाकतो.

पापुआ, न्यू गिनीमधल्या लॅमिंग्टन पर्वताच्या शिखरातून लाव्हारसाचा उद्रेक सुरू होईपर्यंत हा ज्वालामुखी आहे हेच शास्त्रज्ञांना माहीत नव्हते. या उद्रेकात तीन हजार लोक जिवास मुकले. बेझिमायनी हा कामश्चाटका द्वीपकल्पातील ज्वालामुखी 'मृत' समजण्यात येत होता. इ.स. १९५६मध्ये त्याचा प्रचंड उद्रेक झाला. सुदैवाने हा ज्वालामुखी निर्मनुष्य प्रदेशात असल्यामुळे विशेष प्राणहानी झाली नाही. याऐवजी भारत, पश्चिम युरोप, अमेरिका आदी प्रदेशात भरवस्तीत तेवढा ज्वालामुखी उफाळला असता तर लाखो लोक प्राणास मुकले असते.

जागृत, निद्रिस्त व मृत ज्वालामुखी ठरवणे फार अवघड असते. ऐतिहासिक कालखंडात उद्रेक झालेल्या ज्वालामुखीस जागृत ज्वालामुखी असे संबोधण्यात येते. पण त्याहीपेक्षा ज्या ज्वालामुखीच्या आसपासच्या प्रदेशात ज्वालामुखीय हालचाली घडत असतात, त्यांनाच जागृत ज्वालामुखी म्हणणे चांगले असे ज्वालामुखीतज्ज्ञांना वाटते.

जे ज्वालामुखी बराच काळ शांत आहेत, पण ज्यांचा उद्रेक होण्याची शक्यता नाकारता येत नाही अशा ज्वालामुखींना सुप्त किंवा निद्रिस्त ज्वालामुखी म्हटले जाते. मृत ज्वालामुखी कशाला म्हणावे हे सांगणे मात्र फार अवघड आहे. ज्या ज्वालामुखींचा इथून पुढे कधीही उद्रेक होणे शक्य नाही अशा ज्वालामुखीला मृत ज्वालामुखी म्हणण्यात येते. ज्वालामुखीशास्त्रात इतकी अडचणीत टाकणारी व्याख्या दुसरी कुठलीही नसेल. कारण मृत समजले गेलेले ज्वालामुखी कित्येकदा धुमसू लागले आहेत. अशा ज्वालामुखींचा निद्राकाळ किंवा सुप्तावस्था ही शेकडो, कित्येकदा हजारो वर्षांची असते. मुख्य म्हणजे हे असले ज्वालामुखीच जास्त भेदी व नुकसानकारक ठरतात. यांचा उद्रेक प्रचंड राक्षसी असतो. असे ज्वालामुखी विवर शोधण्यासाठी मेहनत घेणे आवश्यक असते. जिथे ज्वालामुखी-खडक असतील तिथे, त्या खडकांचा काळजीपूर्वक अभ्यास करून, भू-शास्त्रीय कालगणनेत

ज्वालामुखीच्या विवरातील सरोवर व बेट निसर्गाच्या अद्‌भुत किमयेचे दर्शन घडविते.

अलीकडच्या काळात काही उद्रेक झाले आहेत का याचा पत्ता लावणे अशावेळी आवश्यक ठरते. म्हणजेच जे ज्वालामुखी भू-शास्त्रीय भूतकाळातील आहेत; भू-शास्त्रीयदृष्ट्या फार प्राचीन आहेत अशा ज्वालामुखींनाच फक्त मृत ज्वालामुखी म्हणण्याकडे ज्वालामुखीतज्ज्ञांचा कल आहे.

खूप लोकसंख्येच्या शहराच्या व मानवी महत्त्वाच्या घडामोडी घडणाऱ्या ठिकाणांपासून जवळ असलेल्या ज्वालामुखीचा कसून अभ्यास करणे फार महत्त्वाचे ठरते. अशा ज्वालामुखींच्या परिसरांचे धोकानिदर्शक नकाशे तयार असले तर ते उद्रेकसमयी उपयोगाचे ठरतील हे नि:संशय. यामुळे होणारे नुकसान बऱ्याच अंशी आटोक्यात आणता येईल.

एकदाच उद्रेक झालेल्या ज्वालामुखीस एकप्रसव (Monogenetic) तर बऱ्याच वेळा उद्रेक झालेल्या ज्वालामुखी बहुप्रसव (Polygenetic) असे म्हणतात. एकप्रसव ज्वालामुखीच्या उद्रेकानंतर हा ज्वालामुखी मृत मानण्यात येतो. पण याचा अर्थ असा नव्हे की, या ज्वालामुखीस जन्म देणारे मॅग्मचे क्षेत्र आटले. या मॅग्माकक्षातून इतर एकप्रसव ज्वालामुखींचा जन्म होण्यास मदत होऊ शकते. इटलीतील 'एटना' पर्वताचे उतार अशा असंख्य एकप्रसव ज्वालामुखींच्या शंकूंनी भरलेले आहेत. याचप्रमाणे मेक्सिको, न्यूझीलंड व आईसलंडमध्येही असंख्य सुप्त व जागृत ज्वालामुखी विखुरलेले आहेत.

बरेच धोकादायक ज्वालामुखी हे मानव वस्तीपासून दूर किंवा विरळ वस्तीच्या प्रदेशात आहेत. त्यामुळे प्रत्येक ज्वालामुखीवर लक्ष ठेवणे ही एक अतिशय खर्चिक व अनावश्यक बाब ठरते. त्यामुळे ज्या ज्वालामुखीमुळे मानवी जीवन व साधनसंपत्ती धोक्यात येईल अशाच ज्वालामुखींवर शास्त्रज्ञ लक्ष केंद्रित करतात. ज्वालामुखीच्या उद्रेकाचे

भाकीत करणे ही एक अतिशय खर्चिक बाब आहे. यासाठी महागडी भू-वास्तव शास्त्रीय उपकरणे उपयोगात आणावी लागतात. त्यांच्या देखभालीलाही चांगलाच खर्च येत असतो. त्याचप्रमाणे या यंत्रांची देखभाल करणे, वापरणे व त्यांनी दिलेल्या संदेशांचा अर्थ लावणे यासाठी खास प्रशिक्षण घेतलेल्या तंत्रज्ञ व तंत्रज्ञांची आवश्यकता असते. यामुळे अखेरीस हे निर्णय सरकारी पातळीवर घ्यावे लागतात. विकसनशील देशांना सध्याच्या आर्थिक परिस्थितीत एका ज्वालामुखीवर एवढे पैसे खर्च करणे शक्य नसते. त्यांच्या दृष्टीने ती एक चैन ठरते. फक्त विकसित व अतिप्रगत देशातच ही चैन परवडू शकते.

ज्वालामुखीच्या हालचालींची भाकिते दोन प्रकारची असतात. सर्वसाधारण अंदाज व अचूक भविष्य हे ते दोन प्रकार. सर्वसाधारण अंदाज बांधण्यासाठी भू-शास्त्राची मूलतत्त्वे आणि ज्वालामुखीचा इतिहास माहिती असणे आवश्यक असते. त्याचप्रमाणे आधीच्या उद्रेकांनी जन्म दिलेल्या स्तरांचा अभ्यासही या कामी उपयोगास येतो. दुसऱ्या प्रकारात अत्याधुनिक यंत्रसामग्रीच्या साहाय्याने संशयित ज्वालामुखीच्या परिसराचा भू-वास्तव शास्त्रीय अभ्यास करावा लागतो.

उद्रेकाचा सर्वसामान्य अंदाज

हा अंदाजच असल्यामुळे यातून फार तर ज्वालामुखीची भविष्यकालीन वागणूक कशी काय असेल याबद्दल आडाखे बांधता येतात; अर्थात काहीच माहिती नसण्यापेक्षा या ज्वालामुखीचा उद्रेक होण्याची शक्यता आहे हे माहीत असणेही काही कमी नव्हे; अशा प्रकारच्या भाकितामुळे अगदी अचूक वेळ जरी सांगता आली नाही तरी सर्वसामान्यत: उद्रेकाचा काळ किती जवळ आहे सांगता येते. त्यामुळे मग अत्याधुनिक यंत्र मागवून घेऊन त्या ज्वालामुखीवर शास्त्रज्ञांचा खडा पहारा ठेवणे सहज शक्य होते.

काही ज्वालामुखींच्या बाबतीत त्यांच्या याआधीच्या उद्रेकांचा इतिहास इतका बोलका ठरतो की, साधारणपणे त्यांच्या भविष्यातील उद्रेकाचा कालखंड सांगता येतो; पण दुर्दैवाने फारच थोड्या ज्वालामुखींच्या उद्रेकांच्या नोंदी व्यवस्थित ठेवल्या गेल्या आहेत. अशा परिस्थितीत एखाद्या ज्वालामुखीचे उद्रेक किती प्रस्फोटक होते याच्या तार्किक अनुमानासाठी ज्वालामुखीजन्य उत्क्षेपी खडकांचा व्यवस्थित अभ्यास करून, त्यांचे मोजमाप करून, त्यांच्या विस्ताराबद्दल ठोकळ मानाने अंदाज बांधायचा व त्यावरून प्रत्येक भूतकालीन उद्रेकाची व्याप्ती व तीव्रता ठरवायची, असा हा खटाटोप असतो. शक्य असल्यास किरणोत्सारी घटकांच्या साहाय्याने या स्तरांचे वयही ठरवता येते.

अशा प्रकारच्या अभ्यासाने पूर्वीच्या उद्रेकांच्या वेळाची माहिती मिळते. उद्रेकाच्या वेळी पाऊस पडत होता का? ज्वालामुखी पंकप्रवाह निर्माण झाले का? की नुसतेच स्फोटशकली प्रवाह वाहिले. या वेळेस कडाडणाऱ्या विजा चमकत होत्या किंवा कसे? ज्वालामुखीचे विवर उद्रेकानंतर आत कोसळले की तसेच बुजले. पुढच्या उद्रेकात अशा विवरांचे काय झाले? वारा कुठल्या दिशेने व काय वेगाने वहात होता? ज्वालामुखीचा उद्रेक किती वेगाने झाला, किती वेगाने लाव्हा व इतर ज्वालामुखी पदार्थ बाहेर फेकले गेले? ज्वालामुखी ढग किती उंचीवर पोहोचला? स्फोट झाल्यावर ज्वालामुखी पदार्थ सरळ वर फेकले गेले की कोन करून? व मॅग्मा कक्ष किती खोलीवर होता? या सर्व प्रश्नांची उत्तरे ज्वालामुखी विवराभोवतीच्या निक्षेपांचा अभ्यास करून मिळतात.

डॉक्टर बेसिल बूथ या ज्वालामुखीतज्ज्ञाने 'एल ति दे' या तेनेरिफमधील ज्वालामुखीच्या परिसराचा अभ्यास करून हा ज्वालामुखी भलताच प्रक्षोभक असावा असे सिद्ध केले. गेल्या ३०,००० वर्षांत २७ वेळा या ज्वालामुखीचे उद्रेक झाले. त्यात २१ वेळा रक्षावर्षाव झाला, तर ६ वेळा इग्निंब्राईट खडक तयार झाला. यातले काही स्फोट क्राकाटोआपेक्षा जास्त प्रक्षोभक होते. आता हा ज्वालामुखी सुप्त, पण धूम्रमुख आहे.

ज्वालामुखीचा अचूक अंदाज – अशा प्रकारे उद्रेकाची अचूक वेळ वर्तविण्यासाठी भूवास्तव शास्त्रीय पद्धतींची मदत घेण्यात येते. ज्वालामुखीच्या उद्रेकापूर्वी ज्वालामुखीच्या मुळात बराच मॅग्मा नव्याने वाहून येत असतो. या वाहत्या तप्त शिलारसामुळे आजूबाजूच्या खडकांवरही परिणाम होत असतात. त्याच्या उष्णतेमुळे भोवतालचे खडक बऱ्याच वेळा आकार्य स्थितीस पोहोचतात.

त्यांचे कायिक गुणधर्म बदलतात. ज्वालामुखीतज्ज्ञ आपल्या यंत्रांच्या साहाय्याने हे फरक जाणून घेऊ शकतात. या बदलांमुळे होणाऱ्या खडकांच्या हालचालींमुळे निरनिराळ्या तीव्रतेचे भूकंप होत असतात. वैद्यराजास जसे नाडीचे ठोके मदत करतात तसेच हे भूकंप ज्वालामुखीतज्ज्ञास निदानाचे कामी उपयोगास येत असतात. बराच काळपर्यंत या भूकंपांचे मापन केले गेले की, त्या भागात काय घडत असावे याचे चित्र ज्वालामुखीतज्ज्ञापुढे उभे राहाते. भूकंपनमापक आलेख भू-पृष्ठांतर्गत हालचालींचे तंतोतंत रेखाटन शास्त्रज्ञांसाठी करीत असतात. ज्वालामुखीशी संबंधित भूकंपांची केंद्रे भू-कवचाजवळ असतात; अर्थात कित्येकदा मॅग्मा भू-कवच फोडून बाहेर येतोच असेही नाही. तो आतल्या आतच थिजलेला असणे असेही प्रकार घडतात. तसे झाले की, भूकंप घडण्याचे थांबते.

मॅग्मा पृथ्वीचे कवच भेदून येण्याचा प्रयत्न करीत असतो, तसतसे पृथ्वीचे कवच फुगू लागते. ज्वालामुखी पर्वत जर आधीपासून अस्तित्वात असेल तर त्याच्या उतारात बदल घडू शकतो. हा वाढता कल कलमापींच्या साहाय्याने मोजता येतो; पण त्याहीपेक्षा महत्त्वाचे म्हणजे मॅग्माच्या हालचालींमुळे भूकंपाचे धक्के वाढतात. कधीकधी या धक्क्यांचे प्रमाण दिवसास १ हजारापर्यंत वाढते. किलूआ ज्वालामुखीच्या सन १९५५च्या उद्रेकाचे वेळी १ ते २३ फेब्रुवारीपर्यंत दिवसास पंधरा, २४ ते २५ फेब्रुवारीस दिवसास १०० व हे वाढत वाढत जाऊन २६ फेब्रुवारीस ७०० भूकंपांचे धक्के जाणवले. २८ फेब्रुवारीस या धक्क्यांचे प्रमाण खूपच वाढले व सकाळी ८ वाजता ज्वालामुखीचा उद्रेक झाला. या उद्रेकाचे भविष्य भूकंपमापी व कलमापींच्या साहाय्याने हाती आलेल्या पुराव्याच्या साहाय्याने शास्त्रज्ञ अतिशय अचूकरीत्या करू शकले.

याशिवाय लेसर किरणांच्या साहाय्याने टेकड्यांच्या उतारांवरील, अंतरंगातील उंचीतील सूक्ष्म बदल जाणून घ्यायला मदत होते. बेंचमार्कच्या उंचीत पडलेला सूक्ष्म फरकही या पद्धतीने लगेच कळतो. त्याचप्रमाणे ज्या वेळेस मॅग्मा ज्वालामुखीच्या पोटात साठत जातो तेव्हा तापमान वाढू लागते. यामुळे आजूबाजूच्या खडकांचे तापमान त्यांच्या क्यूरी बिंदूपेक्षा जास्त वाढते व त्यांचे चुंबकत्व नाहीसे होते. या चुंबकीय क्षेत्रातील बदलांचे मापन चुंबकत्व-मापीच्या साहाय्याने करता येते. याचप्रमाणे ज्वालामुखीच्या भागात असलेल्या मॅग्मामुळे या परिसरातील गुरुत्वाकर्षणाचे क्षेत्रही बदलते व गुरुत्वाकर्षणाचे मापन करणाऱ्या अतिशय संवेदनक्षम यंत्रांच्या साहाय्याने हे बदल जाणून घेणे आपल्याला शक्य असते. ज्वालामुखीच्या परिसरातील औष्णिक ऊर्जाबद्दल उपग्रहातील उपारुण लहरी मापींच्या साहाय्याने करता येणे शक्य आहे व त्या दृष्टीने शास्त्रज्ञांचे प्रयत्न चालू आहेत. ज्वालामुखीच्या आसपासच्या वातावरणात उद्रेकापूर्वी रासायनिक घटकांची वाढ होत असावी. ती किती व कशी होते याचाही शोध शास्त्रज्ञ घेत आहेत.

ज्वालामुखी व मानव यांचा सहवास फार पुरातन कालापासून चालत आलेला आहे. ज्वालामुखींनी केलेले नुकसान जरी आपल्याला चटकन उठून दिसले व राक्षसी वाटले तरी ज्वालामुखी आपल्याला अनेक प्रकारे मदत करतात. नवी जमीन, नवीन माती, नवी खनिजे, भू-औष्णिक ऊर्जा देतात. आजपर्यंत आपल्याला या आपल्या राक्षसी मित्राची ओळख पटलेली नव्हती असंच म्हणायला हवं. आता ज्वालामुखीच्या उद्रेकाबद्दलची भाकितं आपण करू शकू असं वाटायला लागलं आहे. हे शास्त्र दिवसेंदिवस अधिकाधिक प्रगत होतंय, त्यामुळे भविष्यकाळात आपण ज्वालामुखींचाही आपल्या फायद्यासाठी उपयोग करून घेऊ शकू असं बऱ्याच आशावादी शास्त्रज्ञांना वाटू लागलं आहे. अशा तऱ्हेने एकेकाळी देवाचा कोप किंवा सैतानाची कृपा मानण्यात येणारे ज्वालामुखी आता मित्र बनण्याच्या मार्गावर आहेत.

■

सोळा

भूशास्त्रीय कालमापन

भू-शास्त्रज्ञ ज्यावेळेस काल-मापन करतो तेव्हा अमुक एका घटनेपासून दुसऱ्या एका घटनेचे अंतर यामधील कालावधी मोजणे एवढेच त्याचे ध्येय सीमित नसते; तर एका घटनेनंतर दुसरी घटना घडायला कोणत्या कारण परंपरा घडल्या, भू-पृष्ठावर असे काय घडले की ज्यामुळे 'टप्पा' म्हणता यावी अशी ही घटना घडली, या सर्वांचा त्यामध्ये विचार असतो.

भू-शास्त्रज्ञांपुढे ज्या असंख्य अडचणी असतात, त्यापैकी प्रमुख अडचण म्हणजे भू-शास्त्रज्ञांना 'हा सूर्य नि हा जयद्रथ' या थाटाचे पुरावे सादर करणे अतिशय अवघड जाते. याउलट खगोलशास्त्रज्ञ किंवा वास्तवशास्त्रज्ञ आपले पुरावे गणिताद्वारे किंवा प्रत्यक्ष पुराव्यांतर्फे परीक्षणार्थ सादर करू शकतात. यामुळेच जेव्हा भू-शास्त्रज्ञ एखाद्या गोष्टीचे किंवा पृथ्वीचेही वय सांगतो तेव्हा त्याच्या उत्तरावर मर्यादा पडतात. त्यामुळे इतिहासात ज्याप्रमाणे बरोबर २८७ वर्षांपूर्वी अमुक अमुक घटना घडली असं सांगता येते, तसं भू-शास्त्रात सांगणे अशक्य होते व अमुक एक खडक आजपासून काही कोटी वर्षांपूर्वी निर्माण झाला असं म्हणताना त्यात काही लक्ष वर्षे इकडेतिकडे होणारच हे गृहीत धरले जाते. अशा प्रकारच्या वय सांगण्याला 'निरपेक्ष वय' (absolute age) सांगण्याची पद्धत म्हणतात. इतर शास्त्रातील, विशेषत: वास्तव व रसायनशास्त्रातील प्रगतीची या पद्धतीस फार मोठ्या प्रमाणात मदत होते. जेव्हा निरपेक्ष वय काढणे शक्य नसते तेव्हा मग भू-शास्त्रज्ञास इतर काही गोष्टींची मदत घ्यावी लागते.

अशा वेळी भू-शास्त्रज्ञ सापेक्ष पद्धतीचा वापर करू लागतो. भू-स्तराचे एकमेकांच्या सापेक्ष वय काढून हा भूस्तर त्याच्यापेक्षा वयाने जास्त, पण या स्तरापेक्षा कमी अशा तऱ्हेने आपल्या नोंदवहीत त्यांची रचना करतो. त्यासाठी त्याला भू-स्तरांची रचना, त्यात असलेले जीवावशेष, इतरत्र पसरलेले या खडकांचे भाईबंद, त्या भागातील स्तरांच्या रचनात्मक हालचाली यांचा विचार करावा लागतो. इतरही काही गोष्टी अशा अभ्यासास मदत करतात.

पृथ्वीचा स्वत:भोवती फिरावयाचा अक्ष हा तिच्या सूर्यप्रदक्षिणेच्या मार्गक्रमणाच्या पातळीसापेक्ष कललेला आहे. यामुळे सूर्यप्रकाश, तापमान, पाऊस, वारे यांच्यातील ठराविक बदलाचे चक्र तयार होते. यालाच आपण ऋतू म्हणत असतो. ऋतुचक्राचा सजीवांच्या अन्नपुरवठ्यावर परिणाम होत असतो. तसेच खडकांचे अपक्षरण -धूप- (erosion) यामुळे मोकळ्या झालेल्या कणांचे वहन आणि अवसादन (deposition) होत असते. यांचेच पुढे अवसादी (sedimentary) खडक बनतात. या खडकात तसेच पुराजीवावशेषांत त्या काळातील ऋतुचक्रांची नोंद असते.

याशिवाय काही जीवावशेष काही विशिष्ट कालखंडापुरतेच अस्तित्वात असतात. त्यावरूनही एकदा त्यांचा कालखंड निश्चित झाला की, इतरत्र ते सापडतात. त्या खडकांचे वय निश्चित करता येते; अर्थात अवसादनाचा किंवा क्षपणाचा वेग सर्वकाळ सारखा नसतो तसाच तो मूळ खडकांवर, प्रवाहाचा वेग भू-भागाच्या चढ-उतारावर अवलंबून जागोजाग बदलत असल्यामुळे अवसादी खडकांच्या जाडीचा व वयाचा संबंध लावता येत नाही. मात्र अवसादनातील सूत्रबद्धता व नैसर्गिक तालबद्धता लक्षात घेतली तर मात्र एकाआड एक असणाऱ्या रेव (silt) व मृत्तिकेच्या (clay) स्तरांची जोडी एक वर्षाचा कालावधी दाखवून देते. पर्जन्यमानावर अवलंबून वाहत्या पाण्याच्या हालचालीत जो बदल घडतो व अवसादनावर ऋतूंचा जो परिणाम होतो त्याची ही नैसर्गिक नोंद असते. अशा जोडीला ऋतुस्तर (varve) व अवसादी खडकास ऋतुस्तरित (varved)

खडक असे म्हणतात. द गीअर (१८५८-१९४३) या शास्त्रज्ञाने युरोपातील ऋतुस्तरित खडकांचा अभ्यास करून तेथील हिमयुग १३५०० वर्षांपूर्वी होऊन गेले असावे असे सिद्ध केले.

या अशा पद्धतीतच झाडांच्या खोडात आढळणारी वलये, गोगलगायी व कालवे यांच्या शंख, शिंपल्यांवरील खुणा यावरून फारच छोट्या कालावधीचे मापन केले जाते व छोट्याशा मर्यादित भागातील खडकांचे वय निश्चित करता येते. पृथ्वीचे वय काढण्याच्या बाबतीत मात्र या पद्धतींचा विशेषसा उपयोग नाही.

किरणोत्सर्जनाचा शोध लागेपर्यंत लक्ष-दशलक्ष, कोटी व अब्ज वर्षे मोजणे हे तसे अवघड काम होते. किरणोत्सर्जनाचा उपयोग करणारी पहिली पद्धत युरेनियम व थोरियमपासून हेलियम व शिसे यांच्या जननावर बेतलेली होती. किरणोत्सर्जनाचा परिणाम म्हणून किरणोत्सर्गी मूलद्रव्यांचा क्षय होऊन त्यांचे हळूहळू शिसे व हेलियममध्ये रूपांतर होते. ही नवी मूलद्रव्ये स्थिर असतात. त्यांचा पुढे क्षय होत जात नाही. ती आपल्या जननाच्या जागीच राहतात. त्यामुळे अशा अवशिष्ट नूतन मूलद्रव्यांचे त्यांच्या पितरस्वरूपी मूलद्रव्यांशी असलेले प्रमाण कळले की, त्यावरून खडकांचे वय सहजगत्या काढता येते.

किरणोत्सर्जनाच्या शोधाची हकिकत मजेशीर आहे. १८९६मध्ये फ्रेंच वास्तवशास्त्रज्ञ बेकरेलच्या असे लक्षात आले की, युरेनियमच्या संयुगातून काही अदृश्य किरण बाहेर पडतात. हे किरण कळले ते अपघातानेच! बेकेरेलने काही फोटोग्राफ्रिक प्लेट्स काळ्या कागदात गुंडाळून एका अंधाऱ्या कप्प्यात ठेवल्या. टेबलाच्या त्याच खणात काही युरेनियमची संयुगे होती. त्यांनी आपल्या प्रतापाचा ठसा त्या काळजीपूर्वक अंधारात ठेवलेल्या फोटोग्राफिक प्लेटींवर उमटवला. मादाम क्युरी या त्या वेळेस विद्यार्थी होत्या. त्यांनी आपल्या संशोधनासाठी या नव्या अनुभवाचा पिच्छा पुरवला. त्यांनी या नव्या गुणधर्मास किरणोत्सर्जन हे नाव दिले. थोरियम हेही किरणोत्सर्गी मूलद्रव्य आहे हेही त्यांनी शोधून काढले.

या संशोधनातच त्यांच्या असे लक्षात आले की, युरेनियमची खनिजे ही त्यांच्यामध्ये असलेल्या युरेनियमच्या मानाने जास्त प्रभावीपणे किरणोत्सर्जन करतात. याचा अर्थ त्यांच्यामध्ये युरेनियमशिवाय दुसरे एखादे (किंवा आणखी काही) मूलद्रव्य असणे शक्य आहे. याची खात्री झाल्यावर पिचब्लेंड या युरेनियमच्या मुख्य खनिजावर मादाम क्युरी व त्यांचे यजमान पियरे क्युरी यांनी प्रयोग सुरू केले व १८९८मध्ये आणखी दोन किरणोत्सर्गी मूलद्रव्ये शोधून काढली. यातले रेडियम हे मूलद्रव्य सतत उष्णतानिर्मिती करत होते; अर्थात बाकीची मूलद्रव्येही उष्णतानिर्मिती करतात, पण रेडियममुळे निर्माण झालेली उष्णतानिर्मिती साध्या तापमान-मापकावर सुद्धा लगेचच कळून येते.

रुदरफोर्ड या शास्त्रज्ञाने उत्सर्जनात अल्फा, बीटा व गॅमा असे तीन प्रकारचे किरण असतात हे शोधून काढले.

अल्फा किरण :- हे किरण धन-विद्युतभारित कणांचे स्रोत असतात. या धन-विद्युतभारित कणांना अल्फा कण म्हणतात. अल्फा कण हे हेलियमच्या अणूचे केंद्र असतात (२ प्रोटॉन्स + २ न्यूट्रॉन्स), असेही पुढे सिद्ध झाले. किरणोत्सर्जनामुळे क्षय होणाऱ्या अणूंच्या केंद्रातून हे अल्फाकण दर सेकंदास हजारो मैलांच्या वेगाने फेकले जातात. या फेकल्या जात असलेल्या अणूंची टक्कर होऊन किरणोत्सर्गी पदार्थांतील उष्णतेची निर्मिती होते.

बीटा किरण :- हे किरण ऋण-विद्युतभारित असतात. त्यांचा वेग अल्फा किरणांपेक्षाही जास्त असतो. हे अणूकेंद्रातील इलेक्ट्रॉन्स असतात. केंद्राभोवती भ्रमण करणाऱ्या इलेक्ट्रॉन्सचा व यांचा काहीही संबंध नसतो. किरणोत्सर्गी अणूच्या केंद्रातील एक न्यूट्रॉन हा नैसर्गिक सहजतेने एक इलेक्ट्रॉन फेकतो व स्वत:चे रूपांतर प्रोटॉनमध्ये करून घेत असतो.

गॅमा किरण :- हे क्षकिरणांप्रमाणेच लघुतरंग लांबीचे किरण असतात. त्यांचा वेग प्रकाशाच्या वेगाइतका असतो.

जेव्हा एखादे किरणोत्सर्गी मूलद्रव्य एक हेलियमचे केंद्र बाहेर फेकते (म्हणजेच एक अल्फाकण बाहेर टाकते), तेव्हा उरलेल्या मूलद्रव्यास रेडियम म्हणता येत नाही. हे नवे मूलद्रव्यही किरणोत्सर्गी असते, पण ते वायुरूप असते. यास रेडॉन असे म्हणतात. रेडॉनही कालांतराने हेलियम बाहेर फेकतो आणि त्यास नव्या मूलद्रव्याचे स्वरूप प्राप्त होते. अशा तऱ्हेने क्षय होत होत कलेकलेने

या टप्प्यांच्या अखेरीस एक स्थिर मूलद्रव्य तयार होते. या प्रत्येक टप्प्यास एक नवी पिढी असे म्हटले जाते. अशा काही ठराविक पिढ्यांनंतर जे मूलद्रव्य तयार होते ते आपण नेहमी पाहातो त्या शिसे या मूलद्रव्याचे समस्थली मूलद्रव्य असते.

याचाच अर्थ रेडियम या स्वरूपात अनंत कालपर्यंत राहू शकत नाही. रेडियमचा क्षय होण्याचा वेग शास्त्रज्ञांनी शोधून काढलेला असून, हा वेग 'हाफ-लाईफ' किंवा अर्धायुष्य म्हणून ओळखला जातो. रेडियमचे 'अर्धायुष्य' १६२२ वर्षे आहे. याचा अर्थ, रेडियममधून ज्या वेगाने हेलियम बाहेर पडतो त्यामुळे १६२२ वर्षांनी एका एकक रेडियमचा अर्धा हिस्सा हा पुढच्या पिढ्यांत रूपांतरित झालेला असेल.

रेडियमचा जर या वेगाने क्षय होत असेल तर आजपर्यंत जगातले सर्व रेडियम संपायला हवे होते. ज्या अर्थी असं काही झालं नाही त्या अर्थी रेडियमच्या साठ्यात त्याच्या क्षयाबरोबरच नव्या रेडियमची भर पडत असणार हे उघडच आहे. रेडियम हे युरेनियम कुटुंबाच्या साखळीतील एक मूलद्रव्य आहे. U^{238} व U^{235} ही युरेनियमची दोन समस्थली रूपे. U^{238} व U^{235} या दोन्ही युरेनियमचा कुटुंबकबिला भरपूर मोठा आहे आणि यातले शेवटचे मूलद्रव्य शिसेच असते. हे शिसे व हेलियम सोडले तर या कुटुंबातली सर्व मूलद्रव्ये किरणोत्सर्गी असतात. शिशाला जन्म देणारे आणखीही एक कुटुंब आहे ते थोरियम Th^{232} चे.

$$U^{238} \rightarrow Pb^{206} + 8\ He^{4}$$
$$U^{235} \rightarrow Pb^{207} + 7\ He^{4}$$
$$Th^{232} \rightarrow Pb^{208} + 6\ He^{4}$$

यातील तीन किरणोत्सर्जनाने निर्माण झालेल्या शिशाच्या समस्थली रूपांशिवाय Pb^{204} हे किरणोत्सर्जनाशी काहीही संबंध नसलेले शिसे. असे हे शिशाचे चारीही प्रकार आपल्या नेहमीच्या वापरातील शिशात असतात. पृथ्वी जन्माला आल्या दिवसापासून Pb^{204} (साधे शिसे) सोडून इतर प्रकारचे शिसे दिवसेंदिवस वाढतच आहे. त्यामुळेच Pb^{204} हे प्रमाणाच्या स्वरूपात वापरता येते. एखाद्या खनिजातले Pb^{204}चे प्रमाण वजा केले की, उरलेल्या शिशाचे वय काढणे सोपे जाते. Pb^{204}मुळे स्फटिकीकरणाच्या वेळी किती शिसे होते हे कळते.

जेव्हा आपण किरणोत्सर्गी खनिजे म्हणतो तेव्हा त्या खनिजात युरेनियम किंवा थोरियम असायलाच हवे असं आपण गृहीत धरून चालतो. इतरही अनेक मूलद्रव्ये किरणोत्सर्गी असल्याचे शास्त्रज्ञांना आढळून आले आहे. या किरणोत्सर्गी मूलद्रव्यांपैकी पोटॅशियम कुटुंब व रुबिडियम कुटुंब व्यवहारतः भू-शास्त्रीय कालमापनाचे दृष्टीने उपयोगी ठरतात. किंबहुना इतर कुठल्याही खनिजांपेक्षा ही दोन मूलद्रव्ये सर्वसामान्य खनिजातून आढळून येत असल्यामुळे खडकांचे वय ठरविण्याचे बाबतीत ती जास्त उपयोगी ठरतात. पोटॅशियम व रूबिडियम हे पोटॅश फेल्सपार, अभ्रक या खनिजाबरोबर समुद्रतळावर तयार होणाऱ्या ग्लॉकोनाईट या खनिजातही आढळतात. ग्लॉकोनाईट हे कॅंब्रियन कालखंडापासून आजपर्यंतच्या असंख्य खडकांतून आढळते. मुख्य म्हणजे दुसऱ्या पद्धतींनीही या खडकांचा कालखंड ठरवता येतो. त्यामुळे किरणोत्सर्गी खनिजांचा उपयोग करून काढलेल्या वयाचा ताळा करणे सोपे जाते. रुबिडियमचा किरणोत्सर्गी समस्थली Rb^{87} हा क्षय पावतो व त्याचे स्ट्रॉन्शियममध्ये रूपांतर होते. पोटॅशियम (K^{40}) मात्र इतका सरळ वागत नाही. ८९% पोटॅशियमचा क्षय होऊन त्याचे रूपांतर कॅल्शियममध्ये होते. मात्र उरलेल्या ११% पोटॅशियम (K^{40})चे रूपांतर होते, ते मात्र अल्फा पार्टीकल जाऊन नव्हे तर परिभ्रमण करणारा इलेक्ट्रॉन केंद्राकडून पकडला जातो, यामुळे. या K^{40}चे रूपांतर A^{40} अरगॉनमध्ये होते. यात दुसरी महत्त्वाची गोष्ट अशी की, कॅल्शियम निसर्गतःच भरपूर असतो. त्यात Ca^{40} ही भरपूर असतो. त्यातच K^{40} कडून निर्माण झालेला Ca^{40} व आधीचा Ca^{40} यांच्यांत फरक करणे अशक्यप्राय असते. त्यामुळे भू-शास्त्रीय कालमापन-पद्धतीस या कॅल्शियमचा उपयोग होत नाही. मात्र A^{40} चा उपयोग करून खडकांचे वय काढता येते.

अशा तऱ्हेने सर्व भू-शास्त्रीय कालखंडाचे वयोमान ठरविण्यात आलेले आहे ते असे.

भू-शास्त्रीय कालखंड	**किरणोत्सर्गी पद्धतीने काढलेले वय दशलक्ष वर्षे**		**पद्धत**
प्लाईस्टोसीन	१.०२३ ते २.७७		आरगॉन
प्लायोसीन	२ ते १२	(+ १)	आरगॉन
मायोसीन	१२ ते २५	(+ २)	Pb; A
ऑलिगोसीन	२५ ते ४०	(+ २)	A
इओसीन	४० ते ६०	(+ २)	A; Sr
पॅलिओसीन	६० ते ७०	(+ २)	A; Pb
क्रिटेशिअस	७० ते १३५	(+ ५)	A; Sr
ज्युरासिक	१३५ ते १८०	(+ ५)	A; Sr
ट्रायसिक	१८० ते २२५	(+ ५)	A; Pb
परमियन	२२५ ते २७०	(+ ५)	A; Pb
कारबॉनिफेरस	२७० ते ३५०	(+ १०)	A; Rb, Sr, Pb
डिव्होनियन	३५० ते ४००	(+ १०)	Pb,Sr, A
सायल्युरियन	४०० ते ४४०	(+ १०)	A
ऑरडोव्हिशियन	४४० ते ५००	(+ १५)	A, Sr
कँब्रियन	५०० ते ६००	(+ २०)	Pb, A, Sr
उत्तर प्री.कँब्रियन	५७३ ते ७००	(+ २५)	A, Pb

प्री-कँब्रियन कालखंडातील जुन्यात जुने खडक ३६० कोटी वर्षांपूर्वीचे असावेत. निदान या वयाचे खडक आपल्याला मिळालेले आहेत. चंद्र हा पृथ्वीबरोबर तयार झाला असे मानले तर चंद्रावरील खडकांचे वयही तेच आलेले आहे. वायुरूप गोळा घन व्हायला लागणारा कालखंड लक्षात घेता पृथ्वीचे वय ४५० कोटी वर्षे मानायला हरकत नाही.

पृथ्वीचे वय काढायच्या आणखीही काही पद्धती आहेत. त्यात समुद्राचा खारटपणा, बुधाच्या परिभ्रमण कक्षेतील बहिर्मध्यता इत्यादी पद्धतींचा समावेश येतो.

इतके दिवस आपल्याला चंद्रावरील खडकांचे वय माहीत नव्हते कारण ते खडक आपल्याला अभ्यासासाठी उपलब्ध नव्हते, त्या काळात पृथ्वीवर पडणाऱ्या उल्कांचा अभ्यास होणे क्रमप्राप्त होते. या सूर्यमालेतील सर्व आकाशस्थ ग्रहगोल व वस्तू एकाच वेळी जन्मल्या हे गृहीत धरता उल्कांना अशा तऱ्हेने प्रचंड महत्त्व प्राप्त होत होते. या उल्कांचा अभ्यास करता पृथ्वीचे वय ४५० कोटी वर्षे असावे या अनुमानास दुजोरा मिळतो.

कार्बन १४ पद्धती ही आणखी एक किरणोत्सर्गी मूलद्रव्यावर अवलंबून असलेली पद्धत. तिचा विचार इतरत्र करण्यात आला आहे.

■

सतरा

पृथ्वीचे वय काय?

पृथ्वीचे वय सांगायचे ही गोष्ट तशी अवघडच. पृथूची ही मुलगी मानली गेलेली. ऋषीचे कुळ, नदीचे मूळ तसेच स्त्रीचे वय, यांचा शोध शहाण्याने घेऊ नये असं अनुभवांती आपल्याला आपल्या पूर्वजांनी सांगून ठेवलंय. पण याच आपल्या पूर्वजांनी पृथ्वीचे वय सांगायची संधी मात्र दवडलेली नाही. एवढेच नव्हे ती केव्हा संपणार किंवा पुन्हा पृथ्वीवर प्रलय कधी होणार हेही आपल्या पूर्वजांनी सांगून ठेवलेले आहे.

आपले पंचांग जर उघडले तर बहुधा पहिल्या किंवा दुसऱ्या पानावरच जो मजकूर छापलेला असतो तो असा– ''श्री सूर्य सिद्धांत मताने जगाच्या उत्पत्ति, संरक्षण व लय यांना कारणीभूत अशा श्री महाविष्णूच्या नाभिकमलापासून उत्पन्न झालेल्या ब्रह्मदेवाचे आयुष्य शंभर वर्षे होय. त्यापैकी पन्नास वर्षे होऊन गेली. सांप्रत एक्कावन्नाव्या वर्षाच्या पहिल्या महिन्याच्या पहिल्या पक्षाच्या पहिल्या दिवसाच्या घटिका १३ पळे ४२ आणि तीन अक्षरे होऊन गेली.''

चार युगे एक हजार वेळा होऊन गेली म्हणजे ब्रह्मदेवाचा एक दिवस होतो. ब्रह्मदेवाच्या एका दिवसात १४ मनू होतात. त्या एकेक मनूत ७१ महायुगे होतात. एका महायुगाची वर्षे ४३ लक्ष २० हजार होत. या प्रमाणे चाक्षुषपर्यंत सहा मनू होऊन गेले. चालू असलेले वैवस्वत मन्वंतर सातवे. वैवस्वत मन्वंतरातील २७ महायुगे जाऊन अठ्ठाविसावे महायुग चालू आहे. हा सगळा व्यवस्थित हिशेब केला तर पृथ्वीचे वय अंदाजे २ अब्ज वर्षे ठरते.

सर्व संस्कृतींच्या आद्य धर्मग्रंथातून पृथ्वीचे वय किती असावे याचा ऊहापोह केलेला आढळतो. पार्शी धर्मसंस्थापक झरथुष्ट्र याच्या मते पृथ्वीचे वय १२००० वर्षे होते. आर्चबिशप अशर यांच्या मते पृथ्वीचा जन्म २६ ऑक्टोबर ४००४ (ख्रि.पू.) या दिवशी सकाळी ९ वाजता झाला. आपल्या पंचागांतून जरी पृथ्वीचे वय सांगायचा प्रयत्न केला असला असं आपल्याला वाटलं तरी ते प्रत्यक्षात ब्रह्मदेवाच्या वयाचे गणित आहे. पृथ्वी किंवा हे विश्व सतत अस्तित्वातच आहे. 'ते नव्याने निर्माण करता येणार नाही किंवा त्याचा नाशही करता येणार नाही' असं हे अस्तित्व आहे. पृथ्वीच्या जन्माबद्दल जसजसा शास्त्रीय विचार होऊ लागला तसतसा पृथ्वीचा जन्म कधी झाला असावा याबद्दलही शास्त्रज्ञ विचार करू लागले.

पृथ्वीचा जन्म कसा झाला असावा हे कोडे जरी अजून सुटलेले नसले तरी

किरणोत्सर्गी खनिजांमुळे पृथ्वीचा जन्म कधी झाला असावा हे कोडे मात्र सुटल्यातच जमा आहे, असे म्हणावयास हरकत नाही. किरणोत्सर्गी पदार्थ मानवाला माहिती होईपर्यंत मात्र पृथ्वीचे वय अचूक सांगणे शास्त्रज्ञांच्या दृष्टीने अवघडच होते. याचा अर्थ शास्त्रज्ञ गप्प बसले होते असा नव्हता. पृथ्वीच्या इतिहासाची जी काही माहिती मिळेल ती गोळा करायची, कोडी उलगडायची, माहितीचे सुसूत्र वर्गीकरण करायचे व त्यातून काही बोध होतो का ते बघायचे; ही धडपड बराच काळ चालू होतीच. मुख्य म्हणजे त्या काळात ही भूशास्त्रीय घटना अमुक अमुक भू-शास्त्रीय प्रसंगांच्या अगोदरच्या काळात घडली; या पलीकडे भू-शास्त्रज्ञ जाऊ शकत नसत. म्हणजे समजा एखाद्या शाळेतली बरीच मुले एकदम पुढे आली तर निरखून पाहून अ बपेक्षा मोठा व कपेक्षा लहान असं सांगण्यासारखेच होते ते. पण अ, ब, क, यांचे मूळ वय काय? हे मात्र माहीत नव्हतं.

जेम्स हटन

आद्य भू-शास्त्रज्ञ जेम्स हटन यांच्या ही गोष्ट लक्षात आलेली होती. त्यांनी भू-शास्त्रीय कालखंड प्रचंड मोठे असतात असं म्हटले होते, मात्र हटननंतरच्या भू-शास्त्रज्ञांचे या विधानाने समाधान झाले नाही. केल्वीन (१८२४ ते १९०७) या भू-वास्तव शास्त्रज्ञाने या बाबतीत आघाडी मारली. त्याने असंख्य विंधन छिद्रांचा (bore holes) अभ्यास केला होता. त्यावरून त्याच्या असं लक्षात आलं की, जसं खाणीतून अधिकाधिक खोल जाताना तापमानात वाढ होते, त्याचप्रमाणे विंधन छिद्रांतूनही जसजसे खोल जावे तसतसे तापमान वाढत जाते. म्हणजेच पृथ्वीचा गाभा पृथ्वीच्या कवचापेक्षा जास्त गरम आहे. पृथ्वीच्या मध्याकडून पृथ्वीच्या कवचाकडे उष्णतेचा प्रवाह वाहात असावा ही गोष्ट केल्वीन यांच्या लक्षात यायला त्यामुळे फारसा वेळ लागला नाही. पृथ्वीकडून अशी उष्णता जर निघून जात असेल तर एकेकाळी पृथ्वी खूपच उष्ण असायला हवी हे फारच सोपे त्रैराशिक होते.

कुठली तरी घटना मूलारंभ मानून त्यावर कालगणना ठरवायची यापेक्षा पृथ्वीचा जन्म हीच मूळ घटना असताना तिथूनच काल-गणनेची- निदान भू-शास्त्रीय काल-गणनेची सुरुवात का करू नये? हा प्रश्न तोपर्यंत कुणालाच सुचलेला नव्हता; कारणे अनेक. देवाची करणी म्हटल्यावर त्यापुढे कुणी बोलणे शक्यच नव्हते. हेही त्यातले तोपर्यंतचे महत्त्वाचे कारण असावे.

पृथ्वी खूप उष्ण असणार म्हणजे किती? तर सूर्याइतकी. कारण तेव्हाच्या समजुतीप्रमाणे सूर्यापासून तप्त वायूचा छोटासा गोळा सुटला नि तो थंड होऊन त्याची पृथ्वी बनली होती; म्हणजे सूर्याचे तापमान हेच पृथ्वीचे मूळ तापमान असणार होते. इ.स. १८६२मध्ये केल्वीनने हे गणित सोडवायला घेतले. तेव्हा मिळणाऱ्या माहितीत तितकीशी अचूकता नसणार हे गृहीत धरून त्याने आपल्या उत्तरात काटेकोरपणा टाळला. त्याच्या गणिताप्रमाणे पृथ्वीचे कवच २ कोटी ते ४० कोटी वर्षांपूर्वी घट्ट बनले असावे.

केल्विनच्या या संशोधनामुळे शास्त्रीय जगतात एक प्रचंड खळबळ उडाली. त्यातच केल्विनने आपल्या उत्तरात २ ते ४ कोटी वर्षांपूर्वी कवचास घट्टपणा प्राप्त झाला असावा असा नव्याने फेरबदल केला.

लॉर्ड केल्विन

केल्विनच्या पद्धतीने गणित केले तर आजच्या आधुनिक माहितीचा उपयोग करूनसुद्धा हे उत्तर २.५ ते ३ कोटी वर्षे इतकेच येते हे विशेष होय. त्या काळी केल्विनला फारच विरोध झाला. जेम्स हटन या भू-शास्त्राच्या पितामहाने भू-शास्त्रीय घडामोडींना लागणारा कालावधी फारच मोठा असतो असं म्हटलं होतं. इ.स. १८९९मध्ये अर्चिबाल्ड गायकी या प्रख्यात भू-शास्त्रज्ञानेही जर खडकांकडे दृष्टिक्षेप टाकला तर हा कालावधी फारच कमी वाटतो असे उद्‌गार काढले. अर्चिबाल्ड

गायकी यांचे म्हणणे खरे होते. केल्विनने किरणोत्सर्गी खनिजांचा आपल्या आकडेमोडीत विचार केलेला नव्हता. पृथ्वीच्या कवचात किरणोत्सारामुळे नव्याने उष्णता निर्माण होत राहाते, त्यामुळे केल्विनचे गणित चुकले.

दुसरे म्हणजे केल्विनच्या म्हणण्याप्रमाणे पृथ्वी तप्तावस्थेतून थंड होत होती. हे आपले म्हणणे खरे असेलच याची स्वत: केल्विनलाही खात्री नव्हती.

यां सुमारास खरं म्हणजे किरणोत्सर्गी खनिजांचा शोध लागलेला होता, पण इ.स. १९०६मध्ये आर. जे. स्ट्रट (लॉर्ड रॅले) यांनी भू-कवचातील बऱ्याच खडकांतून रेडियमयुक्त खनिजे असतात हे सिद्ध करीपर्यंत कुणीही त्यांना विशेष महत्त्व दिलेले नव्हते. केल्विनचे उत्तर चुकले असले तरी शास्त्राच्या दृष्टीने ते प्रगतीचे पाऊल होते. पृथ्वीला वय असू शकेल, ते मर्त्य मानवाला मोजता येईल, या कल्पनेने आता चांगलेच मूळ धरले होते.

पृथ्वीचे वय काढून करायचे काय? या कालमापनाचा खटाटोप कशासाठी करायचा? कालमापनाला कोणत्या कसोट्या लावायच्या? इथपासून भू-शास्त्रीय काल किंवा काल म्हणजे काय? इतके फाटे पुढे या प्रश्नाला फुटले.

काळ म्हणजे काय? हा प्रश्न तर मानवाला फार पूर्वीपासून पडलेला आहे. बहुतेक महान तत्त्वज्ञांनी या प्रश्नाचा ऊहापोह केलेला आढळतो. शास्त्रज्ञांना मात्र अमूर्त काळ या कल्पनेत विशेष रस नाही. त्याऐवजी कालमापनासारख्या भौतिक गोष्टींशी संबंधित असल्यामुळे अमूर्त काळापेक्षा मोजता येणारी वेळ त्यांच्या दृष्टीने जास्त महत्त्वाची. पृथ्वीचे आयुष्य आणि हा काळ यांची त्यांनी सांगड घातली. आधुनिक संशोधनामुळे मानवाला माहिती झालेल्या अवकाश, वस्तुमात्र आणि ऊर्जा या कल्पनांइतकीच 'भू-शास्त्रीय काळ' ही कल्पना हा मानवी शास्त्रीय प्रगतीचा एक महत्त्वाचा टप्पा ठरली आहे.

■

अठरा

जीवाश्म

इंग्लिशमध्ये जीवाश्मांना फॉसिल्स असं म्हणतात. फॉसिल्स या शब्दाचा मूळ लॅटिन अर्थ 'खणून काढलेला' असा होतो. जीवाश्मांची शास्त्रीय व्याख्या करायची झाली तर प्राचीन काळातील सजीवांचे वनस्पती व प्राण्यांचे अवसादी खडकात, बर्फात, डांबरात, अँबरमध्ये किंवा इतर कुठल्याही प्रकारे नैसर्गिकरीत्या जपून ठेवले गेलेले अवशेष. हे अवशेष हत्तींपेक्षाही अवाढव्य प्राण्यांपासून अतिशय सूक्ष्म प्राण्यांच्या अवशेषापर्यंत कुठल्याही आकार प्रकारात सापडतात. जीवाश्मांमुळे पुरातन काळातील भू-शास्त्रीय घटनांचा शास्त्रीय इतिहास कळणे सोपे जाते.

पृथ्वीवर कुठल्याही कालखंडात जे लक्षावधी प्राणी वावरत होते त्यापैकी फारच थोड्यांचे अवशेष शिलांगभूत बनले. या थोड्याफार पुराजीवांपैकी आपल्या अवलोकनात फारच थोडे जीवाश्म येतात. यातसुद्धा निसर्गत: उघड्यावर येणारे जीवाश्म बऱ्याच वेळा दुर्लक्षित होतात. तरीही जे जीवाश्म मिळतात त्यातील बरेच जीवाश्म संख्येने खूप व चांगल्या अवस्थेत मिळतात, त्यामुळे त्यांचा अभ्यास करून अनुमाने काढणे शास्त्रज्ञांना सोपे जाते.

सामान्यत: कुठल्याही सजीवाचा जीवाश्म होण्यासाठी त्या सजीवाच्या शरीर-रचनेत कठीण पदार्थाचा बनलेला एखादा भाग असणे आवश्यक असते. हा भाग बाह्य कवचाच्या रूपात असला किंवा अंतर्गत हाडाच्या स्वरूपात असला तरी चालू शकते. दुसरी महत्त्वाची गोष्ट म्हणजे हे कठीण भाग लगेच झाकले जाणे, त्यांच्यावर अवसादन होणे हेही तितकेच महत्त्वाचे असते. नाहीतर मृत प्राण्यांवर जगणारे प्राणी त्यांचा नाश तरी करतात किंवा वातावरण क्रियांमुळे हे अवशेष कुजून मातीत मिसळून जातात. जेलिफिश किंवा गांडूळासारखे संपूर्णतया मृदू शरीर असलेले प्राणी जीवावशेष बनतात. त्यामानाने कठीण भाग असलेल्या शंख शिंपले किंवा पृष्ठवंशी प्राण्यांचे अवशेष जतन होण्याची शक्यता असली तरी याचा अर्थ अशा सर्व प्राण्यांचे जीवाश्म बनतातच असेही नाही. याचे उदाहरण म्हणजे १८व्या शतकाच्या अखेरपर्यंत अमेरिकेत गव्यांचे प्रचंड मोठे थवेच्या थवे हिंडत असत. आज यातील फारच थोडे गवे शिल्लक आहेत. मात्र त्यांचे जीवाश्म आढळून येत नाहीत. याचे कारण म्हणजे त्यांचे अवशेष झपाट्याने पुरले गेले नव्हते किंवा त्यावर अवसादनही झाले नाही.

अवशेष निरनिराळ्या प्रकारांनी पुरले जातात, पण सागरतळ हे जीवाश्म तयार होण्याचे एक हमखास ठिकाण आहे. विशेषत: पुरातन काळात सागरतळाच्या चिखलाने भविष्यकाळासाठी पुरावा जपून ठेवायचे काम फार इमानेइतबारे केले आहे. त्या काळात असंख्य सजीव सागरतळावर वावरत होते. त्यांच्या मृत्यूनंतर त्यांची बाह्य कवचे- शंख शिंपले इत्यादी– झपाट्याने होणाऱ्या अवसादनाखाली झाकली गेली. इतर काही प्राणी सागरतळी घडणाऱ्या भू-घसरणींमुळे सरकणाऱ्या अवसादांखाली मोठ्या संख्येने गाडले गेले. त्यामुळे बरेच सागरी अवसादाने तयार झालेले खडक हे जीवाश्मांची संग्रहालये बनले आहेत. आपल्या भारतात छोटा उदेपूरजवळचे बाह्य भू-स्तर, त्रिचनापल्लीजवळचे क्रिटेशियसकालीन भू-स्तर असेच जीवाश्मांनी भरपूर समृद्ध असे आहे. हे अवसाद सागरी आहेत.

फक्त सागरी अवसादातच जीवाश्म सापडतात असे नाही. असागरी अवसादातही जीवाश्म तयार होत असतात. नदीच्या पूर मैदानात जे अवसादन होत असते किंवा पात्राच्या दोन्ही कडांना होणाऱ्या अवसादनातही जीवाश्म तयार होण्यासाठी आवश्यक अशी परिस्थिती निर्माण होते. सरोवरांच्या तळाशी जमा होणाऱ्या गाळात व चिखलात जीवाश्म तयार होतात. फरशीच्या दगडांच्या गुहांमध्ये

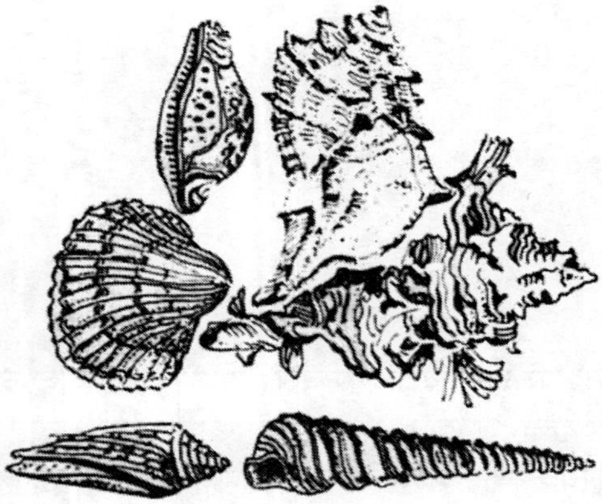

भविष्यकाळासाठी पुरातन काळाचे पुरावे जपून ठेवण्याचे काम शंख-शिंपल्यांनी इमाने इतबारे केलेले आहे.

स्टॅलक्टाइट, स्टॅलॅग्माइटच्या स्वरूपात कॅल्शियम कार्बोनेटची झुंबरे व खांब तयार होताना त्यात सजीवांचे अवशेष अवगुंठित केले जातात. अगदी क्वचित प्रसंगी लाव्हा प्रवाहात प्राण्यांचे लाव्हावेष्टित जीवाष्मही सापडतात. पण हे अपवादात्मकच म्हणायला हवे. वाहत जाणाऱ्या लाव्हात एखादे झाड वा सजीव सापडतो. लाव्हा झटकन घट्ट होतो व इतर लाव्हाच्या तापमानापासून या अवशेषांचे संरक्षण करतो. असे लाव्हाचे ओतकाम हवाई बेटात पाहायला मिळते. आतील सजीवाचा मात्र जळून कोळसा झालेला असतो. याचे उत्तम उदाहरण अमेरिकेतील वॉशिंग्टन राज्यात मिळाले. एका पुरातनकालीन गेंड्याचे लाव्हा वेष्टन येथे सापडले. ते नंतर साफ करून त्यात प्लॅस्टर ऑफ पॅरिस ओतून त्या गेंड्याची मूळ प्रतिकृतीही मिळविण्यात शास्त्रज्ञांनी यश मिळविले. या शास्त्रज्ञांना या ठशांचा अभ्यास केल्यावर असे आढळून आले की, हा गेंडा पाण्यात बुडून मेला व फुगला असावा; त्यातच लाव्हा प्रवाह आला, मात्र पाण्यामुळे लाव्हा झटकन थंड झाला व गेंड्याच्या कातडीचेसुद्धा लगेच विशेषसे नुकसान करू शकला नसावा; कारण या अवगुंठनाच्या आतल्या बाजूस गेंड्याची हाडे व्यवस्थित मिळालीच पण कातडीचे ठसेही मिळाले. मांस मात्र करपले होते.

याचप्रमाणे दलदलीच्या प्रदेशात व डांबराच्या तळ्यात बरेच प्राणी अडकतात व झपाट्याने बुडतात. त्यांचे मृतदेह या परिस्थितीत अगदी सुरक्षित रहातात. इंग्लंडमधील पीटबॉग्ज व लॉस एंजल्सजवळील ला ब्रिया डांबर तळ्यातून असे बरेच अवशेष सापडतात. लॉस एंजल्सच्या भूमीतून नैसर्गिक तेल पाझरून भू-पृष्ठावर आले व तिथे त्याचे तळे झाले. बाष्पीभवनाने यातील बाष्पनशील द्रव उडून गेले व कमी सुबाष्प पदार्थांचे डांबरतळे झाले. या चकाकणाऱ्या डांबरपृष्ठाकडे आकृष्ट झालेले किंवा त्यावरील मृगजळाला फसून आकृष्ट झालेले प्राणी या डांबरात फसले. त्यांच्या आर्त किंकाळ्यांनी सहज भक्ष्य मिळेल म्हणून आलेले हिंस्र प्राणी; प्राण्यांच्या मृतदेहाचे भक्षण करायला आलेले पशुपक्षीसुद्धा या डांबरी जाळ्यात फसले नि कायमचे गिळंकृत केले गेले. आत डांबर काढताना घोडे, उंट, हत्ती, राक्षसी गवे, हरणे, अस्वले, खड्गदंती वाघ, सिंह, राक्षसी लांडगे, तरसे, काँडॉर्स, तसेच असंख्य कीटक, मूषकवंशी प्राणी व कैक छोटे-मोठे मांसाहारी पक्षी अशी अनेकविध सजीवांची हाडे बाहेर पडतात. एका ठिकाणी अशा तऱ्हेचा मोठा साठा फारच क्वचित सापडतो.

जीवाष्मन अनेक प्रकारांनी होऊ शकते. प्राण्याचा संपूर्ण मृतदेह जीवाष्म बनणे (थोडेफार मृदू भाग खराब होतातच); फक्त कठीण भाग शिल्लक राहाणे; सजीवांच्या हालचालीच्या खुणा मिळणे या सर्व प्रकारांना जीवाष्म म्हणतात.

संपूर्ण शरीर सापडणे ही घटना अगदी क्वचितप्रसंगी आढळणारी आहे. ही घटना भू-शास्त्रीयदृष्ट्या अगदी अलीकडील कालखंडात वावरणाऱ्या प्राण्यांच्या बाबतीत घडते. याचे अगदी उत्तम उदाहरण म्हणजे सैबेरियातील कायम स्वरूपाच्या गोठलेल्या भू-भागातील वुली मॅमॉथ किंवा प्रागैतिहासिक हत्तीचे घेता येईल. हा प्रागैतिहासिक हत्ती एका शिकाऱ्याच्या कुत्र्यांच्या टोळीने शोधून काढला. त्याच्या तोंडातला घाससुद्धा त्याने पूर्णपणे खाल्लेला नव्हता. हा हत्ती एका जलप्रवाहाखाली सापडला. त्याच्या तोंडातल्या अर्धवट चावलेल्या घासामुळे तो कसा मेला असावा या प्रसंगाची पुनर्रचना करणे अगदीच सोपे आहे. बहुधा हा हत्ती चरत चरत एखाद्या कड्याखाली आला असावा. सोंड वर करून त्याने वरून लोंबणाऱ्या वेली

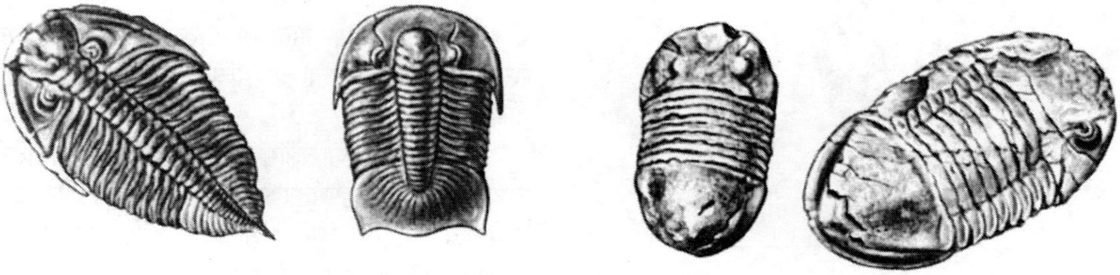

भूतकाळाला बोलके करणारे ट्रायलोबाईटचे जीवाष्म

खेचून तोंडात भरल्या; तोपर्यंत ठिसूळ दगडमातीचा तो कडा त्या हत्तीच्या अंगावर कोसळला व त्याखाली तो हत्ती गाडला गेला. त्यात त्याच्या पाठीचे हाड मोडले. माती श्वासनलिकेत अडकली व गुदमरून तो मरण पावला. थोड्याच दिवसांत मांस कुजण्याची क्रिया सुरू होण्यापूर्वी इथे हिमप्रपात झाला व हवामान बदलले. भूमी नित्यगोठीत बनली. हत्तीचे शव शीतपेटीत ठेवल्याप्रमाणे सुरक्षित राहिले. नित्य-गोठीत भूमीतल्या खाचा, फटी व खळगे पाण्याऐवजी बर्फाने भरले जातात. अशा भूमीच्या वरच्या काही फुटांचा भाग तेवढाच उन्हाळ्यात वितळतो. या हत्तीचे काही मांस कुत्र्यांनी खाल्ले, पण हे मास कुजले होते. त्याच्या वासामुळे आजूबाजूच्या भागात वावरणे अवघड होऊन बसले होते.

अलास्कातही अशा तऱ्हेने गाडल्या गेलेल्या हत्तीचे अवशेष सापडले. हे दलदलीच्या गाळात आढळले. या गाळात गंधकयुक्त पाण्याचे पाझर आढळतात. इथे न कुजता पुरले जातात, कारण अशा पाझरांमुळे ती भूमी पूर्णपणे निर्जंतुक बनलेली असते. इतरत्रही असेच हत्तींचे अवशेष सापडले. पोलंडमध्ये अशा भूमीत कातडी, केस व मांसासह गेंड्याचे अवशेष सापडले आहेत.

वर दिलेली उदाहरणे ही खरं म्हणजे अपवादात्मकच समजायला हवीत. सामान्यत: मांस व इतर मृदू भाग, स्नायू, कूर्चा वगैरे मृत्यूनंतर काही दिवसांतच कुजून किंवा इतर प्राण्यांनी खाल्ल्यामुळे नाहीसे होतात. त्यानंतर उरलेल्या कठीण भागांचे जीवाष्मन होते. आजपर्यंत वुली मॅमॉथांच्या सुमारे ४५०० दातांच्या जोड्या बाजारात हस्तीदंत म्हणून विकल्या गेल्या, पण फारच थोड्या वुली मॅमॉथांच्या अंगावर मांस, कातडी केस वगैरे सापडले. सागरी प्राण्यांचे कठीण भाग, बाह्य कवचे, शंख-शिंपले, माशांचे काटे इत्यादी सागरतळाच्या अवसादांत व्यवस्थित सांभाळले जातात. त्यांचे रंग जातात किंवा बदलतात, पण मूळ जीवाष्मात विशेषसा फरक पडत नाही. जर संपूर्ण खडकावरच एखादा बाह्य जोर प्रभाव पाडील तर मात्र ज्या जोराच्या दिशेवर अवलंबून शंख-शिंपले सपाट होतात, लांबतात किंवा त्यांना तडे जातात. जीवाष्मन झाल्यावर प्रस्तरभंग झाले तर काही काही वेळा एका जीवाष्माचे दोन भाग सूक्ष्म प्रस्तरभंगामुळे काही सें.मी. इकडेतिकडे सरकलेले आढळतात.

अश्मीभवन

जीवाष्मांचे अश्मीभवन होणे हा जीवाष्म जपून ठेवण्याचा निसर्गाचा एका चांगला मार्ग आहे. बरेचदा सगळ्यातील वा कठीण भागातील पोकळीत खनिज पदार्थ शिरतातच, पण त्याहीपेक्षा मूळ कार्बनी पदार्थाच्या कणास हुसकून त्याची जागा कॅल्शियम कार्बोनेट (कॅल्साईट, ॲरागोनाईट) किंवा सिलिकाचे कण घेतात. कधीकधी लोहाची सल्फाइडे किंवा ऑक्साईडे हे काम करतात. यास कॅल्सिटायझेशन, सिलिसिफिकेशन किंवा पायरीटायझेशन असेही म्हणतात. यावरून अश्मीभवनाच्या वेळची परिस्थिति कशी असेल याचा तज्ज्ञ अंदाज लावू शकतात. अशा तऱ्हेच्या अश्मीभवनात प्राण्याच्या मूळ संरचनेच्या सर्व बारकाव्यांचे जतन केले जाते.

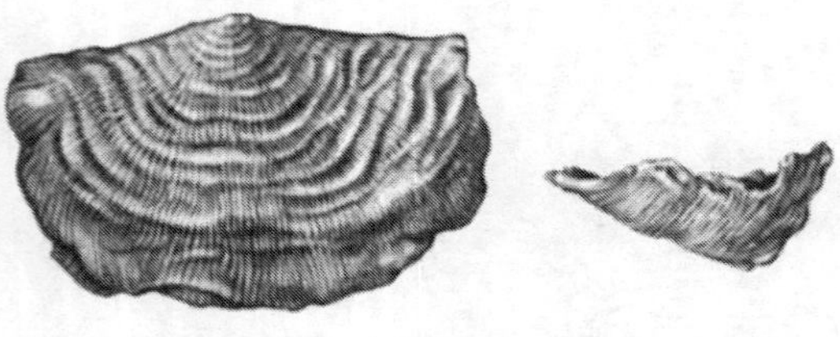

असे जीवाष्म खडकांचे वय सांगू शकतात.

चिखलात वा रेतीत पडलेल्या सजीवांचे ठसे वा साचे असे दोन्ही प्रकारचे जीवाष्म बनतात. एखादा शंख किंवा शिंपला आतील सजीवाच्या मृत्यूनंतर सागरतळी विसावला, अवसादात पुरला गेला की, हळूहळू आतील प्राण्याचे मृदू शरीर नाश पावते. शिंपला किंवा शंख मात्र शिल्लक रहातो. त्यात गाळ जाऊन बसतो व घट्ट होतो. नंतर काही कारणाने शंख वा शिंपला हेही कालांतराने नाहीसे होतात. अशा तऱ्हेने मूळ शंख किंवा शिंपल्याच्या साच्यातून नवा जीवाष्म तयार होतो. तर या शंख किंवा शिंपल्याभोवतीच्या आवरणांवर उठलेल्या ठशांतही जीवाष्म होतात. कारण हळूहळू हे ठसे खनिज पदार्थांनी भरले जातात.

अँबर म्हणजे अपुष्प वनस्पतींच्या डिंकांचा जीवाष्म. या झाडांच्या फांद्यावरून पाघळणाऱ्या या डिंकात कीटक अडकले नि झाडाखाली साचले. हा डिंक पुढे घट्ट झाला व त्याचे जीवाष्म अँबरमध्ये रूपांतर झाले. आतले कीटक हे हळूहळू कुजले व नाहीसे झाले किंवा आत तसेच राहिले. अशा परिस्थितीत कीटक नाहीसे झाले तरी त्यांच्या ठशात अगदी सूक्ष्मतर बारकावे जतन करून ठेवलेले आहेत. अँबरमध्ये मुंग्या, माशा, डास, पिसे, पाने व परागकणांचे उत्तम जतन झालेले आढळते.

चिखलातून चालत गेलेल्या प्राण्यांच्या, पक्ष्यांच्या पायांचे ठसे, सरपटणाऱ्या प्राण्यांच्या शरीराचे ठसे, जमीन उकरणाऱ्या सजीवांची बिळे, आळ्यांचे भूमिगत मार्ग यांचेही जीवाष्मांच्या रूपात जतन केले जाते.

जैवी पदार्थात कार्बन, हायड्रोजन व ऑक्सिजन हे मुख्य घटक असतात. यातील हायड्रोजन व ऑक्सिजन सजीवांच्या मृत्यूनंतर उडून जातात व त्यामुळे वनस्पती किंवा प्राण्यांच्या जागी कार्बनी पापुद्रा शिल्लक राहतो. जर त्या सजीवाचा ठसा उमटला असेल तर त्या ठशावर कार्बनी आवरण तयार होते. अशा तऱ्हेने कठीण अवयव नसलेल्या पानांचे किंवा प्राण्यांचेही जीवाष्म तयार होत असतात.

जीवाष्मांचा भू-शास्त्रज्ञांस बऱ्याच निरनिराळ्या प्रकारांनी उपयोग होत असतो. पुरातनकालीन भूगोल जाणून घेण्यासाठी जमीन व समुद्राची व्याप्ती माहिती होण्यासाठी जीवाष्म उपयोगी पडतात. कारण जीवाष्मांच्या साहाय्याने सागरी व असागरी अवसाद वेगळे करणे सहज शक्य होते. त्याचप्रमाणे जीवाष्मांच्या साहाय्याने भू-स्तरांचे रेखाटन, त्यांचे नकाशे, त्यांचे इतर भू-स्तराशी संबंध जोडणे, या गोष्टीही भू-शास्त्रज्ञांस शक्य होतात.

सैबेरिया व अलास्का यांच्यामध्ये एकेकाळी समुद्र नव्हता, तर हे दोन्ही भू-भाग एकमेकांना जोडले गेले होते. हे जीवाष्मांच्या साहाय्यानेच सांगणे शक्य होते. युरेशियाच्या भूमीवर वाढलेल्या व उत्क्रांत झालेल्या प्राण्यांचे जीवावशेष विशिष्ट कालातल्या खडकात उत्तर अमेरिकन खंडात सापडतात, त्यावरून हे सांगणे शक्य होते. म्हणजेच फक्त मधल्या काही काळात हे दोन भू-भाग जोडलेले असावेत हे आपल्या लक्षात येते. युरेशियाच्या भूमीवर वाढलेल्या उत्क्रांत झालेल्या प्राण्यांचे अवशेष अलास्कात सापडत नाहीत. नंतर तिथे समुद्र असलेला आज आपण बघतो आहोतच.

विशिष्ट प्राणी व वनस्पती या विशिष्ट वातावरणातच वाढतात हे आपण बघतोच. त्यांचे पूर्वजही असेच विशिष्ट वातावरणावर व सभोवतालच्या परिस्थितीवर अवलंबून वाढत असावेत असा निष्कर्ष चुकीचा ठरू नये. यामुळे जीवाष्मांवरून पुरा-हवामानासंबंधी तर्क करणे सोपे जाते. आज उष्ण व समशीतोष्ण कटीबंधात भरपूर झाडी सापडते. त्या अर्थी जिथे कोळशाचे साठे सापडतात तिथे पूर्वी अरण्ये होती म्हणजेच समशीतोष्ण किंवा उष्ण हवामान असावे असा तर्क करता येतो.

जीवाष्मांना महत्त्व यायचे आणखी एक महत्त्वाचे कारण म्हणजे जीवाष्मांच्या अभ्यासामुळे पृथ्वीवर सजीवांची उत्क्रांती कशी झाली असावी याची आपल्याला कल्पना यायला खूपच मदत होत असते. पुराजीवशास्त्राचा अभ्यास

सुरू होण्यापूर्वी ईश्वराने पृथ्वी, सूर्य, ग्रह, तारे इत्यादी निर्माण केले, एवढा एकच सिद्धांत सर्व गोष्टींचे स्पष्टीकरण करण्यास पुरेसा होत असे. जसजसे जीवाष्म सापडू लागले, त्यांचा अन्वयार्थ व त्यांचे महत्त्व आपल्या लक्षात येऊ लागले. तसतसे पृथ्वीवर सजीव निर्माण कसे झाले, त्यांची उत्क्रांती कशी झाली असावी याबद्दल मानवी मनात प्रश्न निर्माण होऊ लागले. एखादा नवा प्रश्न आला की, त्याच्या उत्तरासाठी धडपड करणे हा मानवी स्थायीभावच आहे. यातून जैवी उत्क्रांतीच्या सिद्धांताने जन्म घेतला. ''सर्व हयात प्राणी व वनस्पतीसृष्टी हे आधी अस्तित्वात असलेल्या प्राणी व वनस्पती यात हळूहळू बदल घडत अधिकाधिक गुंतागुंतीची शरीररचना होत निर्माण झाले.'' या सिद्धांताचा दुसरा अर्थ असा की, आपण जसजसे भूतकाळात जाऊ तसतसे आजच्यापेक्षा खूप वेगळे प्राणी सापडू लागतील. या काल्पनिक प्रवासात आणखी मागे गेलो तर आजच्या प्राण्यांचे पूर्वज इतके निराळे असतील की, त्यांच्या व त्यांच्या वंशजांचा काही संबंध असेल हे खरंसुद्धा वाटणार नाही. पण आपण मधली सर्व स्थित्यंतरे पाहिली असल्यामुळेच त्यांचा संबंध लावू शकू. मधल्या सर्व स्थित्यंतरांचा, रूपबदलांचा अभ्यास केल्यावर मात्र त्यांच्या प्रगतीशील बदलाची कल्पना येते. या स्थित्यंतरांचा पुरावा जीवाष्मांच्या साहाय्याने मिळतो. त्याचबरोबर उत्क्रांत होऊ न शकलेल्या किंवा कायमच्या नामशेष झालेल्या वनस्पती व प्राण्यांबद्दलची नवनवी माहितीही जीवाष्म आपल्याला करून देत असतात.

जीवाष्मांचा अभ्यास करून उत्क्रांतीबद्दल आपल्याला माहिती मिळते ती अशी–

१) भू-शास्त्रीय कालखंडात सजीवांची संख्या वाढत गेली. त्यांचे प्रकारही वाढीस लागले. परिस्थितीनुरूप त्यात थोडाफार बदल होत गेला. तसेच एका गटाच्या सजीवांचा अभ्यास केला तर असे दिसून येते की, भौगोलिक परिस्थितीवर अवलंबून न राहाता अशा प्राण्यांच्या नवनव्या शाखांचा जास्ती जास्त प्रसार व्हावा यासाठी हे प्राणी धडपडले.

२) प्राण्यांच्या जुन्या गटांची जागा नव्या अधिक गुंतागुंतीच्या प्राण्यांनी घेतली. बरेच जुने प्राणी पृथ्वीवरून कायमचे नामशेष झाले.

३) परिस्थितीशी सामावून घेणारे प्राणी टिकले. एखाद्या विशिष्ट परिस्थितीनुरूप खास वैशिष्ट्ये धारण करणारे प्राणी अशी परिस्थिती बदलताच नामशेष झाले.

४) प्राण्यांमधील बदल वेगवेगळ्या परिस्थितीत, वेगवेगळ्या जागी, वेगवेगळ्या वेळी, वेगवेगळ्या गटानुरूप वेगवेगळ्या प्रकारे झाले. त्यात एक सर्वमान्य, सर्वसामान्य एकसूत्रता नव्हती.

५) एखाद्या महत्त्वाच्या गटात असंख्य नवनव्या जाती, उपगट तयार झाले असले तरी यातील एखाद्याच पोटजातीत किंवा प्रकारात उत्क्रांतीवादी बदल झाले आणि त्यातून नवाच गट निर्माण झाला. संपूर्ण आद्य गटच बदलला असे मात्र कधीच घडले नाही असे दिसून येते.

६) असेच मागे जात जात आपण आद्य एकपेशीय प्राण्यांपर्यंत उत्क्रांतीचा मार्ग शोधू शकतो.

जीवाष्मांच्या साहाय्याने ज्याप्रमाणे पृथ्वीच्या इतिहासाचा अभ्यास करणे शक्य होते, त्याचप्रमाणे काही जीवाष्म हे मानवाला आर्थिकदृष्ट्याही महत्त्वाचे ठरतात. यात फरशीचे दगड, रॉक फॉस्फेट, वुड ओपल आदी जीवाष्मी गोष्टींचा समावेश होतो. तसेच आपण ज्यांना शाळीग्राम म्हणतो, ते अमोनाईट या पुराजीवी कल्पातील प्राण्यांचे जीवाष्म आहेत; म्हणजे जीवाश्म हे धर्माशीही संबंधित आहेत. ■

एकोणीस

भू-शास्त्रीय कालखंड-विभाग

भू-शास्त्रीय कालगणना ही खडकांवर अवलंबून असते. शिवाय पृथ्वीचा जन्म अमुक एका वेळीच झाला असे आपण ठामपणे म्हणू शकत नाही. त्यामुळे आपण आपल्या सोयीसाठी अंदाजे पृथ्वीच्या जन्मापासून आजपर्यंतच्या कालखंडाचे भाग पाडले आहेत. ते 'भूशास्त्रीय कालमापन' या प्रकरणामध्ये दिलेले आहेत.

यातील बऱ्याच भागांना पृथ्वीवर निरनिराळ्या ठिकाणी स्थानिक नावे देण्यात आली आहेत. याचे कारणही तसेच आहे. निरनिराळ्या ठिकाणी वेगवेगळे खडक त्या विशिष्ट कालावधीचे प्रतिनिधित्व करीत असतात आणि त्या स्थानिक विभागाचे वैशिष्ट्य दर्शवितात. यामुळे निरनिराळ्या भू-शास्त्रीय कालखंडांचे वैशिष्ट्य प्रत्येक ठिकाणी वेगवेगळे ठरते. असे असले तरी सर्व पृथ्वीचा विचार करावयाचा झालाच तर प्रत्येक कालखंडात, काही विशिष्ट मर्यादेत घडलेल्या गोष्टी; सजीवांची उत्पत्ती, उत्क्रांती घटना या सर्वसामान्यपणे सूत्रबद्ध करता येतात.

कँब्रियनपूर्व (प्री-कँब्रियन) महाकल्प कालखंड– हा कालखंड खूपच प्रदीर्घ अवधीचा आहे. या कालखंडात पृथ्वीच्या जन्मापासून तो सजीव अस्तित्वात येईपर्यंत व त्यांच्या निरनिराळ्या शाखा, उपशाखा तयार होईपर्यंतचा

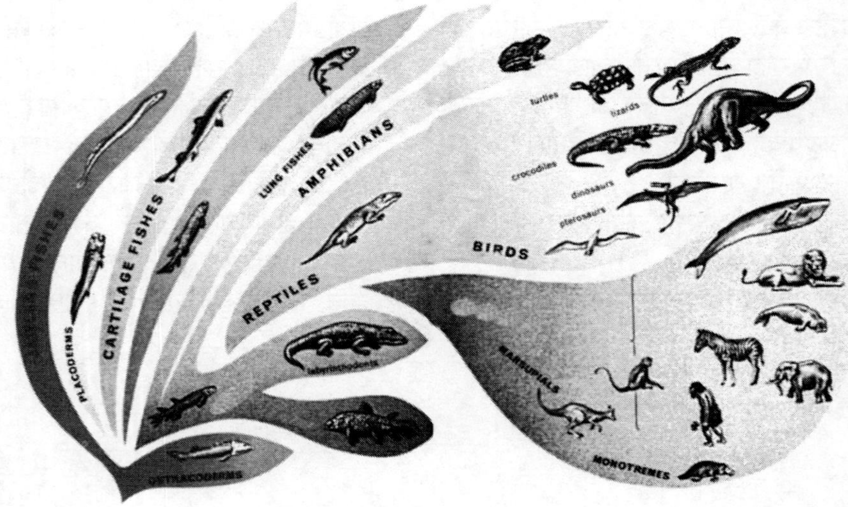

४५० कोटी वर्षांपूर्वी पृथ्वीचा जन्म झाला आणि सुमारे २०० कोटी वर्षांपूर्वी आद्य जीव निर्माण झाला. तेव्हापासून आजच्या मानवापर्यंतचे जीवनचक्र.

काळ कॅंब्रियनपूर्व काळ म्हणून गणला जातो. कॅंब्रियनपूर्व काळाच्या सुरुवातीस पृथ्वीचा गोळा वितळलेल्या अवस्थेत होता. तो हळूहळू घट्ट होऊ लागला. घनतेवर अवलंबून या वितळलेल्या स्थितीतील गोळ्याचे घटक नैसर्गिकरीत्या आपापली जागा घेत होते. त्यामुळे पृथ्वीचे गाभा प्रावरण व कवच असे भाग तयार झाले. पृथ्वीवर एक मूलभूत खंड किंवा प्राथमिक जमीन तयार झाली. (अर्थात खंडपृष्ठे अजूनही तयार होत आहेत असेच म्हणावे लागेल. कारण अजूनही ज्वालामुखी भू-गर्भातून शिलारस– मॅग्मा– घेऊन भू-पृष्ठावर नव्या खडकांची भर घालत आहे.)

भूखंडे तयार झाली ती भूगर्भातून बाहेर पडणाऱ्या पदार्थांपासून. ती सागरतळांपेक्षा उंचावर स्थिरावली याचे कारण त्यात हलके ग्रॅनायटी खडक एकवटले होते. आज जवळजवळ सर्वमान्य ठरलेल्या सरकत्या भूखंडांच्या तत्त्वानुसार पुढे मध्यजीवी (मेसोझुइक) कालखंडात ही भूखंडे दूर सरकत आजच्या स्थितीस पोहोचली.

कॅंब्रियनपूर्व कालखंडाच्या अखेरीस पृथ्वीवर वातावरण व जलावरण तयार झाले होते. ही दोन्ही आवरणे भू-गर्भातून येणाऱ्या वाफांमुळेच तयार झाली होती.

कॅंब्रियनपूर्व खडकांचा जगभर फार मोठ्या प्रमाणावर अभ्यास चालू आहे. किरणोत्सर्गी मूलद्रव्यांच्या साहाय्याने या खडकांच्या वयांचा अंदाजही हाती येतोय. त्यावरून दक्षिण भारत व श्रीलंकेत काही खूप जुने खडक, किंबहुना प्राथमिक भू-कवच उघडे पडले असावे अशी शंका घ्यायला वाव आहे.

पुराजीवी महाकल्प : (पॅलिओझूइक महाकल्प)– या महाकल्पात कॅंब्रियन, ऑर्डोव्हिशियन, सिल्युरियन, कार्बोनिफेरस व पर्मियन असे पाच कल्प येतात. अमेरिकन भू-स्तर शास्त्रज्ञ (Stratigrapher) कार्बोनिफेरस कल्पाचे-कालखंडाचे मिसिसिपीयन व पेनसिल्वानियन असे कालखंड मानतात.

पुराजीवी महाकल्पांचा अभ्यास करताना एक गोष्ट प्रामुख्याने आढळून येते ती म्हणजे एकाएकी बहुसंख्येने आढळू लागणारे जीवाष्म, तसेच खंडांच्या कडांचे हळूहळू सागरी पातळीपेक्षा खाली जाणे. कॅंब्रियन, ऑर्डोव्हिशियन, सिल्युरियन या कालखंडांत सर्व प्रमुख भू-अभिनतींवर उथळ समुद्र होतेच, पण प्रमुख खंडांवरसुद्धा बऱ्याच वेळा सागराने अतिक्रमण केले होते. भारतीय दक्षिण द्वीपकल्पात मात्र या तिन्ही कालखंडांतील खडक आढळत नाहीत. तसेच पुराजीवी महाकल्पाच्या पूर्वार्धात विशेष खळबळ माजवणाऱ्या घटना फार मोठ्या प्रमाणावर घडून आल्या असाव्यात, असेही त्या काळातील खडकांवरून वाटत नाही. विशेषत: ज्वालामुखी किंवा पर्वतश्रेणींचे उगम आदी घटना या काळात फार थोड्या प्रमाणात घडल्या असाव्यात.

पुराजीवी महाकल्पाच्या पूर्वार्धातले खडक आढळतात ते प्रामुख्याने अवसादी स्वरूपाचे. त्यामुळे जिथे जिथे हे खडक आढळतात तिथे तिथे जीवाष्मांची रेलचेल असते असे म्हणावयास हरकत नाही. हे जीवाष्म अपृष्ठवंशीय सागरी प्राण्यांचे आहेत. या काळातले बहुतेक सर्व सागर सजीवांनी गजबजलेले असावेत. ऑर्डोव्हिशियन कालखंडात प्रथम सपृष्ठवंशीय मासे आढळून येतात. सिल्युरियन कालखंडात माशांचे प्रकार व प्रसार वाढलेला दिसतो. तसेच कॅंब्रियन कालखंडात भू-खंडांवर वनस्पतींनीही आक्रमण केले असावे असे दिसते. पुराजीवी महाकल्पाच्या उत्तरार्धात म्हणजे कार्बोनिफेरस व पर्मियन कालखंडात भू-पृष्ठावर बऱ्याच ठिकाणी अवसादन झाले असावे. काही ठिकाणी सागरी अवसाद तर बऱ्याच ठिकाणी नद्यांचे अवसाद आढळतात. उत्तर कार्बोनिफेरस व पर्मियन कालखंडात जमिनीवरच्या गोड्या पाण्यातील अवसादांचे प्रमाण खूपच वाढलेले दिसते. जगातल्या बऱ्याच दगडी कोळशाला जन्म देणारी झाडी या काळात सर्वत्र फोफावली होती. आफ्रिका, ऑस्ट्रेलिया, भारत व दक्षिण अमेरिकेत या काळात हिमनद्याही वाहिल्या असाव्यात. जीवाष्मांचे साम्य, दगडी कोळशाचे पट्टे व अग्निज क्रिया यांचा अभ्यास करून बऱ्याच भू-शास्त्रज्ञांनी त्या काळी दक्षिण ध्रुवप्रदेश, आफ्रिका, दक्षिण अमेरिका, भारत व ऑस्ट्रेलिया मिळून एकच खंड असावे असे म्हटले आहे. या राक्षसी खंडाला गोंडवन भूमी असे नाव देण्यात आले आहे.

पुराजीवी महाकल्पाच्या उत्तरार्धात सजीव भू-पृष्ठावर वावरू लागले होते. सर्वत्र दाट झाडी होती. सजीवांची उत्क्रांती, उत्क्रांतीवृक्षाच्या बऱ्याच फांद्या मागे टाकून वरवर चालली होती. भू-जलचर (अॅंफिबियन) असे मंडूक वृत्तीचे

प्राणी दलदलीच्या प्रदेशातून जमिनीवर येऊ लागले ते डिव्होनियन कालखंडात. पण कार्बोनिफेरस कालखंडाच्या मध्यावधीत सरपटणारे प्राणी भू-खंडावर अवतरले व आकाराने वाढू लागले. पर्मियन कालखंडाचे अखेरीस त्यांनी भूमी पादाक्रांत केली होती. पुराजीवी महाकल्पाच्या अखेरीस हिमयुगामुळे वातावरण व भूप्रदेशही खडतर बनले होते. बरेच सागरी प्राणी या सुमारास कायमचे नाहीसे झाले होते.

पुराजीवी कालखंडातील प्राणीजीवन

पुराजीवी कालखंडातील प्राणीजीवन पुराजीवी कालखंडाच्या सुरुवातीस प्रचंड प्रमाणात वाढलेले दिसून येते. पुराजीवी कालखंडाच्या आधीच्या कँब्रियनपूर्व कालखंडास सजीवविरहित (आझोइक) असेही कधीकधी म्हटले जाते. हे अर्थातच खरे नाही. उत्तर कँब्रियनपूर्व काळातले सजीव मृदुकाय असावेत, त्यामुळे त्यांचे जीवाश्म बनले नसावेत. कँब्रियन काळातल्या प्राण्यांना कठीण कवचे होती. शंख, शिंपले, चिटिनयुक्त कवचे इत्यादी भाग नैसर्गिकरीत्या टिकून राहणे सोपे ठरत असते. कँब्रियनपूर्व काळातले जे काही थोडे जीवाष्म किंवा शिलांगभूत जीवावशेष (Fossilized Impressions) मिळाले आहेत त्यावरून त्या काळातील प्राण्यांच्या शरीरात किंवा शरीराबाहेर कठीण अवयव होते. याउलट पुराजीवी विशेषत: कँब्रियन कालखंडात घडले असावे. मुख्य म्हणजे आधी जवळजवळ जीवाश्मविहीन असलेल्या कँब्रियन-पूर्व खडकांच्या पार्श्वभूमीवर कँब्रियन खडक जीवाष्मांनी पुरेपूर भरलेले वाटावेत हे साहजिक होते.

कँब्रियन कालखंडात बऱ्याच सजीवांनी आपली कवचं तयार करण्यासाठी कॅल्शियम उपयोगात आणायला सुरुवात केली होती. मोलुस्क (मृदुकाय) व इकायनोडर्म हे सागरी जीव कॅल्शियम कार्बोनेटचा भरपूर उपयोग करीत होते. तर ब्रॅकियोपॉड व आर्थोपॉड गटातील सजीव कॅल्शियम फॉस्फेट व कॅल्शियम कार्बोनेटच्या मिश्रणाचा वापर करीत होते. याच कालखंडात डोलोमाइट व चुनखडकांचे मोठ्या प्रमाणात अवसादन झाले. कॅल्शियमयुक्त खडकांचे अवसादन व कॅल्शियमच्या संयुगांची कवचे यांचा संबंध शास्त्रज्ञ हवामानातील तापमानाच्या वाढीशी जोडतात.

कँब्रियन काळातील सजीवांपेक्षा प्रगत प्राण्यांचे जीवाष्म ऑर्डोव्हिशियन कालखंडात सापडू लागले. माशांसारख्या सपृष्ठवंशीय सजीवांच्या दिशेनं उत्क्रांतीची ही वाटचाल या जीवाष्मांमधून कळून येते.

उत्तर पुराजीव कालखंडात अनेक सजीव नामशेष झाले. त्यांच्या जागी नवीन सजीव अवतीर्ण झाले. प्रवाळ वसाहतींची संख्या वाढली. युरेप्टेरिड्स किंवा सागरी विंचू वाढीस लागले; पण पर्मियन काळाच्या अखेरीस

पुराजीवी अथवा पॅलिओझोईक काळातील प्राणीजीवन

प्री-कँब्रियन | कँब्रियन | ऑर्डोव्हिशियन

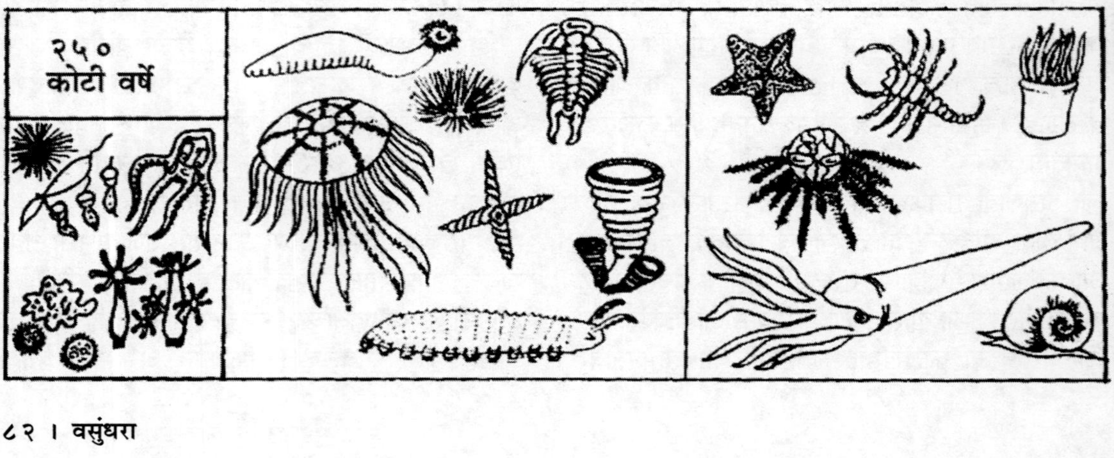

पुराजीवी अथवा पॅलिओझोईक काळातील प्राणीजीवन

सिल्युरियन डेव्होनियन कार्बोनीफेरस पर्मियन

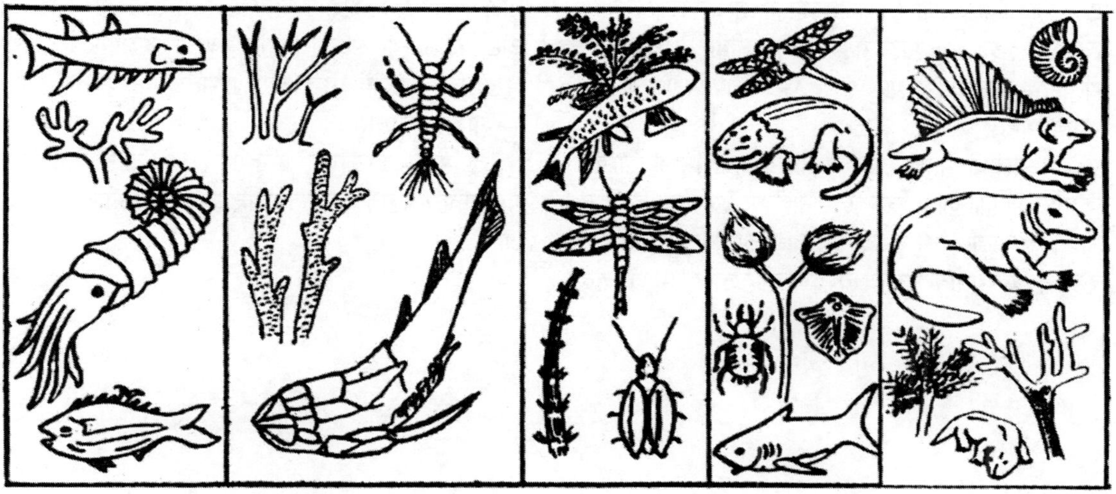

ट्रायलोबाइटांबरोबरच ते नामशेषही झाले.

डिव्होनियन काळास माशांचे युग असे संबोधण्यात येते. पृथ्वीच्या इतिहासात प्रथमच एवढ्या मोठ्या प्रमाणावर माशांचे जीवाश्म सापडतात. डिव्होनियन काळात इतर कुठल्याही अपृष्ठवंशी प्राण्यांपेक्षा सपृष्ठवंशी मासे उत्क्रांतीच्या दृष्टीने प्रगतिपथावर वेगवान प्रगती करू लागले होते. बळी तो कान पिळी या तत्त्वाचा अंगीकार करणारे हे मासे नामशेष होत होते. या माशांचे आकार लहान नव्हते. डिनिक्थिस मासा १० मीटरपर्यंत वाढत असे. डिव्होनियन काळाच्या उत्तरार्धात काही जलचर हळूहळू भू-भागावर आक्रमण करू लागले होते. ही पायरी गाठण्यापूर्वी या जलचरांत खूपच नव्या अवयवांची भर पडत होती, तर जुने निरुपयोगी अवयव झडत होते. हे प्राणी जमिनीवर यायचे कारण काय घडले असावे? याचे कारण म्हणजे समुद्रात सजीवांची गर्दी असह्य होऊ लागली होतीच; पण जमिनीवर विपुल प्रमाणात अन्न तयार होते.

कार्बोनिफेरस कालखंडात सरपटणारे प्राणी प्रथम अस्तित्वात आले. उत्तर कार्बोनिफेरस काळात या प्राण्यांचे अवशेष बऱ्याच प्रमाणात सापडतात.

पुराजीवी कालखंडाच्या अखेरीस वनस्पती खूपच उत्क्रांत झाल्या होत्या. त्यांची भूखंडावरील वाढ आश्चर्यकारक होती. एकदा वनस्पती सागरातून वा पाण्यातून बाहेर पडल्यावर भूखंडांवर राने माजायला वेळ लागला नाही. त्यांना त्या काळात भूखंडावर प्रतिस्पर्धीच नव्हते. पुराजीवी कालखंडाच्या आधी व पूर्वार्धात समुद्र शैवालाशिवाय असंख्य एकपेशी वनस्पतींनी सागर गजबजलेले असले तरी जमिनीवर येण्याइतपत उत्क्रांत व्हायला त्यांना बराच काळ लागला. डिव्होनियन काळातल्या जमिनीवर वाढणाऱ्या वनस्पतींचे विशेष पुरावे कमी प्रमाणात मिळतात. यांना सिलोफायटॉन्स असे म्हणतात. डिव्होनियन काळाच्या अखेरीस मात्र सिलोफायटॉन्स अदृश्य झाले व त्यांची जागा आर्किओटेरिस जातीच्या वनस्पतींनी घेतली. या आर्किओटेरिस वनस्पती रशिया, आयर्लंड, उत्तर कॅनडा, ऑस्ट्रेलिया इत्यादी दूरदूरच्या भू-भागांवर सापडल्या आहेत. आर्किऑस म्हणजे प्राचीन आणि टेरा म्हणजे जमीन. आर्किओटेरिस म्हणजे प्राचीन जमिनीवरच्या वनस्पती. यानंतर हळूहळू उत्क्रांत होत अश्वपुच्छ जमातीच्या वनस्पती फोफावल्या. नंतर नेचे अवतरले. आता पृथ्वीवर त्याची अरण्ये माजली.

कार्बोनिफेरस काळात आणखी निरनिराळ्या प्रकारच्या

वनस्पती उत्क्रांत झाल्या. यात लेपिडोडेंड्रॉन व सिजिलारिया या दोन महत्त्वाच्या होत्या. या काळातील अरण्यांचाच पुढे दगडी कोळसा बनला. लेपिडोडेंड्रॉन व सिजिलारिया शिवाय स्केनॉप्सॉइट, कॅलामाइट्स या वनस्पतीही या अरण्यात होत्या. या अरण्यातील झाडे १०० फूट उंचीपर्यंत पोहोचल्याचे पुरावे आहेत.

मध्यजीवी महाकल्पात पृथ्वीवर ताबा मिळविणाऱ्या जिम्नोस्पर्मपैकी काही जिम्नोस्पर्मांनीही या अरण्यात हळूहळू डोके वर काढावयास सुरुवात केली होती. पर्मियन काळात बऱ्याच वनस्पतींत घट्ट व कठीण लाकडाचे प्रमाण वाढू लागले. हा काळ ग्लॉसॉप्टेरिस वनस्पतींचा काळ म्हणूनही ओळखला जातो. या ग्लॉसॉप्टेरिस आणि मंडळींचे साम्राज्य दक्षिण अफ्रिका, दक्षिण अमेरिका, ऑस्ट्रेलिया, भारत व अंटार्क्टिका या प्रदेशात होते. याचा उपयोग सरकत्या भूखंडांचा सिद्धांत सिद्ध करण्यासाठी एक पुरावा म्हणून भू-शास्त्रज्ञ करतात.

पर्मियन काळाच्या अखेरीस ३२ कोटी वर्षांचे हे महाकल्प संपुष्टात आले व मेसोझुइक महाकल्पाची सुरुवात झाली.

■

वीस

मेसोझुइक-मध्यजीवी महाकल्प

मध्यजीवी महाकल्प महाकाय सरड्यांचे युग म्हणूनही ओळखले जाते. या कल्पाचे तीन भाग पाडण्यात आलेले आहेत. ट्रायासिक, जुरासिक व क्रिटेशियस. मेसोझुइक कालखंडाची व्याप्ती १२॥ कोटी वर्षे इतकी असून, त्याची पुनर्विभागणी पुढीलप्रमाणे करण्यात येते. ट्रायासिक ३ कोटी वर्षे, ज्युरासिक २॥ कोटी वर्षे व क्रिटेशियस ७ कोटी वर्षे.

मेसोझुइक महाकल्पाच्या सुरुवातीस भूखंडे सागरी पातळीपेक्षा खूपच वर होती. हळूहळू क्षरण व झीज होऊन भू-खंडांवरच्या बऱ्याच गाळाचे सागरतळांवर अवसादन व्हायला सुरुवात झाली म्हणण्यापेक्षा या क्रियेत वाढ झाली असे म्हणणे जास्त सयुक्तिक ठरते. भू-अवनतींवरचे उथळ सागर यामुळे अधिकाधिक उथळ झाले असले तरी त्यांचा विस्तार बराच वाढला, सागरी व असागरी अवसादांचे एकाआड एक थर बऱ्याच ठिकाणी लादले गेले. दगडी कोळशाचे प्रचंड प्रमाणावर थर तयार झाले. उत्तर मध्यजीवी काळात तर सागराचे अतिक्रमण सार्वत्रिकरीत्या सुरू झाले. भू-खंडावर याच वेळी पुढे दगडी कोळसा बनण्यासाठी असागरी अवसादन सुरू होतेच. क्रिटेशियस कालखंडाच्या अखेरीस भू-कवचाच्या हालचाली सुरू झाल्या. याच सुमारास बरेच सागरी व जमिनीवरचे सजीव व वनस्पती नामशेष झाल्या.

उत्तर मेसोझुइक काळात (क्रिटेशियस) बऱ्याच ठिकाणी भू-अवनती अवसादांचे वलीयन झाले. नवनवे ज्वालामुखी पृथ्वीवर लाव्हा ओतू लागले. भू-खंडांवर आक्रमण करणारे सागर मागे हटले. सायकॅड्स व नेचे यांच्याबरोबरच सपुष्प वनस्पती दिसू लागल्या. सागरात सेफॅलोपॉड्स (गॅस्ट्रोपॉड्स) शंख व (लॅमेलीब्रँक) शिंपले वाढीस लागले. सेफॅलोपॉड्स लयासही गेले असे म्हटले तरी चालेल. जमिनीवर डायनोसॉरस-भीमकाय सरपटणारे सपृष्ठ प्राणी राज्य करीत होते. यांची माहिती पुढे आपण पाहाणारच आहोत.

मेसोझुइक काळातली सजीव सृष्टी

वनस्पती :- मेसोझुइक काळात वनस्पतीसृष्टीत बऱ्याच क्रांतिकारक घटना घडून आल्या. विशेषत: ज्युरासिक व क्रिटेशियस यांच्या दरम्यानच्या काळात वनस्पतींच्या उत्क्रांतीने फार मोठी झेप घेतली; त्यामानाने क्रिटेशियस काळानंतर वानस सृष्टीत विशेषसा बदल घडलेला नाही.

मध्यजीवी कालखंडात नेच्यांची बरीच भरभराट झाली. या काळात बऱ्याच मोठ्या भागात समशीतोष्ण वातावरण पसरलेले असावे असे या अपुष्प वनस्तींच्या भरपूर प्रसारावरून वाटते. या नेच्यांच्या सर्व जाती आधुनिक नेच्यांशी मिळत्याजुळत्या होत्या. अपुष्प वनस्पतींच्या दुसऱ्या मोठ्या गटाच्या– सायकॅड्सच्या दृष्टीनेही मध्यजीवी कालखंड महत्त्वाचा ठरतो. सायकस सारख्याच दिसणाऱ्या वनस्पतीही या काळात बऱ्याच होत्या. पुढे मात्र त्यांचा नाश झाला.

मध्यजीवी महाकल्पास जसे डायनोसॉरसांचे युग म्हटले जाते त्याचप्रमाणे ज्युरासिक कालखंडास 'सायकॅडांचे युग' म्हटले जाते. म्हणजेच पूर्व मध्यजीवी कालखंडात समशीतोष्ण असलेल्या भूभागावर नेचे फोफावले, पण नंतर ज्युरासिक कालखंडात मात्र सायकस व सायकससम वनस्पती माजल्या. म्हणजे या काळात हवामान बरेच थंड झाले असावे असे म्हणता येते. सायकस ही साबुदाण्याच्या झाडाच्या प्रकारची वनस्पती असते. यांना फळे लागत नाहीत. त्यांच्या बिया उघड्यावरच असतात. त्यावर आवरण नसते.

उत्तर मध्यजीवी कालखंड वनस्पतींच्या दृष्टीने फारच महत्त्वाचा ठरतो. या क्रिटेशियस कालखंडाच्या मध्यात सपुष्प वनस्पती उत्क्रांत झाल्या तर क्रिटेशियस कालखंड

संपेपर्यंत त्या सर्वत्र पसरल्या. पहिल्या सपुष्प वनस्पती विषुववृत्तावर जन्मास येऊन मग त्या दोन्ही ध्रुवांकडे पसरत गेल्या असाव्यात, असा शास्त्रज्ञांचा अंदाज आहे.

प्राणीसृष्टीचा विचार करण्यापूर्वी सागरातील डायअॅटम या अल्गीचा उल्लेख करणे आवश्यक ठरते. डायअॅटम सागरी किंवा असागरी पाण्यात वाढणारे सूक्ष्मतर सजीव आहेत. यांचे सूक्ष्म सांगाडे सिलिकाचे असून, ते सागरतळी किंवा असागरी अवसादी प्रस्तर तयार होण्यास कारणीभूत होतात. ज्युरासिक कालखंडापासून डायअॅटमची चलती सुरू झाली.

मध्यजीवी कालखंडातील प्राणीजीवन

सागरी जीवसृष्टी :- पुराजीवी महाकल्पाच्या अखेरीस सागरी प्राणीसृष्टीची वाताहत झाली. त्यातून फारच थोडे सागरी प्राणी तग धरून जगू शकले. ट्रायासिक कल्पाच्या सुरुवातीस सागर फारच थंड असावेत. कारण या काळातील सागरी जीवाष्मांची संख्या खुरटलेली दिसते. विशेषत: प्रवाळ वसाहतींचा अभाव या काळात प्रामुख्याने जाणवतो. आजकालच्या प्रवाळांचे पूर्वज या जीवाश्मांत आढळून येत नाहीत असे म्हटल्यास वावगे होणार नाही.

या काळानंतर सर्वप्रथम व्यवस्थितपणे सावरणारे प्राणी म्हणजे एकपेशीय प्रोटोझुआ व ब्रायोझुआ संघाचे प्राणी; पण यांचे स्वरूप पुराजीवी पूर्वजांपेक्षा खूपच वेगळे होते. मध्यजीवी महाकल्पाच्या सुरुवातीस अल्पसंख्येत असलेल्या या सजीवांची संख्या उत्तरार्धात खूपच वाढली.

अपृष्ठवंशी कवचधारी प्राण्यांत मॉलस्क संघीय प्राणी मध्यजीवी कालखंडातले सर्वांत महत्त्वपूर्ण सागरी सजीव ठरतात. यात दोन शिंपांचे लॅमेलीब्रँक्स, शंखवाले गॅस्ट्रोपॉड्स व सिफॅलोपॉड्स किंवा सागरी गोगलगाई यांचा समावेश होतो. ज्युरासिक व क्रिटेशियस कल्पात सागरी व असागरी मॉलस्कांचे प्रकार प्रचंड प्रमाणात वाढले. नुसतेच प्रकार वाढले असंही नाही तर यांचे आकारही प्रचंड प्रमाणात वाढले. ४ फुटी शिंपले किंवा १२ फूट व्यासाचे अमोनाइट्स शंख यांचे जीवाष्म पाहताना मन थक्क होऊन जाते.

या काळात पुराजीवी कालखंडात मुबलक आढळणारे ट्रायलोबाइट्स अजिबात आढळत नाहीत. त्याऐवजी खेकडे, लॉब्सटर्स इत्यादी प्राणी मात्र आपले डोके वर काढताना दिसतात. त्याशिवाय एकिनॉइड्स संघाचे प्राणीही बरेच आढळतात.

मध्यजीवी अथवा मेसोझोइक काळातील प्राणीजीवन

ट्रायासिक **ज्यूरासिक** **क्रेटॅशिअस**

नूतनजीवी अथवा केनोझोईक काळातील प्राणीजीवन

सपृष्ठवंशी प्राणी :- यात मासे, उभयचरी प्राणी सरीसृप इत्यादी संघांचा समावेश होतो. मध्यजीवी महाकल्पास सरीसृपाचे युग म्हणण्यात येते. मध्यजीवी महाकल्पात सस्तन प्राणी व पक्षी अस्तित्वात येऊ लागले होते, तर सर्वांत वैपुल्याने आढळणारे प्राणी म्हणजे सरपटणारे प्राणी किंवा सरीसृप.

सरीसृप :- मध्यजीवी महाकल्पाचे अधिपती ठरलेले हे प्राणी. यांच्याबद्दल लिहावे तेवढे थोडेच. या प्राण्यांनी पृथ्वीवर साडेबारा कोटी वर्षे राज्य केले. त्या मानाने सस्तन प्राणी किंवा मानव किती कमी काळ पृथ्वीवर आहेत, हे लक्षात घेता इतक्यातच या आपल्या छोट्याशा कालखंडास मानवी युग म्हणणे धाडसाचेच ठरेल.

ट्रायासिक काळात सरीसृपांचे जुने वर्ग जवळजवळ नामशेष होऊन त्याऐवजी नव्या परिस्थितीशी जमवून घेणारे नवे समर्थ वर्ग निर्माण झाले. ट्रायासिक काळात पहिली कासवे निर्माण झाली. त्यांनी एकदा जो आपला आकार व शरीररचना बेतली त्यात आजमितीस काहीही फरक पडलेला नाही.

प्लेसिओसॉरस व इक्थिओसॉरस या सरीसृपांनी सागरी जीवन पत्करले. यांच्याबरोबरच भूतलावर सुसरी अवतरल्या. याच सुमारास थिकोडाँट्स नावाच्या सरीसृपांनी भू-भागावरील आक्रमणाचे पहिले पाऊल टाकले. ही थिकोडाँट मंडळी सरीसृपांच्या मानाने हलकी व छोटेखानी होती. ट्रायासिक कल्पाअखेरीस ती नामशेष झाली. पण जसं नील आर्मस्ट्राँगचं एक छोटेखानी पाऊल हे सबंध मानवजातीच्या दृष्टीने प्रचंड मोठं ठरणार होतं, त्याचप्रमाणे पहिल्या थिकोडाँटचे छोटेखानी पाऊल सरीसृपांच्या दृष्टीने राक्षसी उडी ठरले होते. त्यातूनच पुढे महाकाय सरीसृप निर्माण होऊन ते भूखंडावर १२॥ कोटी वर्षे अबाधित साम्राज्य गाजवणार होते.

सुसरी, डायनोसॉर, हवाई सरीसृप, टेरोडक्टाइल्स व पक्षी हे सगळे थिकोडाँट्सपासून निर्माण झाले.

डायनोसॉर्स :- असंख्य विज्ञान-कथा, भीती-कथा व सर ऑर्थर कॉनन डॉयल यांच्या 'लॉस्ट वर्ल्ड'ला रंगत आणणारे प्राणी हे सरीसृपच. सरीसृपांच्या दोन शाखा वाढता वाढता प्रचंड झाल्या. त्या दोन्ही शाखांना मिळून डायनोसॉर्स हे नामाभिधान प्राप्त झाले.

ट्रायासिक कल्पात सॉरिश्चिया गणातले द्विपाद डायनोसॉर

हा एक डायनॉसॉर कुळातला सभासद.
पृथ्वीवरून याची हकालपट्टी कोणी केली?

प्रचंड सरड्यासारखा दिसणारा
पृथ्वीचा एक प्राचीन रहिवासी

डायनोसॉरचा वंशवृक्ष

असे हत्ती आता फक्त चित्रातच पाहायला मिळतात.
पण एकेकाळी या पृथ्वीवरचे ते रहिवासी होते.

प्रथम पृथ्वीवर हिंडूफिरू लागले. सिलोफायसिस जातीचे मांसाहारी डायनोसॉरी जीवाश्म ट्रायासिक खडकात मिळतात. यातून पुढे जलचर व खेचर जातीही निर्माण झाल्या. या तळ्यापाण्यात गेलेल्या जाती आकाराने वाढल्या व त्यातले सॉरोपॉड्स हे राक्षसी, लांब शेपटीचे लांब मानेचे प्राणी शेवटापर्यंत पृथ्वीवर विखुरले गेले.

यातील डिप्लोडॉकस हा सडपातळ लांब शेपटीचा प्राणी, ब्रॅंटोसॉरस हा डिप्लोडॉकसचा वजनदार भाऊ, ब्रॅकिओसॉरस हा लांब मानेचा आखूड शेपटीचा डायनोसॉर यांचे जीवाष्म फार चांगल्या स्थितीत सापडले आहेत. ब्रॅकिओसॉर हा आजपर्यंतच्या सर्व भूचरांचा आकाराच्या बाबतीत दादा शोभेल असा असावा. या सॉरोपॉडांनी सॉरिश्चियन्सना अन्न पुरवले. सॉरिश्चियन कांगारूप्रमाणे मागच्या पायांवर उभे राहायचे. अर्थात त्यांच्या आकारामुळे ते कांगारूप्रमाणे उड्या मारीत होते की नाही हे सांगणे अवघड आहे. सारोपॉडांवर उदरनिर्वाह करणाऱ्या सॉरिश्चियनात आलोसॉरस व टायरॅनोसॉरस रेक्स हे मांसाहारी भूचरांत आकाराने वाढलेले सर्वांत मोठे प्राणी. इतर डायनासोरांच्या मानाने यांना बोलपट व कथा-कादंबऱ्यांतूनही जास्त प्रसिद्धी मिळाली आहे.

ट्रायासिक कल्पात विशेष निसर्गमान्यता न मिळालेल्या ऑर्निथिश्चिया गण जुरासिक व क्रिटेशियस कल्पात बराच फोफावला. या गणातले डायनोसॉर शाकाहारी होते. ते सर्व प्रकारच्या हवामानात वाढत होते. या गणातल्या एका उपगणातले प्राणी पक्ष्यांसारखे पाय असलेले व बदकासारख्या चोची असलेले होते. त्यांच्या जबड्यात दात असत. दुसऱ्या एका स्टेगोसॉरिया उपगणातले प्राणी चतुष्पाद होते. यांच्या शरीरात काटे किंवा चिलखताप्रमाणे वाढणारी हाडे असायची. ही सर्व डायनॉसॉरस मंडळी क्रिटेशियस कल्पाच्या अखेरीस लयास गेली. त्यामुळे यांना मध्यजीव महाकल्पापुरते जगलेले प्राणीच म्हणायला हवे. हे झाले भूचर डायनॉसॉरबद्दलचे. सागरी किंवा असागरी जलचरांतही डायनॉसॉर जातीच्या प्राण्यांचा समावेश होतो. यात इक्थिओसॉरस हे माशासारखे प्राणी किंवा प्लेइओसॉरस हे बदकासारखे पाय मारत पोहणारे चतुष्पाद जलचर, मोसासॉरस हे प्रचंड जलचर, सागरी सरडे व सागरी बृहत्कासवे यांचाही जलचर डायनॉसॉरसांत समावेश होतो. यापैकी फक्त कासवं शिल्लक राहिली. बाकीचे प्राणी ६ कोटी वर्षांपूर्वीच नाहीसे झाले.

उडणारे सरीसृप :- उत्तर पुराजीवी महाकल्पात व मध्यजीवी महाकल्पाच्या सुरुवातीस फक्त कीटकच हवाई मार्गाने मार्गक्रमणा करू शकत. त्यांच्या या अग्रहक्कावर जुरासिक काळात गदा आली. या काळात कातडी पंख असलेले टेरोडक्टाइल्स हे आकाशगामी बनल्यामुळे कीटकांच्या अबाधित हवाई अग्रहक्काची पायमल्ली झाली. टेरोडक्टाइलांच्या पाठोपाठ पहिले पक्षीही अस्तित्वात आले. टेरोडक्टाइल्स हे सर्व आकार-प्रकारांत वावरत होते. छोट्या चिमणीच्या आकाराच्या टेरोडक्टाइलांपासून पंखांचा सत्तावीस फूट रुंदीचा विस्तार असणाऱ्या टेरोडक्टाइलापर्यंत असंख्य प्रकारचे टेरोडक्टाइल ज्युरासिक आकाशात भराऱ्या मारीत होते. या आद्य टेरोडक्टाइलांना दात होते. दुसरे म्हणजे यातले बरेचसे टेरोडक्टाइल उडण्यापेक्षा हवेच्या प्रवाहावर तरंगणे अधिक पसंत करीत. झाडावर किंवा कड्यावर जायचं नि हवेच्या प्रवाहात शरीर झोकून द्यायचं असा त्यांचा कार्यक्रम असावा असं शास्त्रज्ञांना वाटतं. इतर वेळेस ते चालत असावेत. त्यांच्या पायांचे बरेच ठसे मिळतात.

पहिले पक्षी आर्किओटेरिक्स व आर्किओऑर्निक्स जातीचे. सोलेन होफेन चुनखडकात टेरोडक्टाइलांबरोबरच त्यांचेही खूप जीवाष्म मिळतात.

सस्तन प्राणी :- मध्यजीवी कालखंडात पहिले सस्तन प्राणी अवतरले. सस्तन प्राणी इक्विडोसॉरसांपासून उत्क्रांत झाले असावेत. यांच्यापासूनच ट्रायसिक कल्पात ट्रिटायलोडॉंट्स हे खरे सस्तन प्राणी निर्माण झाले. हे प्राणी उंदीर, घुशींप्रमाणे असावेत.

■

एकवीस

नूतनजीवी-केनोझुइक महाकल्प

नूतनजीवी महाकल्पाचे तृतीयक व चतुर्थक असे दोन भाग केले जातात. या दोहोंचे मिळून–

आधुनिक प्लाइस्टोसीन	गेली दशलक्ष वर्षे
प्लायोसीन	१.१ कोटी वर्षे
मायोसीन	१.६ कोटी वर्षे
ऑलिगोसीन	१.२ कोटी वर्षे
इओसीन	१ कोटी वर्षे
पॅलिओसीन	१ कोटी वर्षे

असे गेल्या सहा कोटी वर्षांचे भाग होतात. पृथ्वीच्या इतिहासाच्या मानाने हा काळ फारच थोडा असेल, पण अतिशय महत्त्वाचा आहे. या काळात सस्तन प्राण्यांची भरमसाट वाढ झाली. असंख्य प्राणी नामशेष झाले. कित्येक उत्क्रांत होत आजच्या स्वरूपास पोहोचले. भूखंडेही आजच्या जागी आली. हिमालय, आल्प्ससारख्या पर्वतशृंखला अस्तित्वात आल्या. या भूखंडावर मानव हिंडू लागला. उत्क्रांत झाला. या महाकल्पांबद्दल किंवा यातील कल्पांबद्दल हिमयुगे, सरकणारी भूखंडे, सस्तन प्राण्यांची उत्क्रांती या प्रकरणातून बरेच काही लिहिले जाणार आहे. शिवाय आदिमानव गेल्या तीन कोटी वर्षांतला. तेव्हा त्याबद्दल लिहितानाही या महाकल्पाबद्दल लिहावं लागणार आहे. या महाकल्पातील इओसीन, मायोसीन काळातील सूक्ष्म जीव गाडले गेले त्यामुळे आज पेट्रोलियमचे उत्पादन होऊ शकते. आल्प्स, हिमालयासारख्या पर्वतश्रेणी पृथ्वीवर उभ्या राहिल्या त्या याच काळात. त्यानंतर त्यातून वाहणाऱ्या नद्यांनी आपल्या गाळाने अग्रद्रोणी भरून अतिशय सपाट सुपीक प्रदेश निर्माण केले.

या काळात पृथ्वीवर निरनिराळ्या प्रकारची वातावरणनिर्मिती झाली. अति उष्ण, अति शीत अशी दोन्ही पराकोटीची युगे येऊन गेली. या काळात सपुष्प वनस्पतींची भरभराट झाली. जलविहीन वाळवंटे व मोठमोठ्या हिमनद्या सोडल्या तर अक्षरश: सर्व पृथ्वीवर अगदी असंभाव्य ठिकाणी वनस्पती व प्राणीसृष्टी पोहोचली.

नूतनजीवी सागरी अपृष्ठवंशी प्राण्यांत फोरॅमिनीफेरा हे आदिजीव, लॅमेलीब्रँक, गॅस्ट्रोपॉड्स, प्रवाळ, ब्रायेझुआ, तसेच बाह्यकवचधारी खेकड्यासारखे प्राणी यांचा समावेश होतो. नूतनजीवी महाकल्पाच्या सुरुवातीसच अमोनाइट्स नाहीसे झालेले होते. पुराजीवी कल्पाच्या अखेरीस ब्रॅकिओपॉड्स उतरणीस लागले ते कधीच सावरले नाहीत. सिफॅलोपॉडांचे वंशज स्क्विड्स ऑक्टोपसांच्या रूपाने व नॉटिलससारख्या सजीवांच्या स्वरूपात पाहायला मिळतात.

पृष्ठवंशी प्राणी : नूतनजीवी महाकल्पाच्या सस्तन प्राण्यांचे युग असे बऱ्याच वेळा म्हटले जाते, कारण या महाकल्पात भूखंडावर या प्राण्यांनी वर्चस्व प्रस्थापित केले होते. हे मान्य केले तरी पक्ष्यांनीही आपली उत्क्रांतीवरील पावले तितक्याच झपाट्याने उचलली हे विसरून चालणार नाही. कित्येक ठिकाणी तर सस्तन प्राणी पोहोचायच्या आधीच पक्षी पोहोचलेले होते. तसेच सागरात माशांनीही प्रभुत्व गाजवायला सुरुवात केली होती. सरीसृपांचा जमाना संपला होता. आता काळ उष्णरक्ती प्राण्यांचा आला होता. असं जरी असलं तरी वातावरण बदलत होतं. यात हिमयुगांचे मानले गेलेले प्लाइस्टोसीन कल्पही येऊन गेले, हे विसरून चालणार नाही. या पार्श्वभूमीवर या उष्णरक्ती सस्तन प्राण्यांचे जास्तच कौतुक वाटायला हवे.

नूतनजीवी महाकल्पाच्या सुरुवातीस सस्तन प्राण्यांना एक सुसंधी प्राप्त झाली. ती त्यांनी चारी पायांनी पकडली. सरीसृपांचा नायनाट झालेला होता. राहायला, हिंडायला, फिरायला भरपूर जागा होती. अन्नाची सुबत्ता होती; कीटक खाणारे प्राणी व पोटाला पिशव्या असणारे मार्सुपियल्स हे

क्रिटेशियम कल्पापासून अस्तित्वात होते. या मंडळींना मात्र या स्पर्धेत मागे पडावे लागले. नूतनजीवी महाकल्पात खुरी प्राण्यांचा जन्म झाला; तसेच कुत्र्यासम व तरसासम मांसपक्षी प्राणीही अस्तित्वात आले. हे खुरी प्राणी व मांसभक्षीही आजकालच्या हत्ती, घोडे, गाय, उंट, कुत्री, मांजरे आदी प्राण्यांचे आद्यपूर्वज होते. इओसीन काळाच्या अखेरीस हवेत वटवाघळे व समुद्रात देवमासे वावरू लागले होते.

दक्षिण अमेरिका व ऑस्ट्रेलिया खंडे या सुमारास वेगळी होऊ लागली व हळूहळू आपापल्या जागी जाऊन स्थिरावली. या दोन खंडांनी इतर जगात न सापडणाऱ्या चित्रविचित्र प्राण्यांचे जतन केले. पूर्व इओसीन काळात युरोप व उत्तर अमेरिकेच्या दरम्यान प्राणी ये-जा करीत असावेत असे म्हणावयास आधार आहे. उत्तर इओसीन काळात मात्र हे दळणवळण शक्य नव्हते.

ऑलिगोसीन काळात सस्तन प्राण्यांच्या पूर्वजांची वसाहत झाली व सुधारलेल्या सस्तनांचा भूखंडावर जम बसला. ऑलिगोसीन व इओसीन प्राण्यात खूपच फरक होता. इओसीन काळात खुरी व मांसपक्षी प्राण्यात बरीच वाढ झाली. सर्वत्र ससेही बागडू लागले.

प्लायोसीन काळात हवा हळूहळू थंड होऊ लागली होती. येणाऱ्या प्लाइस्टोसीन हिमयुगांची ही नांदीच होती. आता पृथ्वीवर नवे नवे प्राणी येण्याऐवजी 'बळी तो कान पिळी' हा जंगलचा कायदा सुरू होणार होता. या जीवनाच्या शर्यतीत जे टिकणार होते ते पुढे मानव नावाच्या सध्या निर्माण होत असलेल्या प्राण्यांच्या कृपेवर जगणार होते.

■

बावीस

प्लाइस्टोसीन व इतर हिमयुगे

हिमालयात किंवा आल्प्समध्ये हिमनद्या आहेत. अशा ठिकाणी एक कायम स्वरूपाची हिमरेषा असते. या हिमरेषेवर नेहमीच बर्फ असते. असंख्य गिर्यारोहक या पर्वतराजीमधील उंच उत्तुंग पर्वतशिखरे जिंकण्याच्या इर्षेने येतात. बरेचजण आपले ध्येय साध्य करतात, काहीजण अयशस्वी होतात नि पुन्हा पुढच्या वेळेस प्रयत्न करू असा आशावाद प्रकट करून त्या पर्वतशिखराकडे नजर फेकत मायदेशी परततात. काहीजण इतके नशीबवान नसतात. ते एखाद्या बर्फाच्या भेगेत किंवा हिमप्रपातात सापडून नाहीसे होतात.

उत्तर ध्रुवीय व दक्षिण ध्रुवीय प्रदेश हे तर सततच बर्फाच्छादित असतात, किंबहुना तिथल्या काही भागातले बर्फ कैक लक्ष वर्षांत वितळलेलेच नाही. स्कॉट व अमुंडसेन ही नावे या प्रदेशांशी निगडित झालेली आहेत. तसं बघायला गेलं तर बर्फाने जेवढा भू-भाग व्यापलाय त्यापेक्षा कितीतरी कमी क्षेत्रफळांच्या प्रदेशांना आपण देश म्हणत असतो. तिथल्या खडकांचा अभ्यास करीत असतो.

जसजशी शास्त्राची प्रगती होत गेली, विशेषत: भू-शास्त्राची प्रगती होऊ लागली तसतसा हळूहळू बर्फाळ प्रदेशांचाही अभ्यास सुरू झाला. त्याआधीही खडकांचा अभ्यास करणाऱ्या बऱ्याच शास्त्रज्ञांनी जिथे एकेकाळी हिमनद्या वाहिल्या असाव्यात अशा बऱ्याच प्रदेशांचा अभ्यास केला होता. हे सर्व प्रदेश ध्रुवीय प्रदेशाजवळच होते असेही नाही. तरीही इथे एकेकाळी हिमनद्या वाहिल्या असाव्यात– त्याही प्रचंड प्रमाणात– असे सिद्ध करणारा पुरावा या शास्त्रज्ञांना मिळत होता. यावरून पृथ्वीवर एखादे मोठे हिमयुग होऊन गेले असावे, असा शास्त्रज्ञांनी तर्क केला. पृथ्वीच्या जन्मापासून पृथ्वीवर बरीच हिमयुगे होऊन गेली असावीत, हेही यानंतर मान्य झालं. यातील कार्बोनिफेरस व पर्मियन या कल्पांच्या मधलं व प्लाइस्टोसीन हिमयुग ही दोन हिमयुगे आपल्या अस्तित्वाचा भरपूर पुरावा ठेवून गेली आहेत.

प्लाइस्टोसीन हिमयुग

हिमनद्या वाहून गेल्यावर स्थलरूपाचे अवशेष विशिष्ट प्रकारची रूपे धारण करतात. मॅटरहॉर्न किंवा हिमालयातल्या-सारखी टोकदार शिखरे, त्यांच्या धारदार भुजा, इंग्लिश यू आकाराच्या दऱ्या व असंख्य खडकाळ तळी व मोठमोठाले इतस्तत: पसरलेले टोळे या गोष्टी इथले अपक्षरण पाण्यामार्फत न होता ते बर्फाच्या, हिमनद्यांच्या साहाय्याने पार पाडले आहे हे दर्शवितात.

बर्फाच्या साहाय्याने होणारे अवसादनही त्याच्या विशिष्ट स्वरूपाने चटकन नजरेत भरत असते. लांबुळके कटक, निचरा न झालेले खळगे आणि उंचावरून वाहून आणलेल्या डबराचे अस्ताव्यस्त प्रशस्त पसरलेले ढीग हे बर्फाचे प्रवाह वाहून गेलेल्या भू-प्रदेशातील दऱ्याखोऱ्यांचे वैशिष्ट्य

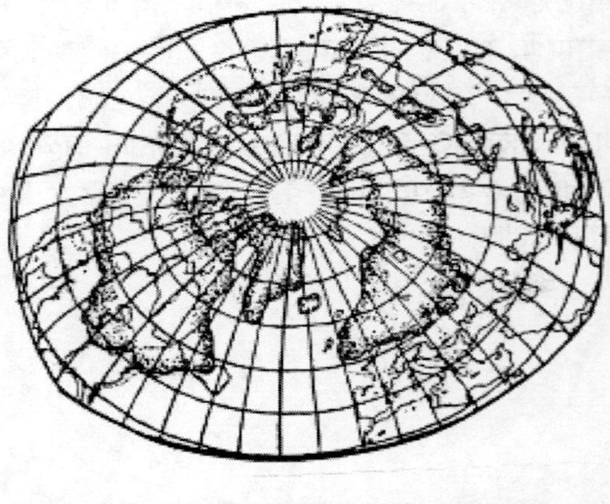

प्लाइस्टोसीन कालखंडातील हिमवाहाची व्याप्ती या नकाशावरून सहज समजून येते.

असते. हे वैशिष्ट्यपूर्ण प्रदेश बर्फाचे अतिक्रमण संपले तरी शतकानुशतके आपल्या अंगावर या खुणा मिरवताना दिसतात. हे सगळं जर प्रत्यक्ष बघायला मिळालं असतं तर हिमनद्यांतील बर्फाच्या अंगी भक्कम जमीन खरडून काढण्याची ताकद किती प्रचंड प्रमाणात असते हे आपल्या लक्षात यायला नक्कीच वेळ लागला नसता.

जिथे हिमनद्या नाहीत तिथेही त्यांचे परिणाम दिसताहेत ही गोष्ट आल्प्समध्ये राहणाऱ्या रहिवाशांच्या लक्षात आली होती; पण त्या काळात सगळ्याच गोष्टींना 'देवाची करणी' हे एकच योग्य स्पष्टीकरण पुरत असे. इ.स. १८२१मध्ये जे. व्हेनेझ या स्विस इंजिनियरने सध्याची आल्प्सची भूमी सोडून तिथल्या हिमनद्या एकेकाळी खूप दूरवर पसरल्या असाव्यात, असा सिद्धांत मांडला. या हिमनद्या सध्याचं आपलं क्षेत्र सोडून नुसत्या स्वित्झर्लंडमध्येच पसरल्या असाव्यात, असे त्याचे म्हणणे होते. व्हेनेझने आपला हा सिद्धांत मांडेपर्यंत बऱ्याच वैज्ञानिकांना असं वाटायचं की, हे उत्तर युरोपात मोठमोठाले टोळे व अस्ताव्यस्त पसरलेले डबराचे ढीग हे पाण्यामुळे किंवा सागरातून आलेल्या हिमनगांमुळे तयार झालेले आहेत. बऱ्याच जणांना पुराणकालीन नोहाच्या पुराचेच हे पुरावे आहेत असे वाटत होते.

इ.स. १८३७पर्यंत व्हेनेझच्या सिद्धांताला मान्यता न मिळता विरोधच होत होता. या वर्षी मात्र व्हेनेझच्या मदतीस एक पाठीराखा धावून आला. या तरुणाचे नाव लुई अगासीझ. तो प्राणीशास्त्राचा विद्यार्थी. अगासीझने केवळ व्हेनेझचे मतच उचलून धरले असे नाही तर उत्तर युरोप व आल्प्समध्ये एक मोठे हिमयुग होऊन गेले असावे असा एक नवाच विचारप्रवाह सुरू केला. पुढे अगासीझ या विषयाचा सर्वश्रेष्ठ प्रवर्तक ठरला, पण हा सिद्धांत मांडतानाच त्याने इतका प्रचंड आणि भक्कम पुरावा गोळा केला होता की, हळूहळू या कल्पनेला होणारा विरोध कमी कमी होत संपूर्णतया नाहीसा झाला व भूशास्त्रज्ञ मोठ्या संख्येने या कल्पनेचा पाठपुरावा करू लागले. आपण जमवलेल्या पुराव्यांचा अभ्यास करताना स्वत: अगासीझच थक्क झाला. हिमयुगाची कल्पनाच इतकी अवाढव्य होती की, ती नजरेसमोर आणायला मानवी मनाचा आवाका अपुरा पडत होता. त्या काळातील युरोपीय भू-शास्त्रज्ञ या भव्य कल्पनेने दबून गेले नाहीत. नोहाच्या पुराएवढा दिव्य नसेल; पण तरीही बराच भव्य प्रलय– तोसुद्धा हिमाचा – होऊन गेलाय याच्या मुळाशी आपल्याला पोहोचलं पाहिजे या कल्पनेने हे शास्त्रज्ञ भारावून गेले. यातल्या काही अतिउत्साही (?) शास्त्रज्ञांनी जगाचा शेवटही अशाच एका हिमयुगात होणार आहे, असे भविष्यही वर्तवून टाकायला कमी केले नव्हते!

एकदा हिमयुग होऊन गेले हे सत्य मान्य होताच त्याबद्दल अधिकाधिक पुरावे उपलब्ध होऊ लागले. पूर्वी ज्या गोष्टींबद्दल अचंबा वाटायचा त्यांची कोडी सुटू लागली. निम्म्यापेक्षा जास्त युरोपीय भूमी बर्फाच्या दाट आच्छादनाखाली झाकली गेली होती. स्कँडिनेव्हियन पठारावरून सर्वत्र पसरलेले हे बर्फाचे थर ४०००००० वर्ग कि.मी. क्षेत्रफळाची भूमी पादाक्रांत करून राहिले होते. नॉर्थ सी गोठवून या बर्फाने इंग्लंडलाही आपल्या आच्छादनाखाली घेतलं होतं.

आशिया खंडातही हिमयुग चालू होतंच. आशियाचा उत्तर भागही असाच बर्फाखाली गाडला गेला होता. याचे केंद्र सैबेरियात होते. तिथून निघून हा बर्फाचा थर ४०००००० वर्ग कि.मी. भू-भागावर पसरला होता व मॉस्कोच्या परिसरात उत्तर युरोपीय बर्फाला भेटत होता.

आल्प्स व हिमालयावर हिमरेषा खूपच खालावल्या होत्या. हिमालयावरून निघणाऱ्या हिमनद्या समुद्रसपाटीपासून ३००० फुटांपर्यंत उतरत होत्या. उत्तर ध्रुवीय समुद्रातली बेटेसुद्धा या हिमथराच्या कचाट्यातून सुटली नव्हती.

अगासीझ इ.स. १८४८मध्ये अमेरिकेत गेला. तिथले पुरावे पाहून तर तो थक्कच झाला. आशिया युरोपात बर्फाने कधीच गाजवले नसेल असे बर्फाचे साम्राज्य अमेरिकेत पसरले असणार याबद्दल त्याची खात्री पटली. अमेरिका खंडात १०००००००० वर्ग कि.मी.पेक्षा जास्त भूभागावर हिमयुगाने आपला प्रभाव दाखवला होता. यात जवळजवळ संपूर्ण कॅनडा व संयुक्त संस्थानांचा वायव्य भाग यांचा समावेश होत होता. संयुक्त संस्थानातील ओहायो व मिसुरी नद्यांपर्यंतचा भूभाग तर पूर्णपणे बर्फाच्छादित होता, अशी भू-शास्त्रज्ञांची खात्री आहे. आइसलंड व ग्रीनलंड ही एकेकाळी संपूर्णपणे बर्फाच्छादित होती. एवढेच नव्हे तर या दोन

बेटांमधील समुद्रावर बर्फाचा पूल तयार झाला होता.

दक्षिण गोलार्धातील दक्षिण ध्रुव प्रदेशावर तर आजही हिमयुग चालूच आहे असे म्हणावे लागते. दक्षिण ध्रुव प्रदेशातील हिमावरणाचा इतिहास हा उत्तर गोलार्धातील हिमावरणापेक्षा, तिथल्या राक्षसी हिमनद्यांपेक्षा वेगळा असू शकेल; पण आज जो पुरावा उपलब्ध आहे त्यावरून एकेकाळी हे हिमावरण खूपच जाड असावे असा अंदाज करता येतो. या हिमावरणाचा विस्तारही आजच्यापेक्षा साहजिकच जास्त असणार.

न्यूझीलंडमध्ये तर सध्याच्या समुद्रसपाटीखालीही बर्फ पोहोचायला हवा होता. टास्मानियात मोठमोठ्या हिमनद्यांचे साम्राज्य पसरले होते. हवाई व न्यूगिनी बेटातील पर्वतराजीतूनही हिमनद्या वहात होत्या. दक्षिण अमेरिका खंडात पॅटागोनियन अँडीजच्या पश्चिमेकडे सागरतीरापर्यंतचा भाग बर्फाने व्यापला होता, तर पूर्वेकडे अर्जेंटिनाच्या गवताळ पंपासवरही हिमाचेच साम्राज्य होते.

पूर्व आफ्रिकेतील केन्या पर्वतावर आजही हिमनद्या आहेतच; पण हिमयुगात सध्याच्या हिमरेषेखाली १८०० मीटरपर्यंत सर्वत्र बर्फच बर्फ पसरलेला होता. शास्त्रज्ञांनी असा अंदाज बांधला आहे की, प्लाइस्टोसीन हिमयुगात सुमारे दीड कोटी वर्गमैल भूभाग बर्फाने व्यापला होता. म्हणजेच एकूण भूभागाचा २७% भूभाग बर्फाने व्यापलेला होता.

शास्त्रज्ञ जसजसे भूतकालीन हिमयुगांच्या पुराव्यांचा अधिकाधिक अभ्यास करू लागले तसतसे त्यांना गेले हिमयुग अधिकाधिक बुचकळ्यात टाकू लागले. हिमनद्यांच्या डबरांचे दुमजली, तिमजली ढीग एकमेकांवर रचलेले त्यांना आढळून आले. यावरून भूशास्त्रज्ञ अशा निष्कर्षाला येऊन पोहोचले की, हिमयुग टप्प्याटप्प्याने अस्तित्वात आले असावे व दोन हिमयुगांच्या दरम्यान हिमवाहांपासून मुक्त असा आंतरहिमानी काळ गेला असावा. हे हिमवाहमुक्त काळ कित्येकदा हिमयुगांपेक्षाही जास्त कालमर्यादेचे असावेत. या हिमावाहमुक्त कालखंडातले खडक खूपच अपक्षरण झालेल्या अवस्थेत आढळतात. तसेच या काळातील पुरामृदा, वाऱ्याने वहन झालेली वालुका व उष्ण हवामानातील सजीव सृष्टीचे पुराजीवी अवशेष हा काळ हिमवाहमुक्त असावा याचे साक्षीदार ठरतात. युरोप व अमेरिकेत तीन आंतरहिमानी मध्यंतर असलेले चार प्रमुख हिमयुगीन कालांचे पुरावे शास्त्रज्ञांना मिळाले आहेत. या चार प्रमुख हिमायनी अवस्थांत बर्फाची सीमारेषा स्थिर नव्हती. त्यामुळे हिमायनी अवस्थेचा पुरावा कित्येक ठिकाणी बदलत जातो व भूशास्त्रज्ञांच्या डोकेदुखीत भर घालीत असतो.

खोल सागरतळातून काढलेल्या अवसादी क्रीडांमध्येही हिमयुगांचे पुरावे मिळतात. मात्र या पुराव्यांमुळे हिमायनी गटांची संख्या वाढतेच. उष्ण व थंड पाण्याचे पुरावे सागरतळी जपून ठेवले जातात. पॅसिफिक महासागराच्या तळावर साठलेल्या अवसादांच्या क्रोडांमधून अशी उष्ण थंड हवामानाची प्लाइस्टोसीन काळातील पंधरा चक्रे शास्त्रज्ञांना मिळाली आहेत. संपूर्ण प्लाइस्टोसीन काळातील अवसाद ६१० सेंटीमीटर जाडीचे आहेत. भूशास्त्रज्ञांच्या मते ६१० सें.मी. जाड अवसादन होण्यास ६ लक्ष वर्षांचा कालावधी लागला असावा.

याउलट कॅरिबियन उपसागरातील क्रोडांचा अभ्यास करणाऱ्या शास्त्रज्ञांना फक्त ७ चक्रांचे पुरावे मिळालेले असून, या भागाचा अभ्यास करणाऱ्या शास्त्रज्ञांच्या मते प्लाइस्टोसीन काळाची सुरुवात २ लक्ष ८० हजार वर्षांपूर्वी झाली असावी. तर उताहमधल्या ग्रेट सॉल्ट लेकमधील अवसादांचे क्रोड अभ्यासणाऱ्या शास्त्रज्ञांना हवामान बदलाची ५ चक्रे मिळाली असून, त्या क्रोडांच्या अभ्यासावरून इथे प्लाइस्टोसीन कालखंडाची व्याप्ती आठ लक्ष वर्षे असावी असा पुरावा त्यांना मिळाला आहे. या व इतरत्र केलेल्या अभ्यासावरून प्लाइस्टोसीन काळातील हिमयुगात हिमायनांची व्याप्ती सर्वत्र सारखी नसावी या निष्कर्षाप्रत शास्त्रज्ञ येऊन पोहोचले आहेत.

पर्मोकार्बोनिफेरस हिमयुग

प्लाइस्टोसीन हिमयुग हे पृथ्वीच्या आजपर्यंतच्या इतिहासातले शेवटचे हिमयुग मानले जाते; पण याचा अर्थ इथून पुढे भूतलावर हिमयुग होणारच नाही असा नव्हे. बऱ्याच शास्त्रज्ञांच्या मते आपण आंतरहिमानी काळात वावरत असून, लवकरच नवे हिमयुग सुरू होण्याची शक्यता आहे. याउलट शास्त्रज्ञांच्या दुसऱ्या एका गटाच्या म्हणण्याप्रमाणे ही नव्या हिमयुगाची पहाट नसून आधीच्या

हिमयुगाची सायंकाळ आहे. हा वाद जरी इतक्यात सुटण्यासारखा नसला तरी त्याआधी होऊन गेलेल्या हिमयुगासंबंधीही शास्त्रज्ञांमध्ये एकमत होऊ शकलेले नाही हे विशेष.

प्लाइस्टोसीन हिमयुगाच्या आधीचे हिमयुग पुराजीवी महाकल्पाच्या अखेरीस कार्बोनिफेरस व पर्मियन कल्पात होऊन गेले. या हिमयुगाचा पहिला पुरावा भारतात ओरिसातल्या तालचीर गावाजवळ ब्लँडफोर्ड या ब्रिटिश भू-शास्त्रज्ञाने शोधून काढला. इ.स. १८५६मध्ये पहिल्या स्वातंत्र्यसमराच्या आधी एक वर्ष कार्बोनिफेरस कल्पाच्या उत्तरार्धातल्या या हिमयुगाच्या अस्तित्वाचे पुरावे सापडताच ब्लँडफोर्डनी या भागाच्या सर्वेक्षणावर आपले लक्ष केंद्रित केले. त्यांचे हे सर्वेक्षणाचे काम इ.स. १८७४पर्यंत चालू होते. याच सुमारास इतक्या जुन्या काळातले टिलाइट्स खडक ऑस्ट्रेलिया (इ.स. १८५९) व दक्षिण आफ्रिका (इ.स. १८७०) येथे सापडले. यानंतर इ.स. १८८८मध्ये दक्षिण अमेरिका खंडातील ब्राझीलमधल्या टिलाइट धोंडा संस्तराचाही शोध लागला.

बेगनरच्या सरकत्या भूखंडाचा सिद्धांत अस्तित्वात येताच शास्त्रज्ञ बुचकळ्यात पडले. कारण हे पर्मोकार्बोनिफेरस हिमयुग फक्त गोंडवन भूमीपुरतेच मर्यादित होते. लॉरेशियन उत्तरी खंडाला या हिमयुगाचा स्पर्शसुद्धा झाला नव्हता. ऑस्ट्रेलिया, द. अमेरिका व द. आफ्रिका, तसेच हिंदुस्थानचा दक्षिण प्रदेश व अरेबिया या प्रदेशात या हिमयुगाचे हवे तेवढे पुरावे मिळतात. तर उत्तर अमेरिका, युरोप व आशिया (अरेबिया व दक्षिण भारत सोडून) या प्रदेशात याबद्दल काहीही पुरावा मिळत नाही. आता या यादीत दक्षिण ध्रुवीय प्रदेशाची भर पडली आहे. तिथेही या काळात हिमयुग होते.

या हिमयुगाच्या पुराव्यांनीच खरंतर गोंडवन भूमीच्या सुट्या खंडांना एकत्र आणावयाचे कोडे शास्त्रज्ञांसाठी सोपे केले.

प्री-कँब्रियन हिमयुगे

कँब्रियनपूर्व काळातही हिमयुगांच्या अस्तित्वाचे पुरावे मिळालेले आहेत. अर्थात हे पुरावे जगभर पसरलेले असून, एका ठिकाणचा मेळ दुसऱ्या ठिकाणच्या पुराव्यांशी जोडणे हे अवघड काम आहे. यातील सर्वांत जास्त वेळा हिमयुगे दक्षिण आफ्रिकेत झाली असावीत. शिवाय काँगो, ऑस्ट्रेलिया, भारत (कडाप्पा) या गोंडवन भूमीतील भागात व मिशिगन, ग्रीनलंड, फिनलंड, कॅनडा, फ्रान्स, स्कँडिनेव्हिया व कोरिया या ठिकाणीही २६० कोटी वर्षांपासून ते ६० कोटी वर्षांपूर्वीपर्यंतच्या काळात निरनिराळ्या वेळी हिमयुगे येऊन गेल्याचे पुरावे मिळतात. हे पुरावे एकूण ५ चक्रांचे आहेत.

प्रीकँब्रियन, पर्मोकार्बोनिफेरस व प्लाइस्टोसीन हिमयुगांचा अभ्यास करून दर २५ ते ३० कोटी वर्षांनी हिमयुगांची साखळी सुरू होत असावी, असा निष्कर्ष काढायचा काही शास्त्रज्ञांनी प्रयत्न केला आहे. पण हिमयुगांची सुरुवात ही एकाच कारणाने होते असे जोपर्यंत ठामपणे सिद्ध होत नाही तोपर्यंत या सिद्धांतास अर्थ उरत नाही. आधुनिक संशोधकांच्या मते निरनिराळ्या चित्रविचित्र परिस्थिती एकत्र उद्‌भवल्यामुळे हिमयुग सुरू होत असते. अशा परिस्थितीत हिमयुगांचे योजनाबद्ध वेळापत्रक सिद्ध करणे अधिकच अवघड होऊन बसते.

हिमयुगे का घडून येतात यासाठी तीन निरनिराळ्या प्रकारची कारणे देण्यात येतात. त्यांचे गट पुढीलप्रमाणे :

(१) वैश्विक कारणे : सूर्याच्या उष्णतेत होणारे बदल, वैश्विक धुळीच्या प्रदेशात सूर्यमालेचा संचार वगैरे.

(२) ग्रहावलंबी पृथ्वीवर अवलंबून असलेली कारणे : पृथ्वीच्या गतीबदलाचे परिणाम होऊन पृथ्वी सूर्यापासून थोडी दूर होणे. यामुळे पृथ्वीला मिळणारी उष्णता कमी होऊन वातावरण थंड होते.

(३) भूशास्त्रीय व भू-भौतिक कारणे : पृथ्वीच्या अंतर्गत उष्णता निर्मितीत बदल : ध्रुवांची हालचाल, सागरी बदल, वातावरण ज्वालामुखीच्या राखेने संपृक्त होणे.

वैश्विक कारणे : भूपृष्ठावरील तापमान सौर प्रारणातील चढ-उतारामुळे खूपच उतरले तर हिमयुग सुरू होण्याची शक्यता असते. सध्या भू-पृष्ठावर येणारी सरासरी ऊर्जा दर मिनिटास २ कॅलरीज दर वर्ग सें.मी. इतकी आहे. इ.स. १९१८ नंतर या ऊर्जा संख्येत ३% बदल घडून आला आहे. म्हणजेच सूर्याकडून पृथ्वीवर येणाऱ्या ऊर्जेत बदल होत असतो, हे सिद्ध झालेले आहे. फक्त प्रश्न असा

की, हिमयुग सुरू होण्याइतका बदल यात घडेल का किंवा या बदलाने हिमयुग येऊ शकेल का?

भू-शास्त्रज्ञांच्या मते सौरऊर्जा कमी प्रमाणात मिळून भू-पृष्ठ थंड होईल. हिम वाढेल. त्यामुळे जागोजागी बर्फ साठून हिमनद्या तयार होतील. हिमतक्त्यांनी भूपृष्ठ आच्छादून जाईल व हिमयुगाची सुरुवात होईल. सौरऊर्जेचे प्रमाण पुन्हा मूळ पदावर येताच बर्फ वितळून हिमयुग हटण्यास सुरुवात होईल. दुसरीही एक अशी शक्यता आहे की, सौर प्रारणात वाढ होऊनही हिमयुग येऊ शकेल. प्रथमदर्शनी हे विचित्र वाटते, पण शास्त्रज्ञांकडे ह्या विधानाचे समर्थन करण्यासही तर्कशुद्ध कारणमीमांसा आहे. समजा, जर सौर प्रारणात वाढ झाली तर विषुववृत्तावर याचे परिणाम सर्वांत जास्त प्रमाणात जाणवतील. त्या मानाने ध्रुवीय प्रदेशात ते कमी प्रमाणात जाणवतील. यामुळे विषुववृत्तीय भागात प्रक्रमण प्रवाह वाढतील. त्यामुळे या भागात वारे जोरात वाहू लागतील. यामुळे सागरावर बाष्पीभवन जास्त होईल. ढग जास्त प्रमाणात जमा होतील. त्यामुळे पावसाचे प्रमाणही वाढेल. ध्रुवीय प्रदेशात बर्फ जास्त पडेल. नेहमीपेक्षा जास्त बर्फ जमा होऊन हिमयुगाची सुरुवात होईल. या सुमारासच जर प्रारणाचे प्रमाण कमी कमी होत गेले तर हे हिमयुग वाढत जाईल. याउलट प्रारणाचे प्रमाण जर वाढले तर आंतरहिमानी काल येईल.

दुसऱ्या प्रकारच्या वैश्विक सिद्धांताप्रमाणे वैश्विक धुळीचे ढग आपल्या सूर्यमालेतून गेले किंवा आपली सूर्यमाला अशा ढगातून गेली, त्यामुळे पृथ्वीवर येणारी सौरऊर्जा कमी झाली, हा सिद्धांत आज कालबाह्य मानला जातो.

ग्रहावलंबी सिद्धांत : पृथ्वी आणि पृथ्वी-चंद्र यांच्या भ्रमणगतींमुळे पृथ्वीच्या सूर्यसापेक्ष स्थितीत फरक पडत असतो. हा फरक–

(१) पृथ्वीची भ्रमणकक्षा लंबगोल असल्यामुळे पडतो. त्यामुळे दर ब्याण्णव हजार वर्षांनी पृथ्वी सूर्यापासून जास्तीत जास्त दूर अंतरावर जाते.

(२) पृथ्वीचा अक्ष पृथ्वीच्या भ्रमणकक्षेच्या पातळीशी कोन करून असतो. हा त्याचा कल दर ४०००० वर्षांनी ३ अंश बदलतो.

(३) पृथ्वीचा अक्ष सूर्य, चंद्र व इतर ग्रहांच्या गुरुत्वाकर्षणाचा परिणाम होऊन डगमगतो.

या तीन गोष्टींवर आधारित हिमयुगासंबंधी मांडलेले सिद्धांत असे :

ज्यावेळेस पृथ्वी सूर्यापासून जास्तीत जास्त दूर असेल, तो काळ हिमयुगांच्या सुरुवातीच्या दृष्टीने अत्यंत योग्य ठरेल. जर वरील तीनही गोष्टींमुळे एखादा ध्रुव एकाच वेळी सूर्यापासून दूर होईल तर तो काळ हिमयुगाच्या आगमनास आदर्श काळ म्हणावयास हवा. हे जरी मान्य केले तरी या सिद्धांतामध्ये आंतरहिमानी काळाबद्दल स्पष्टीकरण दिलेले नाही.

भू-शास्त्रीय व भू-भौतिक सिद्धांत

ज्वालामुखींचे उद्रेक व हिमयुगांचा मेळ बरेचदा घालण्यात येतो. कारण ज्वालामुखी व हिमानी अवसाद यांची गुंफण बरेचदा आढळते. हे काही ठिकाणी आढळत असले तरी याचा हिमयुगाशी संबंध घालणे योग्य नव्हे, असे बऱ्याच भूशास्त्रज्ञांना वाटते. ऑर्डोव्हिशियन काळात बरेच ज्वालामुखी जागृत होते. पण त्या काळात हिमयुग नव्हते. तसेच दख्खनचे पठार तयार होताना कोट्यवधी टन लाव्हा भू-पृष्ठावर आला; पण या भागात किंवा या काळात हिमयुगाचे पुरावे आढळून येत नाहीत.

सागरी प्रवाहांचा वातावरणावर परिणाम होत असतो. युइंग व डॉन या शास्त्रज्ञांच्या मते पाण्याची हालचाल हिमयुगास कारणीभूत होऊ शकते. समजा, उत्तर ध्रुवीय प्रदेशातील बर्फ वितळले तर उत्तर अटलांटिक व उत्तर ध्रुवीय महासागरातील पाण्यात तापमानातील फरकामुळे प्रवाह सुरू होतील. यामुळे उत्तर अटलांटिक थंड होईल, तर उत्तर ध्रुवीय सागराचे तापमान वाढेल. यामुळे आर्क्टिक प्रदेशातील बाष्पाच्या प्रमाणात वाढ होईल. यामुळे वातावरणात हवेचे प्रवाहही सुरू होतील. सध्याच्या वातावरणी प्रवाहात बदल घडतील व हिमसरोवरे वाढतील. यामुळे हिमनद्यांच्या प्रमाणात वाढ होईल. हिमनद्या वाढल्या, बर्फाचे प्रमाण वाढले की, आपोआपच सागराची पातळी पूर्ववत होईल किंवा त्याखालीही जाईल. यामुळे उत्तर ध्रुवीय व उत्तर अटलांटिकमधील जलप्रवाह थांबतील. उत्तर ध्रुवीय समुद्राचे तापमान कमी होईल. वातावरणातील बाष्पाचे प्रमाणही

कमी होईल व हिमयुग हळूहळू संपुष्टात येईल. बर्फ वितळल्यामुळे पुन्हा सागराची पातळी वरवर चढू लागेल व दुसऱ्या चक्राची सुरुवात होईल.

हिमनदीने वाहून आणलेले विदेशज खडक

पुरा चुंबकत्वाचा अभ्यास करणाऱ्या शास्त्रज्ञांनी पृथ्वीचे चुंबकीय ध्रुव स्थिर नाहीत हे सिद्ध केले आहे. या शास्त्रज्ञांच्या म्हणण्याप्रमाणे कॅंब्रियनपूर्व काळात ध्रुव आयडॅहोत होता, तो सरकत सरकत हवाईपर्यंत गेला. सिल्युरियन काळात जपानच्या दक्षिणेस असलेल्या सागरात ध्रुव असावा. या शोधाच्या मदतीने भूकवच गाभ्यावर फिरते व त्यामुळे पृथ्वीमध्ये चुंबकत्व निर्माण झाले असा सार्थ दावा शास्त्रज्ञ करू लागले. यामुळे आफ्रिका व भारतातील हिमयुगांचे उत्तर देणे सोपे होते.

१८००,००० वर्षांपूर्वी डोनॉ हिमायनानंतर ११००० वर्षांपूर्वीपर्यंत-होलोसीन किंवा आधुनिक काळापर्यंत खालील हिमानी व आंतर हिमानी टप्पे मानले जातात.

उत्तर-अमेरिका खंड		**ब्रिटिश बेटे**
विस्कॉन्सिन		न्युअर ड्रिफ्ट
सांगामों		इप्सिविचिन
इलिनॉयन	ओ	गिपिंग टिल
यारमथ	ल्ड	होकस्नीयन
	ड्रि	लोवेस्टॉफ्ट टिल
	फ्ट	क्रोमेरियन
कान्सन		* विबुर्न क्रॅग
अफ्टोनियन		नॉर्विच क्रॅग
नेब्रास्कन		* रेड क्रॅग

आल्प्स विभाग		**उत्तर युरोप**
बुर्म	(W)	विश्झेल
	RIW	इमियन
रिस	(R)	साल
	M/R	(नीडीयन)
भिंडेल	(M)	एल्स्टर
	G/M	मिश्र
गुंझ	(G)	थंड व
	D/G	उष्ण
डोनॉ	(D)	वातावरणदर्शक
		अवसाद

* या सागरी अवसादात थंडीत वाढणाऱ्या जीवांचे अवशेष आहेत.

■

तेवीस

सरकती भूखंडे, सरकते तक्ते

आज आपण परदेशात जायचं म्हटलं तर कोण कटकटी होतात. तरीही आपली धडपड चालूच असते. कुणी आफ्रिकेत जातो तर कुणी ऑस्ट्रेलियात, इंग्लंड, अमेरिकेत जाणारे तर खूपच असतात. यासाठी आपल्याला हिंदी महासागर व अटलांटिक महासागर पार करावा लागतो. पण एक काळ असा होता की, मुंबई आफ्रिकेला लागून होती नि ऑस्ट्रेलिया तामिळनाडूला चिकटला होता आणि हा सर्व भूभाग दक्षिण ध्रुवीय खंडाबरोबर सध्याच्या केप ऑफ गुडहोपजवळ होता. अगदी अलीकडच्या काळात जर एखाद्या माणसाने या गोष्टी सांगितल्या असत्या तर जनतेने त्याला वेड्यात काढलं असतं.

१९व्या शतकाच्या उत्तरार्धापासून शास्त्राची जसजशी प्रगती होत गेली, तसतशी भू-शास्त्रज्ञांपुढची कोडी वाढू लागली. अंटार्क्टिक प्रदेशातील वनस्पतींचे जीवावशेष, अमेरिका व आफ्रिकेच्या एकमेकात गुंफल्या जाणाऱ्या सागरी सीमा, भारत, ऑस्ट्रेलिया व आफ्रिकेत सापडणारे एकमेकासारखे वनस्पतींचे अवशेष, कोळसा व हिमयुगांचे पुरावे या सगळ्यांचं उत्तर शास्त्रज्ञांना मिळत नव्हतं. शास्त्रीय प्रगती, विशेषत: भूकंपशास्त्र, खोल समुद्रातले ड्रिलिंग, भूमिगत अणुस्फोटांनी भू-कवचाचे स्वरूप स्पष्ट होण्यास केलेली मदत यामुळे हे कोडे बऱ्याच अंशी सुटल्यात जमा आहे.

आपण नवनवे भू-प्रदेश पादाक्रांत करू लागलो तसतशी या कोड्यात भर पडत होती. आज जिथे बर्फ आहे त्या भागात एकेकाळी विषुववृत्तीय हवामान असावं असं वाटायला लावणारे पुरावे मिळत होते. स्पिटझबर्गेन बेटे उत्तर ध्रुवीय भागातली. तिथून नॉर्वे व रशिया कोळसा काढतात. कोळसा पुरातन काळातली जंगलं गाडली गेल्यामुळे तयार झालेला, हे कसं? ग्रीनलँडसारख्या अतिशीत प्रदेशात उष्णजलात वाढणाऱ्या प्रवाळांचे अवशेष सापडणे याला जोपर्यंत शास्त्रीय उत्तर मिळत नाही तोपर्यंत देवाची करणीच म्हणायला हवी. दक्षिण ध्रुवाजवळच्या पर्वतराजीत झाडांचे जाड जाड बुंधे अश्मीभूत अवस्थेत एकेकाळी इथे वाढणाऱ्या जंगलांची साक्ष देत असताना आज तिथे बर्फ कसे? याउलट आज विषुववृत्तावर असलेल्या ठिकाणी एकेकाळी हिमनद्या वाहिल्याचेही पुरावे मिळतात. पृथ्वीच्या स्वत:भोवती फिरण्याच्या आसामध्ये बदल पडतो. त्या बदलाच्या आधाराने यातील काही गोष्टींचे स्पष्टीकरण देता येते. काही भू-शास्त्रज्ञ हेच महत्त्वाचे कारण असे अजूनही मानतात, पण असे बदल सजीव सृष्टीच्या भूगोलावरील जीवावशेषांचे स्पष्टीकरण योग्य तऱ्हेने देऊ शकत नाहीत. तसेच त्यांचे वारस आज पृथ्वीवर भलतीकडेच कसे सापडतात, यालाही या सिद्धांतामध्ये उत्तर नाही. स्वपरिभ्रमणाच्या अक्षामधील बदल काही अंशी काही गोष्टींना जबाबदार असला तरी सर्वच गोष्टी त्याच्या साहाय्याने स्पष्ट होत नाहीत. उदा. आजच्या कांगारू व ओपोसमचे मार्सुपियल पूर्वज अमेरिका खंडात उत्क्रांत झाले, पण आज ऑस्ट्रेलिया सोडून ते इतरत्र सापडत नाहीत. बरे जीवावशेषांचे पुरावे बघितले तर ही मंडळी आशिया खंडातून प्रवास करीत ऑस्ट्रेलियात पोहोचली असेही दिसत नाही. लेमूर्सचे तेच. मादागास्कर व आफ्रिकेच्यामध्ये अडीचशे मैलांचा समुद्र आहे. पण दोन्हीकडे गोड्या पाण्यात पाणघोडे मिळतात. अडीचशे मैल समुद्र पार करून ते मादागास्करला पोहोचले का? पूर्वीच्या शास्त्रज्ञांनी हिंदी महासागरात लेमुरिया नावाचे खंड असावे, कालांतराने ते बुडाले; पण त्यामुळे आशिया व दक्षिण आशिया यांच्यात संपर्क साधला

जात असे, असा एक सिद्धांत मांडला; पण तो शास्त्रीय कसोटीवर फार काळ टिकू शकला नाही.

इ.स. १९१२मध्ये आल्फ्रेड वेगेनर या जर्मन संशोधकाने या सर्व गोष्टींचे विवरण करू शकेल असा एक धक्कादायक सिद्धांत जगापुढे मांडला. त्याच्या मते ही सर्व भू-खंडे एकमेकासापेक्ष सरकत होती. १९व्या शतकात आफ्रिकेचा व दक्षिण अमेरिकेचा किनारा एकमेकांत कसा व्यवस्थित बसतो याबद्दल काही शास्त्रज्ञांनी आपापले डोके लढवले होते; पण एकेकाळी ही भूखंडे एकत्र असावीत. म्हणजेच या सर्वांचे मिळून एक बृहत्खंड अस्तित्वात असावे. ज्याप्रमाणे प्लॅस्टिकची एकमेकांत तुकडे अडकवायची खेळणी– जिग सॉ-पझल्स– असतात त्याप्रमाणे या सध्याच्या भूखंडांपासून एकमेकांच्या किनारपट्ट्या व्यवस्थित जुळवून एक मोठे भू-खंड तयार होऊ शकते. हे वेगेनरने सर्वप्रथम दाखवून दिले. या बृहत्खंडास त्याने पँजिआ हे नाव दिले. वेगेनरच्या मताने डायनासॉरच्या काळात म्हणजे सुमारे १५ कोटी वर्षांपूर्वी पँजिआचे तुकडे व्हायला सुरुवात झाली. अंटार्क्टिका, ऑस्ट्रेलिया, भारत व आफ्रिका हे आधी वेगळे झाले. नंतर आफ्रिकेपासून दक्षिण अमेरिका तडे गेलेल्या हिमप्लवाच्या तुकड्यांप्रमाणे वेगळे झाले व सर्वांत शेवटी उत्तर अटलांटिकच्या दोन्ही बाजूंची खंडे वेगळी झाली.

ज्यावेळेस वेगेनरने सर्वप्रथम आपला सिद्धांत मांडला तेव्हा वेगेनरचा सिद्धांत डार्विनच्या सिद्धांताप्रमाणेच टीकेस पात्र ठरला. वेगेनर पाखंडी आहे; त्याने शास्त्रीय सत्याचा अपलाप केला आहे असे म्हणणारे टीकाकारही पुढे आले. पण ही धूळ कालांतराने खाली बसली. नवनवे पुरावे पुढे आले. वेगेनरच्या सिद्धांताचे पाठीराखे वाढले आणि आज हा सिद्धांत सर्वांना मान्य झाला आहे. भूखंडे सरकतात हे शास्त्रीय पुराव्याने सिद्ध झाले आहे. स्वत: वेगेनरला स्वप्नातही वाटले नसेल अशा पद्धतीने ही भूखंडे भरकटतात.

सरकत्या भूखंडांच्या सिद्धांताप्रमाणे पृथ्वीचे कवच ६ ते ८ प्रचंड तक्त्यांत विभागले गेले आहे. या ६-८ मोठ्या वेड्यावाकड्या तक्त्यांखेरीज या तक्त्यांमधील जागा भरून काढणाऱ्या छोट्या छोट्या तक्त्यांचीही संख्या गृहीत धरता एकूण तक्ते विसाच्या वर होतात. पॅसिफिक तक्त्याप्रमाणे काही तक्ते संपूर्णतया सागरतळाचे बनलेले आहेत. काही अंशत: सागरतळाचे तर काही

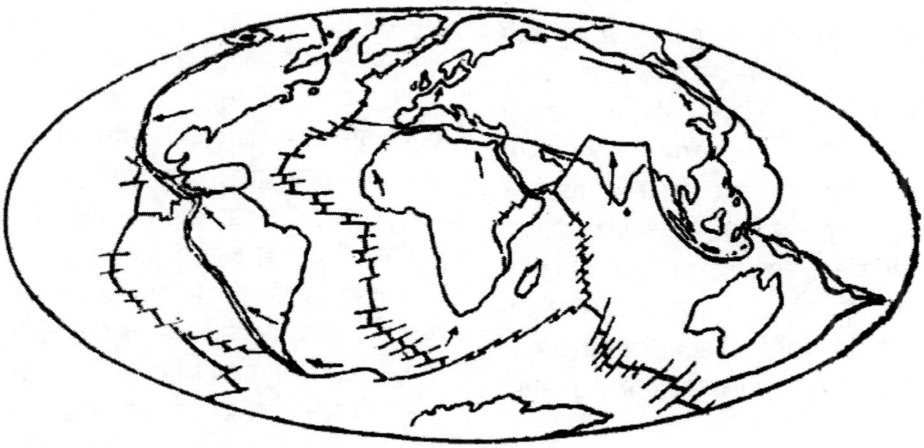

पृथ्वीचे प्रमुख तक्ते दाखविणारा नकाशा
डावीकडून उजवीकडे क्रमाने, पॅसिफिक, अमेरिकन, युरेशियन व ऑस्ट्रेलियन तक्ते दिसत आहेत.

अंशत: भू-खंडीय जमिनीचे बनलेले आहेत. उत्तर अमेरिका व उत्तर अटलांटिकचा पश्चिम भाग मिळून आइसलंड ते सॅनफ्रान्सिस्कोपर्यंत एक मोठी प्लेट बनते.

भू-कवच भूगर्भाच्या मानाने अगदीच कमी जाडीचे आहे हे आपण बघितलेच आहे. या भूकवचाचेच दोन घटक आहेत. वेगेनरने आपला सिद्धांत मांडतानाच यांचा उल्लेख केला होता. महासागरांचे तळ व भू-खंडी तुकडे हेच ते दोन घटक. महासागरांचे तळ अधिक घनतेच्या बेसाल्टी थरांचे बनले आहेत तर भू-खंडे ही कमी घनतेच्या ग्रॅनायटी थरांची बनली आहेत. यांना अनुक्रमे सायमा (सिलिका व मॅग्नेशिया SIMA) व सियाल (सिलिका व अल्युमिना SIAL) थर असेही म्हटले जाते.

भूकवच व भूगर्भ यामध्ये प्रावरण आहे. हे प्रावरण ताठर व दृढ (hard & compact) भू-रसाचे बनले आहे; पण भूकंपनांच्या अभ्यासाने असे सिद्ध झाले आहे की, प्रावरणाचे वरचे सुमारे दीडशे कि.मी. हे प्रावरणाच्या अंतर्भागापेक्षा मऊ, लवचिक व कमी दृढ भूरसाने व्यापले आहेत. हा भूरस भू-कवचाच्या तक्त्यांच्या तळाशी वंगणाप्रमाणे वागतो व त्यामुळे वरील तक्त्यांची हालचाल सुलभ होते. किंबहुना वरील तक्ते या भू-रसावर तरंगतात असे म्हटले तर वावगे होऊ नये.

या तक्त्याची सुरुवात महासागरातील मध्य महासागरी कटक (डोंगररांगा) किंवा निदऱ्यातून (खोल दऱ्या) होते. प्रावरणातून येणारे भू-कवची पदार्थ मध्य महासागरी कटकांमधून वर येतात व कटकाच्या दोन्ही बाजूंस पसरतात व त्याचेच तक्ते तयार होतात. हे तक्ते पुढे पुढे सरकत मध्य महासागरी किंवा द्वीपचापांच्या प्रदेशात भू-कवचाखाली जाऊन नाश पावतात. द्वीपचाप म्हणजे सागरी बेटांची अर्धचंद्राकृती माला. या तक्त्यांचा सरकण्याचा वेग दर वर्षास ६ सें.मी. इतका असून, हा आजपर्यंत निदर्शनाला आलेल्या सरकण्यात सर्वात जलदगती मानला जातो.

याशिवाय दोन तक्त्यांच्या सीमारेषा एकमेकीवर घासल्या जातात. त्यावेळेस यातील कमी बळकट तक्त्यांची कड जास्त बळकट तक्त्याबरोबर खेचली

सॅन अँड्रिअस स्तरभ्रंश दाखविणारे छायाचित्र

जाते. उदा. पॅसिफिक तक्ता उत्तर अमेरिकन तक्त्यासापेक्ष वायव्येकडे सरकताना त्याची पूर्वेची बाजू उत्तर अमेरिकन तक्त्याच्या पश्चिम कडेवरून वर सरकते. यामुळे उत्तर अमेरिकन तक्त्याची पश्चिम कड पॅसिफिक तक्त्याबरोबर वायव्येकडे खेचली जात असून, प्रख्यात सॅन अँड्रिअस स्तरभ्रंशावर हालचाल होते व त्या भागात सतत भूकंपाचे धक्के बसतात. यामुळे सध्याचे लॉस एंजल्स हे शहर दर वर्षास २॥ सें.मी. या वेगाने वायव्येकडे सरकत असून, २ कोटी वर्षांनी ते सध्याच्या सॅनफ्रान्सिस्को शहराच्या उत्तरेस जाईल असा शास्त्रज्ञांचा अंदाज आहे.

अटलांटिक महासागराचा तळ रुंदावतोय, युरोप व अमेरिकेतलं अंतरही हळूहळू वाढतंय, मग हे वाढलेलं अंतर दुसरीकडे भरून निघायला हवे. एकीकडे युरेशियन खंड पूर्वेकडे ढकललं जातंय तर अमेरिका खंड पश्चिमेकडे. याचाच अर्थ चीनचा किनारा व अमेरिकेचा पश्चिम किनारा यातील अंतर कमी होत असणार. वरती आपण पाहिलेच आहे की, द्वीपचापांजवळील सुवाही पट्ट्यात किंवा खोल दऱ्यात तक्ते परत भू-कवचाखाली शिरतात; किंबहुना या क्रियेचा दृश्य परिणाम म्हणजेच द्वीपचाप

असतात. अशा ठिकाणी ज्वालामुखीही संभवतात. असे ज्वालामुखी द्वीपचाप अलास्का, अल्युशिन, जपान, मारिया निदरी, फिलिपीन्स, हवाई आणि इतर पॅसिफिक द्वीपसमूहांत आढळून येतात. तसेच चिली व पेरूच्या किनाऱ्यांवरही अशीच क्रिया दिसून येते.

द्वीपचापांवरील व खालील ज्वालामुखींचे उद्रेक व भूकंप हे वैशिष्ट्यपूर्ण ठरतात. हे भूकंप अतिशय काटेकोरपणे सीमित विभागात घडत असतात. हा विभाग निदरीच्या तळापाशी कमी खोलीवर असतो. तसेच पेरू व चिलीसारख्या किनाऱ्याजवळही हा विभाग कमी खोलीवर आढळतो. या विभागाची व्याप्ती ४०० मैल खोलीपर्यंत आढळते. याचाच अर्थ हा की, इथे काहीतरी हालचाल सतत घडत असते. अधिक अभ्यासाने आता सिद्ध झाले आहे की, हे विभाग म्हणजे पाताळाचे दरवाजे आहेत. इथेच सागरी तळ भूगर्भात ढकलले जातात. त्यामुळे एक उतरता तक्ता दुसऱ्या तक्त्याच्या सीमेखाली जात असताना ज्या घडामोडी घडतात त्यामुळे हे भूकंप घडून येतात; परंतु ४०० मैलांच्या खाली कधीही भूकंप केंद्र आढळून येत नाही. याचे कारण आधीच तक्त्याचे विलयन होते. इथे एक तक्ता दुसऱ्याच्या खाली जातो. तो मुकाटपणे जाणे शक्यच नसते, त्यामुळे दुसरा तक्ता थोडासा वर उचलला जातो. या भागात यामुळे शिलारस वर येऊ लागतो व ज्वालामुखी जन्मास येतात. या ज्वालामुखींना ६० ते १०० मैल खोलीवरून शिलारसाचा पुरवठा होतो. इथे बहुधा तक्ते वितळण्याची सुरुवात होत असावी.

हे तक्ते आता शास्त्रज्ञांच्या मनात चांगलेच मूळ धरून बसले आहेत. यातील महासागर तळांचे काय होते हे आपण पाहिलेच. पण ज्यावेळेस भू-खंडे सरकत सरकत दूर जातात आणि दुसऱ्या भूखंडावर आपटतात त्यावेळी काय घडते ते आपल्याला पाहायचे आहे. अशा तऱ्हेची एका भू-खंडाने दुसऱ्या भू-खंडाला मारलेली धडक ही खरोखरच धडकी भरवणारी असते. अर्थात ही प्रक्रिया लक्षावधी वर्षे चालणारी असल्यामुळे याची देही याची डोळा पाहाण्याचे भाग्य कुणालाच लाभणे शक्य नसले तरी यावेळेस काय घडत असते

साडेदहा कोटी वर्षांपूर्वी आफ्रिका व अमेरिका खंडे एकमेकांपासून दूर सरकू लागली.

त्याचे साक्षीपुरावे पिचलेल्या, मोडलेल्या, मुरगळलेल्या, पिळल्या गेलेल्या खडकांनी आपल्यासाठी जपून ठेवले आहेत. हिमालय, आल्प्ससारख्या उत्तुंग पर्वतांना जन्म द्यायचे हे असले दोन खंडांचे आसुरी प्रेम कारणीभूत होत असते. उराल्स व ॲपलेशियन्स पर्वतराजीही अशाच जन्मल्या. आफ्रिका खंडाने युरोपला मुसंडी मारली नि आल्प्सची निर्मिती झाली. भारतीय द्वीपकल्पाने आशियाकडे धाव घेतली नि या भेटीतून हिमालय जन्माला आला. युरोप व आशिया या खंडांना वेगळा करणारा समुद्र चिमटून उरल पर्वताची निर्मिती झाली. हिमालयाच्या जागी टेथिस नावाचा समुद्र होता.

पँजिआ नावाच्या मूळ खंडाचे असे तुकडे झाले तेव्हा आफ्रिका व युरोप खंडाचे काही तुकडे अमेरिकेत गेले, तर अमेरिकेचा काही भाग युरोपात राहिला. पुराजीवांच्या अवशेषांवरून असे सिद्ध होते की, मॅसॅच्युसेट्सचा पूर्व भाग आफ्रिकेतील भूस्तरांच्या तुकड्यांनी बनलेला आहे; हे भूखंडाचे विघटन किती काळ चालू आहे? आपल्याकडे गेल्या काही कोटी वर्षांपूर्वीच्या घडामोडींचे पुरावे आहेत, पण पृथ्वी जन्मल्यापासून काय घडलं? तो सर्वच इतिहास काही आपल्याला ठाऊक नाही. तसेच भूखंड सरकायला काय कारण घडतं तेही आपल्याला नीटसं कळलेलं नाही. असं असलं तरी बहुतेक सर्व शास्त्रज्ञांच्या मते भूगर्भात प्रक्रमण प्रवाह चालू असावेत. त्याचा बाह्य परिणाम सरकत्या भूखंडांमुळे प्रतीत होत असतो. स्टोव्हवर उकळत ठेवलेल्या पाण्याप्रमाणे (पाणी गरम होते, वर येते, भांड्याच्या कडेस जाते नि परत तळाला जाते, याप्रमाणे) शिलारसातही हालचाल होत असावी. ते काहीही असो, इ.स. १९१२ सालातील वेगेनरचा वेडगळपणा आज शास्त्रीय मान्यता पावलेला आहे.

पुराजीवशास्त्रज्ञांनी जो पुरावा जमा केला आहे, त्यावरून सुमारे ३० कोटी वर्षांपूर्वीच्या काळात आज दक्षिण ध्रुवापासून हिंदुस्थानपर्यंत पसरलेल्या निरनिराळ्या भूखंडांत एकाच प्रकारच्या वनस्पतींची राने माजली होती. यांचाच दगडी कोळसा झाला. आफ्रिका, अँटार्क्टिका, ऑस्ट्रेलिया, भारत व दक्षिण अमेरिका मिळून गोंडवन प्रदेश हे एकच मोठे भूखंड होते. या भूखंडाला गोंडवन हे नाव भारतातील गोंड आदिवासींवरून देण्यात आले आहे. ते राहातात त्या ओरिसा, बिहार व मध्य प्रदेशात या काळातील कोळशांचे प्रचंड साठे आहेत. ही सर्व फाटाफूट झाली त्याकाळी पृथ्वीवर माणूस अस्तित्वात नव्हता. १९व्या शतकात हे पुरावे सापडले त्या भागात गोंड आदिवासी राहात असल्यानं या भूभागाला गोंडवन प्रदेश असं नाव मिळालं एवढंच. या गोंडवन प्रदेशाला जलसमाधी तर मिळाली नसावी हा प्रश्न सर्वप्रथम वेगेनरला पडला.

बर्फाच्या वजनाने बरीच जमीन बुडते याची वेनेगरला व तत्कालीन शास्त्रज्ञांना कल्पना होती. बर्फ वितळून गेल्यावर हे भू-प्रदेश परत वर उचलले जातात याचे प्रत्यंतर बर्फाच्या भाराने दबलेली फिनलंडची भूमी शंभर वर्षांस सुमारे १ मीटर वेगाने वर येत आहे, यावरून येते. याचा अर्थ वेगेनरने भू-खंडाखालचे पदार्थ आकार्य स्थितीत आहेत असा लावला.

वेगेनरच्या मते आकार्य तळामुळे भू-खंडांचे भरकटणे सहज शक्य होते. गोंडवन भूमीसारखे मोठे खंड सागरतळी विसावले यापेक्षा त्यांचे तुकडे इतस्तत: भरकटले हेच वेगेनरला योग्य वाटत होते. जिथे एकेकाळी प्राणी व वानससृष्टी आनंदाने नांदली अशीही भूखंडे बर्फाच्या थरांमधून जहाजाने वाट काढावी तशी प्रावरणावर तरंगत सध्याच्या जागी आली. हे वेगेनरचे मत त्या काळात शास्त्रज्ञांना विचित्र वाटले. त्याची बर्फातून वाट काढणाऱ्या जहाजाची उपमा कुणालाच पटत नव्हती.

प्रिन्सटन् विद्यापीठाचे शास्त्रज्ञ डॉ. हेस हे बराच काळ भूकंपाचा अभ्यास करीत होते. सागरी भूकंप व सागरतळातील वाहणाऱ्या उष्णतेच्या प्रवाहाचा एकमेकांशी संबंध असावा असे प्रदीर्घ अभ्यासानंतर डॉ. हेसना वाटू लागले. त्यांनी आपले संशोधन इ.स. १९६०मध्ये प्रसिद्ध केले. 'ॲन एसे इन जिओपोएट्री' असे त्यांनी यासंबंधीचे वर्णन केले. "मध्य सागरी कटकांखाली वितळलेला तप्त शिलारस वर येतो आणि प्रक्रमण प्रवाहाने या कटकांपासून तो दूर जातो. याचा दृश्य परिणाम म्हणजे सागरतळाच्या शिवणी उसवतात व

ज्वालामुखी शृंखला

सागरतळाला भेगा पडतात. एकमेकांपासून दूर सरकणाऱ्या सागरतळाला पडलेल्या या भेगा भरून काढण्यासाठी या शिवणीतून मध्यमहासागरी कटकातून शिलारस बाहेर ओसंडतो. म्हणजेच मध्य महासागरी कटकांजवळ नवी सागरी जमीन तयार होत आहे. त्याचप्रमाणे मध्य सागरी निदऱ्यांमधून जुना सागरी तळ पृथ्वी पोटात घेत असते. जेव्हा जुना सागरी तळ भू-पृष्ठाखाली कोंबला जातो तेव्हा १०० ते १६० कि.मी. खोलीवर तो भागश: वितळतो व त्यातला काही भाग ज्वालामुखीच्या रूपाने परत भू-पृष्ठावर येतो. डॉ. हेस यांच्या या सिद्धांताने सागरतळावर २ कोटी वर्षांच्या आधीचे अवसाद का सापडत नाहीत या प्रश्नाचेही उत्तर मिळाले.

अमेरिकन नौदलाच्या रॉबर्ट डिएत्झ या शास्त्रज्ञाने डॉ. हेसच्या सिद्धांतास सागरतळ प्रसरणाचा सिद्धांत असे नाव दिले. याने या सिद्धांताचा भूखंडांच्या इतिहासाच्या अभ्यासात कुठे व कसा उपयोग करून घेता येईल याची शक्यता अजमावयाला सुरुवात केली. त्याला इतर शास्त्रज्ञांनी विशेषसा पाठिंबा दिला नाही. याच सुमारास पृथ्वीच्या चुंबकत्वासंबंधी नवी नवी माहिती बाहेर येऊ लागली आणि या सिद्धांताचे स्वरूप जास्तच स्पष्ट व्हायला या संशोधनाची मदत झाली.

मातीची भांडी, लाव्हा व इतर द्रवरूप पदार्थ जेव्हा घट्ट व थंड होत असतात त्यावेळेस त्यातील (लोह) चुंबकीय पदार्थ पृथ्वीच्या चुंबकीय क्षेत्रावर अवलंबून स्थिरावतात. म्हणजेच हे पदार्थ त्या काळातील पृथ्वीच्या चुंबकत्वाची त्या ठिकाणची दिशा दाखवायचे काम करतात. मग हा काळ १०० वर्षांपूर्वीचा असो, १००० वर्षांपूर्वीचा असो की, लक्षावधी वर्षांपूर्वीचा असो. यास पुरा-चुंबकत्व असे म्हणतात.

निरनिराळ्या बेटांवरच्या व भूखंडातील खडकांचा, तसेच जुन्या भांड्यांच्या पुरा चुंबकत्वाचा अभ्यास केल्यावर पृथ्वीचे चुंबकीय ध्रुव स्थिर नसल्याचे अभ्यासकांच्या लक्षात आले. एवढेच नव्हे तर या ध्रुवांच्या भटकंतीचा संबंध काही शास्त्रज्ञ पृथ्वीच्या द्रवरूप गाभ्यातील घटनांशी व पृथ्वीच्या स्व-परिभ्रमण अक्षातील बदलाशी लावतात.

पुरा चुंबकत्वाचा अभ्यास करणाऱ्यांना असं आढळून आलं की, युरोप-अमेरिकेतल्या पुरातन खडकात थिजलेल्या या होकायंत्र सूचिका उत्तर ध्रुवाची परिस्थिती व दिशाबदलाच्या मार्गाबद्दल वेगवेगळी माहिती देतात. याचे स्पष्टीकरण कसे द्यायचे हा प्रश्न, युरोप व उत्तर

अमेरिका खंडे एकेकाळी एकमेकांस चिकटलेली होती व नंतर एकमेकांपासून दूर झाली, या सिद्धांताच्या आधारे सुटू शकत होता.

यानंतर आणखी एक धक्कादायक शोध लागला. तो म्हणजे गेल्या काही वर्षांत पृथ्वीचे चुंबकीय क्षेत्र निदान १६ वेळा तरी उलटेपालटे झाले होते. म्हणजे चुंबकीय उत्तर ध्रुवाचा चुंबकीय दक्षिण ध्रुव झाला होता तर दक्षिण ध्रुवाचा उत्तर ध्रुव. हे असं का घडलं याची कारणं नीटशी आकलन झालेली नसली तरी द्रव गाभ्यातील घटनाच या प्रकाराला जबाबदार धरण्यात येतात. शास्त्रांनी या घटनांचे एक वेळापत्रक बनवले.

इ.स. १९५५-५६मध्ये पॅसिफिक महासागराच्या तळाचे चुंबकीय सर्वेक्षण चालू होते. त्यावेळेस असे उघडकीस आले की, पॅसिफिक महासागराच्या तळाशी साधारणपणे उत्तर दक्षिण असे चुंबकीय पट्टे आहेत. यात प्रत्येक तीव्र चुंबकीय पट्ट्यानंतर एक मंद चुंबकीय पट्टा होता. असे अती तीव्र व अती मंद पट्टे एकमेकांआड का असावेत हे एक नवेच कोडे शास्त्रज्ञांसमोर उभे राहिले.

याच सुमारास फ्रेडरिक व्हाइन हा ब्रिटिश तरुण हिंदी महासागराच्या तळाचा अभ्यास करीत होता. याला हिंदी महासागरातही असेच पट्टे आढळले. त्यानेच या कोड्याचे उत्तर शोधले. बऱ्याच वादविवादानंतर शास्त्रज्ञांनी व्हाइनचे म्हणणे मान्य केले.

व्हाईनने पसरते सागरतळ व उलटसुलट स्थान व्यापणारे चुंबकीय ध्रुवांचे सिद्धांत आपल्या नव्या शोधात वापरून असा तर्क केला की, जर मध्य महासागरी कटकातून द्रवरूप मॅग्मा वर येऊन मग तिथे घट्ट होत असेल वा कटकाच्या दोन्ही बाजूंस पसरत असेल आणि घट्ट होऊन पुढे सरकत असेल तर तो घट्ट व्हायच्या वेळेस त्यावेळच्या पृथ्वीच्या चुंबकत्वावर अवलंबून त्यातील चुंबकीय पदार्थांची मांडणी होईल. पुढच्या वेळेस पृथ्वीचे चुंबकत्व उलटले की, नव्या सागरतळाचे चुंबकत्वही बदलेल. हे उलटे चुंबकत्व सर्वेक्षण करणाऱ्या जहाजाच्या दृष्टीने आधीच्या पट्ट्याच्या चुंबकत्वापेक्षा कमी तीव्रतेचे असले पाहिजे; व्हाइनने अशा तऱ्हेने तर्कशुद्ध विचारसरणीने हे कोडे सोडवले.

तुझो विल्सन या टोरांटो विद्यापीठाच्या शास्त्रज्ञांच्या मदतीने व्हाइनने पृथ्वीच्या चुंबकत्वाबद्दल आणखीही संशोधन चालूच ठेवले व आपला सिद्धांत पक्का केला. चुंबकत्वाच्या उलटापालटीची कालमर्यादा अनियमित आहे हे त्यांना ठाऊक होते. काही काळ हे चुंबकीय क्षेत्र लक्षावधी वर्षे अबाधित राहाते. नंतर एकाएकी ते काही हजार वर्षांनी उलटसुलट होऊ लागते. व्हाइन व विल्सन यांनी असा तर्क केला की, या प्रदीर्घ व लघु कालमर्यादेच्या निदर्शक सागरतळाच्या पट्ट्याही त्या प्रमाणात जास्त किंवा कमी रुंदीच्या असायला हव्यात. म्हणजेच या पट्ट्यांच्या प्रणालीचा अभ्यास केला तर मॉर्स कोडमध्ये जसे ठिपके-रेघा-ठिपके मिळून अक्षरे होतात तशीच प्रणाली आपल्याला मिळून, सागरतळाच्या इतिहासाची पाने आपल्याला अभ्यासायला मिळतील. कुठल्याही कार्यक्षम कटकाच्या दोन्ही बाजूंस या सागरी तळाच्या इतिहासाची नोंद असेल. कटकाच्या एका बाजूची पाने ही दुसऱ्या बाजूची दर्पण प्रतिमा असतील. हा विचार मनात येताच ते दोघे शास्त्रज्ञ नकाशा खोलीकडे धावले. इथे उत्तर अमेरिकेच्या बाजूच्या पॅसिफिक महासागराच्या तळाचा चुंबकत्व दर्शविणारा नकाशा होता. या नकाशात त्यांना हवे ते उत्तर सापडले. जुआँद द फुका कटकाच्या दोन्ही बाजूंस त्यांच्या मनात आलेल्या कल्पना दृश्य स्वरूपात दिसत होत्या. जुआँद द फुका कटकाच्या भूकंपनांचा अभ्यास करून इथे नव्या सागरतळाची निर्मिती होत असावी असा शास्त्रज्ञांचा तर्क होताच.

याच सुमारास दक्षिण ध्रुव प्रदेशात एकामागोमाग एक असे बरेच पुराजीवांचे साठे सापडले. त्यामुळे 'सरकत्या भू-खंडांच्या' सिद्धांताचे महत्त्व वाढायला मदतच झाली. इ.स. १९०८मध्ये दक्षिण ध्रुवावर निघालेल्या सर अर्नेस्ट शॅकल्टन यांच्या मोहिमेच्या वेळी बीअर्ड मोअर हिमनदीवर स्वारी करताना त्यांना मिळालेले हे साठे भारतातील व गोंडवन प्रदेशातील इतर सैद्धांतिक भागातील अवशेषांशी मिळतेजुळते होते.

इ.स. १९७६च्या अखेरीस न्यूझीलंडमधल्या एका

भू-शास्त्रज्ञास बीर्ड मोअर हिमनदीच्या पूर्वेस एक पुराजीवाचा तुकडा सापडला. त्यावेळेस त्या न्यूझीलंडीय शास्त्रज्ञाने हा तुकडा लॅबिरिंथोडॉंट या प्राण्याच्या जबड्याचे– खालच्या जबड्याचे हाड आहे असे जरा बिचकतच जाहीर केले. त्याला कारणही तसेच होते. लॅबिरिंथोडॉंट हे उभयचरी प्राणी होते. प्राण्यांच्या उत्क्रांतीमधील एक महत्त्वाचा दुवा होते. ३५ कोटी वर्षांपूर्वी सर्वप्रथम जलचर राहणी सोडून जमिनीवर यायचा प्रयत्न करणारे पहिले प्राणी म्हणून ते ओळखले जात. ते नामशेष होऊनही कोट्यवधी वर्षे झाली होती. असे लॅबिरिंथोडॉंट दक्षिण ध्रुव प्रदेशात एकेकाळी वावरले असावेत ही कल्पनाच क्रांतिकारी होती. यामुळे भारावून जाऊन सरीसृप व उभयचरी पुराजीवांचे तज्ज्ञ एडविन कोल्बर्ट यांनी पुराजीव संशोधनासाठी बीअर्ड मोअर हिमनदीच्या प्रदेशात एक मोहीम काढली.

इ.स. १९६९-७०च्या दक्षिण ध्रुवी उन्हाळ्यात या मोहिमेला ट्रायासिक काळातील सरीसृपांचे भरपूर अवशेष बीअर्ड मोअर हिमनदीच्या पश्चिमेस सापडले. ही जीवसृष्टी दक्षिण आफ्रिकेतल्या २०० दशलक्ष वर्षांपूर्वीच्या जीवसृष्टीशी इतकी मिळतीजुळती होती की, त्या काळात अँटार्क्टिक व दक्षिण आफ्रिका मिळून एकच खंड असावे याबद्दल त्यांच्या मनात असलेला उरलासुरला संशयही नाहीसा झाला.

सरकत्या भूखंडांच्या सिद्धांताने पुराजीवशास्त्रावर फार मोठा परिणाम झाला. वेगेनरपूर्वीच्या काळातली असंख्य कोडी या सिद्धांताने सुटत होती. टेक्सासमध्ये कोळसारूपाने आज अस्तित्वात असलेली अरण्ये ३० कोटी वर्षांपूर्वी तयार होत असताना तिथल्या दलदलीत वाढत असलेले उभयचरी प्राणी व त्याच काळात युरोपच्या झेकोस्लोव्हाकियाच्या प्रदेशातील उभयचरी प्राणी सारखेच कसे यासारखे प्रश्न सरकत्या भू-खंडांच्या साहाय्याने सुटत होते. आल्फ्रेड शेरवुड, रोहमर हे हॉर्वर्डचे पुराजीव शास्त्रज्ञ म्हणाले, "जर शेजारच्या न्यू मेक्सिकोमध्ये टेक्सासप्रमाणेच पुराजीव सापडतात तर झेकोस्लोव्हाकियात का सापडू नयेत?" म्हणजेच पुरातन काळी उत्तर अमेरिका युरोपला जोडलेली होती. युरोप व अमेरिकेला वेगळे ठेवणाऱ्या अटलांटिक महासागराचा त्या काळात पत्ताच नव्हता.

दक्षिण अमेरिका व उत्तर अमेरिका खंडांना जोडणारी पनामाची संयोगभूमी अस्तित्वात येण्यापूर्वी दक्षिण अमेरिका खंडातील प्राणीसृष्टी दुसऱ्या कुठल्याही प्राण्यांचा प्रभाव न पडता वाढली. विशेषत: मार्सुपियल्स प्राणी तिथे उत्क्रांत झाले. कारण त्यांना मागे टाकायला तिथे सस्तन प्राणी नव्हते; पण सरकत्या भूखंडांना त्यांचे हे अबाधित साम्राज्य बघवले नाही. दोन्ही अमेरिका खंडे जवळ आली. त्यांना साधणारी पनामाची संयोगभूमी तयार झाली व उत्तर अमेरिकन खंडातले सस्तन प्राणी या नव्या भूमीकडे धाव घेऊ लागले. खुरी प्राण्यांचे दक्षिण अमेरिकेतले वर्चस्व वाढले व ओपोसम सोडल्यास बाकी सर्व मार्सुपियल्स नामशेष झाले.

या सिद्धांतावर बेतलेल्या एका मतप्रणालीने उत्क्रांतिवादातही नवी क्रांती घडवून आणली आहे. या भूखंडांच्या भटकंतीमुळे मानवाची उत्क्रांती शक्य झाली असे आता शास्त्रज्ञांना वाटते आहे. ज्यावेळेस या खंडांची एकमेकांशी अखेरची फारकत झाली तेव्हा सस्तन प्राणी भूखंडावर वावरू लागले होते. पृथ्वीच्या याआधीच्या सम्राटांपेक्षा– डायनोसॉरसांपेक्षा त्यांच्या जाती, उपजाती, पोटजाती संख्येने अधिक होत्या. भू-खंडांच्या फारकतीबरोबरच सस्तन प्राण्यांतील विविधताही वाढीस लागली. काही आनुवंशशास्त्रज्ञांच्या मते या भू-खंडांच्या फारकतीमुळे असंख्य प्राण्यांना उत्क्रांतीसाठी बाहेरचे प्रतिस्पर्धी त्रास देऊ शकणार नाहीत अशी एकाकी परिस्थिती असलेली ठिकाणे मिळाली. यामुळेच वानरवर्ग व अखेरीस मानवाची अशा परिस्थितीत निर्मिती झाली. म्हणजे काही कोटी वर्षांपूर्वी भूखंडे अधिक झपाट्याने वेगवेगळी होऊ लागली नसती तर आज आपण आहोत या परिस्थितीत पृथ्वीवर असतो की नाही हे सांगणे कठीण आहे.

आल्फ्रेड वेगेनरने सर्वप्रथम सरकत्या भूखंडांची कल्पना जेव्हा जगापुढे मांडली तेव्हा ती जगाला जितकी अशक्यप्राय वाटत होती त्यापेक्षाही अशक्यप्राय वाटतील अशा घटनांचे पुरावे शास्त्रज्ञांना रोज नव्याने

मिळत आहेत. भूगर्भात प्रचंड घडामोडी चालू असतात. उदाहरणार्थ संपूर्ण पश्चिम अटलांटिक महासागराएवढा पॅसिफिक महासागराचा तळ उत्तर अमेरिका खंडाखाली गेला आहे. उत्तर अमेरिका खंड जेव्हा पश्चिमेस सरकले तेव्हा ते या पॅसिफिकच्या तळावर रूढ झाले. त्यामुळे अमेरिकेच्या पश्चिम किनाऱ्यास असलेल्या निदरीत गेलेल्या पॅसिफिकच्या तळाचे पुढे काय झाले? कारण आता अमेरिकन खंडाच्या भटकंतीची दिशा बदलली आहे. पश्चिमेची निदरी नाहीशी झाली आहे. पॅसिफिक तक्ता अमेरिका खंडाच्या खाली गेल्याची खूण म्हणजे उत्तर कॅलिफोर्नियातील लासेन पीक हे वॉशिंग्टन राज्यातील माऊंट रेनियरपर्यंत, पश्चिम किनाऱ्यापासून १६० कि.मी. अंतरावर किनाऱ्यास समांतर असलेली ज्वालामुखींची विवरे.

आता इथे शांतता आहे. ज्वालामुखी थंडावले आहेत. सध्या पॅसिफिक तक्त्याची वायव्य दिशेने भटकंती सुरू आहे.

गेल्या काही वर्षांत शास्त्रज्ञांनी सागरतळांचा खूप कसून अभ्यास केला आहे. सागरतळाशी वेधन छिद्रे घेऊन त्याच्या क्रोडांचा अभ्यास करून त्यांनी सागरतळाची खूपच नवनवी माहिती मिळवली आहे. त्यात त्यांनी जी नवी माहिती मिळविली आहे त्यात मानवाला उपयोगी असे खनिजांचे साठे नव्याने कसे तयार होतात त्याबद्दल खूपच प्रकाश पडला आहे. 'ग्लोमर चॅलेंजर' या शास्त्रीय जहाजाने सागरतळाशी जे खोदकाम केले त्यावरून असे दिसून आले की, मध्य महासागरी कटकांपासून जेव्हा नवा समुद्रतळ बाहेर ओतला जातो तेव्हा व तिथेच नव्या खनिजसमृद्ध व धातुकसमृद्ध खडकांना जन्म मिळत असावा.

ही कार्यपद्धती तांबड्या समुद्राच्या मध्यभागी अतिक्षारयुक्त गरम पाण्यात दिसून येते. तशीच ती पॅसिफिकमधल्या मध्य महासागरी कार्यक्षम कटकांजवळही चालू असल्याचे दिसते. ही महत्त्वाची पर्वतमाला म्हणजे पूर्व पॅसिफिक राइज! इथे सागरी पाणी भू-कवचात एक दीड मैल आत उष्ण खडकाजवळ पोहोचते. इथले खडक जवळजवळ वितळलेल्या अवस्थेतच असतात व त्यांचा कटकामधून वर यायचा प्रयत्न चालू असतो. इथे वरून येणाऱ्या पाण्याची वाफ धातुभारित बनते व वाटेतील खडकांमधून धातुके वेगळी करून स्वत: सामावून घेते. नंतर ही वाफ पुन्हा सागरतळावर येऊन उष्ण पाण्याच्या कारंजाच्या रूपात बाहेर पडते व सागरतळाशी धातुकांचे अवसादन करते किंवा नजीकच्या खडकातील भेगात घुसून तिथे त्या धातुकांच्या शिरा तयार करते.

मग हा खडक, हे अवसाद सागरी तक्त्याबरोबर पुढे पुढे सरकू लागतात व कटकापासून दूर होतात. जेव्हा हा तक्ता पुन्हा निदरीमार्गे भू-कवचाखाली जायच्या प्रयत्नात असतो तेव्हा तो आपल्या पाठीवरचा भाग मागेच ठेवण्याची शक्यता असते. असाच एक तक्ता चिलीच्या किनाऱ्याजवळ दर वर्षास सहा इंच या वेगाने भू-कवचात चालला आहे. या तक्त्याचा जो भाग १०० कि.मी.पेक्षा जास्त खोलीवर जातो तेव्हा त्याचा काही भाग वितळतो व अँडीज पर्वतात वर येतो. या क्रियेचा व अँडीज पर्वतातील धातुशिरांचा नक्की काय संबंध आहे हे सांगता येत नसले तरी शास्त्रज्ञांच्या मते चिलीतील तांब्याचे साठे ईस्ट पॅसिफिक कटकांतून लक्षावधी वर्षांपूर्वी वर आलेले असावेत.

सरकत्या तक्त्यांच्या सिद्धांताचा आधार घेऊन खनिज तेलाची निर्मिती कशी होते हेही आता शास्त्रज्ञांच्या लक्षात आले आहे. जेव्हा दोन भूखंडे एकमेकांजवळ येतात तेव्हा एखादी सागरी द्रोणी त्यांच्यामध्ये येते. या सागरी द्रोणीतील पाण्याचे वारंवार बाष्पीभवन होऊन सागरतळावर क्षारांचे थर साठतील. यानंतर पुन्हा काही भौगोलिक बदल घडले की, या थरांवर प्राणीज व वनस्पतीजन्य पदार्थांनी भारित अवसाद येतील. या अवसादातील कार्बनी संयुगांचे नैसर्गिक वायू व खनिज तेलात रूपांतर होते. यावर या काळात नव्याने अवसादन होत असतेच. जिथे नैसर्गिक वायू व खनिज तेलाचे थेंब असतात त्या खडकाच्या भेगांतून अर्ध आकार्य क्षार वरवर येऊ लागतात आणि खनिज तेलाच्या साठ्यावर संरक्षक आवरण तयार करतात.

अजून सरकत्या तक्त्यांचा सिद्धांत बाल्यावस्थेतच

आहे. पण त्याची झेप व आवाका मोठा आहे. या सिद्धांताने बऱ्याच नव्या-जुन्या घटकांवर नव्याने प्रकाश टाकला आहे. विशेषत: सरकत्या भू-खंडांच्या हालचालींमागची कार्यकारणपरंपरा कळण्यास आपल्याला या सिद्धांताची खूपच मदत झाली आहे. भविष्यकाळात आणखी काय नवी माहिती उजेडात येते त्यावर अवलंबून सर्वच मानवी शास्त्रीय प्रयत्नांना नवी दिशा देण्याचे सामर्थ्य या सिद्धांतात आहे.

सरकती भूखंडे काय किंवा तक्ते काय आपल्या अल्पायुष्याच्या दृष्टिकोनातून या हालचाली फार मंद वाटतात. गोंडवन प्रदेश खिळखिळा व्हायला सुरुवात झाली ती मध्यजीवी महाकल्पात. आपल्या दख्खनच्या पठारावर केलेल्या पुरा चुंबकत्वाच्या अभ्यासावरून आपल्याला कळले की, भारतीय द्वीपकल्प ३७° दक्षिण अक्षांशपर्यंत सरकले तेव्हा इथे लाव्हा ओतला जात होता. (हे अक्षांश मुंबईचे आहेत) म्हणजे उत्तर क्रिटेशियस कल्पात भारतीय द्वीपकल्प अजून दक्षिण गोलार्धातच होते. क्रिटेशियस कल्पाच्या अखेरीस ते आणखी उत्तरेकडे सरकले आणि एकूण ५६°चा प्रवास करून ७ कोटी वर्षांत मुंबई ५००० कि.मी. प्रवास करून मध्य इओसीन कालात सध्याच्या ठिकाणी पोहोचली. म्हणजेच भारतीय द्वीपकल्प सरासरीने दर वर्षास ७ सें.मी. सरकले. अर्थात हा प्रवास सरळ रेषेत उत्तरेच्या दिशेने झाला नाही, तर भारतीय द्वीपकल्प परानुघटी (Anti-clockwise) दिशेने २५°-३०° सरकले. म्हणजेच ही भ्रमंती ईशान्येच्या दिशेने अर्धचक्राकार मार्गाने झाली. अर्थात या भ्रमंतीचे मूळ जुरासिक कल्पातच असावे असे गृहीत धरायला आधार आहे.

या भ्रमंतीची अखेर हिमालयाच्या उत्थानात झाली. अजूनही ही भ्रमंती पूर्णपणे थांबलेली नाही असे नुकतेच जाहीर झाले आहे. ही भ्रमंती अशीच चालू राहिली तर एक दिवस (अर्थात कैक कोटी वर्षांनी) मुंबई हिमालयात पोहोचेल; मात्र सध्या या भ्रमंतीचा वेग खूपच कमी झाला आहे. तेव्हा आपल्याला तरी घाबरायचे कारण नाही.

■

चोवीस

खडकांचा देश आणि उल्कापात

महाराष्ट्रातल्या बुलढाणा जिल्ह्यात लोणार सरोवर आहे. तो उल्कापाताने पडलेला एक भलामोठा खड्डा आहे. बेसाल्ट खडकात असलेलं ते सर्वांत मोठं आणि पाणी साठलेलं एकमेव विवर आहे. ते बेसाल्ट ओतला गेल्यानंतरचं आहे. महाराष्ट्रात आणि गुजरात-मध्यप्रदेश या प्रांतांत पसरलेला बेसाल्ट खडक निर्माण झाला. त्याच्या मुळाशी एक प्रचंड मोठा उल्कापात असावा, असा एक नवा सिद्धांत शास्त्रीय जगतात पुढे आला आहे.

आपण या सिद्धांताची माहिती करून घेण्याआधी जवळजवळ रोज आपल्याला दुरून दिसणाऱ्या उल्कापातानं निर्माण झालेल्या विवरांवर एक दृष्टिक्षेप टाकू या. ही विवरं अर्थात चंद्रावर आहेत आणि जरा शक्तिमान दूरदर्शीतून पाहिल्यास ती आपल्या नजरेस पडू शकतात. चंद्रावरच्या अशा बऱ्याच खड्ड्यांच्या भिंती किंवा तट हे अगदी उभे आहेत, तर या खड्ड्यांचे तळ अगदी सपाट असून, लाव्हाने भरलेले आहेत. हे लाव्हा आता घट्ट होऊन त्यांचे बेसाल्ट खडक बनले आहेत. अनेक उल्कापाती खड्ड्यांच्या नक्षीपासून वेगळे असे काही प्रदेश चंद्रावर पाहायला मिळतात. हे पृथ्वीवरून पौर्णिमेस नुसत्या डोळ्यांनी दिसतात, यांना मारिया म्हणतात. ही 'मारिया' म्हणजे महाप्रचंड खड्डे असून, हे खड्डे पूर्णपणे लाव्हाने भरले गेले आहेतच, पण काही ठिकाणी हा लाव्हा या खड्ड्यातून उतू गेल्यानं चंद्रावरचे डाग निर्माण झाले आहेत. त्यांना पृथ्वीवरच्या स्थानिक समजुतीनुसार ससा, हरीण, अश्रू वाहणारे डोळे अशी नावेही आहेत. चंद्रावर अशा तऱ्हेनं खूप मोठ्या प्रमाणात बेसाल्ट खडकाचा आढळ आहे. चंद्राचं भूरूप हे प्रामुख्यानं अशा खड्ड्यांचं आहे, कारण भूरूप बनवणारी तेवढी एकच प्रमुख क्रिया चंद्रावर घडते.

चंद्राच्या उलट पृथ्वीवर असे खड्डे फार मोठ्या प्रमाणात आढळत नाहीत. पृथ्वीच्या भूरूपकीय अभ्यासात या खड्ड्यांना फारसं महत्त्वही नाही. याचं कारण पृथ्वीवर इतर अनेक घटक एकेकटे अथवा एकमेकांच्या सहकार्यानं भूरूप बदलविण्याच्या अनेक क्रियांमध्ये सक्रिय भाग घेत असतात. भूकंप, ज्वालामुखी, वारे, नद्यानाले, सागर, पाऊस आणि सजीव (प्रामुख्याने माणूस) या भूरूपकीय जडणघडणीत महत्त्वाचा वाटा उचलतात. असं असूनही पृथ्वीवर अनेकवार उल्कांचे आघात झालेले आहेत, हे सर्वजण मान्य करतात, पण अगदी कालपरवापर्यंत या उल्कापातांना पृथ्वीच्या अभ्यासकांनी फारसं महत्त्व दिलेलं नव्हतं; पण आता भूशास्त्रज्ञांनी या खड्ड्यांकडे जरा लक्षपूर्वक पाहायला सुरुवात

उल्कापातामुळे तयार झालेले विवर

केलेली आहे.

सैबेरियातलं पोपिगाई विवर हे पृथ्वीवरचं उल्कापातानं निर्माण झालेलं सर्वांत मोठं विवर मानण्यात येतं. त्याचा व्यास ६० मैल (८६ कि.मी.) एवढा आहे, तर क्वेबेक (कॅनडा) मधलं मॅनिक्वागान विवर हे दुसऱ्या क्रमांकाचं विवर असून, त्याचा व्यास ४० मैल (६४ कि.मी.) एवढा आहे. या दोन्ही विवरांच्या मुळाशी ज्वालामुखीय खडक

आहेत. पृथ्वीवरच्या आणि चंद्रावरच्या उल्कानिर्मित खड्ड्यांचा अभ्यास केला तर असं दिसून येतं की, चंद्रावरच्या बऱ्याच उल्कापाती खड्ड्यांचा व्यास १२० मैल (१९२ कि.मी.)पेक्षा जास्त आहे. पृथ्वीवर जास्तीत जास्त मोठ्या खड्ड्यांचा व्यास ६० मैल (९६ कि.मी.) एवढाच आहे. चंद्रावर खूप मोठे मारिया प्रदेश आहेत, तर पृथ्वीवर अजून तरी असा प्रदेश निर्माण झाल्याचे पुरावे मिळालेले नाहीत.

खगोलशास्त्रीय अभ्यासात पृथ्वीच्या कक्षेला छेदून जाणाऱ्या कक्षा असलेले सुमारे ८० लघुग्रह आपल्या निदर्शनास आलेले आहेत. या संख्येच्या दहापट तरी अधिक लघुग्रह अशा तऱ्हेने भ्रमण करीत असावेत असा अंदाज करायला वाव आहे. याशिवाय शेकडो धूमकेतूंची कक्षा ही पृथ्वीच्या कक्षेला छेदणारी असून, ते लघुग्रह किंवा धूमकेतू आज ना उद्या पृथ्वीवर आपटण्याची शक्यता नाकारता येत नाही. यातला एखादा लघुग्रह किंवा धूमकेतू याच वर्षी पृथ्वीवर आदळण्याची शक्यता लॉटरीचं २५ लाखाचं तिकीट या वर्षात तुम्हाला किंवा मला लागण्याइतकीच आहे; पण पृथ्वी काय किंवा या आकाशस्थ वस्तू काय कोट्यवधी वर्षे भ्रमण करतात. त्यांच्या दृष्टीने यावर्षी काय नि लाख वर्षांनी काय, ही घटना घडली तरी फारसा फरक पडत नाही. यामुळेच आज ना उद्या टक्कर होणारच हे गृहीत धरून चालायला काहीच हरकत नाही.

ज्यावेळी ही धडक होईल त्यावेळी पृथ्वीवर हाहा:कार माजेल. साधारणपणे ज्यांना लघुग्रह म्हटलं जातं या उल्का धातूच्या किंवा खडकाच्या असतात. त्यांचा आकार एखाद्या टेकडीपासून ते डोंगरापर्यंत किंवा त्यापेक्षा मोठाही असू शकतो. आकाशातून भ्रमण करताना यांना प्रचंड वेग प्राप्त झालेला असतो. सेकंदास शेकडो किलोमीटर वेगाने त्यांचं भ्रमण चालू असतं, त्यामुळे गतिजन्य ऊर्जा प्राप्त होते आणि दोन वेगवान वस्तू एकमेकींवर आदळल्या की काय घडतं, हे आपल्याला माहीतच आहे. धूमकेतू हे बर्फ, सुकाबर्फ, घट्ट अमोनिया आणि थोड्या प्रमाणात खडकांचे तुकडे यांनी बनलेले असतात; पण त्यांचा वेग लघुग्रहापेक्षा कितीतरी पट अधिक असतो. पृथ्वीचे वातावरण त्यांच्या आघातापासून आपले रक्षण करण्यास केवळ असमर्थ ठरते. थोडक्यात म्हणजे आपल्या पृथ्वीला येत्या काही कोटी वर्षांत धोक्याला तोंड द्यावं लागणारच हे उघड आहे.

आता बृहद्संगणकाच्या मदतीनं पृथ्वीवर एखादा लघुग्रह किंवा धूमकेतू आपटला तर काय होईल, याचा सादृशीकरण तंत्राने अभ्यास करण्यात आला आहे. जेव्हा अशी एखादी अस्मानी वस्तू पृथ्वीवर आदळेल तेव्हा प्रचंड मोठ्या प्रमाणात उष्णता निर्माण होऊन त्या वस्तूचे खूप बारीक तुकडे होतील, धुरळा तर उडेलच; पण त्याचबरोबर तप्त वाफही उसळेल. ही वाफ नुसत्या पाण्याचीच असेल असं नाही, तर अस्मानी वस्तूच्या बऱ्याच मोठ्या भागाचं त्या प्रचंड उष्णतेनं वाफेत रूपांतर झालेलं असेल. या स्फोटामुळे पृथ्वीवरला मानवनिर्मित सर्वांत शक्तिमान हायड्रोजन बॉंबचा स्फोट हा लवंगी फटाक्यासारखा भासेल. या स्फोटात पृथ्वीवर एक प्रचंड मोठा खड्डाही पडेल. अशाच प्रकारच्या धडका यापूर्वीही पृथ्वीला बसलेल्या असाव्यात असा शास्त्रज्ञांचा अंदाज आहे. याचं कारण पृथ्वीचा जन्म झाल्याला ४॥ अब्ज वर्षे लोटली. या काळात नक्कीच अशा मोठ्या लघुग्रहांशी पृथ्वीची धडक झालेली असणार, असा अंदाज करायला सांख्यिकी शास्त्रानुसार वाव आहे. पृथ्वीवरून डायनोसॉरसांची जमात अशाच एका धडकेमुळे नाहीशी झाली असावी, असा काही शास्त्रज्ञांचा दावा आहे.

पृथ्वीवर सुमारे २१ कोटी वर्षांपूर्वी पहिले डायनोसॉरस अस्तित्वात आले. पृथ्वीवर १४ कोटी वर्षे या प्राण्यांच्या निरनिराळ्या प्रकारच्या असंख्य जातीजमाती फोफावल्या आणि ६॥ कोटी वर्षांपूर्वी अचानक पृथ्वीवरून डायनोसॉरस नामशेष झाले. डायनोसॉरसांशिवाय अनेक जलचर, अनेक सूक्ष्मजीव, काही वनस्पती आणि आकाशात भ्रमण करू शकणाऱ्या काही प्राणी-जाती याही त्याच सुमारास अचानक नामशेष झाल्या. त्या काळात अस्तित्वात असलेल्या एकूण सजीवांपैकी ६५ टक्के सजीव त्या विशिष्ट काळात नष्ट झाले असावेत, असा पुराजीवशास्त्राचा अंदाज आहे. भूशास्त्रीय पुराव्यांमध्ये या दुर्घटनेची किंवा महाघटनेची नोंद आढळते.

ही नोंद 'सीमावर्ती मृदा' (बाउंड्री क्ले) या स्वरूपात आढळते. हा सीमावर्ती मृदेचा थर साधारणपणे १ ते २ (२॥ ते ५ सें.मी.) जाडीचा असतो. या मृदेच्या खाली

असलेल्या म्हणजे मृदेपेक्षा वयानं जास्त असलेल्या खडकात डायनोसॉर आणि इतर बऱ्याच प्राण्यांचे जीवावशेष मिळतात. या मृदेच्या वरती म्हणजे मृदेनंतर तयार झालेल्या खडकात फारच कमी जीवावशेष आढळतात. डायनोसॉरवर्गी प्राणी अजिबात मिळत नाहीत, तर उंदराच्या आकाराचे सस्तन प्राणी मात्र आढळतात. यांच्यापासूनच पुढे आजची सस्तन जीवसृष्टी अस्तित्वात आली असावी असं मानलं जातं. ही सीमावर्ती मृदा पृथ्वीच्या पाठीवर सर्वत्र आढळते. वेगवेगळ्या ६० ठिकाणांहून या मृदेचे नमुने शास्त्रज्ञांनी गोळा केले आहेत. ही मृदा जशी आज जमीन असलेल्या ठिकाणी आढळते तशीच ती जे खडक सागरतळी गेले आहेत, पण त्या काळात जमिनीवर होते त्या ठिकाणीही आढळते. या मृदेचे कण अगदी बारीक असून, ती हिमसेकाप्रमाणे आकाशातून जमिनीवर पडली असावी असं या क्षेत्रातले शास्त्रज्ञ म्हणतात. बऱ्याच ठिकाणी या मृदेमध्ये काजळीचा अंश मिळतो. यावरून त्या काळात पृथ्वीवर मोठमोठ्या आगी लागल्या असाव्यात, या अंदाजास पुष्टी मिळते.

इ.स. १९८०मध्ये सीमावर्ती मृदेच्या अभ्यासात आणखी एक गोष्ट उघडकीस आली. बर्कली इथल्या कॅलिफोर्निया विद्यापीठातल्या काही शास्त्रज्ञांनी या मृदेचा अभ्यास केला, तेव्हा या मृदेमध्ये इरिडियम या मूलद्रव्याचे प्रमाण वाजवीपेक्षा जास्त असल्याचे त्यांना आढळून आले. वास्तवशास्त्रात नोबेल पारितोषिक मिळवलेले लुई अल्वारेझ, त्यांचा मुलगा वॉल्टर आणि त्यांचे सहाध्यायी यांनी हा शोध लावला. इरिडियम हे एक अगदी क्वचित सापडणारे मूलद्रव्य असून, ते पृथ्वीवरच्या खडकांत जवळजवळ दुष्प्राप्य समजले जाते. मात्र ते उल्कांमध्ये भरपूर प्रमाणात सापडते. यावरून सुमारे ६॥ कोटी वर्षांपूर्वी पृथ्वीवर एक प्रचंड मोठी उल्का आदळली असावी, असा निष्कर्ष या संशोधकांनी काढला. ही उल्का आदळल्यामुळे धुळीच्या एका महाकाय ढगाचं आवरण पृथ्वीभोवती पसरलं. ती धूळ खाली बसली आणि कालांतरानं तिची सीमावर्ती मृदा बनली, ही कल्पना शास्त्रीय जगतात खळबळ माजवणारी ठरली. या कल्पनेच्या पुष्ट्यर्थ मग इतर पुरावेही पुढे आले.

यातला महत्त्वाचा पुरावा हाती यायला सहा वर्षे जावी लागली. अमेरिकन भूशास्त्रीय सर्वेक्षण विभागाच्या संशोधकांनी या सीमावर्ती मृदेचा अभ्यास केला तेव्हा त्यांना या मृदेत धक्का रूपांतरित क्वार्ट्झचे कण आढळले. क्वार्ट्झ हे SiO_2 सिलिकॉन डाय ऑक्साईडचे स्फटिक रूप. बरेचदा हे स्फटिक चांगलेच मोठे होतात आणि दिवाणखान्यांची शोभा वाढवायला उपयोगी पडतात. बऱ्याच खडकांत क्वार्ट्झ सूक्ष्मरूपात आढळते आणि सिलिकायुक्त वाळूतही हे खनिज मोठ्या प्रमाणात आढळते. खनिजशास्त्रीय सूक्ष्मदर्शित्राखाली जेव्हा क्वार्ट्झचा अभ्यास केला जातो, तेव्हा त्याच्या गुणधर्मावरून ते खनिजशास्त्रज्ञ लगेच ओळखतात. जेव्हा क्वार्ट्झवर कुठल्या तरी वस्तूचा जबरदस्त आघात झालेला असतो त्यावेळी या क्वार्ट्झचे कोएसाईट नावाच्या खनिजात रूपांतर होते. क्वार्ट्झचे कोएसाईट झाले तरी त्याचे रासायनिक सूत्र बदलत नाही. उल्कापाताचा धक्का व अणुस्फोट या दोन घटनांमध्येच क्वार्ट्झचे असे रूपांतर करण्याची शक्ती आढळते. ज्वालामुखीच्या उद्रेकातही क्वार्ट्झचे असे रूपांतर घडून आल्याचे दिसत नाही. खूप जोराचा धक्का, त्यामुळे क्षणार्धात वाढलेला प्रचंड दाब आणि तापमान यांच्यामुळे हे असे रूपांतर घडते.

अशा तऱ्हेने क्वार्ट्झचे कण या सीमावर्ती मृदेमध्ये सापडल्यानंतर अल्वारेझ यांच्या उल्कापात सिद्धांताला पुष्टी मिळाली. इरिडियम हे लघुग्रहात आढळते; पण धूमकेतूत आढळत नाही. यावरून पृथ्वीवर धूमकेतू आदळला असावा ही शक्यताही मागे पडली आणि ६॥ कोटी वर्षांपूर्वी पृथ्वीवर उल्काच आपटली याबद्दल शास्त्रज्ञांची खात्री पटली.

ही उल्का कुठे आदळली असावी; याबद्दल आता शास्त्रज्ञांनी विचार करायला सुरुवात केली. कुठल्याही उल्केत क्वार्ट्झ आढळत नाही किंवा सागरात उल्का पडली तर त्या धक्क्याचाही क्वार्ट्झवर परिणाम होणार नाही आणि सीमावर्ती मृदेमध्ये तर धक्कांतरित क्वार्ट्झ आहे. तेव्हा हा उल्कापात जमिनीवरच झाला असावा, असा तर्क करण्यात आला. एवढा मोठा उल्कापात झाला त्याचा खड्डाही तेवढाच मोठा असणार. सर्व पृथ्वीवर ही मृदा पसरली ती सगळी मावेल एवढा तरी तो खड्डा हवा.

पृथ्वीवर ६.५ कोटी वर्षांपूर्वी उल्कापातानं झालेले खड्डे आहेत, आयोवात 'मॅन्सन विवर' आहे हे याच काळात तयार झालंय. पण ते फारच लहान आहे. बरं जी मोठी विवरं आहेत ती अगदी अलीकडची आहेत. अलीकडची म्हणजे भूशास्त्रीय कालगणनेत अलिकडची, लोणार तर अगदी कालचं, याशिवाय आता उपग्रहांनी पृथ्वीच्या सर्व भागांची छायाचित्रं घेण्यात आली आहेत. त्यातही कुठे अशा प्रचंड खड्ड्यांचे अवशेष सापडलेले नाहीत.

मग एकच शक्यता उरते ती म्हणजे आता खड्डा उघडा राहिला नसून दुसऱ्या कुठल्यातरी भूशास्त्रीय घडामोडीमुळे त्यात परिवर्तन झालं. असं असलं तर भूशास्त्रीय नकाशात हा भाग झटकन उठून दिसायला हवा. असा त्या काळाशी संबंधित एकच भूभाग आहे. तो भूभाग म्हणजे महाराष्ट्रात सर्वदूर पसरलेला दख्खनचा काळा बेसाल्ट खडक. याला भूशास्त्रीय भाषेत 'फ्लड बेसाल्ट' असं म्हणतात.

यांना फ्लड बेसाल्ट म्हणण्याचे कारण म्हणजे हे बेसाल्ट महाराष्ट्र, मध्यप्रदेश, कर्नाटक व आंध्र प्रदेशचा काही भाग व गुजरात मिळून पसरलेले असून, त्याची व्याप्ती लक्षावधी चौ. कि.मी. आहे. त्यांचं वय सीमावर्ती मृदेच्या वयाएवढेच आहेत.

गेल्या ६॥ कोटी वर्षांत या बेसाल्टची भरपूर झीज झाली आहे. ती झाली नाही असे गृहीत धरले आणि मुंबई ते राजमहेंद्रीपर्यंत पसरलेल्या बेसाल्टचा ५॥ कोटी ते ६ कोटी वर्षांपूर्वीचा नकाशा तयार केला तर चंद्रावरच्या 'मारियां'शी या बेसाल्टची सहज तुलना होऊ शकते आणि 'मारिया' तर उल्कापातामुळे तयार झालेले आहेत आणि मग बेसाल्टनं भरलेले खड्डे आहेत. असं असूनही बहुसंख्य भूशास्त्रज्ञांना दख्खनचे पठार हा बेसाल्टने भरलेला उल्कापाताचा खड्डा आहे, हा सिद्धांत पटत नाही.

आज भूशास्त्र बरंच प्रगत झालं आहे. या भूशास्त्राचा पायाभूत सिद्धांत अशा अचानक आणि क्षणिक घटनांच्या विरोधी आहे. निसर्गाजवळ भरपूर वेळ आहे. अगदी कमी प्रमाणात, पण प्रदीर्घ काळ कार्यरत असलेले बल खूप प्रचंड घडामोडी घडवून आणते हे सत्य बऱ्याच ठिकाणी भूशास्त्रीय घटनांतून प्रकटही होत असते. यामुळे दुसऱ्या कुठल्याही प्रकारच्या जलद घडामोडींवर भूशास्त्रज्ञ पटकन विश्वास ठेवायला तयार होत नाहीत. विशेषतः अशा प्रकारच्या उत्पातजन्य घटना भूशास्त्रज्ञांच्या गळी उतरवणं थोडं अवघड जातं असंही म्हणण्यात येतं. असं असलं तरी बरेच धूमकेतू नि लघुग्रह यांच्या कक्षा पृथ्वीच्या कक्षेला छेदणाऱ्या आहेत आणि यातली एखादी अस्मानी वस्तू पृथ्वीवर आपटणे अगदीच अशक्य नाही. तशीच भूतकाळातही आपटली असणे सहज शक्य आहे. अशा घटनांचे अलीकडच्या काळातील अनेक पुरावे उल्कापाती खड्ड्यांच्या स्वरूपात आपल्याला पाहायला मिळतात. त्यातच सीमावर्ती मृदेचं वय, त्यातील धक्कांतरित क्वार्ट्झ आणि दख्खनच्या पठारावरच्या बेसाल्टचा उगम कालावधी हे एकमेकांशी अचूक जुळत असल्यामुळे इथेच ती उल्का आपटली, असं गृहीत धरणे सोपे पडते.

बृहद् संगणकाचे साहाय्यानं सीमावर्ती मृदेच्या जन्मदात्या उल्केबद्दल जे अंदाज करण्यात आलेले आहेत, त्यानुसार ही उल्का आपटल्यानंतर भूकवचात १५ ते २० कि.मी. खोलीचा खड्डा पडला असावा, असा अंदाज करता येतो. भूकवच हे एवढ्या जोराचा आघात सहन करू शकेल इतकं बळकट नाही. एवढ्या मोठ्या खड्ड्याच्या कडा ताबडतोब त्या खड्ड्यात कोसळतील. या आघातानं भूकवचाचे त्या भागातले खडकही आकार्य म्हणजे प्लॅस्टिक बनतील आणि ते खड्डा भरण्यास मदत करतील. कुठल्या पाकातून डावभर पाक काढून घेतल्यावर बाजूचा पाक हळूहळू त्या पडलेल्या खड्ड्यामध्ये शिरतो तशी ही क्रिया असेल. यामुळे इथे एक उथळ विवर तयार होईल.

भूकवचाखाली ९६ ते २४० कि.मी. अंतरापर्यंत पृथ्वीचा ॲस्थेनोस्फीअर नावाचा भाग असतो. हा भूगर्भाचा वरचा आणि कवचाखालचा भाग अकार्य असतो म्हणजे डांबरासारखा प्रवाही असतो. यातून ज्या भूकंपलहरी जातात, त्यामुळे त्याचे स्वरूप विज्ञानाला कळायला मदत होते. या भागावर भूकवचाचा प्रचंड दाब असल्यामुळे हा भाग पूर्णपणे वितळलेल्या अवस्थेत नसतो. याचं कारण वितळल्यावर या खडकाचं घनफळ किंवा आकार विस्तारायला वरच्या दाबामुळे जागाच नसते. पण जर

वरच्या खडकांवर आघात झाला त्यामुळे तिथे खोल खड्डा पडला तर वरचा दाब कमी होईल. अशा वेळेस ॲस्थेनोस्फीअरमधला खडक वितळेल आणि बेसाल्ट मॅग्माच्या स्वरूपात विकलांग भूकवचाला धडका मारू लागेल, असं या नव्या सिद्धांताच्या प्रवक्त्यांचं म्हणणं आहे.

मॅग्मा जेव्हा भूकवच फोडून बाहेर पडतो तेव्हा त्याला लाव्हा म्हणतात. मॅग्मात बाष्पनशील घटक भूपृष्ठावर येताच हवेत मिसळतात. यामुळे मॅग्मा आणि लाव्हाचे रासायनिक घटकातही थोडाफार फरक पडतो. हा लाव्हा भूकवच फोडून वर येईल तेव्हा तो उल्कापातामुळे पडलेल्या खड्ड्यात असेल आणि या लाव्हाचं एक प्रचंड मोठं तळं या विवराचे तळाशी साठेल. जेव्हा त्या खड्ड्याच्या भिंतीपेक्षा जास्त प्रमाणात लाव्हा बाहेर येईल तेव्हा तो अर्थातच आजूबाजूच्या भूपृष्ठावर पसरेल. यामुळे परत एकदा त्या खड्ड्याच्या तळावरचा दाब कमी होईल. यामुळे परत नवा मॅग्मा वर येईल नि परत बेसाल्ट लाव्हाने तो खड्डा भरेल, सांडेल. ही क्रिया बराच काळ घडत राहील. दरम्यानच्या काळात एवढा बेसाल्ट मॅग्मा भूपृष्ठावर आल्यामुळे भूगर्भातही असमतोल निर्माण होईल आणि त्या डांबरासारख्या आकार्य स्थितीतील ॲस्थेनोस्फीअरमध्ये भूगर्भातून काही मॅग्मा वर वर येऊ लागेल. याला इंग्रजीत फ्ल्यू असे म्हणतात. आपण याला 'मॅग्मा फुलोरा' असे म्हणू या!

भूकवच हे ॲस्थेनोस्फीअरवर तरंगते, ते एकसंध नाही. तर लहान-मोठ्या अशा बारा-पंधरा तक्त्यांचे मिळून बनलेले आहे. हे सगळे तक्ते एकमेकांत व्यवस्थित बसतात. तुकडे तुकडे जोडून एखादी आकृती तयार करण्याचे कोडे असते (याला इंग्रजीत जीग-सॉ-पझल् म्हणतात.) तसं आपल्या पृथ्वीचं हे कवच बनलं आहे. हे तुकडे ॲस्थेनोस्फीअरवर तरंगत असल्यामुळे ॲस्थेनोस्फीअरमध्ये काही हालचाल झाली तर त्याची प्रतिक्रिया लगेच या तक्त्यांमध्ये दिसते. त्यातल्या एका तक्त्यांवर आघात झाल्यामुळे त्या तरंगणाऱ्या तक्त्याची हालचाल इतर तक्त्यांच्या मानाने जोरात आणि ज्या बाजूने धक्का बसला त्याच्या विरुद्ध दिशेने झाली असणार. त्यामुळे त्या 'मॅग्मा फुलोऱ्या'वरून हा खड्डा त्या तक्त्यासह पुढे सरकला. याला दहा ते वीस लक्ष वर्षांचा काळ लागला असावा. हा तक्ता पुढे सरकत असताना, त्याचा जो भाग त्या मॅग्मा फुलोऱ्यावर आला तिथे जर एखादा नैसर्गिक तडा किंवा दुर्बल दुवा असेल त्या ठिकाणी ज्वालामुखीचे उद्रेक झाले आणि अशा उष्मबिंदूची (हॉटस्पॉट) साखळी या तक्त्यावर निर्माण झाली, ती आजही सुप्त ज्वालामुखीच्या स्वरूपात पाहायला मिळते.

भारतीय उपखंड ज्या तक्त्यावर आहे तो तक्ता सरळ उत्तरेकडे गेला असं नाही, पण मुळात तो तिथं होता त्या ठिकाणच्या उत्तरेसच सरकला असं म्हणता येईल (उत्तर १० अंश ते १५ अंश पूर्व). यामुळे ६॥ कोटी वर्षांपूर्वी सुरू झालेल्या ज्वालामुखीय उद्रेकांची साखळी दक्षिणेकडे लक्षद्वीप, मालदीव अशी दिसते. नंतर ही साखळी तुटल्यासारखी वाटते, पण ती पश्चिमेकडे उडी मारून तुटल्यासारखी पुन्हा अवतीर्ण होते. कार्ल्सबर्ग सागरी कटकाच्या पश्चिमेस मादागास्करपर्यंत ही ज्वालामुखीजन्य बेटांची साखळी आपल्याला पाहायला मिळते. आता हे ज्वालामुखी मृत बनलेले आहेत. जसजसे दक्षिणेकडे जावे तसतसे या बेटांचे वय कमी कमी होत जाते. म्हणजे ती अलीकडे तयार झाली आहेत हे लक्षात येते, तर रियुनियन बेटात आजही जागृत ज्वालामुखी आढळतो. म्हणजेच हा उष्मबिंदू आहे, हे आपल्या लक्षात येते. ६॥ कोटी वर्षांपूर्वी आजचा दख्खन पठाराचा भाग हा या बिंदूवर होता.

सरकत्या तक्त्यांच्या सिद्धांतानुसार जिथे दोन तक्ते एकमेकांपासून दूर सरकतात तिथे सागरी कटक तयार होतात. हे तक्ते एकमेकांपासून दूर झाले की, ॲस्थेनोस्फीअरमधल्या प्रावरणातील मॅग्मावरील दाब कमी होऊन तो मॅग्मा प्रवाही बनतो आणि दोन तक्त्यांमधील भेगेतून भूपृष्ठावर ओतला जाऊ लागतो. या बेसाल्ट लाव्हामुळे सागरतळावर नवनवे खडक सतत ओतले जातात. हे नवे तळे तक्त्यावर आरूढ होऊन सागरी कटकांपासून दूर लोटले जातात.

कार्ल्सबर्ग सागरी कटकातून जेव्हा लाव्हा आले ते दख्खनच्या पठारावर लाव्हा पसरत होता, तेव्हापासून येत होते. त्यामुळेच भारत आणि मादागास्कर यांच्यात एवढा

दुरावा निर्माण झाला. कार्ल्सबर्ग कटकातून लाव्हा बाहेर आला, याचं कारण दख्खनच्या पठारावर जी उल्का आदळली तिच्यामुळे हे पठार (किंवा त्याकाळचा जो भूभाग) ज्या तक्त्यावर होते त्या तक्त्याला प्रचंड मोठा तडा गेला, त्या तड्याचंच पुढे कार्ल्सबर्ग कटकात रूपांतर झालं, असाही शास्त्रज्ञांचा अंदाज आहे.

६॥ कोटी वर्षांपूर्वी हे भूभाग कुठे व कसे होते याचं बृहद्संगणकाच्या साहाय्यानं सादृशीकरण करण्यात आलं. त्यात कार्ल्सबर्ग कटकापासूनच दोन्ही भूभागांमधला नवनिर्मित सागरतळ निर्माणच झाला नाही, असंही गृहीत धरण्यात आलं आणि सर्व भूभाग एकत्र करण्यात आले.

या सादृशीकरणात असं दिसून आलं की, आजची ॲमिरँटे चापातील बेटे आणि सेशेल्झ बेटेही भारताच्या पश्चिम किनाऱ्यावर येऊन बसतात. यातील ॲमिरँटे चाप हा हिंदी महासागराच्या मादागास्करजवळील तळाशी असून, त्याचा व्यास ६४० कि.मी. आहे. उल्का सिद्धांत मांडणाऱ्या शास्त्रज्ञांच्या मते हा अर्धचंद्राकृती कडा म्हणजे मूळ खड्ड्याच्या भिंती कोसळल्यावर तयार झालेल्या उथळ खड्ड्याच्या पश्चिमेकडील भिंती. हे वर्तुळ पूर्ण करणाऱ्या उरलेल्या भिंती या आजच्या महाराष्ट्रातल्या काळ्या पाषाणाखली दडलेल्या असाव्यात. सेशेल्झ बेटे ही भारताच्या पश्चिम किनाऱ्याची सरकताना मागे उरलेली ढेकळं म्हणता येतील. ही बेटं ॲमिरँटे चापात आहेत. मूळ खड्ड्याच्या भिंती कोसळल्यावर खड्डा भरून काढण्यासाठी जी हालचाल झाली त्यातल्या खडकांपासून ही बेटे निर्माण झाली, असंही हे शास्त्रज्ञ म्हणतात. यापुढेही जाऊन हे शास्त्रज्ञ असा दावा करतात की, जिथे जिथे अशा तऱ्हेचे बेसाल्ट लोंढे (किंवा फ्लड बेसाल्टस्) आढळतात तिथे तिथे अशाच घटना घडल्या असाव्यात. पृथ्वीवर एकूण १४ ठिकाणी असे बेसाल्ट लोंढे आढळतात. भारतीय दख्खन पठाराच्या मानाने त्या बेसाल्टांची व्याप्ती कमी आहे, पण या सर्व बेसाल्टचा उगम भेगातून झालेला आहे आणि अगदी कमी काळात फार मोठ्या भूभागावर प्रत्येक ठिकाणी बेसाल्टचा खूप मोठा साठा ओतला गेला आहे. सर्व बेसाल्ट उत्सर्जनाचा संबंध सागरी कटकांशी आहे. भूगर्भातील घडामोडीमुळे तक्त्याला तडे जाण्याची प्रक्रिया घडल्याचे कुठलेही पुरावे नाहीत. तक्ते वेगाने हलायला हे धक्के कारणीभूत झाले असावेत, नाहीतर त्या तक्त्यांना एकदम चहू दिशांनी सैरभैर पसरण्याचे कारण दिसत नाही. तेव्हा पृथ्वीवर जे काही घडते त्याला या अस्मानी आपत्तीच कारणीभूत ठरतात, असे शास्त्रज्ञ मानतात.

■

पंचवीस

वातावरण व वातावरणशास्त्र

माझा वातावरणाशी झालेला परिचय मला अजून आठवतो. 'हवा हलू लागली की, आपण वारा सुटला असे म्हणतो', या वाक्याने त्या 'वातावरण' नावाच्या धड्याची सुरुवात होती. चौथीत होतो तेव्हा मी! मग वातकुक्कुट यंत्राचे चित्र, ढग-पाऊस दाखवणारे एक चित्र. त्या धड्यावरून, पृथ्वीभोवती जसा पाण्याचा समुद्र आहे तसाच हवेचाही एक समुद्र आहे; तो आपल्याला दिसत नसला तरी जाणवतो. सागरात जसे जलचर असतात तसे या हवेच्या सागरात भूचर व पक्षी वावरतात. आपण या हवेच्या सागराच्या तळाशी आहोत, एवढी माहिती मला एकदम झाली. त्यानंतर मॅग्डेबर्गचा अर्धगोल, पाण्याचा वायुभारमापक वगैरे गोष्टी शिकत आम्ही मॅट्रिकला धडकलो.

ॲरिस्टॉटलच्या काळात असा त्रास नव्हता. त्यावेळचे ॲरिस्टॉटलचे जग चार पापुद्र्यांचे होते. त्या चार पापुद्र्यांची व आपल्या पंचमहाभूतांची कल्पना बरीच मिळतीजुळती होती. पृथ्वी, पाणी (सागर), हवा (वातावरण) व अग्नी हे ॲरिस्टॉटलच्या जगाचे चार थर. यातले अग्नीचे आवरण कधीकधी विजेच्या स्वरूपात मानवाला दिसत असे. या चार आवरणांच्या पलीकडे विश्वात ईथर नावाचा अपृथ्वीय किंवा स्वर्गीय असा पदार्थ सर्वत्र पसरलेला होता.

ॲरिस्टॉटलच्या मते 'पोकळी'ला अस्तित्व नव्हते. पृथ्वी संपली की, लगेच पाणी ती जागा घ्यायचे. पाणी संपले की, ती जागा भरायला हवा धाव घ्यायची, हवेनंतर अग्नी यायचा. अग्नीपासून विश्वाच्या शेवटापर्यंत ईथर पसरायला हवा. कारण निसर्गाला पोकळीचे (व्हॅक्युम) अस्तित्व मान्य नाही असे ॲरिस्टॉटलचे पूर्वज म्हणत आले नव्हते का?

विहिरींवर बसवलेले हातपंपही निसर्गाला निर्वात पोकळी मान्य नाही, हेच सिद्ध करीत होते. एका गोल नळीत बरोबर बसणारा दट्ट्या बसवायचा. हा दट्ट्या तळातून वर खेचताना निर्वात पोकळी तयार होते व त्या नळीत पोकळी निर्माण होते. निसर्गाला पोकळी मान्य नसल्यामुळे एका बाजूला उघडणारी झडप ढकलून पाणी वेगाने त्या नळीत शिरते; असं ॲरिस्टॉटलवाद्यांचे म्हणणे होते. ॲरिस्टॉटलचा सिद्धांत मान्य करणाऱ्यांच्या मते अशा तऱ्हेने पाणी कितीही उंचीवर खेचता येणे शक्य होते; पण खोल खाणीतून काम करणाऱ्या कामगारांचा प्रत्यक्ष अनुभव वेगळाच होता. त्यांनी कितीही वेळा पंपाचा दांडा कितीही जोराने हलवला तरी पाण्याच्या मूळ पातळीपेक्षा १० मीटरवर हे पाणी चढत नव्हते.

गॅलिलिओने आपल्या आयुष्याच्या अखेरीस या कोड्यात लक्ष घालण्याचा प्रयत्न केला. त्याला हे कोडे सोडविण्यात यश प्राप्त झाले नसावे किंवा त्याच्या इतर उद्योगांतून त्याला या कोड्याकडे लक्ष द्यायला विशेष वेळ मिळाला नसावा. काही विशिष्ट मर्यादेपर्यंत निसर्गाला निर्वात पोकळी मान्य नसावी, एवढाच निष्कर्ष यातून गॅलिलिओने काढला. मृत्यूपूर्वी गॅलिलिओने केलेली टिपणे पाहता गॅलिलिओ अजून काही काळ जगला असता तर कदाचित त्याने हे कोडे सोडविले असते असे मानायला वाव आहे. कारण जर पाण्यापेक्षा जास्त घनतेचा द्रवपदार्थ वापरून हा प्रयोग केला तर असा द्रवपदार्थ पाण्याइतका वर उचलला जाणार नाही असे त्याला वाटत होते; पण गॅलिलिओचे निधन झाल्यामुळे या प्रयोगाची कल्पना मात्र त्याच्याकडून प्रत्यक्षात येऊ शकली नाही.

इ.स. १६४४मध्ये गॅलिलिओच्या इव्हॅंजेलिस्टा टॉरिचेली व व्हिन्सेंझो व्हिव्हिॲनी या दोन शिष्यांनी हा प्रयोग करून पाहिला. या प्रयोगासाठी त्यांनी पारा हा द्रवपदार्थ घेतला होता. पारा पाण्यापेक्षा साडेतेरापट घन असतो. टॉरिचेली व व्हिव्हिॲनी यांनी एक मीटरभर लांबीची एका बाजूने बंद असलेली काचेची नळी घेऊन त्यात पारा भरला व उघडे तोंड पाऱ्याच्या थाळीत बुडवले. त्याबरोबरच पारा नळीतून बाहेर पडू लागला. पण थोड्याच वेळात तो स्थिरावला व थाळीतील पाऱ्याच्या पातळीपासून ७५ सें.मी.वर थांबला. अशा तऱ्हेने पहिल्या वायुभारमापकाचा जन्म झाला. पाऱ्याचे आधुनिक वायुभारमापक यापेक्षा विशेष वेगळे नसतात.

इ.स. १६६०मध्ये रॉबर्ट हुक या ब्रिटिश शास्त्रज्ञाने वादळ होण्यापूर्वी वायुभारमापकाच्या नळीतील पाऱ्याचा स्तंभ खाली जातो हे पाहिले व हवामानशास्त्राचा पाया घातला. हा पाऱ्याचा स्तंभ कसा निर्माण होत होता? व्हिव्हिॲनीच्या मते वातावरणाच्या वजनामुळे हा स्तंभ तोलला जात होता. ॲरिस्टॉटलच्या काळापासून हवेला वजन नसते असे मानले जात होते. या पार्श्वभूमीवर हा विचार क्रांतिकारक मानला गेला. या प्रयोगातून आणखीही एका सिद्धांतास रजा मिळाली. हा सिद्धांत म्हणजे निसर्गास निर्वात पोकळी मान्य नाही. पारा खाली परतल्यावर टॉरिचेली व व्हिव्हिॲनी यांच्या प्रयोगातील नलिकेत पोकळी निर्माण होत होती. या पोकळीस टॉरिचेलीचे नाव देण्यात आले.

इ.स. १६५०मध्ये या नव्या ज्ञानाचा व टॉरिचेलीच्या निर्वात पोकळीचा फायदा घेऊन अथेनॅसियस किर्शर या जर्मन शास्त्रज्ञाने ध्वनिलहरींचे निर्वात पोकळीतून वहन होऊ शकत नाही हे सिद्ध केले. आणखी दहा-बारा वर्षांत रॉबर्ट बॉईलने निर्वात पोकळीत अतिशय हलके व खूप जाड पदार्थ सारख्याच गतीने खाली पडतात हे सिद्ध केले.

जर हवेला वजन असेल तर हवेस उंचीही असली पाहिजे. दर चौरस इंचास १४.७ पौंड वजन असलेल्या हवेचा पट्टा ५ मैल उंच असायला हवा होता. पण हाही गणिती मुद्दा रॉबर्ट बॉईलने खोडून काढला. त्याने असे सिद्ध केले की, समुद्रसपाटीला हवा खूपच घन असते. जर तापमान सारखे असेल तर दर १२ मैलास हा दाब दहापट कमी होतो. म्हणजे १२ मैलांवर ३० इंचांवरून ३ इंचांवर, २४ मैलांवर ३ इंच, ३६ मैलांवर .०३ इंच अशा पट्टीत हा दाब कमी कमी होत आहे. अशा तऱ्हेने १०८ मैलांवर हा दाब .००००००००३ इंच पारा तोलून धरण्याइतका असेल. अर्थात जसजसे उंच उंच जावे तसतसे तापमानही बदलत जात असल्यामुळे हे आकडे अंदाजपंचेच आहेत. तरीही १०८ मैलांवरच्या सर्व हवेचे वजन ६० लक्ष टन भरेल. (हे आकडे ब्रिटिश पद्धतीने दिले आहेत. कारण हे बॉईलच्या मूळ शोधनिबंधातील आकडे आहेत.)

वातावरणाला आखीव हद्द नाही. इथे 'वातावरण आपले स्वागत करीत आहे' अशी पाटी लावण्यासारखी वातावरणाची सीमारेषा प्रमाणित नाही. वातावरण हळूहळू कमी होत होत नाहीसे होते व अवकाश पोकळीची सुरुवात होते. १६० कि.मी.वर जिथे हवेची घनता समुद्रसपाटीच्या हवेच्या घनतेच्या एक अब्जांश असते, अशा ठिकाणीसुद्धा उल्का जळालेल्या आढळून येतात. उल्कांचे ज्वलन हवेशी होणाऱ्या घर्षणामुळे होते.

अठराव्या शतकाच्या उत्तरार्धापर्यंत वातावरणाच्या वरच्या थरापर्यंत मानव पोहोचू शकेल असं कुणाच्याही स्वप्नात आलं नव्हतं; याला लिओनार्दो दा व्हिन्सीसारखे फार थोडे अपवाद होते. जास्तीत जास्त उंचीवरची हवा तपासायची झाली तर त्यातल्या त्यात उंच पर्वतशिखरावर जायचे आणि उंचावरच्या हवेबद्दलचे अनुमान बांधायचे हा गिर्यारोहण करू शकणाऱ्या वातावरण-तज्ज्ञापुरता एकमेव मार्ग होता. हवामानाचा अभ्यास चाललेल्या ठिकाणांच्या जवळचा– थोडक्यात म्हणजे युरोपातील विद्यापीठे व वेधशाळांच्या जवळचे उंचात उंच पर्वतशिखर म्हणजे आग्नेय फ्रान्समधील माँतब्लांक. पण ते तर फक्त तीनच मैल (४.८ कि.मी.) उंच होते. आता पुढे काय?

वातावरण शास्त्रज्ञांची या गिर्यारोहणाच्या बंधनातून सुटका झाली ती १७९४मध्ये. या वर्षी अलेक्झांडर विल्सन या शास्त्रज्ञाने पतंगांना तपमापक बांधून त्यांच्या साहाय्याने वातावरणातील निरनिराळ्या उंचीवरच्या तापमानांचा अभ्यास करायचा प्रयत्न केला; पण वातावरणशास्त्राची खरी घोडदौड सुरू झाली ती १७८२मध्येच. याचे श्रेय जोसेफ मिशेल

व जॅकस एतियेन माँटगोल्फिये या दोन फ्रेंच बंधूंना जाते. त्यांनी एक पिशवी आगीवर उलटी धरली व त्यात गरम हवा भरली. हे जगातले पहिले बलून! त्याच्या यशस्वी उड्डाणानंतर सर्वत्र बलून-उड्डाणाची साथ पसरली. बलूनच्या उड्डाणात सफाई आली. त्याबरोबर प्राणी व कालांतराने मानवी प्रवासही हवेत तरंगू लागले. या प्रवासी बलूनांमध्ये हायड्रोजन वायू भरलेला असायचा. हायड्रोजनबरोबर १३ पौंड वजन हवेत तरंगू लागायचे. यामुळे हायड्रोजनच्या बलूनमधून यंत्रसामग्री नेणे सहज जमू लागले.

पहिल्या बलूनच्या उड्डाणाच्या पहिल्या वाढदिवसापूर्वी जॉन जेफ्रिज या अमेरिकनाने लंडन शहरावर वायुभारमापक व इतर यंत्रे घेऊन उंचीवरचे हवेचे नमुनेही गोळा केले. इ.स. १८०४मध्ये फ्रेंच शास्त्रज्ञ गे ल्युसॅकस बलूनमध्ये बसून ७ कि.मी. उंच गेला व तिथल्या विरळ हवेचे नमुने घेऊन परतला. त्यातच फ्रेंच बलुनिस्ट जाँ पिएर ब्लाशार्ड या शास्त्रज्ञाने बलून युगाच्या सुरुवातीस १७८५मध्येच पॅराशूटचा शोध लावून बलून प्रवासातील धोके कमी केले होते.

उघड्या हवाई गोंडोल्यातून वातावरणाचा अभ्यास करताना १८७५मध्ये तीन शास्त्रज्ञ १० कि.मी. उंचीवर गेले. त्यापैकी गॅस्टन तिसेंदिये हा एकटाच आपले अनुभव सांगण्यासाठी जगला व दोघे सहकारी मात्र ऑक्सिजनच्या अभावास तोंड देऊ न शकल्यामुळे मृत्युमुखी पडले. गॅस्टन तिसेंदियेने ऑक्सिजनच्या अभावामुळे काय काय घडले हे सविस्तर वर्णन लिहून काढले. यातून 'एव्हिएशन मेडिसीन' या नव्या शास्त्राचा जन्म झाला. इ.स. १८९२ नंतर मानव बलून्स बऱ्याच उंचीवर जाऊन तापमान व दाब यांची माहिती पाठवीत होती. यावरून असे दिसून येत होते की, पहिल्या काही मैलांतच वातावरणाचे तापमान खूपच कमी होत होते. ११ कि.मी.च्या आसपास ५५° सें. इतके तापमान कमी व्हायचे. पण इथून पुढे मात्र तापमान कमी न होता थोड्याफार प्रमाणात वाढलेले दिसायचे. हे तसे विचित्रच होते. हे असे का घडते? इ.स. १९०२मध्ये ले याँ फिलिप् तिस्सेराँसद बोर्त या लांबलचक नावाच्या माणसाने या प्रश्नाचे उत्तर द्यायचा प्रयत्न केला. त्याच्या मते वातावरणाचे दोन भाग असावेत. पहिला भाग हा पृथ्वीच्या जवळचा ढग, वारे, वावटळी, वादळं व इतर, आपल्याला माहिती असलेल्या खळबळजनक हालचाली करणाऱ्या हवेचा असावा. (१९०८मध्ये बोर्तने या थराला 'ट्रोपोस्फीअर' – 'तपांवर' किंवा 'क्षोभावरण' असे नाव दिले. ट्रोपॉस या ग्रीक शब्दाचा अर्थ सातत्याने होणारा बदल.) बोर्तच्या दुसऱ्या भागाचे नाव होते 'स्ट्रॅटोस्फीअर' म्हणजे स्थितांबर किंवा स्तरितावरण. स्ट्रॅटोस या शब्दाचा अर्थ स्तर. या स्थितांबरातले स्तर हलके वायू हेलियम व हायड्रोजन यांचे होते. यात विशेष हालचाल घडून येत नसावी असे बोर्तचे मत होते. या दोन आवरणांच्या दरम्यानच्या संधिरेषेस बोर्तने 'ट्रोपोपॉज' म्हणजे 'बदलाचा शेवट' किंवा 'तापविराम' असे नाव दिले. 'टोपोपॉज' किंवा 'तापविराम' हा विषुववृत्तावर दहा मैलांवर असतो तर ध्रुवावर ही संधिरेषा ८ कि.मी. उंचीवरच आढळते.

दुसऱ्या महायुद्धकाळात खूप उंचावरून उडणाऱ्या अमेरिकी बॉंबफेकी विमानांना तापविरामाच्या खाली एक नवीन प्रवाह सापडला. याला जेट प्रवाह असे नाव देण्यात आले. हा प्रवाह पश्चिमेकडून पूर्वेकडे वाहतो. याचा वेग ताशी ८०० कि.मी. आहे. खरंतर दक्षिण गोलार्धात व उत्तर गोलार्धात असे दोन जेट प्रवाह आहेत. या प्रवाहांचा फायदा घेऊन विमाने आपला प्रवास कमी इंधनात जास्त वेगाने करू शकतात. यापेक्षाही महत्त्वाची गोष्ट म्हणजे या जेट प्रवाहांचा कमी उंचीवरच्या हवेवर परिणाम होत असतो. या माहितीमुळे हवेचे अंदाज बांधायला अधिक मदत होऊ लागली.

इ.स. १९३०मध्ये जेट प्रवाहाचा शोध लागण्यापूर्वीच मानव स्थितांबरात पोहोचला होता. त्यासाठी त्याने हवाबंद खोल्यांचा उपयोग केला. ही स्थितांबरातली झेप सर्वप्रथम पिकार्ड बंधूंनी घेतली. यांची नावे ऑगस्ते व जाँ फेलिक्स पिकार्डे अशी होती. जॉफेलिक्स पिकार्डेने स्थितांबराला स्पर्श केल्यावर त्याची प्रतिक्रिया म्हणून की काय सागरात बुड्या घ्यायला सुरुवात केली. त्याला बॅथिस्केफचा जनक संबोधण्यात येते. हे दोघे एका बलूनला हवाबंद खोली लटकवून १७.५ कि.मी. उंचीवर पोहोचले.

याच सुमारास रेशमाऐवजी प्लॅस्टिकची बलून्स तयार होऊ लागली. यातून अधिकाधिक उंचीवर जाणे व जास्त काळ तरंगत राहणे शक्य होऊ लागले. इ.स. १९३८मध्ये 'एक्स्प्लोअरर-२' ने २१ कि.मी. उंची गाठली. इ.स. १९६०च्या सुमारास बलूनमध्ये बसून मानव ३३ कि.मी. उंच गेला तर मानवविरहित बलून्स ४७ कि.मी.पर्यंत पोहोचली होती.

या उड्डाणातून बरीच माहिती मिळत राहिली. स्थितांबर ३२ कि.मी. उंचीवर संपुष्टात येते व त्यानंतर तापमान पुन्हा वाढू लागले. या बाह्य आवरणात पृथ्वीच्या वातावरणाचा फक्त २ टक्के भाग असतो. स्थितांबराला भेदून जाण्यात मानवाने १९४०मध्ये सर्वप्रथम यश मिळविले ते अग्निबाणाच्या साहाय्याने. आता पृथ्वीवरच्या शास्त्रज्ञांच्या हाती एक नवे शस्त्र आले होते. वातावरणशास्त्राच्या आधुनिक कालखंडाची पहाट झाली होती.

तेराव्या शतकात चिनी लोक युद्धात शत्रूला घाबरविण्यासाठी अग्निबाणांचा वापर करीत असत. आधुनिक युद्धशास्त्रात अग्निबाणांचा उपयोग युद्धात अधिक रंग भरण्यासाठी येऊ लागला. मात्र हा रंग मानवी रक्ताचा होता. विल्यम काँग्रीव या ब्रिटिश गोलंदाजाला हिंदुस्थानात टिपू सुलतानशी लढताना एका नव्या अस्त्राचा शोध १७८०मध्ये लागला. इ.स. १८०१मध्ये त्याने या अग्न्यस्त्राला आणखी क्रूर बनवून त्यात पूर्णता आणल्याचा दावा केला. काँग्रीवचे हे अग्निबाण इ.स. १८१२-१४मध्ये अमेरिकेत वापरले गेले. त्यानंतर हळूहळू अग्निबाण थंडावले व त्यांनी नंतर दुसऱ्या महायुद्धात पुन्हा डोके वर काढले.

विसाव्या शतकाच्या सुरुवातीस दोन द्रष्ट्या शास्त्रज्ञांनी अग्निबाणांचा युद्धाशिवाय इतरत्र कसा उपयोग करता येईल, याबद्दल स्वतंत्रपणे संशोधन करायला सुरुवात केली. त्यांना वातावरणाच्या वरच्या थराचा व अवकाशाचा अभ्यास करण्याची आस लागली होती. हे दोघे म्हणजे कोन्स्तातिन एद्युआर्दोविच त्सिओल्कोवस्की हा रशियन शास्त्रज्ञ व रॉबर्ट हचिंग्ज गोडार्ड हा अमेरिकन शास्त्रज्ञ (पुढे अग्निबाणांना युद्धाच्या दृष्टीने जे अनन्यसाधारण महत्त्व प्राप्त झाले ते पाहता आधुनिक अग्निबाणयुगाची सुरुवात करायला एक

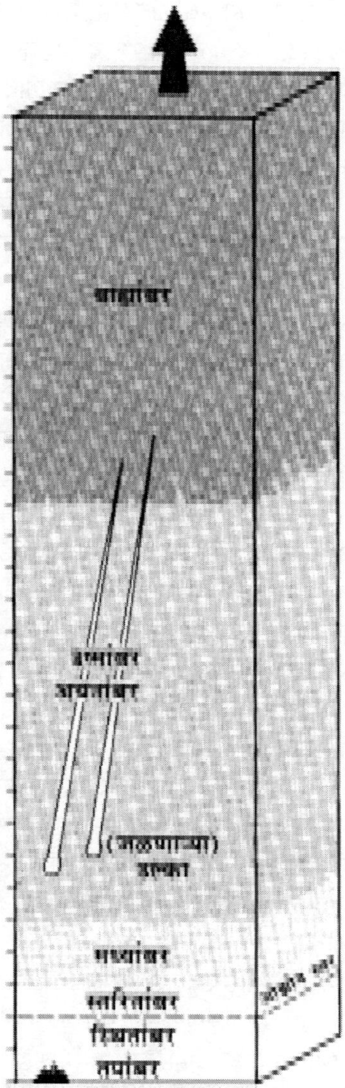

वातावरणाचे स्तर दाखविणारी आकृती

अमेरिकन व एक रशियन कारणीभूत व्हावेत, यात काही वावगे वाटायला नको!)

त्सिओल्कोवस्कीचे संशोधन इ.स. १९०३ ते १९१३च्या दरम्यान प्रसिद्ध झाले, तर गोडार्ड आपले संशोधन पूर्ण होण्यासाठी इ.स. १९१९पर्यंत थांबला. पण

गोडार्डने आपला सिद्धांत प्रत्यक्षात उतरविण्याचे बाबतीत आघाडी मारली. दि. १६ मार्च १९२६ या दिवशी गोडार्डचा पहिला अग्निबाण ऑबर्न (मॅसॅच्युसेट्स) या गावी उड्डाण करता झाला. त्या हिमाच्छादित शेतावरच्या वातावरणास छेदीत तो ६८ मीटर उंचीवर पोहोचला. तेव्हा त्याने 'वन स्मॉल स्टेप फॉर मॅन, अ जायंट लीप फॉर मनकाइंड' या वाक्याचा पाया घातला. हा अग्निबाण बंदुकीच्या दारूऐवजी द्रव इंधनाच्या साहाय्याने उडविण्यात आला होता. गोडार्डचे दुर्दैव असे की, मानवी इतिहासातील या महत्त्वाच्या प्रयोगाकडे सर्व मानवजातीने दुर्लक्ष केले. या प्रयोगाकडे लक्ष गेले ते गोडार्डच्या शेजाऱ्याचे. त्याने गोडार्डला खूप शिवीगाळ करून कोर्टात जायची धमकी दिली. त्यामुळे गोडार्डला तिथून गाशा गुंडाळावा लागला!

इ.स. १९३० ते ३५च्या दरम्यान दीड-दोन कि.मी. उंचीवरून ताशी ८८० कि.मी. वेगाने उडणारा अग्निबाण गोडार्डने तयार केला. दूरनियंत्रण व दिशादेशनाचीही सोय या अग्निबाणात होती. पण गोडार्डचे दिवस अजून यायचे होते. गोडार्डने गुणित टप्प्याच्या अग्निबाणाचे पेटंट घेतले. तरी त्याच्या संशोधनाकडे कुणीही विशेष लक्ष देईना!

दुसऱ्या महायुद्धाने हे चित्र पालटले. हर्मन ओबेर्थ, वेर्नर फॉन ब्रॉन आणि व्ही टू यांनी अग्निबाणांना खूपच महत्त्व प्राप्त करून दिले. अमेरिकेस गोडार्डची गरज भासली. गोडार्डचे इ.स. १९४५मध्ये निधन झाले. वरवर पाहता या गोष्टींचा वातावरणाशी काहीही संबंध दिसत नाही. पण यातूनच आजकालचा उपग्रह व अग्निबाणांच्या साहाय्याने होणारा अभ्यास उदयास आला हे लक्षात घ्यायला हवे.

इ.स. १९४९मध्ये अमेरिकेने जर्मनीकडून जिंकून घेतलेला व्ही-२ अग्निबाण १६५ कि.मी. उंचीवर उडवला. त्याच वर्षी अमेरिकन बनावटीच्या वॅक कॉर्पोरलने ४०० कि.मी. उंची गाठली. वॅक कॉर्पोरल गुणित टप्प्याचा (खरेतर दुटप्पी) अग्निबाण होता. आता बाह्य वातावरणाच्या संशोधनास खरी सुरुवात झाली होती.

नुसत्या अग्निबाणांच्या साहाय्याने वातावरणाचे फारच थोडे संशोधन होऊ शकले असते, पण अग्निबाण शास्त्राबरोबरच दूरमापनात (Telemetering) ही प्रगती झाली होती, त्यामुळेच वातावरणाचा सखोल अभ्यास करणे शक्य झाले. दूरमापनास बलून-युगातच सुरुवात झाली. दूरमापनाचा बलूनमध्ये उपयोग करण्याचा पहिला मान इ.स. १९२५मध्ये प्योत्र ए. मोल्शानॉफने मिळविला.

दूर अंतरावरचे वेध किंवा मोजमाप घेण्याच्या या तंत्रास ट्रांझिस्टरच्या शोधानंतर इलेक्ट्रॉनिक युगात फारच जोर चढला. हे दूरमापनाचे तंत्र आहे तरी काय? आपल्याला ज्या स्थितीची माहिती मिळवायची त्या स्थितीचे विद्युतचुंबकीय तरंगाचे अर्थ लावायचे. पृथ्वीवर विद्युतचुंबकीय आवेगांचे (impulses) अर्थ लावणे हे नाडी बघणाऱ्या वैद्यासारखे काम असते. हे आवेग येतात कसे, त्यांचा वेग किती, तीव्रता किती, येण्याची प्रमाणे व वेळातील खंड या सगळ्यांवर बारकाईने लक्ष ठेवावे तेव्हा यांचे कोडे उलगडते. समजा, वातावरणाच्या तापमानात बदल झाला तर यंत्रातल्या तारेचा विद्युतरोध बदलतो. त्यामुळे तेथून पाठवल्या जाणाऱ्या आवेगात बदल घडतो. हवेचा दाब कमीजास्त झाला की, असाच बदल घडून येतो. किरणोत्सर्जनाचाही या आवेगावर परिणाम होतो. आजकाल अग्निबाण व उपग्रहातून दूरवहनाची प्रगत यंत्रे वापरली जातात. त्यातून येणारे संदेश गणक यंत्रे आपल्याला ज्ञात करून देतात.

अग्निबाण व दूरमापनामुळे आपल्याला वातावरणाची बरीच माहिती झाली. स्थितांबरामध्ये ५० कि.मी. उंचीपर्यंत तापमान वाढत जाऊन –१०° से.ला पोहोचते. इथून पुढे कमी कमी होत ते ८० कि.मी.च्या उंचीवर उणे ९०° से.पर्यंत खाली येते. या वातावरणातील तापमानाच्या चढउताराच्या भागास मध्यांबर (Meso-sphere) असे म्हणतात. इ.स. १९५०मध्ये ब्रिटिश भू-वास्तव शास्त्रज्ञ सिडनी चॅपमन यांनी मध्यांबर हा शब्द प्रथम वापरला. मध्यांबराच्या पलीकडेही वातावरण आहे असेच म्हणायला हवे. मात्र हे वातावरण संपूर्ण वातावरणाच्या एक टक्का एवढेही नाही. ते फार तर काही सहस्रांश वगैरे असू शकेल; पण हा वातावरणाचा विरळ भाग खूप तापतो. ४८० कि.मी. उंचीवर या भागाचे तापमान एक हजार अंश सेल्सिअस एवढे असते व ते वाढतच जाते. त्यामुळे या भागास उष्मांबर (Thermosphere) असे म्हणतात. ॲरिस्टॉटलनेसुद्धा पृथ्वीभोवती अग्नीचे कवच आहे असे

टेलस्टार-१ कृत्रिम उपग्रहाची रेखाकृती या उपग्रहाने वैज्ञानिकांना नवा मार्ग दाखविला.

म्हटले होते. ते हेच तर नव्हे? अर्थात इथे तापमानाने नेहमीची उष्णता सूचित करायची नसते तर तापमान हे सूक्ष्मतर कणांच्या (अणू-रेणूंच्या) गतीचे मापन सूचित करते.

५०० कि.मी.नंतर लायमन स्पिट्झरनी इ.स. १९४९मध्ये ज्याला एक्झोस्फिअर म्हटले तो वातावरणाचा बाह्य भाग (बाह्यांबर) सुरू होतो. बाह्यांबर १६०० कि.मी.पर्यंत असून, तेथून पुढे ते हळूहळू बाह्य अवकाशात विलीन होते.

दि. ४ ऑक्टोबर १९६७ ला त्सिओल्कोवस्कीच्या जन्मशताब्दीच्या वर्षात एक नवे युग सुरू झाले. रशियन 'स्पुटनिक-२' पृथ्वीचा पहिला मानवी उपग्रह पृथ्वीभोवती फिरू लागला. त्याची कक्षा २५० ते ९०० कि.मी.च्या दरम्यान होती. पृथ्वीपासून जवळात जवळ असताना 'स्पुटनिक-१' मध्यांबरात असायचा. यामुळेच त्याचे वातावरणाशी घर्षण होऊन गती कमी कमी होत अखेरीस 'स्पुटनिक-१' जळून गेला. मात्र जळता जळता त्याने वातावरण आपल्याला वाटते तितके विरळ नाही हे सिद्ध केले. २४० कि.मी. उंचीवर वातावरण समुद्रसपाटीपेक्षा एक कोट्यांशइतके विरळ असते, तर ते ३६० कि.मी.वर एक परार्धांश विरळ होते; पण हेच विरळ वातावरण अवकाशापेक्षा परार्धपटीने घन असते.

३० जानेवारी १९५८ला अमेरिकेने पहिला 'एक्स्प्लोरर' पृथ्वीभोवती सोडला. त्यानंतर उपग्रहांचे अपरंपार पीक येऊ लागले. यातील टिरॉस (टेलिव्हिजन इन्फ्रारेड ऑब्झर्व्हेशन सॅटेलाईट) हा वातावरणाच्या अभ्यासासाठी पृथ्वीभोवती सोडण्यात आला. टिरॉसनंतर निंबस, एको, आदी उपग्रह वातावरणाचा अभ्यास करून आपल्याला वातावरणाची, वातावरणातील बदलांची माहिती देऊ लागले.

■

सव्वीस

वातावरणाचे घटक

हवा हलू लागली की, आपण तिला वारा सुटला असे म्हणतो. या वाक्यातील हवा म्हणजे काय? हवा म्हणजे हवा! हा एकच पदार्थ आहे असे बराच काळ मानले जायचे. १७व्या शतकाच्या सुरुवातीस जाँ बाप्तिस्ता व्हान हेन्माँट या शास्त्रज्ञास हवा काही वाटतो तितका साधासुधा प्रकार नाही, असा संशय आला. हवेत निरनिराळे रासायनिक गुणधर्म असलेले वायू असावेत, त्यांच्या मिश्रणाने हवा बनत असावी असं त्याला वाटू लागलं. 'गॅस' हा शब्द शास्त्रीय लिखाणात प्रथम वापरायचे श्रेय जाँ बाप्तिस्ताकडे जाते. इ.स. १७५६मध्ये जोसेफ ब्लॅक या रसायनशास्त्रज्ञाने कार्बन-डाय-ऑक्साईड या वायूचा अभ्यास केला व कार्बन-डाय-ऑक्साईड व हवा यात फरक आहे हे दाखवून दिले. पुढे जोसेफ ब्लॅकने हवेत काही प्रमाणात कार्बन डाय ऑक्साईड असतो हेही सिद्ध केले. दहा वर्षांनंतर हेन्री कॅव्हेंडिशने एक जळणारा वायू शोधला. हा हवेत सापडत नाही असाही त्याने दावा केला. नंतर या वायूला हायड्रोजन असे नाव देण्यात आले. अशा तऱ्हेने वेगवेगळे वायू शोधून काढण्यात येऊ लागले व हवा सोडून इतर वायू असतात हेही सिद्ध झाले.

हवा हे वायूंचे मिश्रण आहे हे सर्वप्रथम सिद्ध केले ते प्रख्यात फ्रेंच शास्त्रज्ञ अँतुआन लॉराँ लव्हॉयजिएने. लव्हॉयजिएच्या म्हणण्यानुसार हवेत १/५ ऑक्सिजन नावाचा उच्च ज्वलनास व जीवनास मदत करणारा वायू असतो व ४/५ 'अझोट' नावाचा (अझोट म्हणजे निर्जीव) ज्वलनास मदत न करणारा वायू असतो. पुढे या अझोटचे नाव नायट्रोजन असे ठेवण्यात आले. हे दोन वायू याआधीच शोधण्यात आले होते. डॅनियल रुदरफोर्डने नायट्रोजन शोधला तो इ.स. १७७२मध्ये. जोसेफ प्रिस्टले या धर्मगुरूने इ.स. १७७४मध्ये ऑक्सिजन शोधला होता. १९व्या शतकाच्या मध्यापर्यंत हेन्री रेनॉने जगभरच्या हवेचे नमुने गोळा करून सगळीकडची हवा सारखीच असते हे सिद्ध केले होते. हवेत २०.९ टक्के ऑक्सिजन सोडला तर उरलेली सर्व हवा नायट्रोजनने व्यापलेली असते असे त्याचे मत होते.

इ.स. १८८२मध्ये रॉबर्ट जॉन स्ट्रट (लॉर्ड रेली) या ब्रिटिश वास्तवशास्त्रज्ञाने सर विल्यम रॅम्से या स्कॉटिश रसायनशास्त्रज्ञाच्या व वर्णपट अभ्यासाच्या नव्या तंत्राच्या मदतीने अरगॉन वायूचा शोध लावला. इ.स. १८९० ते १९००च्या दरम्यान विल्यम रॅम्सेंनी निऑन (नवा), क्रिप्टॉन (दडलेला), झेनॉन (परका) असे आणखी तीन अचेतन किंवा निष्क्रिय वायू वातावरणातून शोधून काढले. गेल्या काही दशकांत हवेत नायट्रस ऑक्साईड, कार्बन मोनॉक्साइड व मिथेन हेही वायू असतात हे सिद्ध झाले आहे.

हे सगळे झाले पृथ्वीलगतच्या वातावरणाबद्दल. स्थितांबराचं काय? द बोर्तला असं वाटायचं की, स्थितांबरात बहुधा हेलियम व हायड्रोजन असणार, कारण ते हलके असतात तेव्हा साहजिकच ते जड वायूंवर तरंगणार! पण त्याचा अंदाज चुकीचा ठरला. इ.स. १९३०मध्ये रशियन बलूनवीरांनी स्थितांबरांचे नमुने पृथ्वीवर आणले त्यातही ऑक्सिजन व नायट्रोजन हे तपांबरातल्या प्रमाणातच आढळून आले.

पण याहीपेक्षा वरच्या वातावरणात काहीतरी वेगळेच असावे असे मानायला वाव होता. याचे कारण वरच्या वातावरणात पसरणारी झळाळी (एअर ग्लो) ही अतिशय

संवेदनाक्षम यंत्रांच्या साहाय्याने वरच्या वातावरणाचा अभ्यास करताना शास्त्रज्ञांच्या लक्षात आली होती. हा उजेड का पडतो? हे शास्त्रज्ञांना बराच काळ पडलेलं कोडं होतं! इ.स. १९२८मध्ये व्ही. एम. स्लायफर या खगोलशास्त्रज्ञाने या हवाई झळाळीच्या वर्णपटाचा अभ्यास केला. इ.स. १९६४मध्ये विल्यम हगिन्स यांनी ताऱ्यांचा वर्णपटाच्या साहाय्याने अभ्यास केला होता. तेव्हा त्यांना ज्या वर्णरेखा मिळाल्या होत्या त्या तोपर्यंत अज्ञात असलेल्या मूलद्रव्याच्या होत्या असं वाटून त्यांनी या मूलद्रव्यास 'नेब्युलियम' असे नाव दिले होते. स्लायफरला मिळालेला वातावरणाच्या वरच्या थराचा वर्णपट या 'नेब्युलियम'च्या वर्णपटाशी मिळताजुळता होता. इ.स. १९२७मध्ये आयरा स्प्राग बोवेनने हा वर्णपट ऑक्सिजन अणूंचा असल्याचे सिद्ध केले. इथल्या ऑक्सिजनचे दोन अणू मिळून रेणू तयार करीत नव्हते. त्याचप्रमाणे वर्णपटातील उरलेल्या अज्ञात वर्णरेखा या नायट्रोजन अणूंच्या असल्याचे उघडकीस आले. हवाई झळाळीचे कोडे उलगडले.

इथेच ऑक्सिजन व नायट्रोजन आण्विक स्वरूपात का असावेत? सूर्याच्या किरणोत्सर्जनाचा वातावरणावर परिणाम होऊन रेणू फुटत असावेत व त्याचे अणू तयार होत असावेत असे सिडने चॅपमनने इ.स. १९३९मध्ये प्रथम सुचवून पाहिले. कालांतराने चॅपमनचा हा अंदाज बरोबर असल्याचेही सिद्ध झाले. एवढेच नव्हे तर सूर्याचे उर्जाभारित किरणोत्सर्जन या कामात गुंतले नसते तर त्यामुळे पृथ्वीवर हाहा:कार उडाला असता हेही आपल्या निदर्शनास आले.

चॅपमनच्या मते रात्री ऑक्सिजन व नायट्रोजनचे रेणू पुन्हा अणू तयार करतात. ते अणू तयार करण्यासाठी एकत्रित होत असताना, ते दिवसा फुटण्यासाठी शोषण केलेली ऊर्जा परत मोकळी करतात. त्यामुळे हवाई झळाळी दिसते. चॅपमनचे हेही म्हणणे बरोबर असल्याचे अग्निबाणांनी सिद्ध केले. स्लायफरला वातावरणाच्या वरच्या भागांच्या वर्णपटात आणखीही काही वर्णरेखा मिळाल्या होत्या. या सोडियमच्या वर्णरेखांशी मिळत्या-जुळत्या होत्या. इतक्या वरच्या थरात सोडियम कसा असेल? ही आपल्या यंत्रातलीच काहीतरी गडबड असावी असं समजून स्लायफरने ही गोष्ट उघड केली नव्हती. सोडियम हा अतिशय जलद गतीने संयुगे स्थापण्यात पटाईत असलेला धातू आहे. त्यामुळे त्याचे मोकळे अणू किंवा रेणू नि तेसुद्धा वातावरणाच्या वरच्या थरात स्लायफरला सापडणे अशक्यप्राय वाटणे साहजिकच होते. इ.स. १९३८मध्ये फ्रेंच शास्त्रज्ञांनी व पुढे अग्निबाणाच्या साहाय्याने अमेरिकन शास्त्रज्ञांनी ९० कि.मी. उंचीवर सोडियम अणू व रेणू असतात हे सिद्ध केले. एवढेच नव्हे तर सोडियमबरोबर त्याच्या भावंडाचे, लिथियमचेही अणू-रेणू वातावरणात ९० कि.मी.च्या उंचीवर स्वैर संचार करताना आढळतात. ते तिथे कसे पोहोचतात हे मात्र कोडेच आहे! इ.स. १९५६मध्ये मरे झेलिकॉफ या अमेरिकन शास्त्रज्ञाच्या नेतृत्वाखाली काम करणाऱ्या गटाने अग्निबाणाच्या साहाय्याने व ऑक्टोबर १९५९मध्ये चंद्राच्या दिशेने जाणाऱ्या रशियाच्या 'ल्युनिक-तीन' या उपग्रहाने या उंचीवर सोडियमची वाफ सोडून हवाई झळाळी उत्पन्न केली होती.

९० कि.मी.पेक्षा कमी उंचीवर ऑक्सिजनचे रेणू अदृश्य होतात. त्याऐवजी तिथे तीन ऑक्सिजन रेणूंनी तयार होणारा ओझोन वायूचा पट्टा (ओझोनांबर) तयार होतो. चार्लस् फॅब्रीने इ.स. १९१३मध्ये ओझेनांबरचा शोध लावला. २५ कि.मी. उंचीवर वातावरणात ओझोनचे प्रमाण सर्वांत जास्त असल्याचे दिसून येते. म्हणजे इथे वातावरणातील इतर चाळीस लक्ष अणू मागे एका ओझोनचा अणू एवढे ओझोनचे प्रमाण असते. तरीही हा ओझोनचा पट्टा अतिनील किरण शोषून सूर्यप्रकाशातले जहर नाहीसे करतो व सूर्यप्रकाश सजीवोपयोगी करतो.

जसजशी अग्निबाणांची उड्डाणे वाढू लागली तसतसे जुन्या शास्त्रज्ञांचे द्रष्टेपण वाढू लागले. द बोर्तला वातावरणात उंचावर हेलियम व हायड्रोजनचे अणू असावेत असे जे वाटत होते ते खरे होते. मात्र त्याचा उंचीचा अंदाज चुकला. ३२० ते ९६० कि.मी.च्याही पलीकडे, ज्या भागात वातावरण नाहीसे होत होत पूर्णत: निर्वात पोकळीच्या जवळ पोहोचते अशा भागात एक हेलियमचा पट्टा आहे, त्याला हेलियमांबर किंवा

हेलिओस्फीअर असं म्हणतात. 'एको-१' या उपग्रहाच्या परिभ्रमणावरून मार्सेस निकोलेन या फ्रेंच शास्त्रज्ञाने हेलियमांबराबद्दल अंदाज वर्तवला. 'एक्स्प्लोअरर-१७' या उपग्रहाने या भागातील वातावरणाचे पृथक्करण करून हेलियमचे अस्तित्व सिद्ध केले. हेलियमांबरावर प्रोटॉनांबराचा अतिशय विरळ थर आहे. हा थर आहे हायड्रोजनचा. तो ६५० कि.मी.पर्यंत सरकत जात असावा असा अंदाज आहे.

पराकोटीचे उच्च तापमान व उर्जाभारित किरणोत्सर्जने यामुळे अणूंचे रेणू बनतात, तसेच कित्येकदा त्यांचे आयनीकरण होते. आयन म्हणजे फिरस्ता. स्वांते ऑगस्ट अऱ्हेनियस या स्वीडिश तरुणाने अणूंचे अयन कसे बनतात हे सांगितले. इ.स. १८८४मध्ये त्याने ऋणभारित व घनभारित अणू असावेत असा विचार मांडला तेव्हा त्याच्या प्रबंधाला विरोध झालाच, पण त्याला डॉक्टरेट द्यावी की नाही यावर प्रचंड खल होऊन अखेरीस त्याला कशीबशी डॉक्टर ऑफ फिलॉसफीची पदवी मिळाली!

इ.स. १८९० नंतर इलेक्ट्रॉन्सचा शोध लागला तेव्हा कुठे जगाला अऱ्हेनियस काय म्हणत होता ते कळलं. एवढेच नव्हे तर १९ वर्षांपूर्वी त्याच्या ज्या प्रबंधाला डॉक्टरेट मिळत नव्हती त्याच संशोधनाबद्दल इ.स. १९०३मध्ये त्याला नोबेल पारितोषिक मिळाले. इ.स. १९०१मध्ये मार्कोनीने रेडिओ संदेशन सुरू केले. त्यानंतर केनेली व हेवीसाईड या दोन शास्त्रज्ञांनी रेडिओलहरींचे परावर्तन करणारा एखादा अयनांचा थर वातावरणात असावा असे म्हणणे मांडले. या थरास केनेली-हेवीसाईड थर हे नाव देण्यात आले. हा थर १०५ कि.मी. उंचीवर असावा हे ॲपलटन या ब्रिटिश वास्तवशास्त्रज्ञाने शोधून काढले. याशिवाय पहाटेच्या वेळी रेडिओ लहरींचे परावर्तन १०५ कि.मी.वरून न होता ते २२५ कि.मी.वरून होते असाही त्याने शोध लावला. त्या उंचीवरील थरास आजही कधीकधी ॲपलटन थर म्हणण्यात येते. या सर्व शोधांबद्दल १९४७चे वास्तवशास्त्राचे नोबेल पारितोषिक ॲपलटनना बहाल करण्यात आले.

ॲपलटननी शोधलेला हा पट्टा म्हणजेच आयनांबर होय. यातच मध्यांबर व तपांबर असतात. आयनांबर हे नाव १९३०मध्ये रॉबर्ट अलेक्झांडर वॉटसन् वॅट यांनी उपयोगात आणले होते. सध्या आयनांबराचे अनेक भाग पाडण्यात आलेले आहेत. तपविरामा (क्षोभसीमा) पासून १०५ कि.मी.पर्यंतच्या वातावरणाच्या भागास डी-विभाग म्हणतात. त्याच्यावर केनेली-हेवीसाईड थर आहे. यालाच डी-थर असेही म्हणतात. डी-थरापासून २२५ कि.मी.पर्यंत ई-विभाग आहे. या विभागात आयनांचे प्रमाण खूप कमी आहे. यावर ॲपलटन थर आहेत. २२५व्या कि.मी.वर एफ-१, तर ३२० कि.मी.वर एफ-२ असे हे दोन थर आहेत, यातला एफ-१ आयनसमृद्ध विभाग आहेत तर एफ-२ फक्त दिवसाच आयनसमृद्ध असतो. या थरांवर एक विभाग आहे.

हे थर फक्त दीर्घलहरींचे परावर्तन व शोषण करतात. लघुलहरी मात्र त्यांना छेदून आरपार जातात. त्यामुळे दूरदर्शन प्रक्षेपणावर रेडिओ प्रक्षेपणावर नसलेल्या मर्यादा पडतात.

चुंबकांबरास वातावरण म्हणायचे का? हा पृथ्वीच्या चुंबकत्वाचा परिणाम असून, तो बाह्य अवकाशापर्यंत जाणवतो. चुंबकांबर हे पृथ्वीच्या चुंबकाच्या विकर्ष रेषांत अडकलेल्या चुंबकीय कणांचे बनलेले आहे. पृथ्वीच्या चुंबकीय विकर्ष रेषांत असे कण अडकत असावेत, असे निकोलस ख्रिस्तोफिलोस याने इ.स. १९५७मध्ये भाकीत केले होते; पण तो पडला हौशी शास्त्रज्ञ. त्याच्याकडे कुणीच लक्ष देईना! पुढे उपग्रह पृथ्वीभोवती फिरू लागले तेव्हा मात्र ख्रिस्तोफिलोस द्रष्टा ठरला. चुंबकांबर बदामाच्या आकाराचे असून, सूर्याच्या बाजूस ते दबलेले आहे.

कोळसा, नैसर्गिक वायू व खनिज तेल हे एक प्रकारचे जीवाश्म किंवा त्यापासून तयार झालेले पदार्थच आहेत. म्हणजे पर्यायाने सौरऊर्जाच त्यांच्यामध्ये गोठवली गेलेली होती. कारण पूर्वीच्या काळातसुद्धा वनस्पती या कर्बग्रहणासाठी सूर्यप्रकाशावरच अवलंबून असत.

सध्या आपण या पुराजीवी इंधनांचा वाढत्या प्रमाणात वापर करीत आहोत व फार पूर्वी सूर्यप्रकाशाच्या साहाय्याने

वातावरणातून शोधून घेलेला गेलेला कार्बन डाय-ऑक्साईड वायू परत वातावरणात सोडत आहोत. पुराजीवी इंधने तयार व्हायला कोट्यवधी वर्षे लागली आणि ही कोट्यवधी वर्षे खपून निसर्गाने तयार केलेली इंधने आपण केवळ शंभर वर्षांत जाळणार आहोत-जाळत आहोत.

कार्बन डाय ऑक्साईड वायू काही विशिष्ट प्रकारचे विद्युत चुंबकीय उत्सर्जन शोषून घेत असतो. त्यामुळे वातावरणात इंधनांच्या ज्वलनामुळे सोडला जाणारा कार्बन डायऑक्साईड वायू हा सौर उष्णता काही प्रमाणात शोषून घेऊ शकेल व त्याचा वातावरणावर परिणाम होईल असा एक सिद्धांत अलीकडेच मांडण्यात आलेला आहे. यामुळे वातावरणाचे तापमान वाढेल. पृथ्वीवरील हिमनद्यांतील बर्फ वितळू लागेल, हवामान पद्धत्यात बदल होईल, सागरांची पातळी वाढेल. सागरांत काही प्रमाणात कार्बन डाय-ऑक्साईड वायू शोषून घेतला जाईल हे खरे; पण त्याचाही एकूण परिस्थितीवर परिणाम होईल व आजचे सुखकर वातावरणाचे प्रदेश कष्टप्रद वातावरणाचे बनतील. कदाचित याच्या उलटही घडेल. पण आपण निसर्गाशी, विशेषतः वातावरणाशी खेळणे धोकादायकच ठरेल असे दिसते.

■

सत्तावीस

मृदावरण

मानवी संस्कृतीच्या प्रगतीवर, मानवाच्या जीवनावर परिणाम करणाऱ्या महत्त्वाच्या गोष्टींमध्ये मातीचा समावेश होतो. मृदेवर अवलंबून प्रत्येक भू-भागातील पिके, त्यासाठी मानवाला लागणारे कष्ट, तिथले पशुपक्षी यांचे जीवन या गोष्टी ठरत असतात. यामुळे मृदाशास्त्र हे एक महत्त्वाचे शास्त्र बनते.

मृदा म्हणजे निर्जीव, निरुपयोगी अवशिष्ट थर अशी बऱ्याच अज्ञ लोकांची समजूत असते. मृदाशास्त्राची जसजशी प्रगती होत आहे तसतशा मृदेबद्दलच्या गैरसमजुतींना फाटा मिळत चालला आहे. किंबहुना मृदा हे पृथ्वीचे एक गतिमान आवरण असून, त्यात खूप गुंतागुंतीच्या रासायनिक, कायिक व जैवीक कार्यप्रणाली सतत चालू असतात; तसेच मृदावरण हे एक सतत बदलणारे व प्रगतिशील असे आवरण आहे, हेही आपल्याला घडोघडी दृष्टोत्पत्तीस येत असते. हवामान, स्थलस्वरूप व वनस्पती यावर अवलंबून मृदावरणात बदल घडत असतात. मृदावरण व अध:स्तरण यात फरक असतो. मृदेला कायिक, जैवीक व रासायनिक असे स्वत:चे वैशिष्ट्य असून, ती वनस्पतींच्या वाढीस मदत करते. खरी मृदा ही खनिज व जैवीक कणांची बनलेली असते, तर अध:स्तरण हे पूर्णपणे खनिज वा अपक्षयी खडकांचे असू शकते. मृदेतील पदार्थ घन, द्रव व वायुरूपात असतात. वनस्पतींच्या योग्य वाढीसाठी या तिन्ही स्थितींतील घटकांचा समतोल साधला जावा लागतो.

मृदेचे घनरूपी घटक अजैवीक व जैवीक या दोन्ही प्रकारचे असू शकतात. खडकांच्या अपक्षयामुळे खनिज कण सुटे होऊन मृदेचा भाग बनतात. त्यांच्यामुळे मृदेस वजन प्राप्त होते. हे कण खडे, वाळूच्या आकारापासून तर केवळ सूक्ष्मदर्शी यंत्राखालीच दिसू शकतील, इतक्या सूक्ष्म आकारापर्यंतचे असतात. जैवीक पदार्थांत सजीवांपासून ते कुजलेल्या वानस व प्राणिज अवशेषांपर्यंत सर्व पदार्थ येतात. यात प्रामुख्याने झाडांची मुळे, फंजाय, बॅक्टेरिया, अळ्या, कीटक व जमीन उकरणारे मूषकवंशी प्राणी यांचा समावेश होतो.

मृदेचा द्रवभाग किंवा मृदावरण हे एक गुंतागुंतीचे रासायनिक द्रावण असून, मृदेत घडणाऱ्या अनेक महत्त्वाच्या प्रक्रियांसाठी याची आवश्यकता असते. यातला महत्त्वाचा घटक म्हणजे अर्थातच पाणी. मृदाजल हे भूजल रेषेवर असते, त्याशिवाय मृदेतील रासायनिक क्रिया घडू शकत नाहीत. मृदाकणांमधील मोकळ्या सूक्ष्म जागांतून वायू असतात. यात वातावरणातील वायूंबरोबरच मृदेतील रासायनिक क्रियांतून मुक्त झालेले वायूही असतात.

मृदेची ओळख पटण्यासाठी (१) मृदेचे घटक व

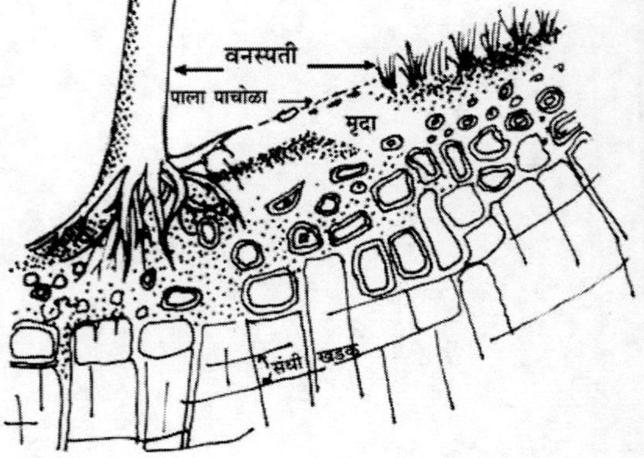

कायिक-रासायनिक गुणधर्म व (२) मृदा तयार होण्याच्या व टिकविण्याच्या पद्धतींची माहिती करून घेणे आवश्यक असते.

शास्त्रीयदृष्ट्या विशेष महत्त्वाची नसली तरी मृदेकडे चटकन लक्ष वेधून घेणारी एक महत्त्वाची गोष्ट म्हणजे मृदेचा रंग. बेळगावला तांबडी माती आहे, आमच्या गावची माती काळी आहे, ही वाक्ये आपण वारंवार ऐकतो. मृदेचा रंग मृदेबद्दल बरीच माहिती सांगून जातो. रंगातील बदलांमुळे मृदेचे स्तरण ओळखणे सोपे जाते. 'ह्यूमस' हा मृदेचा एक महत्त्वाचा घटक, त्यामुळेही मृदेचा रंग बदलत जातो. ह्यूमस म्हणजे अर्धवट विघटन झालेले जैवीक पदार्थ. 'ह्यूमस'चे मृदेतील प्रमाण वनस्पतींवर व जमिनीतील जीवाणूंच्या प्रमाणावर अवलंबून असते. तांबडा व पिवळा रंग लोहाच्या ऑक्साईडसमुळे येत असतो. तांबडा रंग $Fe_2 O_3$ मुळे, तर पिवळा रंग लोहाच्या हायड्रॉक्साईडमुळे येतो. काही वेळा मूळ खडक जर तांबडा असेल, तर मृदा तांबडा रंग धारण करते. करड्या व निळ्या रंगाची मृदा ही FeOचे अस्तित्व दाखविते. तसेच पाण्याचा निचरा नीट न झाल्याचे ते चिन्ह असते. कोरड्या वातावरणातील करडी मृदा ह्यूमसचा अभाव दाखवत असेल, तर पांढरा रंग मृदेतील क्षारांचे प्रमाण जास्त आहे हे सांगत असतो. नुकत्याच तयार झालेल्या मृदेवर काही प्रमाणात जनक खडकांच्या रंगाचा प्रभाव असला तरी कालांतराने मृदा स्वत:च्या गुणधर्मांनुरूप रंग धारण करते.

मृदा-पोत हा मृदेचा एक खास गुणधर्म. मृदेचा पोत हा मृदा-कणांच्या आकारावर अवलंबून असतो. या कणांचे आकारावर अवलंबून मृदा-पोताचे वर्गीकरण (१) मोठे खडे (२) छोटे खडे (३) भरड वाळू (४) मध्यम वाळू (५) छोटी वाळू (६) सूक्ष्म वाळू (७) रेव आणि (८) मृत्तिका याप्रमाणे करण्यात आलेले आहे.

मृदा पोत हा मृदेचा महत्त्वाचा गुणधर्म आहे. कारण मृदेत किती पाणी जिरेल, झिरपेल, वाहील या गोष्टी पोतावर अवलंबून असतात. वाळूमधून पाण्याचा वाजवीपेक्षा झटकन निचरा होतो. त्याऐवजी मृत्तिकामय जमिनीत छिद्रे अतिसूक्ष्म असतात. त्यामुळे पाण्याचा निचरा नीट होत नाही. रेव आणि मृत्तिका जास्त प्रमाणात असलेल्या जमिनीत झाडांची मुळे खोलवर घुसायला अडथळे येतात. मृत्तिकेमध्ये जे अतिसूक्ष्म कण असतात ते सूक्ष्मदर्शकाखाली दिसणेही काही वेळा अवघड होते. हे कण मृदा खनिज कलिल (Colloid) कण असतात. ते पाण्यात अनंत काळपर्यंत अर्धवट तरंगत्या स्थितीत राहतात. या कलिलांशिवाय 'ह्यूमस' कलिलेही मृदेत आढळतात. ही कलिले मृदेत पाणी साठवून ठेवण्यास उपयोगी येतात. मात्र ही जास्त प्रमाणात असल्यास मृदा चिकट व घट्ट बनते व अशी जमीन पिकविण्यास अवघड होते.

कलिलांमध्ये काही विशिष्ट असे खास रासायनिक गुणधर्म असतात. त्यांच्या वजनाच्या मानाने त्यांच्या पृष्ठभागाचे क्षेत्रफळ खूपच मोठे असते. तसेच कलिलकण विद्युतभारित असतात, त्यामुळे ते अयनांना आकर्षित करून बांधून घेऊ शकतात. मृदाशास्त्रात पोटॅशियम, कॅल्शियम व मॅग्नेशियमच्या धन-भारित अयनांना बेस (क्षारक) असे म्हणतात. कलिल वनस्पतींच्या वाढीस आवश्यक असणारे अयन वनस्पतींना पुरवतात. या पद्धतीस बेसची देवाण-घेवाण असे म्हणतात. मृदा द्रावणातील धन-भारित हायड्रोजन अयन ॲसिड (आम्ल) म्हणून ओळखला जातो. मृदेतील ऋण-भारित (OH) आयनासापेक्ष (H+) अयनांचे प्रमाणास PH म्हणतात. त्यावरून मृदा आम्ल आहे की अल्कली (क्षारक) आहे ते ठरविणे सोपे जाते. मृदेत PH श्रेणीत ७ ही श्रेणी अविकारी (neutral) मृदा दर्शविते. ७-४ ॲसिड मृदा व ७-१० या अल्कली मृदा असतात.

मृदेच्या छिद्रात जेव्हा पाणी नसते तेव्हा ती जागा वायू घेतात. त्यात ऑक्सिजन व नैट्रोजन हे अल्प प्रमाणात असतात, तर कार्बन-डाय-ऑक्साईड भरपूर असतो. मृदा-छिद्रातील पाण्यात असंख्य प्रकारचे द्रव मिसळलेले असतात. त्यात Ca, Mg, Na, Fe यांची बाय कार्बोनेट्स, सल्फेट्स, नायट्रेट्स, फॉस्फेट्स व सिलिकेट्स यांच्या अवसांद्र (dilute) द्रावणांचा समावेश होतो.

मृदा पार्श्विका (Soil profile) किंवा मृदावरणाचा उभा छेद

मृदेचा रंग, पोत यांचा उभ्या छेदात अभ्यास करून मृदेचे ढोबळ मानाने वर्गीकरण केले जाते. मृदा पार्श्विकेचे मूलत: तीन भाग असतात. 'अ' व 'ब' स्तर हे सत्-मृदेचे असतात. यांना 'सोलम' असे म्हणतात. तर 'क' स्तरण हे असत्-मृदेचे (Sub-Soil) किंवा मूळ खडकांच्या अपक्षयी पृष्ठाचे असते. याखाली मूळ खडक असतो, यास 'ड' स्तर म्हणतात.

मृदा तयार होण्यासाठी पाच गोष्टी महत्त्वाच्या असतात. (१) जनक पदार्थ, (२) स्थलरूप, (३) काळ, (४) हवामान व (५) जैवीक क्रिया या त्या पाच गोष्टी.

सध्याच्या मृदाशास्त्रात व्ही. व्ही. दोकुशेव या रशियन भू-शास्त्रज्ञाने इ.स. १८८२ ते १९०० या काळात केलेले संशोधन आधारभूत मानले जाते. दोकुशेवच्या मते हवामान व वनस्पती यांचा मृदा तयार होण्यावर परिणाम होतो. के. डी. ग्लिंका या रशियन शास्त्रज्ञाने मृदा-पार्श्विकांची कल्पना सर्वप्रथम पुढे आणली, तर सी. एफ. मार्बट या अमेरिकन मृदा-तज्ज्ञाने दोकुशेव व ग्लिंका यांच्या संशोधनांचा सखोल अभ्यास करून मृदांचे वर्गीकरण केले.

पॉडझोल्स :- हा आर्द्र हवामानात सर्वांत जास्त पसरलेला मृदा वर्ग असून त्यांच्या निर्मितीसाठी अतिथंड हिवाळे व वर्षभर सम प्रमाणात पडणाऱ्या पावसाची आवश्यकता असते. त्यामुळे पॉडझोल्स मृदा या शीत प्रदेशाशी निगडित असतात. या मृदांवर शंकुमंत-कोनीफर वृक्ष व तत्सम वनस्पतींची अरण्ये वाढतात. पॉडझोल मृदा आम्ल असतात. ऑस्ट्रेलियातील निलगिरीची जंगले पॉडझोल मृदांवरच असतात.

करड्या तपकिरी पॉडझोली मृदा :- या पॉडझोल मृदेपेक्षा कमी आम्ल, जास्त खनिजयुक्त व खूप निक्षालन झालेल्या असतात. यावर पानझडी जंगले वाढतात. या जमिनी शेती व गोपालनासाठीही उत्कृष्ट असतात. ८० ते १०० सें.मी. पाऊस व थंड हवामानात यांची निर्मिती होते.

लाल पिवळ्या पॉडझोल मृदा :- करड्या तपकिरी पॉडझोल मृदांच्या दक्षिणेस, तेवढ्याच पावसात; पण उष्ण हवामानात या मृदांची निर्मिती होते. आर्द्र, उपोष्ण हवामानात या आढळतात. लोहाच्या ऑक्साईड्समुळे यांना लाल वा पिवळा रंग प्राप्त होतो. पिवळ्या मृदा जास्त निक्षालित असतात व त्या किनाऱ्याच्या प्रदेशात आढळतात.

लॅटोसोल किंवा लॅटेरिटिक मृदा :- या प्रकारच्या मृदा उष्ण आर्द्र हवामानात आढळतात. विषुववृत्तीय अरण्यात व सॅवाना प्रदेशातल्या बऱ्याच भागातून अशा मृदांची निर्मिती होते. त्यांच्यावर पिके काढणे अवघड असते, कारण निक्षालनाने यातील वनस्पतींना आवश्यक पोषक द्रव्ये निघून जातात. या मृदांना आर्थिक महत्त्व असते, कारण ॲल्युमिनियम, लोह व मँगॅनीजचे साठे अशा मृदा स्वरूपात आढळतात. भारतातल्या किनारपट्टीत अशा मृदा आहेत. भारताशिवाय ऑस्ट्रेलिया व पूर्व आफ्रिकेत लॅटेरिटिक मृदा आढळून येतात.

चर्नोझेम्स किंवा काळी मृदा :- अर्धशुष्क हवामानात या मृदा आढळतात.

तीव्र उन्हाळा, तीव्र हिवाळा असणाऱ्या आर्द्रताविरहित हवामानावर काळ्या मृदेची निर्मिती अवलंबून असते. स्टेपे व प्रेअरी गवताळ प्रदेश काळ्या मृदेवरच निर्माण होतात. दख्खनच्या पठारावरची काळी मृदा अशाच प्रकारची आहे.

करड्या व तांबड्या वाळवंटी मृदा :- या मृदांवर झाडी नसतेच. यात जैवीक घटकही कमीच असतात. यांच्यावर कॅल्शियम कार्बोनेट किंवा सल्फेटचे पुट लवकरच बसते. कारण अतिशय कमी पाऊस असताना भूजल केशाकर्षणाने वर खेचले जाते. पृष्ठावर त्याची वाफ होते व क्षारांचे पुट तेवढे मागे रहाते. याहीपेक्षा जास्त उष्ण व शुष्क परिस्थितीत तांबड्या वाळवंटी मृदा तयार होतात. जर त्या सूक्ष्म कणांच्या असतील तर पाटाच्या पाण्यांनी त्यात पिके काढता येतात.

हे मृदांचे काही महत्त्वाचे प्रकार. याशिवाय पाऊस व हवामानातील फरकामुळे असंख्य निरनिराळ्या पोटप्रकारांच्या मृदा तयार होत असतात. मृदांच्या बाबतीत महत्त्वाची गोष्ट म्हणजे त्या तयार व्हायला दीर्घ कालावधी लागतो. पण वाहून जायला फारच कमी काळ पुरतो. अरण्यांची तोड, खतांचा वाजवीपेक्षा अधिक उपयोग यामुळे मृदावरणाची खूपच हानी होते. मृदावरण आपल्याला अन्न पुरवण्याचे महत्त्वाचे काम करते. त्यामुळे त्याची जपणूक करणे हे आपले आद्य कर्तव्य आहे.

■

अठ्ठावीस

हिमनद्या (हिमवाह)

जेव्हा संघटित बर्फांचा थर घट्ट होऊन पसरू लागतो किंवा विशिष्ट दिशेने वाहू लागतो तेव्हा त्यास हिमनदी असे म्हणतात. हिमनद्यांची व्याप्ती काही वर्गफुटांपासून लक्षावधी वर्गमैलांपर्यंत असू शकते. सध्या हिमनद्या खूप उंचीवर किंवा ध्रुवीय प्रदेशातच आढळतात. भू-पृष्ठाचा फार मोठा भाग वर्षांतून काही काळ तरी बर्फाच्छादित असतो. यामुळे बरेच पाणी बर्फाच्या स्वरूपात कायमचे अडकून पडण्याची शक्यता निर्माण होते. हिमनद्या हे बर्फरूपी अडकलेले पाणी उबदार प्रदेशात आणून ते परत जलचक्रात सोडायचे काम करतात.

हिमनद्या जलप्रवाहांप्रमाणेच जमिनीच्या अपक्षरणाचे महत्त्वाचे कामही पार पाडत असतात. अपक्षरणाने निर्माण झालेला भार वाहून तो इतरत्र नेऊन सोडणे हे कामही नद्यांप्रमाणेच हिमनद्यांकडून केले जाते. जल-प्रवाहाकडून ज्या प्रमाणात हे काम होते त्या मानाने हिमनद्यांकडून हे काम कमी प्रमाणात होत असले तरी त्यामुळे त्याचे महत्त्व कमी होत नाही. जलप्रवाह आपले अपक्षरण, वहन व अवसादनाचे काम लक्षावधी वर्षे सर्वत्र करीत असतो. त्यामानाने हिमनद्यांचे आयुष्य व कार्यव्याप्ती फार कमी असते. हिमनद्यांचा आकार, विस्तार व जागा या तीन गोष्टींवरून त्यांचे दरी हिमवाह, गिरीपद हिमवाह व खंडीय हिमवाह असे प्रकार मानण्यात येतात.

दरी हिमवाह (Valley glacier) :- यांना अल्पाइन हिमनद्या या नावानेही कधीकधी संबोधण्यात येते. कारण अशा प्रकारच्या हिमवाहांचा सर्वप्रथम अभ्यास आल्प्समध्ये करण्यात आला. हे दऱ्यांमधून वाहणारे हिमाचे प्रवाह असतात. यांचे हिमलोट क्षेत्र मात्र सतत बर्फाच्छादित प्रदेशात असते. तिथूनच यांना बर्फाचा पुरवठा होत असतो. यांना उपहिमनद्या येऊन मिळतात, पण नद्यांच्या मानाने हिमनद्यांच्या उपप्रवाहांचे प्रमाण खूपच कमी असते.

इतर हिमनद्यांच्या प्रकारांपेक्षा दरी हिमवाह संख्येने खूपच जास्त प्रमाणात आढळतात. आल्प्समध्ये यांची लांबी १५ ते २० कि.मी. असते, तर अलास्कात १२० कि.मी. लांबीचे दरी हिमवाह आढळतात. यांच्या प्रवाहाची खोली किंवा जाडी ३०-४० मीटरपासून ते ३०० मीटरपेक्षा जास्तही असू शकते व रुंदी १०० मीटरपासून काही किलोमीटरपर्यंत असते. हिमालयातही असे बरेच मोठे दरी हिमवाह दिसून येतात. इथे यांची लांबी ८ ते ५५ कि.मी.पर्यंत आहे.

लोंबती हिमनदी (Hanging glacier) :- ही हिमनदी संघटित नसते. व्याप्तीनेही खूपच लहान असते. उंच ठिकाणी असलेल्या एखाद्या खळग्यातून या हिमनदीची सुरुवात होते. ही नदी दुसऱ्या कुठल्याही हिमनदीस मिळू शकत नाही तर ती अधांतरीच संपते. तिच्या मुखाशी हिमप्रपात होतो. त्या कड्याच्या पायथ्याशी पडलेले हे तुकडे पुन्हा एकत्र येऊन एक नवा हिमवाह सुरू होतो. या नव्या हिमप्रवाहास 'पुनर्रचित हिमप्रवाह' म्हणतात.

गिरीपद हिमवाह (Piedmont glaciers) :- गिरीपद हिमवाह पसरत्या दरी हिमवाहांच्या एकत्रीकरणाने पर्वतांच्या पायथ्याशी तयार होतात. दरी हिमवाह आपले डोंगराळ स्थान सोडून मैदानी प्रदेशात उतरू पाहतात; त्यावेळेस त्यांची हातमिळवणी होते व गिरीपद हिमवाह तयार होत असतात. थोडक्यात म्हणजे पर्वतराजीच्या पायथ्याशी हिमवाह एकत्र येऊन एक हिमसरोवरच तयार होत असते. अलास्कातील मालास्पिना हिमवाह हे गिरीपद हिमवाहाचे उत्तम उदाहरण आहे. या हिमवाहाचे क्षेत्रफळ ३५००

संथ गतीने वाहत जाणारी हिमनदी अशी दिसते

चौ.कि.मी.पेक्षा थोडे जास्तच आहे. मालास्पिना गिरीपद हिमवाह माऊंट सेंट इलायसच्या पायथ्याशी आहे.

खंडीय हिमवाह :- हे हिमाचे खंडप्राय किंवा बरेच मोठे साठे असतात. हे केवळ दऱ्यांपुरतेच मर्यादित नसून आजूबाजूचा संपूर्ण भूप्रदेश आच्छादून टाकतात. यांचे दोन प्रकार असतात– हिम टोप व भूखंड हिमवाह.

हिमटोप :- ध्रुवीय प्रदेशात व त्याजवळच्या अक्षांशावरील प्रदेशात हिमवाह बर्फाचे मोठे साठे समतल प्रदेशावर जमा होतात. ते एका मध्यबिंदूपासून चारी बाजूला फैलावतात. यांची व्याप्ती शे-पाचशे कि.मी.पेक्षा जास्त नसते.

भूखंड हिमवाह :- हे खरोखरच प्रचंड व्याप्ती असलेले बर्फाचे तक्ते असतात. तत्त्वत: यांच्यात व हिमटोपात फरक नसतो, पण यांची व्याप्ती खरोखरीच खंडप्राय असते. यांचे एक उत्तम उदाहरण म्हणजे १६ लक्ष वर्ग कि.मी. क्षेत्रफळाचा ग्रीनलंडमधील भूखंड हिमवाह. दुसरे

लक्षावधी वर्ग कि.मी. भू-प्रदेश भू-खंड हिमनदीने व्यापल्याचे उदाहरण म्हणजे दक्षिण ध्रुवीय प्रदेश. प्लाइस्टोसीन काळात व इतर हिमयुगात पृथ्वीवर अशा भूखंड हिमनद्या जागोजाग आढळत असत.

हिमनद्यांचा जन्म

हिमवाहातील बर्फ हिमवृष्टीतून मिळतो. हिमवृष्टी जरी बऱ्याच ठिकाणी होत असली तरी सर्वत्र हिमनद्या तयार होत नाहीत. हिमनद्या तयार होण्यासाठी कमी तापमान व भरपूर हिमवृष्टीची आवश्यकता असते. या दोन्ही मूलभूत गरजा सदैव बर्फाच्छादित प्रदेशात पूर्ण होत असतात. अशा हिमप्रदेशात बर्फ पडलं तरी ते वितळून किंवा बाष्पीभवनाने कमी होण्याची शक्यता अगदीच कमी असते. किंबहुना अजिबात नसते.

ज्या रेषेच्या वर वर्षाचे बाराही महिने बर्फ असते त्या रेषेस हिमरेषा म्हणतात. थोडक्यात म्हणजे ही हिमप्रदेशाची सीमारेषा असते.

हिमप्रदेशात जसजसा बर्फ साठत जातो तसतसा त्याच्या तळाकडच्या भागात बदल घडत जातो. आधी तिथे हिमकण तयार होतात. नंतर त्याचा घट्ट बर्फ बनतो. हा बदल वरील हिमथराच्या वजनाने घडून येत असतो. वरील भाराच्या वजनाने खालचा बर्फ दबला जातो. हळूहळू हिमप्रदेशाचा विस्तार वाढत जातो व त्याच्या कडेने हिमनद्या वाहू लागतात.

या हिमनद्यांचा वेग दिवसास काही सें.मी. एवढाच मर्यादित असतो. आल्प्स व हिमालयातील जास्तीत जास्त वेग दर दिवशी ३ मीटरपर्यंत जातो. अलास्कातील काही हिमनद्या दर दिवशी १३ मीटरपर्यंत वेगवान बनतात. सर्वांत वेगवान हिमनद्या ग्रीनलंडमध्ये असून, त्यांचा वेग २२ मीटरपर्यंत वाढतो. हिमनद्यांचा वरच्या भागातील बर्फ तळातील भागातल्या बर्फापेक्षा जास्त वेगाने वाहतो. बर्फ वाहतो म्हणण्यापेक्षा घसरत, खरडत पुढे जातो असे म्हणणे जास्त सयुक्तिक ठरते. हिमनदीचा मधला भागही दोन्ही बाजूंच्या भागापेक्षा जोरात वाहतो. बर्फाची जाडी व उतार जास्त झाले की, हिमनदीचा वेग वाढतो. उष्णता वाढताच हिमनदीचा वेग वाढतो; तसेच हिमनदीचे पात्र

सागरात तरंगणारे हिमनग

सरळ असेल तर ती वळणा-वळणाच्या पात्रातून वाहताना ज्या वेगाने वाहते त्यापेक्षा जलद वाहू लागते. तसेच हिमनदीवर पात्रातल्या छोट्या छोट्या अडथळ्यांचा विशेष परिणाम होत नाही, असे हिमनदी-तज्ज्ञांना दिसून आले आहे.

हळूहळू एकवेळ अशी येते की, हिमनदीच्या पात्रातील बर्फाचा वितळण्याचा व बाष्पीभवनाचा वेग बर्फ साठविण्याच्या वेगापेक्षा जास्त होतो व हिमनदी संपुष्टात येते. हे हिमनदीचे मुख पडणाऱ्या बर्फावर अवलंबून पुढे मागे होत असते. सध्या बहुतेक सर्व हिमनद्या मागे मागे सरकत असताना दिसतात.

हिमनदीचा पृष्ठभाग खडबडीत, अव्यवस्थित व भेगाळलेला असतो. त्यामुळे हिमनदी ओलांडणे हे एक दिव्यच होऊन बसते. हिमनदीचा पृष्ठभाग बर्फाच्या अनियमित

वितळण्यामुळे खडबडीत होतो. असा हिमनदीचा मधूनच वितळलेला भाग पाण्याच्या स्वरूपात वाहू लागतो व हिमनदीच्या पृष्ठावर स्वत:चे असे वेगळे पात्र खोदतो. शिवाय हिमनदीत असंख्य प्रकारचे खडकांचे तुकडे-डबर-असतात. यांना हिमोढ असे म्हणतात. पण हिमनदीचा पृष्ठभाग धोकादायक बनतो त्याचे खरे कारण म्हणजे त्यातील भेगा व फटी. या भेगा निरनिराळ्या थरांतील विषम वेग, येणारे अडथळे यामुळे निर्माण होतात. या बऱ्याच खोलवरही पोहोचतात.

बहुतेक हिमनद्या आपल्या प्रवाहाबरोबर बरेच डबर वाहून नेतात. यास हिमोढ असे म्हणतात, हे आपण पाहिलेच. हे सर्व डबर हिमनदीच्या मुखाशी साचते, अशा साठ्यास अंत्य हिमोढ असे म्हणतात.

हिमनद्यांचे प्रवाह आपला तळ या डबराच्या साहाय्याने व स्वत:च्या वजनाने खरवडून काढत असतात. त्यामुळे त्या जेथून वाहतात त्या खडकांचे पृष्ठ घासूनपुसून चकचकीत केल्यासारखे दिसतात. त्यांच्यावर हिमनदीच्या प्रवाहाच्या दिशेने ओढले गेलेले चरे उमटतात.

पुरातन काळातील हिमयुगांचा शोध घ्यायला हिमोढी अवसाद व प्राचीन खडकांचे चकचकीत पृष्ठभाग खूपच उपयोगी ठरतात. या चकचकीत पृष्ठाशिवायही हिमनद्या आपल्या अस्तित्वाचे बरेच पुरावे निर्माण करीत असतात. हिमनद्या ज्या दरीतून वाहतात ती दरी बहुधा आधीच नदीने तयार केलेली असते. नदीने तयार केलेल्या दरीचा आकार इंग्लिश V अक्षरासारखा असतो. या दरीतून हिमनदी वाहू लागली की, या दरीचा आकार बदलून तो इंग्रजी U आकाराचा होतो. थोडक्यात म्हणजे या दरीचा तळ रुंदावतो व बाजूंचा चढ अधिक उभा होतो. दरीच्या तळावर असलेले आधीचे अवसाद, साठलेले डबर हिमनदीबरोबर पुढे जाते. तळ खरवडून निघतो. मधूनमधून नदीच्या वळणांवर असलेले पात्रात डोकावणारे उंचवटे सपाट होतात. बारकीसारकी वळणं सरळ केली जातात. जर हिमनदी विशेष मोठी नसेल तर मात्र VÛया तळात U चा आकार निर्माण होतो.

या बृहत् दरीला येऊन मिळणाऱ्या पूरक किंवा उपदऱ्यांची मुखं मोठ्या प्रवाहाने छाटली जातात. मुख्य म्हणजे मुख्य प्रवाहाची अपक्षरण शक्ती जास्त प्रभावी ठरते व मुख्य

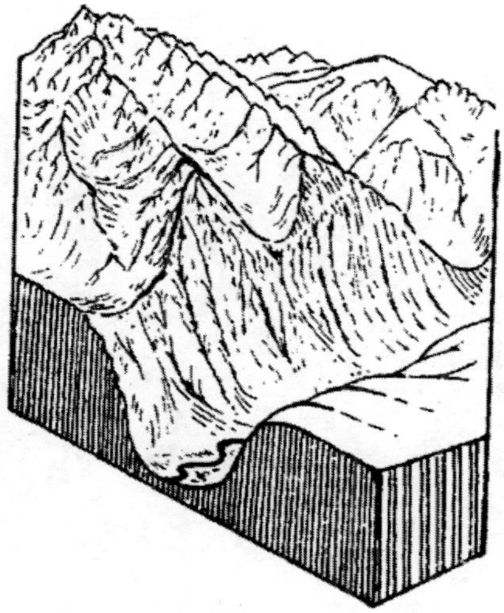

लोंबती U आकाराची दरी

प्रवाहाचा तळ जास्त जास्त खरडला जातो. त्यामुळे या मुख्य पात्राची खोली झपाट्याने वाढते. पूरक दऱ्यांतील हिमप्रवाह मात्र या झपाट्याने झीज करू शकत नाहीत. त्यामुळे प्रदीर्घ काळच्या हिमायनानंतर लोंबत्या दऱ्यांची निर्मिती होते. या लोंबत्या दऱ्यांतून वाहणारे हिम किंवा पाणी हे धबधब्याच्या स्वरूपात मूळ प्रवाहास मिळते.

हिमवाहाच्या तळाशी असणारे खडक निरनिराळ्या प्रकारचे असतात. या खडकांचे काठिण्य त्यांचा पोत, त्यांच्यातील खनिजे, त्यांची संरचना इत्यादी गोष्टींवर अवलंबून बदलत असते. त्यामुळे त्यांची झीजही विषम प्रमाणात होते. लवकर झीज होणाऱ्या खडकानंतर एखादा टणक कमी प्रमाणात झिजणारा खडक असेल तर त्याचा नैसर्गिक बांध तयार होतो. त्यापलीकडे पुन्हा मऊ खडक आला की, मग पायरी तयार होते. अशा तऱ्हेने हिमोढाने तयार झालेल्या भू-भागाचा छेद राक्षसी सोपानाचा किंवा पायऱ्या-पायऱ्यांचा असतो. यातील बांधांमुळे पाणी अडवले जाते व हिमयुगानंतर एक सरोवरांची शृंखला हिमयुगांची आठवण देत शिल्लक राहाते.

कधीकधी हिमवाह आपल्या दरीचा तळ खरडत खरडत सरळ समुद्रात प्रवेश करतात. त्यांच्या खरडण्याने दरीचा

हिमनदीने वाहून आणलेले विदेशज खडक

विदेशज खडकाचा नमुना

तळ समुद्रसपाटीच्याही खाली जातो. पुढे हिमयुग संपले की, समुद्र या दऱ्यांतून शिरतो. यालाच फिओर्ड म्हणतात. नॉर्वे व स्वीडन या देशांचे किनारे फिओर्डमय असून, ते तिथल्या एकेकाळच्या हिमयुगाचे साक्षीदार बनले आहेत.

हिमयुगाचा आणखी एक पुरावा म्हणजे अधिश्रित खडक, थोडक्यात म्हणजे लटकलेले खडक. या खडकांची गंमत म्हणजे हे जिथे आढळतात तिथले नसतात तर हिमवाहांनी यांना दूरवरून सध्याच्या जागी आणलेले असते. त्यामुळे यांना 'विदेशज' असे म्हणतात. हे खरे निर्वासित. त्यात कित्येक वेळा यांच्या पायाखालची जमीन धूपते आणि मग गर्दीत एखाद्याच उंच माणसाचे टाळके वर दिसावे तशी यांची अवस्था होते. यामुळे अतिशय छोट्या आधारावर हे प्रचंड खडकजीव मुठीत धरून कसेबसे बसलेले दिसतात. हे प्रचंड अधिश्रित खडक पुरातन हिमयुगांचे पहिले पुरावे ठरले आहेत.

हिमवाहाचा आणखी एक पुरावा म्हणजे रोश मुटोनी. रोश मुटोनी हे पाय दडपून शेतात बसलेल्या मेंढीसाररखे किंवा जुन्या जमान्यातील जज्जसाहेबांच्या विगसारखे दिसतात. हिमोढाच्या प्रवाहाच्या आगमनाच्या दिशेने यांचे चढ अगदीच सोपे असतात, पण आगमनाच्या दिशेनेच चढ उभे असतात. संधिमधील मोठमोठे खडकांचे तुकडे प्रवाहाने उचकून काढल्यामुळे हे घडते.

ऋतुस्तर हे हिमनदीच्या अंत्य सीमाग्रापासून सुरू होणाऱ्या पाण्याच्या प्रवाहामुळे साचणाऱ्या कमीअधिक आकाराच्या कणांच्या अवसादनाने तयार होतात. हिवाळ्यात बर्फ जास्त असल्यामुळे पाण्यात फक्त अतिसूक्ष्म आकाराचे निलंबी कण असतात. ते सावकाशीने खाली साचून त्याचा अतिसूक्ष्म कणी, कमी जाडीचा थर होतो. त्याचे उलट उन्हाळ्यात बर्फ वितळून पाण्याचा प्रवाह वाढला म्हणजे त्या जोरदार प्रवाहाने भरड वाळू वाहून आणली जाते व हा थर, भरड कणी आणि अधिक जाडीचा बनतो. अशा प्रकारे एकांतरित रचनेचे, एक सूक्ष्म कणी व दुसरा भरड कणी अशा थरांची जोडी एक वर्षाचा कालावधी सूचित करते.

याशिवाय इतरही अनेक पुरावे या हिमनद्यांच्या प्रवाहांनी मागे ठेवलेले असतात. या सर्व पुराव्यांचा अभ्यास केल्यावर एकेकाळी या पृथ्वीवर केवढे मोठे हिमसाम्राज्य पसरले होते हे लक्षात येते. त्यामानाने आजच्या हिमनद्या या अगदीच क्षुल्लक ठरतात.

■

एकोणतीस

नदी, नाले, ओढे, वाहते पाणी

नदीचे मूळ व ऋषीचे कूळ शोधू नये व नदी शेवटी सागरालाच मिळणार या दोन्ही म्हणी आपल्याला फार पूर्वीपासून सुपरिचित आहेत. या दोन म्हणी जर मान्य केल्या तर नदीच्या अभ्यासाचे कारणच उरत नाही; कारण नदीचे मूळ शोधायचे नाही आणि एवीतेवी ती सागरालाच मिळणार. खरंतर नदीने दुसरे काही केलेले आपल्याला दिसत नाही; तर मग त्यात अभ्यास करण्यासारखं उरलं ते काय?

पण करंगळीएवढ्या धारेतून निर्माण झालेली गंगा ज्यावेळेस हजारो मैलांचा प्रवास करून सागराला मिळताना अवाढव्य स्वरूप धारण करते तेव्हा मधल्या काळात तिने बरेच काही केलेले असते. प्रवासाने माणूस बदलतो तर मग नदीने का बदलू नये? नदी प्रवासात स्वत: बदलतेच, पण आजूबाजूच्या प्रदेशावरही आपला ठसा उमटवत जाते.

नद्यांच्या काठी मोठमोठ्या संस्कृती नांदतात. नदीमुळे वैराण माळरानाचे हिरव्यागार प्रदेशात रूपांतर होते. नदी आजचे डोंगर झिजवते व उद्याची सुपीक जमीन तयार करते. नदीला पूर येतो, त्यात नुकसान होते. नदी पात्र बदलते, त्यामुळे नुकसान होते. कधीकधी एक नदी दुसऱ्या नदीचे पाणीही चोरते.

जलचक्रात सागरी पाण्याची वाफ होऊन त्यापासून पाऊस पडतो. यातील काही पाणी जमिनीत शिरते, तर जे जमिनीत शिरू शकत नाही ते उताराच्या दिशेने वाहू लागते. यातूनच नदीचा जन्म होतो. झरे, ओढे, नाले हे या वाहत्या पाण्याचे रूप. याच वाहत्या पाण्याचा आपण बऱ्याच प्रकारांनी उपयोग करून घेत असतो.

भू-शास्त्रज्ञांच्या दृष्टीने वाहत्या पाण्याला फार महत्त्व येते. कारण वाहते पाणी जमिनीची एकीकडे धूप करून नवनवे खडक उघडे करते, तर दुसरीकडे या धूप केलेल्या मूळ खडकातून निर्माण झालेल्या गाळाच्या खडकांची रास रचून पृथ्वीच्या इतिहासाची पाने लिहिण्यास मदत करते. म्हणजेच अपक्षरण, वहन व अवसादन ही तीन महत्त्वाची भू-शास्त्रीय कार्ये वाहते पाणी म्हणजेच नदी-नाले करीत असतात.

अपक्षरण :- नदी-नाले आपल्या पात्रातील व कडेच्या जमिनीतील वा खडकातील खनिज पदार्थांना सुटे करून आपल्याबरोबर वाहून नेतात व पर्यायाने आसमंताची झीज करतात. या प्रक्रियेस अपक्षरण असे म्हणण्यात येते. अपक्षरणाने सुटे झालेले खनिज पदार्थ हे कायिक वा रासायनिक प्रकाराने वाहते पाणी आपल्याबरोबर वाहून नेते. हे कण तळाच्या प्रवाहाबरोबर खेचले जातात, पाण्यात तरंगत वाहात जातात किंवा रासायनिक प्रावणात विरघळलेल्या स्वरूपात नेले जातात. ही वहन प्रक्रिया होय. पुढे हे पदार्थ नव्या जागी प्रस्थापित किंवा पुनर्स्थापित केले जातात. या प्रक्रियेस अवसादन म्हणतात.

अपक्षरण, वहन व अवसादन या तीन प्रक्रिया भू-पृष्ठाच्या स्वरूपात फार मोठे बदल घडवून आणण्यास मदत करीत असतात.

वाहते पाणी अपक्षरण करते. ती वाहत्या पाण्याची सहज प्रवृत्तीच असते. त्यासाठी अर्थातच इतर गोष्टीही पाण्यास मदतीचा हात पुढे करीत असतात. अपक्षरण पात्राच्या स्वरूपावर, पात्रातील खडकांवर अवलंबून असते. त्याचबरोबर अपक्षरण जलद होणार की सावकाश हे पाण्याचा जोर, जमिनीचा उतार यावरही काही प्रमाणात अवलंबून असते. मूळ वेडेवाकडे असलेले पात्रातील खडकांचे तुकडे पात्राच्या तळावर आपटून आपटून त्या खडकातून

आपल्याला काही सोबती मिळविता येतील का या प्रयत्नात स्वत: गुळगुळीत गोल बनतात व पात्राचीही झीज करतात. असेच सुटे खडकांचे तुकडे खुल्या झालेल्या संधीच्या फटीत घुसतात, अडकतात. वाहत्या पाण्याच्या प्रवाहामुळे इथे घुसळण केले जातात व गोल खड्डे-भोवरी खळगे तयार होण्यास मदत होते. गोकाक येथे घटप्रभा नदीच्या पात्रात असे बरेच भोवरी खळगे आतील हत्यारांसकट दृष्टिपथात येतात. याशिवाय फरशीचे चुनखडी दगड असतात अशा ठिकाणी पाण्यातील आम्ले या खडकांवर रासायनिक प्रक्रिया करून अपक्षरणास मदत करतात.

रासायनिकरीत्या विरघळलेले घटक पाण्यातून वाहून नेले जातात ते अयनांच्या स्वरूपात. सर्व प्रकारच्या प्रवाही पाण्यात असे थोडेफार घटक असतातच. मृदा व रेव निलंबित स्वरूपात वाहून नेले जातात. यास निलंबित गाळ असे म्हणतात. यापेक्षा मोठे तुकडे तळ खरवडत, गडगडत, घसरत पुढे सरकतात.

नदीच्या जीवनपटात नदी निरनिराळ्या अवस्थांतून जाते. या प्रत्येक अवस्थेत तिचे वैशिष्ट्यपूर्ण गुण आपापले स्वरूप प्रगट करतात. नदीची पहिली अवस्था– बाल्यावस्था नवा प्रदेश निर्माण होताच सुरू होते. या भूमीवर कुठलेही संस्कार झालले नसतात. इथे पडलेले पहिल्या पावसाचे पाणी मूळ नैसर्गिक उतारावर वाहते. या उतारावरचे खाचखळगे पाण्यातर्फे होणाऱ्या अपक्षरण क्रियेस मदत करतात आणि त्यामुळे त्या जलप्रवाहाच्या पात्राची निश्चिती होते.

जिथे मूळ स्थलरूपास खड्डे असतील तिथे पाणी साठून तळी तयार होतात. या तळ्याच्या काठाची जी बाजू खालच्या पातळीवर असेल तिकडून तळे पूर्ण भरून ओसंडते व जलप्रवाह पुन्हा सुरू होतो. बरेचदा अशा तळ्यांची मालिकाच असते. धबधबे व द्रुतवाह हे बाल्यावस्थेचे आविष्कार असतात. जलप्रवाहाची निश्चिती झाली की, जलप्रवाह युवावस्थेत प्रवेश करतो. पात्र खोल करणे हे जलप्रवाहाचे युवावस्थेतील पहिले काम असते. अशा जलप्रवाहाची भारवहन क्षमता त्यात असलेल्या भारापेक्षा खूपच जास्त असते. या अवस्थेत अपक्षरण खूपच जोरदार होते. तळ्यातून बाहेर पडण्याचे द्वार यामुळे हळूहळू खोल होत जाऊन एक वेळ अशी येते की, मागच्या तळ्यातील सर्व पाणी प्रवाहाबरोबर वाहू लागते. धबधब्यांची उंची कमी होऊन त्यांचे द्रुतवाहात रूपांतर होते. हळूहळू अशा अवस्थेतील जलप्रवाह आजूबाजूच्या स्थलरूपाचे अरुंद निदरी किंवा दरीत रूपांतर करतो. पात्राच्या दोन्ही बाजूच्या भिंती दुरारोही तटांप्रमाणे भासतात. या उभ्या भिंतींवरून अपक्षरित पदार्थ प्रवाही पात्रात येऊन पडतात. बरेचदा अशा उभ्या भिंतींवरून भू-घसरण होत असते. जलद अपक्षरणामुळे उघड्याबोडक्या खडकांचे दृश्यांश अशा प्रवाहांच्या पात्रात दृग्गोचर होत असतात.

या प्रवाहांना मानवी व्यवहारात महत्त्व येते ते ऊर्जासमस्येमुळे. अशा प्रवाहांवर बरीच विद्युत ऊर्जास्थानके बसवता येतात. या प्रवाहामधून नावा चालवणे अशक्य असले तरी अशा दऱ्या पर्वतराजी ओलांडण्यास मानवाला फार मदत करतात. युवावस्थेच्या अखेरीस मात्र नदीचे पात्र रुंदावत जाते. धबधबे व द्रुतवाह अजिबात नाहीसे होतात; दऱ्या रुंदावून त्याचे खोऱ्यात रूपांतर होते आणि नदी प्रौढावस्थेत पदार्पण करते. आता नदी समतोल स्थितीस

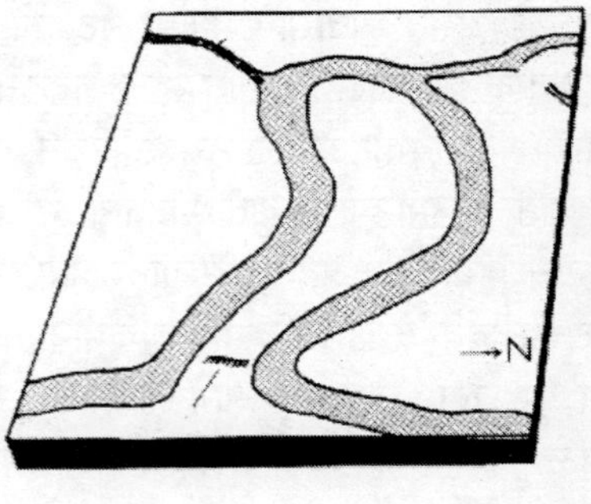

नदीच्या पात्रातील नालाकृती प्रवाह

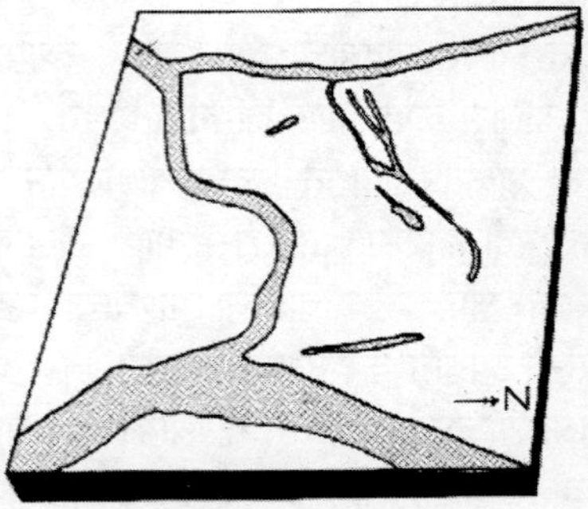

नदीचा नवा प्रवाह

पोहोचलेली असते. म्हणजेच नदीच्या भारवाहन क्षमतेइतकाच भार नदीत येत असतो. प्रवाह भार संपृक्त असतो.

एकदा हा समतोल साधला की, प्रवाह आपली रुंदी वाढवत जातो, काठ कापले जातात. हे अपक्षरण चालू असताना अर्थातच समतोल साधणे (भाराचा) अवघड असते; पण हा समतोल ढळतो तोही विशिष्ट मर्यादेतच. प्रौढावस्थेची सुरुवात होते ती दरीचा तळ रुंद व सपाट होण्याने. जेव्हा एखादे वळण रुंदावते तेव्हा नदीचे पात्र वळणाच्या बाहेरच्या बाजूला जाते. त्यामुळे उरलेल्या भागात इतर भागापेक्षा सपाट भाग किंवा पूरमैदान शिल्लक राहाते. हे पूरमैदान वळणाच्या आतील बाजूस असते. इथे खडे व वाळूची वाळवंटे तयार होतात. हे पुरातून भाराच्या स्वरूपात आलेले असतात. यांचे मूळ प्रवाहाच्या वरच्या बाजूस वळण्याच्या अलीकडेच असते. दरवर्षीच्या पुरात अतिशय बारीक मृदा व रेतीही या दांड्यांवर येऊन बसत असते. यामुळे पूर-मैदानाची उंची वाढत जाते. जसजशी नदी आपल्या बाजू रुंदावत जाते, तसतशी पूरमैदानाचीही रुंदी वाढत जाते आणि पुढेपुढे नदीच्या दोन्ही बाजूंस असे खूप रुंद सपाट पट्टे तयार होतात. वळणे मोठी व जास्त जास्त वर्तुळाकार होत जातात व नदीचा प्रवाह नागमोडी बनतो. नदीच्या खोऱ्यात सुपीक जमिनीत पिके येऊ लागतात. द्रुतवाहीच्या अभावामुळे नौकानयन सुलभ होते.

जेव्हा जलप्रवाह पूर्ण प्रौढावस्थेत पोहोचतो तेव्हा स्वत:चं खोरं जास्तीत जास्त रुंद करणे एवढे एकच महत्त्वाचे काम त्याच्याकडून होते. पात्राच्या दोन्ही बाजूंस खूप दूरवर सपाट मैदानी प्रदेश दिसतो. नदीच्या नागमोडी पट्ट्याच्या दोन्ही बाजूंस खूप रुंदीचे पूरमैदान तयार होते. नागमोडी पट्ट्याची रुंदीही वाढत जाते. नागमोडी पट्ट्याची रुंदी म्हणजे दोन्ही बाजूंच्या नागमोडांच्या बहिर्वक्र भागाच्या बाहेरून काढलेल्या स्पर्शरेषांमधील भाग. नागमोडींची वक्रता वाढतच असते. ते काठाच्या बाजूंची जमीन ढासळवत जातात व अंतर्वक्र भागाच्या ठिकाणी भर घालतात. अखेरीस नागमोड इतके वक्र होतात की, ते एकमेकांस मिळतात व प्रवाह सरळ वाहू लागतो. उरलेल्या नागमोडाचे सरोवर तयार होते. अशी नालाकृती सरोवरे बऱ्याच अति प्रौढ नद्यांच्या पूरमैदानात किंवा प्रचंड रुंद पात्रात दिसून येतात.

नैसर्गिक पूरतट :- पूरमैदान दरवर्षी एकदा तरी संपूर्ण जलमय होते. हे अर्थातच पुराच्या तीव्रतेवर अवलंबून टप्प्याटप्प्याने होत असते. मात्र जर नदीने पूरतटांची निर्मिती केली असली तर मात्र हे घडू शकत नाही. जेव्हा नदीला पूर्ण पूर येतो तेव्हा जरी सर्व पूरमैदान पाण्याखाली असले

कमनीय वळणे घेत जाणाऱ्या नदीचा प्रवाह

तरी नदीच्या पात्रात हा प्रवाह सर्वांत खोल व शीघ्रवाही असतो. मृदा व रेतीयुक्त पाणी आजूबाजूस पसरते. इथे पाणी विशेष खोलही नसते किंवा प्रवाही पण नसते. त्यामुळे पुराबरोबर येणारे मृदा व रेतीयुक्त पाणी मृदा व रेतीचे अवसादन करू लागते. हे अवसादन पात्राच्या दोन्ही बाजूंस मूळ प्रवाहाजवळ जास्ती प्रमाणात होते व पूरतटांची निर्मिती होते. पूरतटांच्या बाहेरच्या बाजूस मंद उतार तयार होतात व ते पूरमैदानास मिळतात. हे पूरतट पूरमैदानातील सर्वोच्च स्थाने बनतात. पुरात सर्वत्र पाणी पसरले तरी बरेचदा पूरतट पाण्यावरच राहतात. महापुरात मात्र पाण्याच्या ओघाने एखादा पूरतट फुटून खूप नुकसान होते.

मोठ्या नदीला मिळण्यासाठी येणारे दुय्यम प्रवाह पूरमैदानात प्रवेश करतात, पण पूरतटांमुळे अडविले जातात. मग ते पूरतटातून प्रवेशद्वार मिळेपर्यंत नदीसमांतर प्रवास करतात. मिसिसिपी नदीला समांतर वाहणाऱ्या याझू नदीवरून अशा प्रकारच्या सर्व जलप्रवाहांना याझू प्रवाह म्हटले जाते.

पूरमैदाने गाळाची बनलेली असल्यामुळे त्यात शेती करणे फारच सोपे असते. त्यामुळे पूरमैदानात बरेच लोक वस्ती करून राहातात. मात्र जेव्हा पूरतट फुटतात तेव्हा बरीच प्राणहानी व आर्थिक नुकसान होते. हे टाळण्यासाठी नद्यांना कृत्रिम तट बांधले जातात. चीनमध्ये इ.स. १८८७ साली हुवांग हो नदीने ५०००० वर्ग मैल (१३०००० वर्ग किलोमिटर) क्षेत्रफळाचा भू-प्रदेश जलमय केला तो असाच. पुरात दहा लाख लोक तरी वाहून गेले व नंतरच्या दुष्काळात व रोगांच्या साथीत आणखी दहा-पंधरा लाख लोकांचे बळी गेले होते.

जलप्रवाहाचे उच्चयन :- (Aggradation) कोरड्या कमी पावसाच्या प्रदेशात जलप्रवाह आपल्या बरोबर अडगळ म्हणजेच खडक व अपक्षयी पदार्थ आणून टाकतात. यामुळे प्रवाहाचा रस्ता बंद होऊन पात्र उथळ व अधिक रुंद होते व त्याची भारवाहनक्षमताही वाढते. असा हा प्रवाह आजूबाजूच्या सखोल भागातून वाहू लागतो व त्याची अनेक उपप्रवाहांत विभागणी होते. या सर्व क्रियेस 'जलप्रवाहाचे उच्चयन' (Aggradation) असे म्हणतात. मूळ प्रवाहाची दोन, तीन, चार किंवा प्रसंगी त्याहूनही अधिक उपप्रवाहांत विभागणी झालेल्या प्रवाहांना 'गुंफित प्रवाह' असे म्हणतात. हे जेव्हा दरीतून बाहेर पडतात तेव्हा दरीच्या मुखाशी जलोढ पंखा (जपानी हातपंख्याच्या आकाराचा वाळू व खड्यांचा ढीग) तयार होतो, कारण गुंफित प्रवाह कितीही वेडेवाकडे वाहिले तरी त्यांना अखेरीस ठराविक ठिकाणी दरीच्या मुखाशीच बाहेर पडावे लागते. इथे ते समतल भूमीवर येतात त्यामुळे त्यांचा वेग व पर्यायाने भारवाहनक्षमता मंदावते व जलोढ पंखा तयार होतो.

जर एखादा जलप्रवाह बराच काळ सीमित पात्रातून वाहात असेल तर त्याचे बऱ्याच वेळा उच्चयन होते. त्यामुळे त्याचे जलोढीय अवसादनही वाढत जाऊन अशा अवसादनाची जाडी कित्येकदा ३० मीटरपेक्षाही अधिक होते.

एखाद्या प्रवाहाचे उच्चयन जसे कमी पावसाच्या प्रदेशात होते तसेच खूप वेळा ते हिमनदीच्या प्रवाहातून आलेल्या डबरामुळेही होते. परिस्थिती मूळ पदावर आली की, सामान्य प्रवाहाची भारवाहनक्षमता या डबरवाहनास कमी पडते. त्यामुळे जलोढ वेदिका तयार होते. मग तो जलप्रवाह हळूहळू या स्व-निर्मित वेदिकेचे अपक्षरण करू लागतो.

प्रौढावस्थेत जेव्हा नदी सागरास किंवा मोठ्या जलाशयास मिळते तेव्हा त्रिभुज प्रदेशाची निर्मिती होते. त्रिभुज प्रदेशात अवसादन होते. जलप्रवाह स्थिर झाल्याने मोठ्या कणाचे अवसादन सर्वप्रथम होते. पण सूक्ष्मतर रेव व मृदाकण पुढे जात जात खूप खोल पाण्यात स्थिरावतात व खाली बसतात. गोडे पाणी खाऱ्या पाण्याशी संपर्क साधते तेव्हा अगदी सूक्ष्मतर मृदाकण एकत्र येऊन त्यांच्या गुठळ्या तयार होऊन खाली बसतात. त्रिभुज प्रदेशास ग्रीक डेल्टा अक्षराचा (Δ) आकार असतो. नाईल नदीचा त्रिभुज प्रदेश असा असल्याने या प्रदेशास डेल्टा हे नाव मिळाले. त्रिभुज प्रदेश निरनिराळ्या आकारप्रकारांचे असतात. बर्डफूट किंवा खगपाद, पक्षीपाद, चापाकार, दंताकृती त्रिभुज प्रदेश व खाड्या हे त्रिभुज प्रदेशाचे इतर प्रकार आहेत.

नदीचे पुनर्युवायन :- बऱ्याच वेळी भू-प्रदेशात अवचित बदल होतात. कधी जमीन वर उचलली जाते, तर कधी सागरी पातळी खाली जाते. अर्थात या दोन गोष्टी

एकमेकासापेक्ष आहेत हे खरं आणि या गोष्टींचा नदीवर परिणामही सारखाच होत असतो. यामुळे नदीच्या मुखाशी बदललेल्या पातळीचा समतोल प्रस्थापित करण्याच्या दृष्टीने द्रुतवाहींची साखळी नव्याने तयार होते. हे द्रुतवाही मागे मागे सरकू लागतात आणि जलप्रवाहाच्या संपूर्ण दऱ्याखोऱ्यातच नव्याने युवावस्था निर्माण होत जाते.

नदीची चोरी :- माणसेच माणसाच्या वस्तू चोरतात असे नव्हे, तर एक जलप्रवाह दुसऱ्या जलप्रवाहाचे थोडे किंवा संपूर्ण पाणी चोरून घेतो. हे निरनिराळ्या प्रकारांनी घडू शकते. एका विभाजकाच्या दोन बाजूंस वाहणाऱ्या जल-प्रवाहातील कमी कठीण खडकांवरून वाहणाऱ्या जलप्रवाहातर्फे अपक्षरण जोरात होते. माणसाप्रमाणेच जलप्रवाहही कमी कष्टाचा मार्ग शोधायचा प्रयत्न करीत असतात. त्यामुळे जेव्हा हा जोरदार अपक्षरण करणारा प्रवाह मागे मागे सरकत जातो नि दुसऱ्या जास्त उंचीवरून वाहणाऱ्या प्रवाहाच्या शाखेस किंवा प्रवाहास मिळतो तेव्हा त्या प्रवाहाचे पाणी या प्रवाहातूनच वाहायला सुरुवात करते.

कधीकधी दोन जलप्रवाह समांतर वाहातात. कालांतराने अपक्षरणाने विभाजक भेदून एका प्रवाहप्रणालीची शाखा दुसऱ्या प्रवाहप्रणालीच्या शाखेस मिळते. त्यामुळे जास्त उंचीवरील शाखेतील पाणी कमी उंचीवरील शाखेतून वाहू लागते, तर कधी विभाजकाच्या सरकण्यामुळे एखादी संपूर्ण जलप्रवाहप्रणालीच दुसऱ्या जलप्रवाहप्रणालीकडून लुटली जाते.

जशी काही माणसे अतिशय तत्त्वनिष्ठ असतात, त्याप्रमाणे जलप्रवाहही कित्येकदा धरलेली दिशा सोडायला तयार होत नाहीत. भू-भाग वर उचलला जाऊ लागला तरी हे जलप्रवाह त्यातूनच आपला मार्ग कोरीत जातात. असे जलप्रवाह जुन्या खडकातले जे मार्ग असतात त्यावर नव्या खडकांचा निक्षेप झाला तरी जुनेच मार्ग चोखाळतात. अशावेळेस त्यांना अव्यारोपित प्रवाह म्हणतात.

असा हा नदीचा जीवनप्रवाह व त्यातले काही महत्त्वाचे टप्पे. नद्या या मानवी जीवनाचे एक महत्त्वाचे अंग असतात. त्या देशाच्या सीमा असतात. त्यांच्या खोऱ्यात संस्कृती जन्मते, उभी राहते आणि कदाचित त्यांच्या पुराने नष्टही होते. बऱ्याच नद्या काही भू-प्रदेशातून दळणवळणाचे महत्त्वाचे साधन बनून राहतात. मानवी व्यवहारात यामुळेच नदीला फार महत्त्व येते. आपल्या पूर्वजांनी यामुळेच नद्यांना देवी मानले.

भू-पृष्ठावर भू-पृष्ठांतर्गत सतत समतोल राहावा यासाठी निसर्गाची धडपड चालू असते. यातूनच भू-विवर्तनी प्रक्रियांचा जन्म होतो. आजचे पर्वत उद्याची मैदाने असतात. आजची मैदाने उद्याचे सागरतळ बनतात, तर आजचे सागरतळ भविष्यकाळातल्या उत्तुंग पर्वतराजी म्हणून दिमाखाने वावरणार असतात. या प्रक्रिया घडू लागल्या की, एकेकाळी बऱ्याच मोठ्या भूभागाची जीवनदायी बनलेली नदी किंवा जलप्रवाह नामोनिशाण नाहीसे होतात.

■

तीस

भू-जल

भू-पृष्ठावरील खडकांतर्गत पाणी हे मानवी जीवनाच्या दृष्टीने फारच महत्त्वाचे असते. भरपूर पाण्याच्या प्रदेशात राहणाऱ्या लोकांना भू-जलाचे महत्त्व नीटपणे लक्षात येत नाही. पण कमी पावसाच्या वा वाळवंटी प्रदेशात राहणाऱ्या लोकांना कायम भूजलावरच विसंबून राहावे लागते.

भारतात गेली कित्येक हजार वर्षे आपले पूर्वज विहिरीच्या पाण्यावर म्हणजेच भू-जलावर अवलंबून आपले दैनंदिन व्यवहार पार पाडीत असतात. भू-जल कसे शोधावे याबद्दल आयुर्वेदात माहिती दिलेली आहे. आजपर्यंत भू-जल शोधण्याच्या पद्धती या बऱ्याचशा नशिबावर विसंबून राहणाऱ्या होत्या. पाणाडे, देवऋषी आदी मंडळी आपल्या आडाख्यांनी इतके दिवस पाणी शोधत असत. आता या लोकांची जागा शास्त्रीय साधनांनी घेतली आहे. तरीही पाण्याची गरज इतकी तीव्र असते की, पाणाडे देवऋषी यांचे महत्त्व केवळ आपल्या देशातच नव्हे, तर अमेरिकेसारख्या अतिप्रगत देशातदेखील कमी झालेले नाही.

सागर हा पृथ्वीवरचा पाण्याचा सर्वांत मोठा साठा आहे. सूर्यापासून येणाऱ्या उष्णतेमुळे सागरपृष्ठावरील पाण्याची वाफ होते. तिथेच ढग होतात. हे ढग वाऱ्याने वाहून भूखंडांवर आणले जातात. तिथे त्यातील पाणी पाऊस, गारा, बर्फ आदी रूपात पृथ्वीवर अवतरते. यातील काही पाणी लगेचच वाफेच्या रूपात वातावरणात पसरते. काही

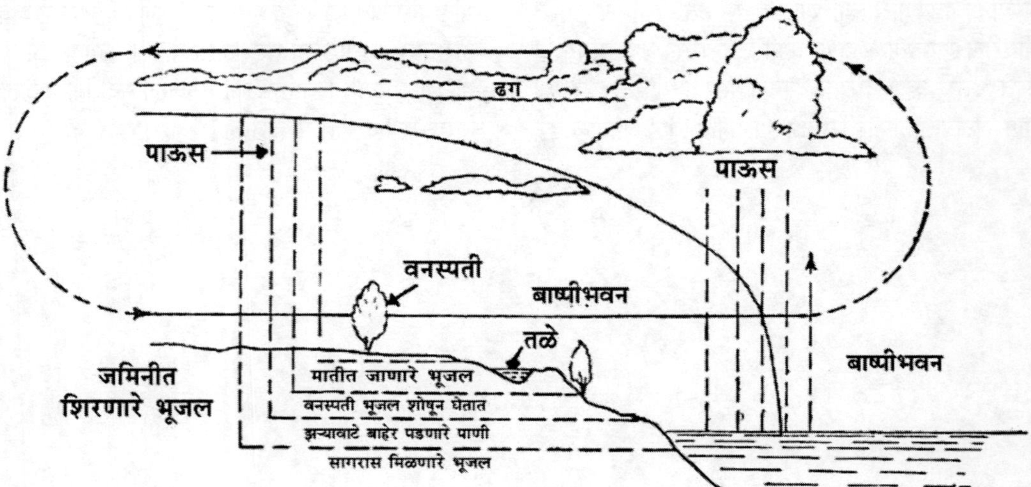

जलचक्राची कल्पना स्पष्ट करणारी रेखाकृती

पाणी भुकेल्या वनस्पती शोषून घेतात व त्यांचे काम झाले की, पानावाटे वातावरणात सोडतात. काही पाणी नद्या, नाले, ओढे या स्वरूपात परत समुद्राच्या दिशेने वाहू लागते आणि उरलेला पाण्याचा भाग जमिनीत व खडकात मुरतो किंवा जिरतो. यातील मातीत जिरलेले पाणी लगेचच बाहेर पडते असे म्हटले तरी चालेल. उरलेले पाणी मात्र खडकात रहाते व ते आपल्याला उन्हाळ्यात उपयोगाला येते. ज्या खडकात हे पाणी राहू शकते अशा खडकांना भू-जलधर प्रस्तर म्हणतात.

पाण्यासंबंधी ही माहिती शास्त्रीयरीत्या गोळा करण्याचे काम १८व्या शतकात खऱ्या अर्थाने सुरू झाले असे म्हणावे लागेल. पेरॉं हे फ्रेंच शास्त्रज्ञ या शास्त्राचे आद्य प्रवर्तक म्हणायला हवेत. त्यांनी सर्वप्रथम पाऊस आणि त्यानंतर पडणाऱ्या पावसाच्या पाण्याचे वाटप यांचा संबंध लावायचा प्रयत्न केला. त्यानंतर हॅली या शास्त्रज्ञाने जलचक्राचे प्रथमच मुद्देसूद विवेचन केले. त्याने सागरी पाण्याची वाफच या जलचक्रास जबाबदार असून, तिचाच भू-जलाशी संबंध पोहोचतो हे ठामपणे सर्वप्रथम सांगितले.

पुणे जिल्ह्याचा सरासरी पाऊस ७५ सें.मी. आहे. यातील ५३ सें.मी. पाऊस पडताच त्याची वाफ वातावरणात परतते. भरगच्च भरलेल्या शेतातून त्याच आकाराच्या तळ्यातून जेवढी वाफ वातावरणात जाईल तेवढीच वाफ वातावरणात परतत असते. उरलेल्या २२ सें.मी. पाण्यातून आपल्याला वर्षभरासाठी नदीचे पाणी व भू-जल मिळत असते. अर्थात हे सरासरीचे गणित आहे ते कागदापुरतेच खरे असते. काही ठिकाणी भरपूर पाऊस व काही भागात दुष्काळ हेच चित्र खरे. त्यामुळे भू-जल हेच आपल्याला अशा दुष्काळी प्रसंगी थोड्याफार प्रमाणात तारून नेत असते.

खूप उताराच्या भागावर जोरात पाऊस पडला तर ते सगळे पाणी वाहून जाते. त्याऐवजी संथपणे कमी उतारावर पडलेला पाऊस जमिनीत मुरण्याची खूपच शक्यता असते. यासाठी खडकांची सच्छिद्रता (Porosity) व वहन क्षमता (Permeability) किंवा पार्यता या दोन गोष्टी या बाबतीत जास्त महत्त्वाच्या ठरतात. यातील सच्छिद्रता म्हणजे खडकाच्या घटकातील दोन खनिज कणांतील मोकळी जागा, तर पार्यता म्हणजे या मोकळ्या जागांतून वाहण्याची द्रवाची-पाण्याची सहजता. खडक अनेक प्रकारे सच्छिद्र बनतात. खडक तयार होत असतानाच त्यातील खनिज कणांमध्ये जी जागा राहते ती अर्थातच याबाबतीत सर्वांत महत्त्वाची ठरते. अवसादी खडकांची अशा सच्छिद्रतेच्या बाबतीत ख्याती असते. अग्निज खडकात सच्छिद्रता फारच कमी असते. क्वचित प्रसंगी लाव्हातून निघणाऱ्या वायूच्या बुडबुड्यांमुळे तयार झालेली कुहरे किंवा खडकाला गेलेल्या तड्यातून निर्माण झालेली संधी किंवा इतर प्रकाराने पडलेल्या चिरा, भू-जलामुळे किंवा इतर कारणांनीच निर्माण झालेल्या गुहा, फरशीच्या दगडाची विद्राव्यता व त्यातून निर्माण होणाऱ्या पोकळ्या यामुळेही खडक सच्छिद्र बनतात.

या दोन्ही गोष्टी जरी बऱ्याच अंशी परस्परावलंबी असल्या तरी घटक कण हेच अखेरीस याबाबतीत महत्त्वाचे ठरतात. घटक कण मोठे असले तर असे खडक जास्त पार्य असतात. तसेच खडकांचे संघटन किती प्रमाणात झाले आहे त्यावरही पार्यता अवलंबून असते. खडकांच्या सच्छिद्रतेवरच अर्थात त्यात किती पाणी मुरणार हे ठरत असते.

भू-पृष्ठाखाली एका विशिष्ट, पण बदलत्या पातळीखाली खडकातील सर्व छिद्रे द्रवाने-पाण्याने भरलेली असतात. या पातळीदर्शक रेषेस भू-जलरेषा म्हणतात. ही भू-जलरेषा पावसाळ्यात उंचावते व उन्हाळ्यात पाण्याच्या उपशावर अवलंबून खाली जाते. भू-जलरेषेवर मात्र सर्वच छिद्रांतून पाणी नसते. त्याऐवजी ती छिद्रे हवेने भरतात. ही भू-जलरेषा भू-पृष्ठाला छेदते. अशा ठिकाणी झरा उगम पावतो किंवा पाणी पाझरू लागते.

समुद्रकिनाऱ्यावर वाळूत खेळताना आपणही बरेच वेळा वाळूत खड्डे खणतो. अशा खड्ड्यांत पाणी पाझरून ते खड्डे लवकरच पाण्याने भरतात. थोडक्यात म्हणजे आपण तिथल्या स्थानिक भू-जलरेषेपर्यंत खड्डा खणलेला असतो. विहीर खणताना हेच घडते. भू-जलरेषेखाली विहीर खणली गेली की, ती पाझरणाऱ्या पाण्याने भरते. उन्हाळ्यात भूजलरेषा खालावली की, विहीर कोरडी होते. जर खडक एकजिनसी असेल तर भूजलरेषा स्थलरूपानुवर्ती होते. म्हणजे टेकडी असेल तिथे ती उंचावते व दऱ्या असतील

तिथे ती खालावते.

भू-पृष्ठावरील सर्व तळी व जलप्रवाहांपेक्षा जास्त पाणी भू-पृष्ठांतर्गत भू-जल साठ्यात सामावलेले आहे. भारतात दरवर्षी अंदाजे ७५ कोटी हेक्टर सें.मी. पाऊस पडतो. यातील २५ कोटी हेक्टर सें.मी. पाण्याची लगेचच वाफ होते. ३५ कोटी हेक्टर सें.मी. पाणी भू-पृष्ठावरून वाहात जाते, तर १६ कोटी हेक्टर सें.मी. पाणी भू-जल साठ्यात सामावले जाते; कारण सर्वसामान्यपणे खडक ५ ते १५ टक्के सच्छिद्रता असलेले असतात.

हे पाणी आपल्या उपयोगी पडावे म्हणून आपण विहिरी खणतो. याशिवाय नलिका कूपांच्या साहाय्यानेही पाणी मिळवायचा आपण प्रयत्न करीत असतो. पण हे पाणी भू-जलरेषेखाली असल्याने तिथून ते आपल्या विहिरीच्या काठावर खेचून घ्यावे लागते.

बरेच वेळा मात्र असे घडते की, जमिनीस भोक पाडताच त्यातून गंगा अवतरावी तसा पाण्याचा फवारा उडू लागतो. या फवाऱ्यास आर्टेशियन विहीर असे म्हणतात. हे फवारे उडण्याचे कारण भू-जलधर प्रस्तराची विशिष्ट रचना!

असे भू-जलधर प्रस्तर बहुधा बाक असलेले असतात. याच्या दोन्ही बाजू वातावरणास मोकळ्या तरी होतात. पण महत्त्वाची गोष्ट म्हणजे ज्या ठिकाणी भू-जलथरात पाणी प्रवेश करते, तो भाग विहिरी खणल्या गेलेल्या भागापेक्षा खूपच वरच्या पातळीवर असतो. पाण्याचा प्रवाह भू-पृष्ठाखाली फार सावकाश वाहात असतो. पाण्याचा हा वेग रेडिओ समस्थलीच्या साहाय्याने काढता येतो. बरेच वेळा आर्टेशियन विहिरीवाटे बाहेर पडणारे पाणी हे पुराजीवी पाणी असते असे दिसून आले आहे.

पाणी ही एक जीवनावश्यक गोष्ट आहे. त्यातले बरेच पाणी आपल्याला भू-जलामार्फत मिळते, तेव्हा या भू-जलाचा नीट अभ्यास होणे आवश्यक आहे. यातच आजकाल नव्यानेच प्रदूषणाची समस्या निर्माण झाली आहे. खरेतर ही समस्या आपल्याकडे फार पूर्वीपासूनच होती, पण ती आपल्या लक्षात आली नव्हती. आपल्याकडे जसे पाणी पुरवून वापरणे आवश्यक आहे, तसेच ते स्वच्छ असणेही आवश्यक आहे. यासाठी विहिरीभोवती स्वच्छता राखणे अत्यावश्यक बाब ठरते. या सर्वांचा अभ्यास करणारी भू-शास्त्राची भू-जलशास्त्र ही शाखा आता चांगलीच नावारू पास आलेली आहे. आपल्यासारख्या विकसनशील देश ाात भूजलाचे महत्त्व पूर्णपणे लोकांच्या लक्षात येण्यासाठी भू-जल नीट व योग्यरीतीने वापरले जाण्यासाठी या शास्त्राची आपल्याला खूपच मदत होणार आहे.

■

एकतीस

सरोवरे

सरोवर म्हणजे जमिनीवर असलेला पाण्याचा साठा. बहुधा हे पाणी स्थिर असते. क्वचितप्रसंगी त्यात सौम्य प्रवाह आढळतात. पाण्याचा नैसर्गिक निचरा होण्यात अडचणी उद्‌भवल्या की, सरोवरांची निर्मिती होते. सरोवरे जशी भौगोलिक व भू-शास्त्रीय कारणांनी तयार होतात तशीच अस्मानी कारणांनीही होतात. शिवाय धरणे बांधून आपण कृत्रिम तलाव निर्माण करीत असतोच. सरोवरे तयार होण्यासाठी दोन गोष्टींची आवश्यकता असते. त्या म्हणजे पुरेसे पाणी व ते साठण्यासाठी द्रोणी. गोड्या पाण्याच्या तळ्यांची व सरोवरांची व्याप्ती खाऱ्या पाण्याच्या सरोवरांपेक्षा खूपच कमी असते. कारण गोड्या पाण्याच्या तळ्यांना बरेचदा निचरा व्हायची सोय असते. मृत समुद्र, काळा समुद्र ही खरं म्हणजे खाऱ्या पाण्याची तळीच आहेत.

फोगो ज्वालामुखीच्या विवरातील सरोवर

पृथ्वीवरील कारणांनी तयार होणाऱ्या तळ्यांची माहिती करून घेण्यापूर्वी अस्मानी कारणांनी तयार होणाऱ्या सरोवरांची थोडक्यात माहिती पाहू या. उल्कापाताने पडलेल्या खड्ड्यात पाणी साठून ही सरोवरे तयार होत असतात. आपल्याकडचे लोणारचे तळे हे अशा प्रकारचेच आहे.

ही सरोवरे ओळखायची कशी? एकतर ही इतर सरोवरांपेक्षा वेगळी असतात. म्हणजे त्यांची कड जवळजवळ वर्तुळाकार असते. अर्थात मृत ज्वालामुखींच्या विवरांची रूपरेषाही गोलच असते. पण इतर खुणा वेगळ्या असतात. मुख्य म्हणजे उल्कापाताच्या धक्क्याने क्वार्ट्झ् या खनिजांचे कोएसाइट या धक्कांतरित खनिजात रूपांतर होते व प्लॅजिओक्लेज फेल्स्पार खनिजांचे मस्केलिनाइटमध्ये रूपांतर होते. त्यांच्या अस्तित्वामुळे इथे उल्कापात झाले हे सिद्ध होत असते. ही उल्कापाताने तयार झालेली सरोवरे सोडली तर इतर सरोवरे मात्र निरनिराळ्या भू-शास्त्रीय कारणाने तयार होत असतात.

सरोवरांच्या आकारातही विविधता आढळते. छोट्याशा तळ्यापासून हजारो वर्ग मैल विस्तार असणारी अतिप्रचंड जलाशयांपर्यंत सर्व प्रकारचे जलाशय सरोवर या संज्ञेस पात्र होतात. २५,००० वर्ग कि.मी.पेक्षा जास्त विस्तार असलेली फारच थोडी म्हणजे १०-१२ सरोवरे अस्तित्वात आहेत. सगळ्यात मोठे सरोवर म्हणजे कॅस्पियन समुद्र (४४०००० चौ.कि.मी.), त्याखालोखाल मोठे म्हणजे लेक सुपिरियर. याचा विस्तार ७७००० वर्ग कि.मी. आहे. मग लेक व्हिक्टोरिया न्यांझा (७५,००० वर्ग कि.मी.), अरल समुद्र (६८,००० वर्ग कि.मी.), लेक हुरोन (५६,००० वर्ग कि.मी.) लेक मिशिगन (४३,००० वर्ग कि.मी.) ही काही प्रचंड सरोवरे.

जे विस्ताराबद्दल तेच खोलीबद्दल. सरोवरांची खोली काही इंचांपासून काही हजार फुटांपर्यंत असू शकते. सैबेरियातील लेक बैकल १६०० मीटर खोल आहे, कास्पियन सी ११०० मीटर खोल आहे, ओरेगॉन ६५० मीटर खोल आहे, लेक सुपीरियर ३०० मीटर खोल आहे. सरासरीने मात्र फारच थोडी सरोवरे ३०० मीटरपेक्षा जास्त खोल असतात. बहुतांशी ती ३० मीटरपेक्षा खोल नसतात.

बहुतेक सर्व सरोवरे समुद्रसपाटीपासून वर कितीही उंचीपर्यंत असल्याचे आढळते. लेक टिटिकाका (८००० वर्ग मीटर) हे दक्षिण अमेरिकेतले सरोवर समुद्रसपाटीपासून ४१०० मीटर उंचीवर आहे. काश्मीरमधली व हिमालयातील सरोवरेसुद्धा समुद्रसपाटीपासून बरीच उंचीवर आहेत. मात्र काही सरोवरांचा पृष्ठभाग समुद्रसपाटीच्याही खाली असतो. यात पॅलेस्टाइन मधला मृतसमुद्र (–४०० मीटर), कास्पियन समुद्र (–२८ मीटर), कॅलिफोर्नियातील साल्टन समुद्र (–८२ मीटर) यांचा समावेश होतो.

काही फार मोठ्या सरोवरांचे तळ समुद्रसपाटीच्या खाली असतात. लेक बैकल (–१३०० मीटर), लेक ओंटारियो (–४९१ फूट), अमेरिकेतील लेक चेलन (–१४० मीटर) व लेक सुपिरियर (–१३० मीटर); ही यातली काही उदारहणे.

समशीतोष्ण प्रदेशातील बरीच सरोवरे निचरा होणारी असतात. त्यांच्यात भरपूर पाणी येत असते व द्रोणीच्या कमी उंचीच्या कडेवरून ती वाहू लागतात. अशी सरोवरे गोड्या पाण्याची असतात. वाळवंटी प्रदेशात बरेच खोलगट भाग असतात. पण यात क्वचित प्रसंगी पाऊस पडतो तेव्हा पाणी साठते. अशी तात्पुरती सरोवरे क्षार किंवा अल्कलीयुक्त पाण्याची असतात. यांना प्लयास असे म्हटले जाते.

जर पृथ्वीच्या अब्जावधी वर्षांचा इतिहास बघितला तर सरोवरे अल्पायुषीच म्हणावी लागतात; कारण ती निस्सारातील तात्पुरत्या अडथळ्याने तयार झालेली असतात. फक्त सर्वांत मोठी व सर्वांत खोल सरोवरे त्यातल्या त्यात दीर्घायुषी ठरतात. बहुतेक सर्व सरोवरे भूविवर्तनी हालचालींच्या काळात नष्ट होतात.

भू-शास्त्रीयदृष्ट्या सरोवरे खूपच महत्त्वाची कामगिरी बजावत असतात. सरोवरात येणारे सर्व अवसाद सरोवरांच्या तळाशी स्थिरावतात. ज्या सरोवरांचा निचरा होत नसतो ती सरोवरे अवसादनासाठी आदर्श द्रोणी ठरतात. पण जिथे सरोवरांना निचरा होणारे मुख असते अशी सरोवरेही द्रोणीचे काम करतात. नायगरा नदी ही चार सरोवरांच्या पाण्याचा लाभ उठवते. ती लेक ईरीतून बाहेर पडते तेव्हा तिचे पाणी अतिशय स्वच्छ असते. याचाच अर्थ या चार सरोवरांत

येणारा गाळ पुढे जात नाही. तसेच लेक जीनिव्हामध्ये अतिशय गढूळ पाणी असलेली ऱ्होन नदी प्रवेश करते, पण बाहेर पडताना तिचे पाणी अतिशय स्वच्छ दिसते. सरोवरांच्या या उद्योगामुळे नद्यांमधील दगडगोटे कमी होतात. अशा तऱ्हेने खडकांची झीज करण्याची त्यांची हत्यारेच सरोवरात राहिल्याने पुढील खडकांची झीज साहजिकच कमी प्रमाणात होते. पृष्ठभागावरील जलप्रवाहांचा राखीव साठा म्हणून सरोवरांचा उपयोग होतो. त्यामुळे जलप्रवाहातील पाण्याच्या प्रवाहावर नैसर्गिक नियंत्रण बसून हानिकारक पुरांना आळा बसतो. यामुळे जलप्रवाहाची अपक्षरण क्षमता कमी होते. कारण पुराच्या काळात जलप्रवाह अपक्षरणाचे कार्य जोराने करतात. जलप्रवाहाच्या वेगाचे नियंत्रण झाल्याने पूरमैदानाची व्याप्तीही कमी होते. मोठी सरोवरे किंवा छोटे छोटे संख्येने जास्त असलेले जलाशय एखाद्या भागातील पाऊस वाढवतात. तसेच अशा प्रदेशात तापमानातील बदलही सुसह्य असतात. यामुळेही अपक्षय व अपक्षरणावर पणिाम होतो.

सरोवरातील अवसादातील वनस्पतींचे व जलचरांचे अवशेष त्या भागाच्या भू-शास्त्रीय इतिहासाचा उलगडा करण्यास मदत करतात. सरोवरात उठणाऱ्या लाटांमुळे सरोवराच्या किनाऱ्यांचे अपक्षरण होते व सरोवरातील अवसादात भर पडते. कोरड्या हवामानातील व वाळवंटातील खाऱ्या पाण्याच्या सरोवरातून असंख्य प्रकारची क्षार खनिजे मानवास सहजगत्या मिळू शकतात. राजस्थानातील सांबार तळे हे अशा प्रकारचे सरोवर आहे.

सरोवरे बऱ्याच प्रकारांनी तयार होतात. त्यातली उल्कापातामुळे तयार होणारी सरोवरे आपण बघितलीच; सरोवरे तयार होण्याच्या भू-शास्त्रीय कारणात भू-विवर्तनी हालचाली फार महत्त्वाच्या ठरतात.

प्रस्तरभंगामुळे तयार होणारी सरोवरे :- जेव्हा एखादा भू-भाग प्रस्तरभंगामुळे दुसऱ्या भू-भागासापेक्ष खाली सरकतो तेव्हा खोलगट भाग तयार होऊन सरोवरायोग्य जागा तयार होते. पॅलेस्टाइनमधल्या जॉर्डन व्हॅलीत मृत समुद्र हे अशा तऱ्हेने झालेल्या सरोवराचे चांगले उदाहरण आहे. भूकंपाच्या धक्क्यानंतर दोन भू-भागांची स्थैर्य मिळविण्यासाठी जी हालचाल होते तेव्हा अशी सरोवरे तयार होत असतात. अमेरिकेत अशी बरीच उदाहरणे मिळतात. इ.स. १८११-१२ साली मिसुरीमधल्या न्यू माद्रिदच्या भूकंपात अशी बरीच सरोवरे तयार झाली. यातले सर्वांत मोठे सरोवर रीलफूट लेक, टेनेसी हे होय.

भू-कवच वाकल्यामुळे ज्या द्रोणी तयार होतात त्यातूनही पाणी साठून मोठमोठे जलाशय तयार होत असतात. भू-विवर्तनी हालचालींमुळे भूस्तर वाकून एखाद्या दरीच्या तोंडावर नैसर्गिक धरण तयार होऊन अशी सरोवरे तयार होतात. याची उदाहरणे म्हणजे कास्पियन समुद्र व लेक जीनिव्हा.

कधीकधी वलीयन वा प्रस्तरभंग न होताही सागराचा तळ उचलला जातो, तेव्हा बरेचदा उथळ खोलगट द्रोण तयार होतात. प्रथम अशा ठिकाणचे पाणी खारट असते, पण हळूहळू वातावरणातील बाष्पावर अवलंबून पाणी गोड बनत जाते, सायबेरिया व फ्लोरिडात अशा तऱ्हेची सरोवरे सापडतात.

ज्वालामुखी द्रोणी :- बऱ्याच सरोवर द्रोणी या ज्वालामुखींची विवरे असतात. त्यात हळूहळू पाणी साठत त्यांची सरोवरे बनतात. काहीवेळा अशी विवरी सरोवरे गटाने आढळतात. ऑव्हेन्टी (फ्रान्स), आयफेल (जर्मनी) व रोम (इटली) येथे अशी छोटी छोटी बरीच सरोवरे आढळतात. ओरेगॉनमधील क्रेटरलेक मात्र अतिभव्य आहे. त्याचा व्यास १० कि.मी.चा आहे व ते ६५० मीटर खोल आहे. अलास्कातील कटमाइ ज्वालामुखीच्या इ.स. १९१२ सालच्या उद्रेकानंतर राहिलेल्या विवरात सतत उबदार पाणी असते.

लाव्हा धरणे :- कधीकधी लाव्हा प्रवाह एखाद्या दरीचे मुखावर बुचासारखे घट्ट होतात नि मग ती दरी पाण्याने भरून सरोवर तयार होते. स्काप्तार योकुल हे आइसलँडमधील तळे तर लाव्हा प्रवाहाने नदी अडवून तयार झाले आहे. पॅलेस्टाइनमधील गॅलीलीचा उपसागरही असाच तयार झाला आहे.

हिमायनाने निर्माण झालेली सरोवरे :- हिमायनाने तयार झालेल्या विविध प्रकारच्या सरोवरांची संख्या इतर कुठल्याही प्रकारच्या सरोवरांपेक्षा जास्त असते. यातसुद्धा हिमायनी डबरांचे बांध घातले गेल्यामुळे जलप्रवाह अडवले

जाऊन निर्माण होणाऱ्या सरोवरांची संख्या जास्त असते. उत्तर संयुक्त संस्थाने व कॅनडात, तसेच सैबेरिया, उत्तर युरोप, हिमालय व आल्प्सच्या प्रदेशात अशा सरोवरांची संख्या भरपूर आहे. हिमनद्यांनी खरवडून काढलेल्या प्रदेशात जे खोलगट भाग तयार होतात त्यातून छोट्या छोट्या सरोवरांची मालिका तयार होते. हिमयुगात मात्र अशी मोठमोठी सरोवरे तयार झाली. कधीकधी खरवडणे व भरकटणे या हिमनद्यांच्या दोन्ही क्रियांनी मिळूनही सरोवरे तयार होतात. वॉशिंग्टन राज्यातील लेक चेलन, ओंटारिओतील लेक बेसीन, ग्रेट लेक्स (अमेरिका व कॅनडा) ही या प्रकारच्या सरोवरांची उदाहरणे आहेत.

नदीच्या पूरपातळीत नालाकृती सरोवरे कधी तयार होतात ते आपण पाहिले आहेच. तसेच त्रिभुज प्रदेशात असमान अवसादन झाल्यानेही सरोवरे तयार होतात. भूघसरणीने नैसर्गिक बांध फुटले की, प्रचंड महापूर येतात.

चुनखडक असतात त्या प्रदेशात पाण्याच्या रासायनिक क्रियेने भू-पृष्ठावर, तसेच भूमिगत सरोवरे तयार होतात.

बहुतेक सरोवरे येणाऱ्या जलप्रवाहाने झालेल्या अवसादनाने भरून नामशेष होतात. समशीतोष्ण व शीतोष्ण प्रदेशात छोटी छोटी सरोवरे आढळतात. बरेचदा ही सरोवरे उथळ असतात. त्यांच्या आसपास भरपूर झाडी असते. तिचे व सजीवांचे अवशेष तळ्यात साठून त्याचे पुढे दलदलीच्या प्रदेशात रूपांतर होत असते. कधीकधी अपक्षरणाने तळ्याच्या किनाऱ्याच्या एखाद्या बाजूची उंची कमी कमी होत नाहीशी होते. हिमायनी तळ्यांच्या बाबतीत बरेचदा असे घडते व त्यातील पाण्याचा संपूर्ण निचरा होतो.

वाळवंटी प्रदेशात अतीव बाष्पीभवनाने सरोवरे पूर्णतया आटतात. तसेच भूविवर्तनी क्रियांत सरोवराचा द्रोणी-तळ उचलला जाऊनही सरोवरांचा नाश होतो. कधीकधी संपूर्ण भू-भाग खचून तिथे सागराचे अतिक्रमण होते व सरोवरे नामशेष होतात.

■

बत्तीस

सागर-महासागर

समुद्र, सागर, महासागर म्हणजे खाऱ्या पाण्याचे अनिर्बंध साठे. हे बहुतेक साठे एकमेकांशी जोडलेले आहेत. काही खाऱ्या पाण्याच्या व्याप्तीने मोठ्या सरोवरांना आपण समुद्र म्हणतो, पण ते खऱ्या अर्थाने समुद्र नव्हेत. महासागर म्हणजे भू-खंडांच्या मधले खूप खोल खाऱ्या पाण्याचे साठे. पॅसिफिक, अटलांटिक, हिंदी, आर्क्टिक व अंटार्क्टिक हे महासागर मानले जातात. यांची सरासरी खोली ४ कि.मी. आहे. भू-खंडमंची समुद्र म्हणजे सागर किंवा उपसागर. हे भू-खंडांच्या सागरातील जलांतर्गत विस्तारांवर भूखंड मंचांवर असतात. यांची खोली २०० मीटरपेक्षा अधिक असत नाही. थोडक्यात म्हणजे महासागरांच्या मानाने हे उथळ असतात किंवा भू-खंडांवरील महासागरांचे आक्रमण किंवा विस्तार असतात. बंगालचा उपसागर, उत्तर समुद्र अशी यांची उदाहरणे देता येतील. भू-खंडी सागरांचे इतर सागरांशी असलेले संबंध फार अरुंद तर असतातच, पण बरेचदा या सागरांना भू-खंडांनी जवळजवळ पूर्णपणे वेढून टाकलेले असते. अमेरिकेतील हडसन बे, युरोपातील बाल्कन सी हे भू-खंडी समुद्र आहेत. भू-शास्त्रीय कालखंडात संधी मिळताच अशाच सागरांनी जवळच्या भूमीवर आक्रमण केले आणि कालांतराने ते मागे हटले. त्रिचनापल्लीजवळ क्रिटेशियस काळात सागरांनी भूमीवर अशाच तऱ्हेने आक्रमण केल्याचे पुरावे आढळतात. भू-मध्य समुद्र व कॅरिबियन समुद्र हे भूखंडी समुद्रच आहेत; मात्र त्यांची खोली खूपच जास्त आहे. खोली हेच प्रमाण लावायचे ठरले तर त्यांची गणना महासागरांतच करावी लागेल.

पॅसिफिक व अटलांटिक हे खोल महासागर भू-शास्त्रीयदृष्ट्या खूप जुने असून, त्यांच्या भौगोलिक स्थानातही विशेषसा बदल झालेला नाही. उथळ उपसागर, भू-खंडी सागर मात्र बरेचदा भूमीवर आक्रमण करून परत मागे हटले. सध्या पृथ्वीवर जे सागरी अवसादी खडक सापडतात त्यावरून महासागराखाली एखादे भूखंड खूप काळ बुडाल्याचे आढळत नाही.

सागराचे भू-शास्त्रीय महत्त्व जाणून घ्यायचे असेल तर आजच्या अवसादी खडकांकडे नजर टाकायला हवी. हिमालय व आल्प्ससारख्या पर्वतश्रेणी या टेथिस नावाच्या पुरातन सागरातील एकेकाळचे अवसाद आहेत. भू-शास्त्रीय कालखंडातच काय, पण आजसुद्धा सागरातच फार मोठ्या प्रमाणात अवसादन होत असते. किंबहुना सागरांच्या तुलनेत इतरत्र फार थोडे अवसादन होते असे म्हणावे लागेल. उथळ सागरात अवसादन झालेले भू-स्तर आज भूखंडांवर सर्वत्र आढळतात. अशा भूस्तराची जाडी कधीकधी ८ ते २४ कि.मी.सुद्धा असू शकते. असे भू-स्तर अर्थातच भूविवर्तनी क्रियांची शिकार बनतात. त्यांच्यात मोठमोठे प्रस्तरभ्रंश, त्याहून मोठ्या वलियनांचे पुरावे मिळतात. भू-अवनती, भू-अभिनती मिळतात. कधीकधी हे अवसाद मूळ द्रोणींची जागा सोडून हललेले दिसतात. या अवसादांचे प्रचंड प्रमाणात अपक्षरण झालेले असते. त्यामुळेच त्यांचा संपूर्ण इतिहास आपल्या दृष्टिपथात येतो.

सागरी अवसादात असंख्य प्रकारचे पुराजीवावशेष आढळत असतात. त्यामुळे कुठल्या काळात कुठले प्राणी किती प्रमाणात कुठे वावरत होते याची आपल्याला कल्पना येतेच, पण पृथ्वीच्या भूतकाळाचे पंचांग ठरवायलाही यांची मदत होते. या सर्व भू-शास्त्रीय कालखंडांत सागराने जसे जलप्रवाहांनी आणून ओतलेले अवसाद स्वीकारले त्याचप्रमाणे सागरलाटांनी किनाऱ्यांची झीज करून अपक्षरण

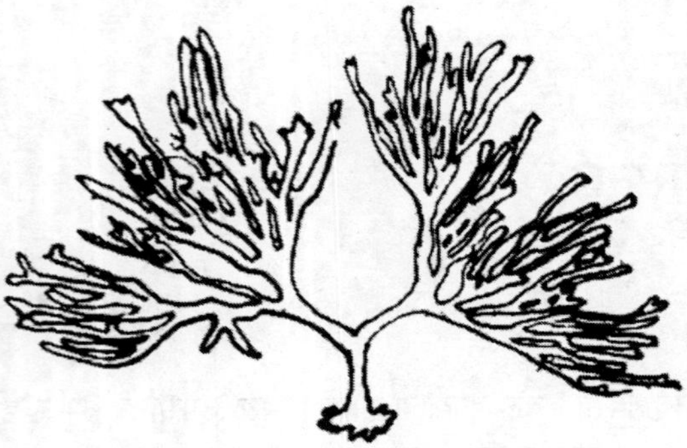

'कॅडियम' वनस्पती म्हणजे हिरव्या शेवाळ्याचाच एक प्रकार आहे.

क्रियेत सक्रिय भाग घेतला होता. सागरी जलसाठ्याच्या भू-भागावरील वातावरणावरही खूपच परिणाम होत असतो. पाऊस सागरपाण्याची वाफ झाल्याने पडतो. या पावसावर मानव गोड्या पाण्यासाठी अवलंबून असतो. याशिवाय व्यापारी हालचालींतही सागरी रस्त्यांना मानवी जीवनात महत्त्व प्राप्त होते. सागर आपल्याला माशांच्या रूपाने प्रथिनयुक्त सकस आहार पुरवतो. आजकाल सागरतळाच्या अवसादी भू-स्तरात नैसर्गिक वायू व खनिज तेल असते हा शोध लागल्यापासून तर ऊर्जेच्या बाबतीत उपाशी असलेल्या मानवाच्या दृष्टीने सागरांना अनन्यसाधारण महत्त्व प्राप्त झाले आहे.

सागर पृथ्वीचा जवळजवळ ७० टक्क्यांहून जास्तच भाग व्यापतात. ३५००००००० चौरस कि.मी. एवढा सागरपृष्ठाचा विस्तार आहे. ते सरासरीने ४ कि.मी. खोल आहेत. जर सागरांनी संपूर्ण पृथ्वी व्यापायची ठरवली तर सर्व जमीन दोन मैल पाण्याखाली बुडेल. तरीही पृथ्वीच्या १३०० कि.मी.च्या व्यासाच्या मानाने ही जाडी किंवा खोली अगदीच किरकोळ म्हणायला हवी. पृथ्वीवरचा सगळ्यात खोल सागर पॅसिफिक महासागर असून, त्याचा सगळ्यात खोल भाग १४००० मीटर खोल आहे. (मारियाना ट्रेंच). मिंदानाव डीप इथे फिलिपीन्सच्या दक्षिणेस ११५०० मीटर खोल दरीचा याबाबतीत दुसरा नंबर लागतो, तर पृथ्वीवरचा समुद्रसपाटीपासूनचा सर्वोच्च भू-भाग माऊंट एव्हरेस्ट फक्त ८४०० मीटर उंच आहे.

सागरी पाण्यात अनेक पदार्थ विरघळलेल्या स्थितीत असतात. असं असलं तरी सागरी पाण्याचे विघटन सर्वत्र (थोड्याफार फरकात) सारखेच असल्याचे आढळते. सागरी पाण्यात इतर खूप पदार्थ असले तरी सगळ्यात जास्त भाग मीठ असते. १०० भाग पाण्यात ३$^{१}/_{२}$ भाग खनिज पदार्थ व ७८ भाग मीठ असते. उरलेल्या इतर घटकांत मॅग्नेशियमचे क्लोराइड व सल्फेट, तसेच कॅल्शियम व पोटॅशियमची संयुगे असतात. सागरी पाण्यात विरघळलेले सर्व क्षार वेगळे झाले तर सागरतळी ५५ मीटरचा थर पसरेल. हे क्षार नद्यांनी खडकांच्या कायिक व रासायनिक विघटनातून वेगळे करून आणलेले असतात.

या क्षारांशिवाय सागरी पाण्यात वातावरणातून विरघळलेले व सागरी पाण्यात मिसळलेले वायू असतात. जलचर व सागरतळाचे ज्वालामुखी आणखी काही वायू पुरवतात. या वायूत नायट्रोजन, ऑक्सिजन व कार्बन डाय ऑक्साइड– (कॉर्बोनिक ॲसिडच्या स्वरूपात) यांचा प्रामुख्याने समावेश असतो. सागरी पाण्याचे तापमान विषुववृत्तावर सर्वांत जास्त व ध्रुव प्रदेशाजवळ गोठण-बिंदूच्या आसपास असते. यात फरक पडतो तो सागरी प्रवाहांमुळे. १२०० मीटरखाली हे तापमान नेहमीच ३° सें.च्या दरम्यान असते. अगदी विषुववृत्तावरसुद्धा जसजसे खोल जावे तसतसे पाणी थंड होत जाते व शून्याच्या जवळपास पोहोचते.

सागरात असंख्य प्रकारच्या वनस्पती व प्राणी नांदत असतात. प्राणीसृष्टीत अतिसूक्ष्म एकपेशीय प्राण्यांपासून

ते अजस्त्र देवमाशांपर्यंत जलचरांचा समावेश होतो. यात देवमासे, सील, वॉलरस, कासवे व असंख्य प्रकारचे मासे अशा उत्क्रांत सजीवांचा समावेश होतो. त्या मानाने वनस्पती विशेष गुंतागुंतीच्या नसतात. त्यात एकपेशीय वनस्पतींपासून शेकडो फूट लांब असलेल्या सागरी वनस्पतींचा समावेश होतो. सागरी पृष्ठाच्या वरच्या थरात, विशेषत: सागरपृष्ठावर व खालील काही फुटांत प्राणी व वनस्पतींची अपरिमित गर्दी असते. त्यातले बरेच सजीव सूक्ष्म किंवा जेमतेम मानवी डोळ्यांनी दिसू शकतील असे असतात. वनस्पती या तर जीवनासाठी सूर्यप्रकाशावरच अवलंबून असल्यामुळे जिथपर्यंत सूर्यप्रकाश पोहोचू शकतो तेवढ्या खोलीपर्यंतच वाढताना दिसतात. या सूक्ष्म सागरवनस्पतींचे कार्य फार महत्त्वाचे आहे. त्या सूर्यप्रकाशाच्या साहाय्याने कार्बनी पदार्थापासून जैवीक कार्बनी पदार्थ तयार करतात. यामुळे सागरपृष्ठावर वावरणाऱ्या प्राण्यांना तर अन्नाचा पुरवठा होतोच, पण या सागरी शेवाळ्याच्या एकपेशीय कवचांमुळे सागरतळाच्या प्राण्यांनासुद्धा अन्न मिळते. या एकपेशीय वनस्पतींची कवचे कॅल्शियम कार्बोनेट, चिटिन किंवा सिलिकाची बनलेली असतात. ही कवचे या वनस्पतींच्या मृत्यूनंतर सागरतळी पोहोचतात व तिथे वावरणाऱ्या प्राण्यांना अन्न मिळते.

सागरकिनाऱ्याचे व सागरतळाचे सजीव हे सागरातील वरच्या थरांच्या सजीवांपेक्षा अगदीच भिन्न असतात. सागरतळाचे प्राणीविश्व पृथ्वीच्या प्राणीविश्वापेक्षा अतिशय भिन्न असून, त्याची पूर्ण कल्पना अजूनही आपल्याला आलेली नाही. इथल्या जीवनाबद्दल अक्षरश: रोज नवनवी बातमी शास्त्रज्ञ मिळवीत आहेत. भूशास्त्रीयदृष्ट्या ज्या जातीजमाती पृथ्वीवरून नामशेष झाल्या असे मानण्यात येते होते, त्यांचे प्रतिनिधित्व करणारे काही प्राणी सागरतळी शास्त्रज्ञांना सापडले आहेत.

सागरकिनाऱ्याला असंख्य प्रकारच्या सागरी गोगलगायी व शिंपल्यातून राहाणारे प्राणी, इतर कवचधारी प्राणी, शेवंडे, खेकडे, तारकामत्स्य आढळतात, तर उष्ण पाण्यात प्रवाळांच्या वसाहती मैलोगणती पसरलेल्या आढळून येतात.

सागरकिनाऱ्यावर आपण उभे राहिलो तर तिथल्या वनस्पती किंवा प्राणीजीवनापेक्षाही आपले लक्ष आधी जाते ते भरती-ओहोटीच्या लाटांकडे. भरती किंवा ओहोटी ही पृथ्वीवरील चंद्राच्या व काही प्रमाणात सूर्याच्या आकर्षणामुळे निर्माण होते. अशी लाट ही काही थोडे मीटर उंच असली तरी तिची रुंदी शेकडो मैल असते. जेव्हा सूर्य व चंद्राचे आकर्षण एकाच दिशेने कार्यप्रवण होते तेव्हा जास्तीत जास्त उंचीची लाट येते. प्रत्येक लाट पृथ्वीभोवती २४ तासांत प्रदक्षिणा करते. पृथ्वीच्या एका बाजूस या आकर्षणामुळे जेव्हा लाटेची निर्मिती होते तेव्हा त्याची प्रतिक्रिया म्हणून दुसऱ्या बाजूसही एका लाटेची निर्मिती होते. ही लाट आली की, पाणी उंचावत जाते व लाट जाताच परत खाली येते. भूखंडी किनारे लाटांच्या मार्गात व्यत्यय आणतात. उपसागरात व खाड्यांत मात्र लाटांची उंची जास्त होते.

'केंल्प' नावाने ओळखली जाणारी करड्या रंगाची पाण-वनस्पती

पॅसिफिक व अटलांटिक महासागराच्या विषुववृत्तीय भागात सतत वाहणाऱ्या व्यापारी वाऱ्यामुळे पश्चिम दिशेने वाहणारे रुंद, पृष्ठभागावर मर्यादित असलेले प्रवाह निर्माण होतात. हे प्रवाह जमिनीवर आदळताच त्यांचे दोन भाग होतात. एक उत्तर दिशेने वाहतो तर दुसरा दक्षिण दिशेने वाहतो. उत्तर किंवा दक्षिण टोकाला

पोहोचल्यावर हे प्रवाह पूर्वेकडे वळून सागर पार होतात आणि अखेरीस परत विषुववृत्ताकडे परततात. गल्फ स्ट्रीम हे अशा प्रवाहाचे उत्तम उदाहरण आहे. अटलांटिक महासागरात वाहणारा हा प्रवाह कॅरिबियन समुद्रातून उत्तरेकडे जातो. फ्लोरिडाच्या जवळ त्याचा वेग जवळजवळ दिवसाला १६० कि.मी. एवढा असतो. पुढे पसरत पसरत उत्तरेकडे जातो तेव्हा त्याचा वेग दिवसाला १६ कि.मी. इतका कमी होतो.

सागरतळाचे स्वरूप :- सागरतळावर गेली कैक वर्षे अवसादन होत आहे. भूखंडावरील जमिनीच्या स्वरूपापेक्षा सागरतळ खूपच सौम्य उठावाचा असतो. त्या मानाने अगदी सपाट जमिनीसुद्धा खूपच खडबडीत ठरतात, कारण तिथे नेहमीच छोटे-मोठे नाले असतात. असं असलं तरी सागरतळ अगदीच एकांगी स्वरूपाचा नसतो. तिथे पर्वतांसारखे कटक, खोल दऱ्या व पठारे असतात व ही स्थलस्वरूपे किनाऱ्यापासून १६० कि.मी.च्या आत कधीच नसतात हे एक व असतात तिथे ती गुळगुळीत असतात. अणकुचीदार वा टोकदार कडे वगैरे गोष्टी सागरतळी सहसा सापडत नाहीत. ही स्थलरूपे भू-पृष्ठावरील स्थलरूपांप्रमाणे ओबडधोबड व खडबडीत नसतात.

सागरतळावर आढळणारे एक वैशिष्ट्यपूर्ण स्थलस्वरूप म्हणजे भूखंड मंच. हा एक अरुंद मंचरूप पट्टा बहुतेक सर्व भूखंडांना लागून असतो. तिथे सागर विशेष खोल नसतो, याचा उतार सागराच्या दिशेने असतो. भूखंड मंच सहसा २०० मीटरपेक्षा जास्त खोल पोहोचत नाही. पृथ्वीवरील सर्व भूखंड मंचाची बाह्य सीमा सागरात साधारणपणे १३० मीटर खोलवर सुरू होते. इथे एकदम उतार वाढतो. या चढ्या उतारास भूखंड उतार म्हणतात. हा उतार अगाध मैदानापर्यंत पोहोचतो.

सागरात ज्याप्रमाणे भरती-ओहोटीमुळे लाटा येतात, त्याचप्रमाणे वाऱ्यामुळेही सागरावर लाटा निर्माण होत असतात. लाटांचे खूपच निरनिराळे प्रकार असतात. यातील वादळाने निर्माण होणाऱ्या लाटा व भूकंपामुळे तयार होणाऱ्या राक्षसी त्सुनामी लाटा या किनाऱ्यावरील

सागरकिनाऱ्यावर वेगाने येऊन आदळणाऱ्या लाटा मानवी जीवन समृद्ध करण्यात महत्त्वाचा वाटा उचलतात.

साधन-संपत्तीचे फार नुकसान होण्यास कारणीभूत ठरतात. सागरी अपक्षरणामध्ये प्रमुख कार्य लाटांमुळेच होत असते. सर्वसाधारणपणे किनाऱ्याकडे येणारी लाट अवसाद घेऊन येते व किनाऱ्याच्या उतारावर हा भार सोडून परतते. त्यामुळे किनाऱ्यावर उतार तयार होतात. किनारा जर खडकाळ असेल तर लाट येऊन खडकांवर आपटते. त्यामुळे पाणी दगडातील संधी, फटी, खाचा यामध्ये जोराने घुसवले जाते. या दबावाने या खाचा, फटी व संधी रुंदवतात. तसेच कित्येकदा या पाण्याच्या एकदम आपटण्याच्या क्रियेने या फटीतून हवा दाबली जाते. ज्यावेळेस पाणी परत जाते तेव्हा एकदम या सांधेफटीतील कोंडलेले पाणी व हवा यांचा जोर कमी होतो. त्यामुळेही खडकांचे तुकडे होतात; तसेच लाटांमुळे उभ्या कड्यांचे तळ आधी खरवडले जातात. त्यामुळे वरून सुटे झालेले खडक खाली पडतात. संधी असलेले खडक असतील तर ते अपक्षरण अधिकच सोपे होते. पाण्यात पडलेले खडक अपक्षरण जोरात होण्यास मदतच करतात. तसेच सागरी पाण्यात असलेल्या क्षारामुळे थोड्याफार प्रमाणात रासायनिक द्रावण म्हणूनही सागरी पाणी कार्यरत असतेच. सागरी अपक्षरणात हत्यारे म्हणून काम करणारे खडकांचे अणकुचीदार तुकडे सतत एकमेकांवर घासून लवकरच गुळगुळीत होतात. या गोट्यांचे आणखी बारीक तुकडे होत होत अखेरीस

वाळू व रेती तयार होते. हे कार्य असताना नवे नवे खडकांचे तुकडे सागरात पडत असतातच.

जिथे सागराजवळ जमिनीचा उंच भाग असतो तिथे तळाचे अपक्षरण करणाऱ्या सागरलाटांमुळे लवकरच सागरी कडे तयार होतात. लाटांच्या क्रियेने हे सागरतट मागे मागे हटत जातात.

जसजसे हे सागरतट मागे हटतात तसतसे किनाऱ्यावर छोटे छोटे लाटानिर्मित मंच तयार होतात. त्यांना किनारी वेदिका (Wave cut) असे म्हणतात. या वेदिकांवर पडलेले गोटे व इतर पदार्थ लाटा सागरात ओढून नेतात. तिथे पदार्थ एकावर एक थापले जाऊन आणखी जलांतर्गत वेदिका (Wave built) तयार होतात.

लाटांच्या अपक्षरणामुळे किनारा मागे हटत जातो याची उदाहरणे बरीच मिळतात. तसेच या मागे हटण्याचा वेगही या उदाहरणांवरून काढता येतो. मुंबईस जुहू व कुलाब्याचे किनारे असे मागे हटत असल्याचे नुकतेच पेपरात छापून आले होते. एकेकाळी सागरापासून लांब म्हणून बांधलेल्या तटबंदीवर व घरांवर आज इथे सागरी लाटा आदळताना दिसतात. चेजापीक बेमध्ये इ.स. १८४८ साली १०० हेक्टर क्षेत्रफळाचे एक बेट होते. सागरी लाटांनी हे बेट अक्षरश: गिळंकृत केले. इ.स. १९१०मध्ये या बेटाचे १२ हेक्टरच शिल्लक राहिल्यावर तिथले उरलेसुरले रहिवासीसुद्धा ते बेट सोडून निघून गेले. जिथे कठीण खडकातमध्येच कमी कठीण खडक असतो तिथे सागरी गुहांची निर्मिती होते. बरेचदा सागरात घुसलेल्या कड्यांच्या दोन्ही बाजूने अपक्षरणास सुरुवात होते. दोन्ही बाजूंच्या गुहा एकमेकीस मिळून सागरी कमानींचीही निर्मिती होते. अशा सागरी गुहा बऱ्याच सागरकिनाऱ्यांवर पाहायला मिळतात.

सागरी अवसादन दोन प्रकारांचे असते– एक किनाऱ्याजवळ उथळ सागरात होणारे अवसादन व दुसरे अगाध सागरात खूप खोलवरच्या सागरतळावर साठणारा गाळ.

किनाऱ्यावर भूखंडाजळ होणाऱ्या सागरी अवसादात जमिनीवरून येणारे पदार्थ भरपूर प्रमाणात आढळतात. कारण हे अवसाद बहुधा जमिनीवरील जलप्रवाहांनी सागरात आणून टाकलेले असतात. तसेच थोड्याफार प्रमाणात हे अवसाद लाटांनी केलेल्या अपक्षरणाने तयार होतात. बहुतेक सर्व जमिनीवरून आलेले अवसाद हे किनाऱ्यापासून १५० ते ५०० कि.मी.पर्यंतच्या अंतरावर साठत जातात. सागरात दरवर्षी प्रचंड प्रमाणात अशा प्रकारे अवसादांची भर पडत असते.

अगदी किनाऱ्याजवळचे अवसाद जास्त भरड असतात. पण जसजसे किनाऱ्यापासून दूर जावे तसतसे अधिकाधिक बारीक होत जातात. किनाऱ्याजवळ लाटांमुळे व इतरही कारणांनी पाणी सतत ढवळले जात असल्यामुळे बरेचदा मिश्र प्रकारचे अवसाद मिळतात. किनाऱ्याजवळील सागरी अवसादात जैवी पदार्थ भरपूर असतात. यात शंख, शिंपले व इतर कवचे आणि सांगाडे यांचा समावेश होतो. काही काही वेळा तर सर्व अवसादच जैवीक असतात. अशी उदाहरणे म्हणजे प्रवाळ तट. याचाच पुढे प्रवाळी चुनखडक बनतो. या किनारी अवसादांचे भू-शास्त्रज्ञांच्या दृष्टीने महत्त्व म्हणजे आज जे शेल, वालुकाश्म, पिंडाश्म व चुनखडक आपल्याला मिळतात ते अशाच सागरकिनारी झालेल्या अवसादनातून निर्माण झालेले आहेत. त्यामुळे आज सागरकिनारी ज्या क्रिया चालू आहेत त्यांचा अभ्यास करून जुन्या खडकांच्या अवसादनकालीन परिस्थितीचा मागोवा घेणे शक्य होते.

चौपाट्या व दांड्या हे समुद्रकिनाऱ्याचे वैशिष्ट्य असते. मानवी मौजमजेच्या दृष्टीने व किनारी कोळ्यांच्या मच्छीमारीच्या दृष्टीने ही दोन स्थलरूपे महत्त्वाची ठरतात. अगदी लहान रेतीपासून टोळ्यांपर्यंतचे सुरवंग पदार्थ लाटांच्या माऱ्यामुळे, जलांतर्गत स्थानिक प्रवाहांमुळे व पाण्याच्या अंतर्गत ओढीमुळे सतत पाखडले जात असतात. यामुळे चौपाटी तयार होते. चौपाटी ही लाटांच्या माऱ्याच्या टप्प्यात असते. तिची खालची सीमा पाण्यात असते, तर वरची सीमा सर्वसामान्य लाटांपेक्षा थोडी वरच असते. चौपाटीच्या वरच्या भागात भरड वाळू असते, तर खालच्या भागात मऊ रेती असते. सागरी तटांच्या वा कड्यांच्या खाली चौपाटीची निर्मिती होत नाही. जिथे सपाट प्रदेश सागर सान्निध्यात येतो, अशा ठिकाणीच बहुधा चौपाटी तयार होते.

वाऱ्यामुळे वा इतर कारणांनी जे आडवे-तिडवे प्रवाह निर्माण होतात त्यामुळे किनाऱ्याला समांतर असे दांडे तयार होत असतात. पुढे वाऱ्यामुळे या दांड्यांवर भर पडते व किनारी वनस्पती वाढतात व किनाऱ्याजवळ छोटी छोटी बेटे तयार होतात.

खोल सागरातले अवसादन हे किनारी अवसादनापेक्षा खूपच निराळे असते. दोन-तीन मैल खोलीपर्यंत बहुतेक सर्व अवसादनांत जैवीक अवशेषांचे प्रमाण जास्त असते. हे बहुधा कवचांच्या रूपात असते हे आपण पाहिलेच. यातले सर्वत्र होणारे अवसादन म्हणजे जैवीक पंकांचे. हे सिंधुपंक सूक्ष्म प्राण्यांची कवचे व वनस्पतींचे भाग यांनी बनलेले असतात. सागरतळाचा १५०,०००,००० वर्ग कि.मी. भाग निरनिराळ्या प्रकारच्या सिंधुपंकांनी आच्छादित आहे.

४-५ कि.मी.पेक्षा जास्त खोलीवर विशिष्ट प्रकारची तांबडी मृदा मिळू लागते. हीसुद्धा खूप मोठ्या प्रमाणावर सागरतळ व्यापते. एकूण १३५,०००,००० वर्ग कि.मी. क्षेत्रात ही तांबडी मृदा पसरलेली आढळते. एवढ्या खोल पाण्यात फारच थोडे जैवीक अवशेष आढळतात. कारण बहुतेक सागर सजीवांची कवचे इतक्या खोलीवर पोहोचतच नाहीत. ती मध्येच विरघळून जातात. कारण इतक्या खोलीवर प्रचंड दाब असतो व पाण्यात H_2CO_4चे प्रमाणही बरेच असते.

या सिंधुपंकांत किंवा लालमृदेत जमिनीवरून आलेले काही पदार्थ मात्र आढळून येतात. आफ्रिकेच्या पश्चिम किनाऱ्याच्या सागरी अवसादात, अटलांटिकचे खूप खोलपर्यंत सहारा वाळवंटातील वाऱ्याने वाहून सागरावर टाकलेले कण बुडालेले आढळतात. ज्वालामुखींची राखही बरेचदा खूप दूरवर जाते नि सागरात पडते. दक्षिण पॅसिफिकमध्ये अशी राख खूप वेळा आढळते. त्याचप्रमाणे प्युमिस सागरावर तरंगत जाऊन पाण्याने संपृक्त झाला की, सागरतळी जातो. हिमनग ध्रुवीय प्रदेशातून तरंगत तरंगत सागरात येतात नि विरघळतात तेव्हा त्यांच्याबरोबर आलेले डबर सागरतळी जाते. त्याचप्रमाणे उल्कापातातले डबर व टेकटाइट नावाचे नैसर्गिक काचेचे गुळगुळीत तुकडे सागरतळी जातात.

भू-शास्त्रीयदृष्ट्या जमिनीवरील स्थलरूपापेक्षा सागराचे स्थलरूप गुळगुळीत असले तरी तिथेही दऱ्याखोरी, डोंगरे आहेत. एवढेच नव्हे तर या दऱ्याखोरी, पर्वतांची भव्यता जमिनीवरील अशाच स्थलरूपांपेक्षा कितीतरी पटीने जास्त आहे. किनाऱ्यापासून निघून १५-२० कि.मी. लांबीच्या उभ्या भिंतींच्या दऱ्या अगाध सागरतळापर्यंत पोहोचलेल्या सापडतात. पूर्वी सागरतळीच्या दऱ्यांची उत्पत्ती प्रस्तरभंग, वलियन, सागरतळीचे प्रवाह यांना चिकटवण्यात येत होती; पण सरकत्या तक्त्यांच्या सिद्धांताने हे स्वरूप पालटून टाकले आहे व शास्त्रज्ञ नव्याने या दऱ्यांचा विचार करू लागले आहेत. मोठ्या जलप्रवाहांमुळे मात्र काही सागरतळीच्या दऱ्या निर्माण होतात, याबद्दल शंका नाही. गंगा, ॲमेझॉन, सिंधू, यांगत्से, कांगो आदी नद्यांचा त्या समुद्राला मिळाल्या तरी तिथले स्थलरूप तयार होण्यात बराच मोठा वाटा असतो.

सागरी बेटे :- सागरी बेटे कधीकधी अगदी किनाऱ्याजवळ असतात, तर कधीकधी महासागरात आजूबाजूस फक्त पाणीच पाणी अशा ठिकाणीही आढळून येतात. छोट्याशा खडकापासून ते ऑस्ट्रेलियासारख्या मोठ्या भूखंडापर्यंत त्यांच्या आकार-प्रकारात फरक असतो. ही बेटे निरनिराळ्या कारणांनी तयार होतात. भूकवचाच्या हालचाली, लाटांनी केलेले अपक्षरण, लाटांतर्फे झालेले अवसादन, ज्वालामुखींचे उद्रेक व सजीवांच्या वसाहती ही ती कारणे.

मादागास्कर, तसेच कॅलिफोर्नियाच्या किनाऱ्याजवळची बेटे ही भू-कवचाच्या हालचालींनी तयार झालेली बेटे आहेत. हवाई बेटे ही ज्वालामुखींच्या उद्रेकामुळे तयार झाली आहेत.

सजीवांमुळे तयार झालेली बेटे बहुधा प्रवाळांच्या वसाहतींमुळेच तयार होतात. प्रवाळ वसाहती तयार करणारे सजीव सूक्ष्म, विशेष उत्क्रांत न झालेले असतात. ते आपल्या वसाहती सागरी पाण्यात कॅल्शियम कार्बोनेटच्या स्रावाने तयार करतात. हे असंख्य प्राणी एकत्र रहातात. त्यांची कॅल्शियम कार्बोनेटची कवचे एकत्र येतात. अशा सततच्या एकत्रीकरणाने या वसाहती

वाढत वाढत जातात. प्रवाळे स्वच्छ सागरी पाण्यात २०°-२५° सें. तापमानात ५० ते ७० मीटर खालीवर वाढतात. जिथे लाटा व सागरी प्रवाह वाहात असतात तिथे त्यांना अन्नाचा पुरवठा सहज होतो. त्यामुळे अशा ठिकाणी या प्रवाळांच्या वसाहती जोमाने वाढतात.

प्रवाळ वसाहती मैलोगणती लांब असतात. पुढे पुढे त्या वर्तुळाकार बनत जातात. सागरतळ वर उचलला गेल्यामुळे यांची बेटे बनतात. त्यांना अटोल्स असे म्हणतात. डार्विन, डेली, मरे आदी मोठमोठ्या शास्त्रज्ञांनी प्रवाळ वसाहतींवर संशोधन केले आहे. यातील डार्विनच्या 'बेट खचत जाऊन प्रवाळांची वसाहत उंचावण्याच्या' सिद्धांताचे डेव्हीस या शास्त्रज्ञाने नव्या स्वरूपात समर्थन केले आहे.

सागर पृथ्वीच्या उत्पत्तीपासून हयात असावेत असेच बहुतेक सर्व शास्त्रज्ञांना वाटत आले आहे. मात्र सागर कसे तयार झाले असावेत याबद्दल अजूनही अचूक असा सिद्धांत कुणी मांडलेला नाही. पृथ्वीच्या उत्पत्तीच्या सिद्धांतातच सागराच्या उत्पत्तीसंबंधी विवेचन झालेले आहे.

■

तेहेतीस

सागराच्या अंतरंगात

ज्यूल्स व्हर्न हा एक द्रष्टा लेखक होता. त्याने फार फार वर्षांपूर्वी मानव चंद्रावर पाठवला, पण एवढ्यामुळेच त्याचे द्रष्टेपण सिद्ध होत नाही, तर त्यासाठी त्याची 'समुद्राच्या पोटात २०००० मैलांची भ्रमंती' (20,000 Leagues under the sea) ही कादंबरी वाचायला हवी. या कादंबरीतले नेडलँड, कॅप्टन नेमो अमर झाले. अमेरिकेने आपल्या पहिल्या आण्विक पाणबुडीला 'नॉटिलस' हे नाव देऊन ल्यूल्स व्हर्नच्या श्रेष्ठत्वाची पावती दिली. ज्यूल्स व्हर्नच्या 'नॉटिलस'चे सगळे अन्न समुद्रनिर्मित होते. त्या काळात विद्युत्शक्ती त्या पाणबुडीवर मानवाची सेवा करायला हात जोडून उभी होती. त्याने वर्णिलेल्या समुद्रातल्या दऱ्या, समुद्रातील जंगले आणि राखीव कुरणे, पाण्याखाली चालवायच्या बंदुका या सर्व गोष्टी आज प्रत्यक्षात आढळत आहेत!

सध्याच्या शास्त्रीय युगात समुद्राबद्दलच्या संशोधनास अवकाश संशोधनापेक्षाही जास्त महत्त्व दिले पाहिजे असा सूर काढणारा एक शास्त्रज्ञांचा गट आहे. त्यांच्या मते सागर हे पृथ्वीवर आहेत, हातचे आहेत. त्यांचे आधी संशोधन व्हायला हवे, उगीचच पळत्या अवकाशामागे लागण्यात काय अर्थ आहे? पण आज आपण चंद्राचा नकाशा– दोन्ही बाजूंचा– पूर्णपणे तयार केला आहे आणि अजून आपल्याला समुद्रतळाचा पूर्णपणे ठाव लागलेला नाही. याला कारण तसेच आहे– या पृथ्वीभर पसरलेल्या अफाट व्याप्तीच्या सागरांचा अभ्यास करणारे शास्त्रज्ञ किती असावेत? १९७०पर्यंत तरी त्यांची संख्या हजारापेक्षा जास्त नव्हती. या शास्त्रज्ञांना 'ओशनोग्राफर्स' असे म्हटले जाते आणि समुद्राचा सर्वांगीण अभ्यास करणाऱ्या शास्त्रास 'ओशनोग्राफी'. दुनियेतली सर्व शास्त्रे सागर संशोधनात एकवटलेली असतात आणि दिवसेंदिवस सागरशास्त्राचे महत्त्व वाढीस लागल्यामुळे तदनुषंगिक शास्त्रेही नव्याने निर्माण होण्याची शक्यता निर्माण झाली आहे. पण सागराचा एकदम एवढा कळवळा येण्याचे कारण तरी काय? तर जर आपण आज सागराची आळवणी केली, तर जगभर पसरलेले हे अथांग आणि बऱ्याच अंशी निरुपयोगी ठरलेले पाणी, हे एक कधीही न आटणारी अगदी आखूड शिंगी

पाणबुड्या असा दिसतो. या पोषाखामुळे तो २०० मीटर खोलीपर्यंत संचार करू शकतो.

बहुदुधी कामध्येनू ठरणार आहे.

कदाचित तुम्हाला ठाऊक नसेल, पण उत्तर दिशेला असलेला 'हिमालयो नाम नगाधिराज' ही सागराची देणगी आहे. हिमालयाशिवाय, आल्प्स्, अँडीज या पर्वतशृंखला देखील समुद्रापोटीच वाढल्या आणि जन्मल्या. हिमालयाच्या जागी पूर्वी टेथिस नावाचा एक प्रचंड मोठा समुद्र होता. आता त्या जागी हिमालय असला तरी पृथ्वीवरील समुद्राच्या पाण्याचा साठा त्यामुळे कमी झालेला नाही. सागर शास्त्रज्ञांच्या मते तर पृथ्वीवर समुद्र तयार झाले तेव्हापासून आजपर्यंत समुद्रातील पाण्याचा साठा जवळजवळ आहे तेवढाच आहे. समुद्राची पातळी मात्र वेळोवेळी बदलते. उदाहरणार्थ पृथ्वीवर ज्यावेळेस हिमयुगे होऊन गेली, त्यावेळी सर्व भू-खंडांवर जे बर्फ पसरले, तेव्हा नद्यांवाटे समुद्राला जे पाणी परत मिळायचे ते मिळेना, त्यावेळेस सर्वच समुद्रातील पाण्याची पातळी कमी झाली होती. काही काही ठिकाणी ही २५ ते ३० मीटरपर्यंत खाली गेली होती. पुन्हा जेव्हा बर्फ वितळले तेव्हा समुद्राने काही ठिकाणी भूमी व्यापली, काही जमीन पोटातही घातली. कित्येकदा भूखंडांनी आपापल्या जागा सोडून पळापळ केली, तरी एखादे सबंध भूखंडच्या भूखंड कायमचे पाण्याखाली नाहीसे झाल्याचे उदाहरण अजून तरी सापडलेले नाही.

महासागराची प्रचंड खोली

पृथ्वीच्या जन्मापासून समुद्राने ७० टक्क्यांच्या आसपास पृथ्वी व्यापलेली आहे. सध्या दक्षिण गोलार्धाचा ४/५ भाग आणि उत्तर गोलार्धाचा जवळजवळ ३/५ भाग समुद्राने व्यापलेला आहे. अर्थात असे आकड्यात बोलून उपयोग नाही. समजा, तुम्ही मुंबईच्या रेखांशावर दक्षिणेकडे तोंड करून चालायला सुरुवात केली तर मुंबई ते दक्षिण ध्रुव हे संपूर्ण अंतर तुम्हाला पाण्यावर चालायला लागेल. ग्रीनलँड जवळजवळ उत्तरध्रुवीय प्रदेशात आहे. त्या रेखांशावर किंवा १८०°च्या रेखांशावर तर दक्षिण ध्रुवीय प्रदेशापर्यंत समुद्रच समुद्र आहे. जर एखादे परग्रहावरील यान येऊन पॅसिफिक महासागराचा फोटो घेऊन गेले तर त्या परग्रहावरील लोकांना नक्की वाटेल की, या ग्रहावर पाण्याशिवाय दुसरे काहीच नाही. हा प्रशांत महासागर काही काही जागी इतका खोल आहे की, एव्हरेस्ट जर तिथे बुडविले तर त्याच्यावर २६ हजार मीटर पाणी नक्की असेल.

सर्व समुद्र मिळून १४००,०००,००० घन कि.मी. एवढी पृथ्वीवरील जागा व्यापतात. एका घन कि.मी.मध्ये ५॥ अब्ज टन पाणी असते. यात २० कोटी टन घन पदार्थ विरघळलेल्या स्वरूपात असतात. समुद्राच्या पाण्यात दुनियेतील जवळजवळ सर्व मूलद्रव्ये त्यांच्या संयुगांच्या स्वरूपात आढळतात. पण त्यातून फक्त मीठ, मॅग्नेशियम आणि ब्रोमीन आपण मिळवतो. मिठाचे जागतिक उत्पादन दरवर्षी १७०५ कोटी डॉलर्स एवढे आहे. (सर्व समुद्रांतून विरघळलेले मीठ पृथ्वीवर पसरले, तर पृथ्वीवर ३० मीटर जाडीचा मिठाचा थर तयार होईल.) मॅग्नेशियमचे उत्पादन ७०० लक्ष डॉलर्स किमतीचे होईल.

एक घन कि.मी. समुद्राच्या पाण्यात कोबाल्ट, तांबे, चांदी, सोने आणि युरेनियम, याशिवाय जस्त वगैरे धातू सुमारे दहा लाख डॉलर्स किमतीचे असतात. एवढी सगळी संपत्ती आपल्यापुढे हात जोडून उभी असताना गरिबी हटविणे किती सोपे ठरावे. पण...! हा 'पण' फार मोठा आहे. कारण एक घन कि.मी. समुद्राचे पाणी वर्षभर हाताळून त्यातले क्षार गोळा करायचे ठरविले तर त्यासाठी एक अत्याधुनिक, अति प्रचंड कारखाना उभा करावा लागेल आणि त्या कारखान्याला, त्या वर्षभराला दर मिनिटाला ८५ लक्ष लिटर समुद्राचे पाणी अव्याहत एक वर्ष (म्हणजे ३६५ × २४ × ६०) इतकी मिनिटे सतत शुद्ध करावे लागेल. हा व्याप करण्यापेक्षा आरामात समुद्रकिनाऱ्यावर वाळूत लोळणे आपण पसंत करतो. अबिदजान येथे प्रथम समुद्राच्या पाण्यापासून पिण्यायोग्य पाणी करायचा व्याप केला गेला. कुवेत या जगातल्या सर्वांत श्रीमंत राष्ट्रात जवळजवळ सर्वच पाणी असे मिळविले जाते. सध्या शुद्ध पाण्यासाठी जगभर सुमारे ६८० कारखाने अहोरात्र चालू असतात. एका कारखान्यात सुमारे १ लक्ष लिटर पाणी रोज पिण्यायोग्य केले जाते. भारतात अजूनपर्यंत तरी असा प्रयोग झालेला नाही.

समुद्र : अन्नाचा मोठा साठा

सध्या तरी सागरविषयक सर्वच संशोधन साधन आणि प्रगत राष्ट्रांकडूनच होते. त्यात अमेरिका, रशिया,

जपान, इंग्लंड, फ्रान्स, कॅनडा आणि जर्मनी हे देश अग्रगण्य आहेत. या सगळ्या संशोधनाचा फायदा युनोच्या निरनिराळ्या समित्यांकडून जगातील सर्व राष्ट्रांना होतो. पेरू हा दक्षिण अमेरिकेतील देश आज जगातला सर्वांत जास्त मासेमारी करणारा देश आहे.

सध्या जगभर अन्नासाठी आरडाओरड चालू आहे. पण समुद्र हा अन्नाचा फार मोठा प्रचंड साठा आहे. सध्या ५५ कोटी टन अन्न दरवर्षी समुद्रातून आपल्याला मिळते, त्यात ९० टक्के मासे असतात. उरलेल्या दहा टक्क्यांत खेकडे व तत्सम प्राणी आणि शंख-शिंपल्यातील लुसलुशीत सजीव प्राणी (समुद्रातील गोगलगायी व कालवे) यांचा समावेश होतो. खरेतर समुद्रात फक्त २००० निरनिराळ्या प्रकारचे मासे आहेत. (अर्थात देवमाशांचा यात समावेश नाही. कारण ते सस्तन वर्गात मोडतात.) तर शंखशिंपल्यांतून राहणाऱ्या प्राण्यांच्या सुमारे ४००० जाती, उपजाती अस्तित्वात आहेत. तेव्हा त्यापासून कितीतरी अन्न उपलब्ध होऊ शकेल. सध्या बऱ्याच ठिकाणी मासे आणि कालवांची प्रयत्नपूर्वक शेती केली जाते आणि या विषयावर अधिक संशोधन चालू आहे.

प्रशांत महासागरात सापडणारी नेरिओसायस्टिस वनस्पती

समुद्राकडून मानवाला अन्न तर मिळतेच; पण सध्याच्या बाजारी जगात काळे सोने म्हणून ओळखले जाणारे पेट्रोलियम समुद्रतळातल्या थरांच्या खडकात सापडते.

समुद्रतळाशी दडलेले दुसरे संपत्तीचे साधन म्हणजे मँगेनीज या खनिजाचे समुद्रतळाशी सापडणारे गोळे. हे मँगेनीजचे गोळे बहुधा बटाट्याच्या आकाराचे आणि २ ते २५ सें.मी. व्यासाचे असतात. तसा एकदा एक ८५० किलो वजनाचा गोळाही सापडला होता म्हणा, पण असे क्वचितच घडते. या मँगेनीजच्या गोळ्यांचा छेद घेतला तर त्यात कांद्यासारखे थर सापडतात. हे थर शार्क माशाचा दात, एखादे माशाचे हाड अशा समुद्रातल्या कठीण वस्तूभोवती, काही सागरी जंतूंकडून स्रवलेले असतात. हे सागरी जंतू किंवा बॅक्टेरिया, मेलेल्या माशाच्या दाताला, हाडाला चिकटतात आणि समुद्रातील सेंद्रीय अन्न खातात, त्यांची वसाहत वाढत असते, अन्नाबरोबर आलेले धातू बाहेर फेकले जातात आणि त्यांचा गोळा बनतो. समुद्रातील प्रवाह अडून जिथे पाणी ढवळले जात नाही अशा ठिकाणी या स्वरूपाचे गोळे सापडतात. या गोळ्यात मँगेनीजशिवाय तांबे, कोबाल्ट किंवा निकेलही बऱ्याच वेळा मिळते. जर दर वर्ग फुटाला एक पौंड मँगेनीज मिळणार असेल तर हे मँगेनीजचे गोळे फायदेशीर ठरतात. पॅसिफिक महासागरात काही ठिकाणी दर वर्ग मीटर जागेत १ किलो मँगेनीज मिळण्याची शक्यता आहे. दक्षिण पॅसिफिक महासागरात एके ठिकाणी तर १ कोटी वर्ग कि.मी. प्रदेशात एकूण ५० अब्ज टन मँगेनीजचे गोळे पसरले असावेत असा अंदाज आहे. याशिवाय ॲल्युमिनियमयुक्त तांबडी वाळू, शंख-शिंपल्यातले कॅल्शियम

कार्बोनेट म्हणजे चुना, माशांच्या हाडातले फॉस्फेट यांचा खच समुद्राच्या तळाशी दरवर्षी वाढतो आहेच. पेट्रोलियम आणि मॅंगेनीज या दोन उत्पादनांसाठी माणूस प्रामाणिकपणे सागरतळाशी जायचा प्रयत्न करील, याबद्दल तर वादच नाही; पण मानवजातीच्या बालपणापासून माणसाला आकर्षून घेणारी आणखी एक वस्तू समुद्रतळाशी पडून आहे. ती वस्तू म्हणजे 'मोती'. समुद्रात पडून असलेली दुसरी अमोल चीज म्हणजे हिरे. अर्थात सर्व समुद्रतळाशी हिरे सापडत नाहीत. आफ्रिका खंडाचा पश्चिम किनारा– विशेषत: दक्षिण आफ्रिकेचा पश्चिम किनारा– हा सर्वांत श्रीमंत किनारा आहे. 'द बिअर्स' ही दक्षिण आफ्रिकेतील हिरे खणून काढणारी कंपनी. ही जगातली सर्वांत मोठी आणि सर्वांत श्रीमंत कंपनी आहे.

आतापर्यंत असा समज होता की, किंबर्ले आणि त्या आसपासचे हिरे यांना नद्या समुद्रात वाहून नेतात. पण सॅम कोलिन्स आणि त्याचा भूशास्त्रज्ञ सॉक्रेटिस व्हार्सटोस या दोन अमेरिकन गृहस्थांनी एक नवीन सिद्धांत मांडला आहे. आपल्याला कदाचित माहीत नसेल, पण दक्षिण अमेरिकेचा पूर्व किनारा आणि आफ्रिका खंडाचा पश्चिम किनारा हे पूर्वी एकमेकांना जोडलेले होते. शास्त्रज्ञांचा असा समज होता की, दक्षिण अमेरिका खंडात ब्राझीलमध्ये आणि त्याच्या किनाऱ्यावर हिरे सापडतात ते बहुधा द. आफ्रिकेतून तोडून गेलेल्या दगडात आहेत. सॅम कोलिन्सच्या मते दक्षिण आफ्रिका ते ब्राझील यांच्यामध्ये, संपूर्ण दक्षिण अटलांटिक महासागराच्या तळाशी जागोजागी हिरेयुक्त दगड आहेत आणि ते तिथेही तयार झालेले आहेत. आता या हिऱ्यांसाठीही एक नवी धावपळ सुरू झालेली आहे.

समुद्राने मानवाला आणखी एक मदत केली आहे, ती म्हणजे किनाऱ्यावर खनिजे आणून ओतण्याची क्रिया.

समुद्राच्या लाटांनी किनाऱ्यावरच्या दगडांची सतत झीज होत असते. लाटेच्या माऱ्याने दगडाचे झालेले हे चूर्ण समुद्रात वाहून नेले जाते. हे लाटांच्या हालचालींनी नीट चाळले, निवडले जाऊन त्याच्या घनतेप्रमाणे प्रतवारीत लावले जाते आणि मग ही निरनिराळ्या घनतेची खनिजे किनाऱ्यावर स्थिरावतात. यांना 'बीच प्लेसर्स' असे म्हणतात. आपला देश याबाबतीत नशीबवान आहे. थोरियम या उत्सर्जक खनिजाचे अशा प्रकारचे प्रचंड साठे केरळच्या किनाऱ्यावर आहेत. मलायाच्या किनाऱ्यावर टिन, जपानमध्ये लोखंड, अलास्कात सोने, भारतात टिटॅनियम अशाच प्रकाराने मिळते.

समुद्राच्या अशा रोज नवनवीन उपलब्ध होणाऱ्या देणग्यांमुळे समुद्र संशोधनात रोज नवनवीन यांत्रिक व तांत्रिक माहितीची भर पडते आहे; नवनवे शोध लागताहेत. तसेच शास्त्राच्या इतर शाखांत लागलेले शोध समुद्रकारणी लावण्यात येत आहेत. यातला एक महत्त्वाचा शोध म्हणजे सोनार. या सोनारचा आणि बांगलाचा काहीसुद्धा संबंध नाही. सोनार, सोफार हे सगळे 'सो' ने सुरू होणारे शब्द. या तंत्रात उपयोगात आणल्या गेलेल्या ध्वनिलहरींना उद्देशून असतात. उदाहरणार्थ, सोफार (SOFAR) म्हणजे साऊंड फिक्सिंग अँड रेंजिंग. ध्वनिलहरींचा पाण्यातला वेग शास्त्रज्ञांना माहीत असतोच, फक्त एखाद्या वस्तूपाशी जाऊन परत येण्यास म्हणजे प्रतिध्वनी ऐकू येण्यास लागणाऱ्या वेळावरून वस्तूचे आपल्यापासून अंतर ठरविणे, असा काहीसा हा प्रकार असतो. अर्थातच हे तंत्र इतके सोपे नाही. यात बरीच निरनिराळी यंत्रे वापरावी लागतात. पण निदानेही अचूक असतात.

खोल जाण्याची अहमहमिका

स्कुबा डायव्हिंग किंवा पाण्याखाली ऑक्सिजन घेऊन, बुडी मारण्याचे तंत्रही आता बरेच प्रगत झाले आहे (स्कुबा म्हणजे Self Contained Under Water Breathing Apparatus) या 'स्कुबा'चा फायदा घेऊन समुद्रतळाचा ठाव घेणारे बरेच शास्त्रज्ञ आहेत. स्कुबाच्या साहाय्याने समुद्रतळावर जाऊन, समुद्रातून पेट्रोलियम काढणाऱ्या मशिनरीची दुरुस्ती जागच्या जागी करणे, समुद्रतळाचा किंवा समुद्रातल्या प्राण्यांचा व वनस्पतींचा अभ्यास करणे आजकाल सहज शक्य झाले आहे.

जगातील काही समुद्र आणि त्यांची खोली

जमिनीची सरासरी उंची सुमारे ८०० मीटर आहे, सागराची सरासरी खोली ४००० मीटर आहे.

	विस्तार (वर्ग कि.मी.)	सरासरी खोली (मीटर)	सर्वांत जास्त खोली (मीटर)
पॅसिफिक	१६३,७०६,८८०	४५२९.०३	११६७६.७७
अटलांटिक	८०,७१६,८००	४१५४.८३	९७२३.५४
हिंदी	७२,५७६,०००	४१९३.५४	७४१५.४८
आर्क्टिक	१४,१८६,४९६	१३५४.८३	४१४५.१६
भूमध्य	२,९३१,२००	१४५१.६१	४६५६.४५
दक्षिण चिनी	२,२९१,२००	१७४१.९३	५३०८.३८
बेरिंग	२,२४७,६८०	५३७.०९	४३२९.६७
कॅरिबियन	१,९२०,०००	२७०९.६७	७६६१.२६
मेक्सिकोचे आखात	१,७९२,०००	१५१६.१२	४००८.३८
ओखोत्स्क	१,४८९,९२०	९६७.७४	४०७१.२९
पूर्व चिनी	१,२२८,८००	१९६.७७	३३८७.०९
यलो सी	१,२२८,८००	५१.६१	११२.२५
रेड सी	४५५,६८०	४८०.६४	२३४०.००
ब्लॅक सी	४३०,०८०	१३८७.०९	२३७४.८३
बाल्टिक सी	४०४,४८०	११.२९	४१९.३५

याशिवाय ॲल्युमिनॉट या संपूर्ण ॲल्युमिनियमने बनविलेल्या पाणबुडीने आणि निरनिराळ्या प्रकारच्या बॅथिस्केफमुळे पाणबुडीत बसून एकाच वेळी अनेक शास्त्रज्ञ समुद्राचे दर्शन घेऊन अभ्यास करू शकतात.

समुद्राची सरासरी खोली ४ कि.मी. आहे. तरीसुद्धा काही भागात ती जवळजवळ १२-१३ हजार मीटरपेक्षाही जास्त आहे. एव्हरेस्ट चढण्यासाठी मानवाची सतत धडपड चालू आहे, तसेच जास्तीत जास्त खोल जाण्यासाठीही माणसाची सतत अहमहमिका चालू आहे.

इ.स. १९५२पर्यंत फिलिपाइन दरी ही समुद्रातील सर्वांत खोल दरी मानली जात होती. ब्रिटिश सागर-शास्त्रज्ञांनी १९५२ साली 'चॅलेंजर डीप' ही नवी खोली शोधली (सुमारे १२००० मीटर). १९५९ साली व्हिटिआझ या रशियन जहाजाने मारिआना दरीत सुमारे १२५०० मीटर खोलीची नोंद केली, तर १९६२ साली पुन्हा एकदा ब्रिटिशांनी कुक या जहाजात बसून 'कुक डी' ही सुमारे १३००० मीटर खोली गाठली. १९६६ साली 'मिडवे' या अमेरिकन जहाजाला सुमारे १३५०० मीटर खोल समुद्रतळ मिळाला [समुद्राची खोली फॅदममध्ये मोजतात (एक फॅदम = ६ फूट)] अमेरिकन नौदलाच्या त्रिएस्ते या बोटीवरील जॅक्स पिकॉर्ड आणि ले. डॉन वॉल्श हे चॅलेंजर डीपमध्ये सगळ्यात खोल गेलेले धाडसी मानव. ते जवळजवळ सुमारे ११००० मीटर खोल गेले होते.

पाण्याखाली मानवी वसाहत

ही सगळी धडपड समुद्र आणि पर्यायाने पृथ्वीचा

जन्म कसा झाला असावा, हे शोधून काढण्यासाठी चालू आहे. त्याचबरोबर त्यात आर्थिक फायदे आहेतच. या सर्व संशोधनात शास्त्रज्ञांना आणखी एक गमतीशीर गोष्ट आढळली आहे. ती म्हणजे, हिमालय, आल्प्स यासारखे घडीचे पर्वत हे थरांच्या खडकांचे बनले आहेत. पण समुद्रतळाशी मात्र बेसाल्ट हा अग्निजन्य खडक सापडतो. यामुळे अनेक भूवास्तवशास्त्रज्ञ आता पुढे सरसावले असून, त्यांनी असे सिद्ध केले आहे की, समुद्रात मिड अॅटलांटिक रिज नावाची एक पर्वतश्रेणी आहे, त्या ठिकाणी समुद्रतळ सतत सरकत आहे आणि हा समुद्रतळ सरकला की, त्यामुळे निर्माण झालेली पोकळी पृथ्वीच्या पोटातून शिलारस बाहेर येऊन भरून काढली जाते. समुद्रतळाशी सरकणारी पट्टी पुढे पुढे सरकत जाऊन, शेवटी भूखंडाखाली नाहीशी होते आणि अशा तऱ्हेने समुद्रतळ नेहमी अग्निजन्य खडकांचाच राहतो. सध्या समुद्रतळावर १५ कोटी वर्षांपूवीचा एकही कण नाही. समुद्रतळाची सरकणारी पट्टी वर्षाला अंदाजे १ सेंटिमीटर सरकते. या सरकण्याची गती कधीकधी वर्षाला दहा सें.मी. इतकी वाढते. या गतीचा अंदाज घेता पॅसिफिक महासागराचा तळ तयार होण्यास सुमारे दहा कोटी वर्षे लागली असावीत असा अंदाज आहे.

आता समुद्रविषयक संशोधनात पाण्यात कसेही उभे राहणारे 'प्लिपशिप' आणि माणसासाठी पाण्यात श्वसनासाठी कल्ले तयार करण्यात आले आहेत. या कल्ल्यांवाटे पाण्यात विरघळलेला प्राणवायू श्वसनासाठी मानव पाण्याखालीही उपयोगात आणू शकेल. या दोन शोधांमुळे आणि सहा वर्षांपूर्वी पार पडलेल्या अमेरिकेच्या 'टेक्टाइट -२' या यशस्वी मोहिमेमुळे पाण्याखाली मानव लौकरच वसाहती करू शकेल, अशी शक्यता दिसू लागली आहे. कारण 'टेक्टाइट-२'च्या ५ शास्त्रज्ञांनी आठ दिवस पाण्याखाली यशस्वी मुक्काम ठोकला होता. कालचक्राला चक्र म्हणणाऱ्या आपल्या पूर्वजांना इथे आपण मानतो. कारण पहिला सजीव पाण्यात निर्माण झाला, बहुधा समुद्रात त्यापासून निरनिराळे प्राणी तयार झाले, समुद्रात प्राण्यांची गर्दी झाली, तेव्हा अनेकविध धडपडीनंतर प्राणी जमिनीवर आले. त्यात उत्क्रांती होत होत, मानव-उत्क्रांतीचा कळस निर्माण झाला आणि हाच मानव आता पुन्हा परत पाण्यात जाऊ पाहात आहे!

■

चौतीस

सागरी प्रवाह

आपण समुद्रकिनाऱ्यावर जातो, समुद्राच्या लाटा पाहातो, पाण्याचा हा प्रचंड साठा पाहून आपल्या मनात काहीशी भीतीयुक्त आदराची भावना निर्माण होते. साहित्यात नेहमी सागरासारखा धीर-गंभीर वगैरे उपमा, उत्प्रेक्षा येत असतात, पण खरोखरच लाटा सोडल्या, तर सागराचे पाणी स्थिर असते का? या प्रश्नाचे उत्तर नकारार्थी येते.

पृथ्वीचे स्वत:भोवतीचे भ्रमण, सूर्य-चंद्राचे आकर्षण, वारे, तापमानातील बदल आणि क्षारांचे प्रमाण या कारणांमुळे महासागरातले पाणी सतत वाहात असते. एखाद्या भ्रमचित्त माणसाने मनातले विचार असह्य होऊन, इकडून-तिकडून सतत दिशाहीन येरझारा घालाव्या, तशी ही सागरी पाण्याची हालचाल चालू असते. जर समजा, उत्तर-ध्रुवीय वर्तुळात कुणी खूप मोठ्या प्रमाणात रंग ओतला, तर वर्षभराने त्यातील काही रंग दक्षिण-ध्रुवीय वर्तुळातल्या पाण्यात सापडतील, अशी शास्त्रज्ञांना खात्री आहे. हा रंग जगभरच्या समुद्रातून पसरला जाईल, कारणे साधी व सोपी आहेत. एक म्हणजे सर्व समुद्र एकमेकांना जोडलेले आहेत. खरे म्हणजे पृथ्वीवरचा हा एक प्रचंड मोठा जलाशय मानवाने स्वत:च्या सोयीसाठी निरनिराळी नावे देऊन विभागलाय आणि दुसरे कारण म्हणजे हे समुद्रांतर्गत पाणी सतत फिरते, खेळते ठेवणारे प्रवाह. हे प्रवाह निर्माण व्हायला असंख्य गोष्टी कारणीभूत होतात. उदाहरणार्थ, पृथ्वीचे स्वत:भोवतीचे भ्रमण, या भ्रमणाचा विषुववृत्तावरचा वेग प्रचंड असतो. ताशी हजार मैलाने फिरणाऱ्या पृथ्वीमुळे विषुववृत्तावरचे सागरी पाणी आड येणाऱ्या खंडांच्या पूर्व किनाऱ्यावर प्रचंड वेगाने आपटायला हवे. कारण पृथ्वीच्या स्वत:भोवतीच्या भ्रमणाची दिशा पश्चिमेकडून पूर्वेकडे असते. पण इतर अनेक कारणांमुळे ही गोष्ट घडून येत नाही.

या असंख्य कारणांपैकी एक कारण म्हणजे निरनिराळ्या अक्षांशांवर असणारा सागरी पाण्याच्या तापमानातील फरक. जिथे जास्त सूर्यप्रकाश असतो, तिथे पाणी तापले जाते. असे तापलेले पाणी प्रसरण पावते व हलके बनते आणि प्रसरणामुळे त्याची पातळीही एखाद-दुसऱ्या इंचाने उंचावते आणि थंड व घन पाणी तातडीने या पाण्याखाली जमा होण्यासाठी त्या दिशेने वाहू लागते आणि सागरी प्रवाह तयार होतात.

सागरी पाण्यावर परिणाम करणारी दुसरी गोष्ट म्हणजे हवा किंवा वारे. पृथ्वीच्या आत्मकेंद्री भ्रमणामुळे जसे पाण्यात प्रवाह निर्माण होतात, तसेच हवेतही निर्माण होतात आणि त्यामुळे पाण्यावर हवेचा दाब कार्य करीत असतो, त्याच्या तीव्रतेत बदल पडतो. या सतत वाहत्या वाऱ्यांना व्यापारी वारे म्हणतात. हे नाव या वाऱ्यांना ज्या काळात शिडाच्या जहाजांचा व्यापारी लोक उपयोग करीत, त्या काळात पडलेले आहे. व्यापारी वारे आग्नेय आणि ईशान्येकडून विषुववृत्ताच्या दिशेने वाहात असतात आणि तसे करताना ते सागरी पाण्यास पश्चिमेकडे ढकलतात. ही क्रिया विषुववृत्ताच्या दोन्ही बाजूंस चालू असते. पण या ढकलणाऱ्या वाऱ्यावरसुद्धा पृथ्वीच्या आत्मकेंद्री गतीचा परिणाम होत असतोच. त्यामुळे ते विषुववृत्तावर पोहोचण्यापूर्वीच समशीतोष्ण तापमानाच्या पट्ट्याकडे फेकले जातात. जाता जाता ते पाणी ढकलण्याच्या आपल्या कामात मात्र खंड पडू देत नाहीत. अशा तऱ्हेने समुद्रभर प्रचंड प्रवाह जगाच्या पाठीवर सर्वत्र तयार होत असतात.

अशा प्रकारच्या प्रवाहाचे सर्वोत्कृष्ट आणि सर्वांत जास्त अभ्यासले गेलेले उदाहरण म्हणजे उत्तर अटलांटिक समुद्रातील गल्फ स्ट्रीम किंवा गल्फ प्रवाह.

गल्फ स्ट्रीमला एवढे महत्त्व यायचे कारण म्हणजे हा प्रवाह जगातल्या सर्वांत मोठ्या व्यापारी मार्गावर तर आहेच, पण गल्फस्ट्रीम नसता, तर ब्रिटन आणि उत्तर युरोपचे किनारे वर्षातला बराचसा काळ गोठलेलेच राहिले असते.

गल्फस्ट्रीम हा एक मोठा भोवरा आहे, असे म्हटल्यास अतिशयोक्ती होणार नाही. हा प्रवाह संपूर्ण उत्तर अटलांटिक महासागर हलवून सोडतो. हा प्रवाह विषुववृत्तावर सुरू होतो, तेव्हा पश्चिमेकडे वाहात असतो. पूर्व अटलांटिकमधून हा प्रवाह वेस्ट इंडीज द्वीप समूहात घुसतो. तिथून क्यूबा आणि मध्य अमेरिकेतल्या चिंचोळ्या जागेतून तो गल्फ ऑफ मेक्सिकोत (मेक्सिकोचे आखात) जातो. तिथून तो ईशान्येकडे वळतो, तेव्हा या १०० कि.मी. रुंदीच्या प्रवाहाचे ४५० कोटी टन पाणी अटलांटिक पार करून ब्रिटनला ऊब देण्यासाठी प्रत्येक मिनिटागणिक पुढे सरकत असते आणि तिथून ते स्कँडिनेव्हियन देशांकडे जाते.

ब्रिटनकडे जाताना याचे दोन भाग होतात. एक दक्षिणेकडे वळतो आणि आफ्रिकेच्या वायव्य भागाजवळून परत विषुववृत्तीय प्रवाहास मिळतो. यास कॅनरी प्रवाह म्हणतात, तर या मधल्या भागास सारागोसा समुद्र अशी संज्ञा प्राप्त झाली आहे.

जर सर्व उत्तर अटलांटिक महासागर हा एक मोठा कप आहे, अशी कल्पना केली आणि त्यात एक मोठा चमचा कडेकडेने फिरवला, तर साहजिकच त्याच्या मध्यावरचे पाणी अतिशय हळू हलेल, पण कडेचे पाणी मात्र जोराने फिरत राहील. आता या कपाच्या कडेच्या प्रवाहावर चहाची पत्ती टाकली तर ती तळाशी जाताना मध्याकडे खेचली जाईल. अटलांटिकमध्ये असेच झाले आहे आणि त्यामुळे सारागोसा समुद्रात उत्तर अटलांटिक प्रवाहाच्या मध्यावर बरेच व्यापारी सागरी शेवाळे गोळा झालेले आहे.

जसा अटलांटिकमध्ये गल्फट्रीम तसा उत्तर पॅसिफिकमध्ये क्युरोशियो प्रवाह आहे.

हा प्रवाह तैवानहून निघून जपानमार्गे उत्तर अमेरिकेच्या पश्चिम किनाऱ्याकडे वाहतो.

हे जे प्रवाह आहेत, ते मोठे असले तरी तसे विशेष खोलवर नाहीत. यांच्याही खाली आणखी काही प्रवाह आहेत आणि ते कित्येक ठिकाणी वरच्या प्रवाहाच्या विरुद्ध दिशेने वाहताना आढळून आलेले आहेत. १९५१मध्ये यापैकी एका महत्त्वाच्या प्रवाहाचा पॅसिफिक महासागरात शोध लागला. त्याचे नाव क्रॉम्वेल.

क्रॉम्वेल प्रवाह हवाई आणि गिल्बर्ट बेटातून सुरू होतो. तिथून दक्षिण विषुववृत्तीय प्रवाहाच्या खालून, त्याच्या विरुद्ध दिशेने म्हणजे पूर्वेकडे, १६० मीटर खोलीवरून वाहतो. क्रॉम्वेलनंतर १९५७मध्ये लॅब्रॅडोरच्या प्रवाहाचा शोध लागला. हा प्रवाह प्रख्यात गल्फस्ट्रीम खालून त्याच्या विरुद्ध दिशेने २००० ते ३५०० मीटर खोलीवरून वाहतो.

काही प्रवाहांच्या वाहण्याच्या दिशा जसे वारे ठरवितात, त्याचप्रमाणे तापमानातील फरक आणि क्षारांचे सागरी पाण्यातील प्रमाण किंवा खारटपणा यावरही काही प्रवाहांची दिशा अवलंबून असते.

साधारणतः जास्त तप्त पाण्याची उंची वाढते, पण त्यात क्षारांचे प्रमाण अधिक असले तर मात्र असे पाणी वरच्या पातळीवर जाण्याऐवजी बुडते. एवढेच नाही तर, असे पाणी जास्त खारट किंवा कमी खारट पाण्यात मिसळत नाही. अशा तऱ्हेने सागरी पाण्यातसुद्धा जातीयता निर्माण होते. एखाद्या ठिकाणी असा जातीय तणाव वाढला तरी त्याचे परिणाम फार मोठे होतात. उदाहरणार्थ जर उत्तर अटलांटिक समुद्रातले क्षारांचे प्रमाण वाढले तर गल्फस्ट्रीम दिशा बदलेल आणि ब्रिटन व उत्तर युरोपीय देश गोठतील.

सागरी पाण्यातले असे बदल कितीही सूक्ष्म असले तरी अतिशय संवेदनक्षम उपकरणे वापरून हे फरक शोधून काढण्यात शास्त्रज्ञ यशस्वी ठरले आहेत.

बॅथीथर्मोग्राफ हे तापमानातील सूक्ष्म बदल शोधून काढायचे असेच एक साधन आहे. यामुळे निरनिराळ्या खोलीवर पाण्याचे तापमान किती आहे हे समजू शकते. (Bathos खोल, Thermos तापमान) 'नॅन्सेन बॉटल्स' मुळे क्षारधारणा, ऑक्सिजन आणि इतर मूल तत्त्वांचेही प्रमाण शोधून काढता येते. तसेच रेडिओयुक्त तराफे आणि प्रवाहमापक प्रवाहाचा वेग व दिशा यांची निरनिराळ्या खोलीवरची माहिती पुरवितात.

काही वेळा तर पाण्याच्या दोन थरांचे गुणधर्म इतके

पराकोटीचे विभिन्न असतात की, रडार किंवा ध्वनिलहरी या थरांकडून परावर्तित होतात. याचा उपयोग करून महायुद्ध काळात काही पाणबुड्या लपून राहिल्याचीही उदाहरणे आहेत. अशा पाणबुड्या अधिक गरम किंवा क्षारधारक पाण्यात जात आणि काहीही हालचाल न करता स्वस्थ बसून वेळ काढीत असत.

याशिवाय समुद्रात आणखीही काही प्रवाह असतात. त्यांची उगमाची कारणे अजूनही अज्ञातच आहेत. काही शास्त्रज्ञांच्या मते वावटळी वाऱ्यांमुळे जी अस्थिरता निर्माण होते त्यात या प्रवाहाचा उगम होतो.

समुद्राच्या पृष्ठभागावरून वाहणाऱ्या प्रवाहांचा मानवी जीवनावर फार परिणाम होतो. पश्चिम ऑस्ट्रेलियाचे वाळवंट हे अति थंड. पश्चिम ऑस्ट्रेलियन प्रवाहाने ऑस्ट्रेलियाला दिलेली ही देणगी आहे. इथे वर्षात सरासरी एक इंच इतकासुद्धा पाऊस पडत नाही. नैऋत्य आफ्रिकेच्या कलाहारी वाळवंटाची निर्मिती नैऋत्य आफ्रिकेच्या किनाऱ्याने वाहणाऱ्या बनग्वेला प्रवाहामुळे झाली आहे. हासुद्धा थंड प्रवाहच आहे.

थंड प्रवाहामुळे वाळवंट का तयार होते याचे कारण अगदीच सोपे आहे. थंड समुद्रावर गरम हवा असली तर हवेच्या हालचालीस विशेष वाव मिळत नाही. कारण समुद्रालगतची हवा थंड होते नि खालीच राहाते आणि गरम हलकी हवा वरच राहाते; त्यामुळे हवा ढवळून निघण्याचा व वारे निर्माण होण्याचा प्रश्नच उद्भवत नाही. त्यामुळे आधीच कमी प्रमाणात तयार झालेली पाण्याची वाफही हवेत मिसळत नाही आणि हवेचा वरचा थर कोरडा राहतो.

थंड प्रवाहामुळे तयार झालेल्या वाळवंटी प्रदेशाचे आणखीही एक उदाहरण देता येईल. ते म्हणजे हंबोल्ट प्रवाहामुळे तयार झालेले पेरू आणि चिलीतील वाळवंट. पण हंबोल्टच्या प्रवाहामुळे तिथले पाणी सतत ढवळले जाते, तसेच समुद्रतळातून थंड पाणी वर येत राहाते. हे वर येणारे पाणी वनस्पती-जीवनास पोषक अन्न वर आणत असते. त्यामुळे हा भाग त्या वनस्पतीवर जगणाऱ्या माशांना आकर्षून घेतो. यामुळे पेरू आणि चिली हे दोन देश मच्छीमारीवर आपली उपजीविका करू शकतात. या माशांना खायला येणारे पक्षी आपल्या विष्ठेमुळे ग्वानोचे नैसर्गिक खतांचे साठे तयार करतात.

आणि मधूनच एक दिवस उत्तरेकडून वाहणारा 'एल निनो' नावाचा गरम प्रवाह दक्षिणेकडे वळतो. त्यामुळे हंबोल्ट प्रवाह किनाऱ्यापासून दूर जातो. दोन प्रवाह भेटतात तिथे धुके तयार होते. अन्न न मिळाल्यामुळे असंख्य मासे मरतात, मासे न मिळाल्यामुळे पक्षी मरतात आणि पेरूतले खतांचे कारखाने बंद पडू लागतात. यात भरीला भर म्हणून मुसळधार पाऊस येतो. यामुळे लोक 'एल निनो'स सैतानाचा दूत म्हणतात.

सागरी प्रवाहांच्या क्षारधारणेचा आणि तापमानाचा उपयोग ध्वनी-वहनासाठी आणि दूर अंतरावरचे संदेश वहन करण्यासाठीसुद्धा करता येतो. १९६०मध्ये १९००० कि.मी. लांबीचा असाच एक साऊंड चॅनेल शोधण्यात शास्त्रज्ञांनी यश मिळविले आहे. हा ध्वनिवाहक पट्टा ऑस्ट्रेलियापासून केप ऑफ गुडहोपमार्गे बर्म्युडापर्यंत पसरलेला आहे. मात्र केप ऑफ गुडहोपजवळ या पट्ट्याने ८५० मीटरची बुडी मारली आहे. हे अंतर काटायला ध्वनिलहरींना ३ तास ४३ मिनिटे लागतात.

अशा या सागरी प्रवाहांची दररोज नव्याने माहिती बाहेर येत आहे आणि शास्त्रज्ञ त्यांची पाहणी करून त्यांना मानवी सेवेला कसे लावता येईल याचा विचार करीत आहेत.

■

पस्तीस

सागरतळ कसे तयार होतात?

पृथ्वीवरचा ७० टक्के भाग पाण्याने व्यापलेला आहे, पण त्याबद्दल इतके दिवस आपल्याला फारशी माहिती नव्हती. गेल्या २०-२५ वर्षांत सागर, महासागरांचा अभ्यास फार जोरात सुरू झाला. कारण सागरतळावर फार मोठ्या प्रमाणावर खनिजसाठे असल्याचं लक्षात आलंच, पण सागरी अपतटाला छिद्रं पाडून खनिज तेल मिळवायलाही सुरुवात झाली. यातूनच पुढे महासागराबद्दल विविध प्रकारची शास्त्रीय माहिती पुढे आली.

पृथ्वीचे कवच हे सरकत्या तक्त्यांचे बनले आहे. या तक्त्यांची जाडी दोन-चारशे कि.मी. असते. ही झाली पृथ्वीची त्वचा. प्राणी ज्याप्रमाणे कात टाकतात त्याप्रमाणे नव्हे, पण पृथ्वीचीही कातडी बदलत असते. या त्वचेला लिथोस्फीअर (शिलावरण) असं शास्त्रीय भाषेत नाव आहे. या शिलावरणाखाली अस्थेनोस्फीअर (दुर्बलावरण) या नावाचं आवरण असतं. इथे असलेले खडक हे डांबरासारख्या अर्ध-प्रवाही अवस्थेत असतात. या आवरणावर शिलावरण तरंगत असतं.

वेगेनर या जर्मन शास्त्रज्ञानं १९०९मध्ये सरकत्या भूखंडांचा सिद्धांत मांडला. या शिलावरणाच्या हालचालीमुळे भूखंड सरकतात हे आता शास्त्रज्ञांच्या लक्षात आलंय. या हालचालीचा वेग साधारणपणे वर्षास ५ ते ८ सें.मी. इतका असतो. जेव्हा दोन तक्ते एकमेकांपासून दूर होतात तेव्हा त्यांच्यावरील भूखंडेही दूर सरकतात, तेव्हा त्याला 'रिफ्ट' असं म्हटलं जातं. मराठीत याला योग्य प्रतिशब्द नाही. मात्र अशा तऱ्हेने निर्माण झालेल्या दऱ्यांना 'खचदरी' असे योग्य नाव मराठीत आहे. या भूखंड दुराव्यात म्हणजे रिफ्टमध्ये ॲस्थेनोस्फीअरमधला अर्धप्रवाही खडक घुसतो. यामुळे सागरतळ तयार होतात. हा खडक बहुधा 'बेसाल्ट' खडक असतो. यामुळे दोन प्रकारचे सागर तयार होतात. एक म्हणजे दुराव्यात सुरुवातीला कवच खचून झालेल्या खळग्यातले मूळ कवचावरचे सागर आणि दुसरे म्हणजे बेसाल्टचा तळ असलेले सागर.

आता हे खरं सगळं कसं व्यवस्थित आणि साधं सरळ गणित होतं; पण दरम्यान ॲटलांटिकच्या सागरतळावर शास्त्रज्ञांना स्पेनच्या किनाऱ्याजवळ पेरिडोटाईट नावाचे खडक मिळाले. या पेरिडोटाईट खडकांचे वैशिष्ट्य म्हणजे ते सागरतळावरचे किंवा भूकवचाचे नेहमीचे घटक आहेत. पेरिडोटाईट खडक पृथ्वीच्या गाभ्यातले खूप दाब नि उच्च तापमान असलेले खडक असतात. त्यांची घनता इतर कुठल्याही खडकांच्या मानानं जास्त असते. शिलावरणाच्या मानानं जास्त असते. शिलावरणाच्या खूप खाली असलेले हे खडक इतक्या वर आल्यामुळे बरीच कोडी सुटायला मदत होते.

गर्भावस्थेतील सागर म्हणजे भूखंड दुराव (रिफ्ट); इथे अजून भूखंडाचे दोन भाग झालेले नसले तरी खाली भूकवच कमकुवत बनलेलं असतं. यामुळे ३० ते १०० कि.मी. रुंदीच्या पट्टीत हळूहळू भूकवच खचू लागलेलं असतं. त्यामुळे या भागात प्रथम मैदानी प्रदेश तयार होतो. मग मोठमोठी सरोवरं निर्माण होतात. पुढं यांचं उपसागरात परिवर्तन होतं. (अशा तऱ्हेची सरोवरं आफ्रिकन खचदरी प्रदेशात आढळतात. याच खचदरीच्या एका भागात तांबडा समुद्र आहे.) अजून भूखंडांचे दोन तुकडे झालेले नसले तरी ही सागर जन्माची सुरुवात असते. मग हा दुरावा वाढून त्याचा सागर कसा बनतो? हे समजून घेण्यासाठी आपल्याला भू-कवचाची रचना समजावून घ्यायला हवी.

भूकवचाच्या तक्त्याचे दोन भाग असतात. वरचा

भाग सालपट समजू या. हे कमी घनतेच्या ज्यांना शास्त्रीय भाषेत ग्रॅनाइटी खडक म्हणतात, अशा खडकांचे असते. याच्या खाली मँटल किंवा गाभ्याच्या वरच्या भागाचा समावेश होतो. याला प्रावरण असं म्हणतात. हे प्रावरण पेरिडॉटाईड खडकांचं असतं. याची घनता ३.३ असते. या पेरिडोटाईटांचे अनेक प्रकार असतात, पण या सर्व पेरिडोटाईटांचा मुख्य घटक म्हणजे ऑलिव्हिन कुटुंबीय खनिजे. हे प्रावरण सागराखाली नि भूखंडाखालीही एकसारखेच असते.

भूकवचाची जाडी भूखंडाखाली सरासरी ३० कि.मी. असते. यात सिलिका म्हणजे SiO2 (सिलिकॉन डाय ऑक्साईड) भरपूर प्रमाणात असलेली खनिजे असतात. यामुळे या खडकांची घनता कमी म्हणजे २.० असते. सागराखाली भूकवच पातळ बनते. त्याची सरासरी जाडी ७ कि.मी. असते. इथले खडक बेसाल्ट प्रकारचे असतात. यात ग्रॅनाइटी खडकांपेक्षा सिलिकाचे प्रमाण कमी असते. सध्याच्या सागरांच्या तळाशी असलेले भूकवच हे पृथ्वीच्या जन्माच्या (४॥ अब्ज वर्षे) तुलनेत तसे कमी वयाचे आहे. इथे कुठलेही खडक २० कोटी वर्षांपेक्षा अधिक जुने नाहीत. याउलट भूखंडाखालचे भूकवच बरेच जुने आहे. पृथ्वीच्या आदि कवचाच्या जन्मापासून म्हणजे ४ अब्ज वर्षांपूर्वीपासून त्यांच्या निर्मितीस सुरुवात झाली. यामुळे त्यांच्यात आणि सागराखालचं भूकवच यात बराच फरक आढळून येतो. मात्र भूकवचाचे हे दोन भाग एकत्र येतात तिथे काय घडते? नेमके कशाप्रकारचे खडक तिथे आढळतात हे सांगणे मात्र अवघड असते. कारण हा भाग अवसादांच्या प्रचंड मोठ्या थराखाली गाडलेला असतो.

भूखंडमंच किंवा सागरतट (काँटिनेंटल शेल्फ) म्हणजे भूखंडांचा सागराखाली असलेला भाग. इथं सागर उथळ असतो. या ठिकाणी थोड्याफार प्रमाणात सागरतळ आणि भूखंड यांच्या सीमेवरच्या खडकांचा अभ्यास करणं शक्य होतं. हे भूखंडमंच सिलिकासंपृक्त खडकांचे बनलेले असतात. यामुळे हे भूखंडमंच भूखंडांचाच भाग असल्याचं सिद्ध होतं; पण जसजसं सागराच्या दिशेनं जावं तसतशी यांची जाडी सागरतळाएवढी (६ ते ७ कि.मी.) होते आणि हे सागरतळापेक्षा तौलनिकदृष्ट्या स्थिर भूखंडमंच सागरी स्वरूप धारण करतात. दोन भूखंडे एकमेकांपासून दूर गेल्यामुळे सागरतट किंवा भूखंडमंच तयार झाले असले तरी वर्षानुवर्षे गेली कित्येक युगे किंवा लक्षावधी वर्षे त्यांच्यावर गाळ साचत आला आहे. यातले काही तुकडे मूळ स्थितीपासून ढळले; काही प्रस्तरभंगांमुळे कलंडले आणि मग त्यावर गाळ साठला. जर त्या काळात हे प्रस्तर कसे होते याचा खरोखरच अभ्यास करायचा असेल तर एकमेकांसमोर असलेल्या दोन भूखंडांच्या भूखंडमंचांचा अभ्यास करायला हवा.

आतापर्यंत असं मानलं जात होतं की, १०० ते १२० कि.मी. जाडीचे शिलावरण प्रथम ताणले जाते. यामुळे पृथ्वीचे कवच आणि पृथ्वीच्या गाभ्याचा वरचा भाग (अप्पर मँटल) हे दोन्ही समप्रमाणात ताणले जातात. ज्यावेळी भूकवचाची जाडी ७ कि.मी.पेक्षा कमी होते तेव्हा भूकवचाला तडे जाऊन ते तुटते. मग गाभ्यातून शिलारस वर येऊ लागतो. त्याचं स्फटिकीभवन होऊन सागरतळ तयार होतो.

१९८०पर्यंत या सिद्धांताला पर्याय नाही अशीच शास्त्रीय जगात समजूत होती. इ.स. १९७८मध्ये काही फ्रेंच शास्त्रज्ञांनी स्पेनच्या किनाऱ्याजवळ सागरतटाच्या भूखंड मंचाचे संशोधन सुरू केले. नोरॉईट या संशोधन जहाजावर हे शास्त्रज्ञ जमले आणि सागरतळ खरवडून काढणे, तिथल्या खडकांचे नमुने गोळा करण्यासाठी तिथे नलिकाकूप खणून त्यातले क्रोड बाहेर काढणे या मार्गाने त्यांनी संशोधन चालू केले. या किनाऱ्याजवळ अवसादांची जाडी कमी आहे, त्यामुळे तळाचे खडक लवकर हाती येतील, असा या शास्त्रज्ञांना अंदाज होता.

गॅलेशियाच्या किनाऱ्यापासून ३० किलोमीटर सागरात एक एकांडे शिखर सागरतळापासून २०० मीटर उंच आले आहे. याच्या आजूबाजूला सागरतळ ५३०० मीटर खोलीवर असून, तो मैदानाप्रमाणे सपाट आहे. मध्येच हा २०० मीटर उंचीचा सुळका कसा, असा प्रश्न शास्त्रज्ञांना पडला. या सुळक्याचे शिखर ५१०० मीटर खोलीवर असल्यामुळे शास्त्रज्ञांनी त्याला '५१०० हिल' असे नाव दिले.

इतक्या खोलीवरचे नमुने गोळा करणे हा फार नाजूक

प्रकार असतो. हे सर्व काम अतिशय जपून करावे लागते. यासाठी तारा गुंफून केलेला आठ किलोमीटर लांबीचा दोर वापरला गेला. या दोराला खाली एक मोठं भांडं लावलं जातं. हा दोर म्हणजे पळीचा दांडा आणि ते भांडं म्हणजे पळीची वाटी असा प्रकार असतो. त्या प्रकल्पात हे भांडं तळाशी पोहोचायलाच तीन तास लागायचे. ते भांडं तळाला पोहोचलं याची खात्री झाली की, जहाज चालू लागायचं. त्यामागे ते भांडं सागरतळाशी खेचलं जायचं. साधारणपणे हे भांडं खडकाला नक्की अडकलं हे कळायला दोन तास लागायचे, मग तीन तास ते भांडं वर खेचण्यात जायचे. अशा तऱ्हेने जे खडक हाती आले ते अवसादी नव्हते तर ते 'सर्पेंटिनाईट' खडक होते. या खडकांची? निश्चित झाल्यावर हे खडक 'पेरिडोटाईट' या पातालिक, किंबहुना पृथ्वीच्या गाभ्याच्या वरच्या भागातल्या आकार्य (प्लॅस्टिक) खडकांचे सागरी पाणी, गाभ्यातून वर येताना कमी झालेले तापमान आणि दाब, यामुळे झालेले रूपांतर होय असे शास्त्रज्ञांनी निश्चित केले. मात्र यामुळे पूर्वीच्या सिद्धांतात बदल करावा लागणार होता. (पूर्वीच्या सिद्धांताप्रमाणे ताणल्या गेलेल्या कवचावरचा सागरतळ बनतो.) म्हणून १९८५मध्ये रिझोल्यूशन या जहाजावरील सामुग्रीने या '५१०० टेकडी'स छिद्र पाडण्यात आले, तेव्हाही पुन्हा पेरिडोटाईट खडकाचे नमुनेच हाती आले. त्यामुळे सागरतळ तयार होण्याचे पूर्वीचे सिद्धांत आता पुन्हा तपासून प्रावरण आणि सागरतळ यांचा परस्पर संबंध काय असावा याबाबत विचारमंथन नव्याने चालू झाले आहे.

■

छत्तीस

पर्वत, डोंगर, पठारे

आपल्या पृथ्वीची भूखंडे प्रेक्षणीय आहेत. आपण वारंवार सहली, सफरी काढून आपली निसर्गसौंदर्य पाहायची हौस पुरी करतो. या सफरीतून आपण जशी सहज म्हणून धर्मस्थाने बघून घेतो तसेच बरेचदा आपण फक्त निसर्गसौंदर्य पाहण्यासाठीही सहलींना जात असतो.

निसर्गसौंदर्य पाहायला म्हणून काय किंवा धार्मिक सहलींसाठी म्हणून काय आपण नेहमी सागरकिनारी जातो किंवा पर्वतराजीत तरी जातो. काहीवेळा पर्वत सागर सान्निध्यात येतात अशा ठिकाणी आपले मन प्रसन्न होते. जर भूखंडांवर पर्वतच नसते तर काय झाले असते, असा विचार कधी केलाय? कोकणात मान्सूनचा पाऊस पडला नसता, तर गंगा-यमुनांनी उत्तर भारताचे सपाट मैदान तयार केले असते! भूखंडे म्हणजे एकच एक सपाट मैदान असते तर आपण कैक गोष्टींना मुकलो असतो. या भूखंडांवर असे हे पर्वत कसे तयार होतात, त्यांच्या निर्मितीत किती वेगवेगळ्या प्रक्रिया गुंतलेल्या असतात त्याचा अभ्यास केला तर भू-कवचावर काय काय घडत असते, घडले आहे व घडण्याची शक्यता आहे याचा आपल्याला अंदाज येतो.

सर्वसामान्यपणे आजूबाजूच्या भू-भागापेक्षा खूप उंच असलेल्या भू-भागास आपण पर्वत असे म्हणतो. कमी उंचीच्या उंचवट्यांना डोंगर, टेकड्या असंही आपण म्हणत असतो. एका भागात ज्या उंचवट्यास टेकडी म्हटलं जातं तो दुसरीकडचा डोंगर असू शकतो. एकीकडचा डोंगर दुसरीकडचा पर्वत ठरतो. याला उंचीचे आडाखे नाहीत. सर्वसाधारणपणे हजार फुटांपेक्षा (समुद्रसपाटीपासून नव्हे, तर त्या उंचवट्याच्या तळापासून) कमी उंचीच्या भू-भागास पर्वत म्हणत नाहीत. पर्वत शिखरे बहुधा निमुळती असतात.

आजूबाजूच्या भागापेक्षा उंचावर असलेल्या व माथ्यावर सपाट प्रदेश असलेल्या भू-भागांना पठारे म्हणतात. पठारे आजूबाजूच्या प्रदेशापेक्षा निदान एका बाजूने तरी एकाएकी उंचीवर आहेत असे वाटते. दख्खनचे पठार असेच समुद्रकिनाऱ्यापासून एकदम उंचीवर आहे. पठाराचा काही भाग खूप उंच असून, त्यास पर्वत म्हणता येते. पठारांवर नद्यांच्या दऱ्या असून, त्या कधीकधी चांगल्याच खोल असतात.

दख्खनच्या पठाराप्रमाणेच कोलोराडोचे पठारही एक मोठे पठार आहे. कोलोराडोच्या पठाराची एका बाजूची उंची समुद्रसपाटीपासून ३५०० मीटर असून, दुसऱ्या बाजूस १००० मीटर आहे. यातच अरायझोनामधील ग्रँड कॅन्यन दरी आहे.

पर्वत शिखरे सर्वसामान्यपणे टोकदार असतात. उदा. माऊंट एव्हरेस्ट, कांचनगंगा, के-२, मॉन्टब्लांक, माऊंट रेनियर इत्यादी. पर्वतकटक हे कौलारू घरांच्या छपरासारखे दोन बाजूंस उतार असलेले स्थलरूप आहे. कटक व शिखरे मिळून एक पर्वतराजी तयार होते. कित्येक वेळा कटकांवर उंच, उत्तुंग अशी वेगळी शिखरे असतातच असेही नाही. सहसा असे घडत नाही. सर्वसामान्यपणे एका भू-शास्त्रीय प्रक्रियेने एकाच भू-शास्त्रीय कालखंडात तयार झालेल्या सर्व कटक व शिखरांच्या समूहाचा एका पर्वतराजीत समावेश होतो. भारतात हिमालय, विंध्य, सातपुडा, सह्याद्री, निलगिरी आदी पर्वतश्रेणी आहेत. अशा दोन किंवा जास्त पर्वतराजी एका रांगेत वा एकमेकास समांतर अशा रीतीने एकत्र आल्या की, पर्वतश्रृंखला तयार होते. सह्याद्री, निलगिरी व बालाघाट या तीन पर्वतराजींची मिळून दक्षिण भारतातील पर्वतश्रृंखला तयार होते.

हिमालयाची उत्तुंग शिखरे

सर्व प्रचंड जाडीचे अवसाद उथळ समुद्रात अवसादित झालेले आहेत. म्हणजे अवसादन चालू असताना समुद्रतळ खाली खेचत होता हे सिद्ध होते. अशा तऱ्हेने अवसादन भू-अभिनतीच्या द्रोणीत होत असते. या भू-अभिनती शेकडो किलोमीटर लांब असतात व ७५-१०० कि.मी. पेक्षाही जास्त रुंद असतात. वलीयन झालेले भू-स्तर हे लांब अरुंद पट्ट्यात किंवा विभागांत विभागलेले असतात. याचे कारणही उघडच आहे. या भू-स्तरांतील अवसाद उथळ समुद्रातील समुद्रकिनाऱ्यापासून १५० ते ५०० कि.मी.च्या पट्ट्यात अवसादित झालेले असतात. आजच्या समुद्रातील अवसादनांच्या अभ्यासावरून हे सिद्ध झाले आहेच. याचाच अर्थ असा की, आज वलीयन पर्वतश्रेणी या लक्षावधी वर्षे उथळ समुद्राचा तळ होत्या.

वलीयन पर्वतातील भू-स्तरांचे विशेष म्हणजे अवसादन होताना क्षितिज समांतर असलेल्या भू-स्तरांचे पर्वतश्रेणीत उत्थापन होताना प्रचंड प्रमाणात वलीयन झालेले असते. अगदी काही फुटांचा विस्तार असलेल्या वलीयनापासून मैलोगणती बाहू पसरलेल्या वलीयनापर्यंत सर्व आकार व प्रकारचे वलीयन या पर्वतांत पाहायला मिळते. वलीयन म्हणजे खडकांना घड्या व वळ्या पडण्याची क्रिया. गेली कित्येक लक्ष वर्षे चाललेल्या अपक्षरणामुळे या वळ्या आता दऱ्यांतून, घळीतून किंवा रस्ते व इतर कामासाठी खणून काढलेल्या भागातून दृग्गोचर होत असतात. काही थोडे अपवाद सोडले तर या वलीयनांचे प्रमुख अक्ष पर्वतश्रेणीच्या वृत्तीला– ट्रेंडला समांतर असतात. याचे कारण बदलाची दिशा पर्वतश्रेणीच्या वृत्तीशी काटकोनात असते.

जगातील बहुतेक सर्व मोठे पर्वत हे वलीयनाने निर्माण झालेले पर्वत आहेत. भू-स्तरांचे वलीयन, भू-भाग उंचावणे व नंतर अपक्षरण सुरू होणे या तीन गोष्टी एकत्र येऊन वलीयनाने निर्माण झालेले पर्वत आकारास येतात. घडीच्या पर्वतातील भू-स्तराची जाडी शेकडो फूट असते. हिमालयातील भू-स्तर हे कोट्यवधी वर्षे टेथिस नावाच्या समुद्रात अवसादनाने तयार झालेल्या अवसादांपासून निर्माण झालेले आहेत. या भू-स्तरांची त्या काळातील जाडी २०,००० मीटरपेक्षाही जास्त असावी असा शास्त्रज्ञांचा अंदाज आहे. हे हिमालयातील

वलीयनामुळे भूपृष्ठ फार मोठ्या प्रमाणात आकसले जाते, कारण एकेकाळी क्षितिज समांतर असलेले भूस्तर चुरगळले गेलेले असतात. अँपालेशियन पर्वतश्रेणीत वलीयनानंतर भूस्तरांवरील दोन बिंदूंतील अंतर ४२ कि.मी.नी कमी झाले. आल्प्स व हिमालयासारख्या पर्वतश्रेणीत तर

हे अंतर यापेक्षाही खूप असेल.

वलीयन पर्वतश्रेणींच्या जीवनपटाची सुरुवात गर्भावस्थेत म्हणजे किनाऱ्याजवळील सागरी द्रोणीत होत असते. ही गर्भावस्था लक्षावधी वर्षांची असते. सागरतळी अवसादन होत असते. सागरतळ त्या भाराने खाली खाली जात असतो. वरून अवसादांची अधिकाधिक भर पडतच राहते. यानंतर प्रसववेदना सुरू होतात. यावेळी बाजूंनी पार्श्वीय बलाची क्रिया सुरू होते व पर्वतश्रेणीचा जन्म होतो. यावेळेस वलीयन क्रियेमुळे वाक आलेले भूस्तर सागरातून हळूहळू डोके वर काढू लागतात. या काळातही अवसादन वा पार्श्वीय बलाचे कार्य या दोन्हीही गोष्टी चालूच असतात. त्यामुळे पर्वत वाढत जातात, त्या प्रमाणात सागर ओसरून जातात. पर्वतश्रेणीच्या तरुणपणात पर्वतश्रेणीची उंची वाढत जाते. वलीयन अधिकाधिक गुंतागुंतीचे बनत जाते. प्रणोद निर्माण होतात. पार्श्वीय बलाचे कार्य चालूच असते. त्यामानाने अपक्षरण अगदीच क्षुल्लक वाटावे इतपतच घडते. ज्यावेळेस पर्वतश्रेणीची घडण व अपक्षरण यांचा समतोल साधला जातो, तेव्हा अशा पर्वतश्रेणीस प्रौढावस्था प्राप्त झाली असे म्हणण्यात येते. अशा वेळेस पर्वतश्रेणी जास्तीत जास्त उंची गाठते. तसेच तिचा उठावही पुरेपूर उठून दिसतो. वृद्धावस्थेत पर्वतश्रेणीची घडण साफ थंडावलेली असते. अपक्षरण क्रियांनी पर्वतश्रेणीची प्रचंड झीज चालू असते. हळूहळू कमी कमी होत होत स्थलरूप म्हणून पर्वतश्रेणीस महत्त्व तर उरत नाहीच, पण नंतरच्या काही काळात हा प्रदेश मैदानी बनतो व पर्वतश्रेणीचे अस्तित्वच संपुष्टात येते. पर्वतश्रेणीची पहिली वळी समुद्राबाहेर डोके काढताच तिथे अपक्षरणाचे कार्य सुरू झालेले असते. ते आता खऱ्या अर्थाने आपले कर्तव्य पुरे करते.

आधुनिक शास्त्रज्ञांच्या मते पार्श्वीय बलापेक्षाही उभ्या कवचास लंबरूप हालचालींमुळे जशा पर्वतश्रेणी तयार होतात व त्यात भू-पृष्ठाचे आकुंचन न होता ते ताणले जाते व अशा ठिकाणी त्याची जाडी कमी होते. हा सिद्धांत

वळ्यांचे खडक

अगदी नवा असून, तो भू-शास्त्रीय नियतकालिकातून जोरदार चर्चेचा विषय बनलेला आहे. यात गुरुत्वाकर्षण हे महत्त्वाचे बल मानले जाते. वलीयनानंतर पर्वतश्रेणींना जन्म देण्यास कारणीभूत ठरणारी भूविवर्तनी क्रिया म्हणजे बृहत् प्रस्तरभंग. बऱ्याच पर्वतश्रेणी अंशतः किंवा पूर्णपणे प्रस्तरभंगामुळे तयार होतात. यामुळे भू-पृष्ठाच्या मोठमोठ्या तुकड्यांना उठाव मिळतो. असे खंड (तुकडे) बहुधा तिरके, एका बाजूस झुकलेले असतात. यांना भ्रंशखंड पर्वत असे म्हणतात. आग्नेय ओरेगॉनमध्ये असे भ्रंशखंड पर्वत आढळतात. यातल्या भ्रंशकड्यांवर अपक्षरणाचा थोडाफार परिणाम झालेला दिसतो. या भ्रंशखंडांची मालिका १५ ते ६५ कि.मी. लांब असून, ३०० मीटरपेक्षाही जास्त उंच आहे.

सिएरा नेवाडा पर्वतश्रेणी हा एकच ६५० कि.मी. लांबीचा व १०० ते १२५ कि.मी. रुंदीचा भ्रंशकडा असून, याच्या भ्रंशकड्यांवर अपक्षय व अपक्षरण क्रियांचा बराच परिणाम झालेला आढळतो. तरीही पूर्वेस काही ठिकाणी या पर्वताची उंची तीन कि.मी.पेक्षा जास्त आहे. ही बाजू अर्थातच भ्रंशकड्याची आहे.

पर्वत तयार होण्यास कारणीभूत होणारी तिसरी नैसर्गिक क्रिया म्हणजे ज्वालामुखी. सह्याद्रीच्या पठारांवरच वास्तव्य करणाऱ्या नि सह्याद्रीतले घाट ओलांडून कोकणात जाणाऱ्या

किंवा देशावर येणाऱ्या कितीजणांना आपण ज्वालामुखीतून उफाळलेल्या लाव्हाने तयार झालेल्या पठारावरून मार्ग काढतोय याची कल्पना असते? पुढे अपक्षरणाने या पठारांचे पर्वत बनले आहेत. केवळ सह्याद्रीच नव्हे तर पृथ्वीवर इतरत्रही ज्वालामुखीमुळे तयार झालेली पठारे आहेत. हे झाले पठारांचे; पण इतरत्र ज्वालामुखींच्या उद्रेकामुळेच पर्वत बनलेले दिसून येतात. कधी हे पर्वत एकांड्या शिलेदारासारखे सागरातून वर येऊन आकाशाकडे झेपावतात, तर कधी आपल्याभोवती असंख्य छोटीमोठी शिखरे जमवत आसपासच्या आसमंतावर पहारा करीत असतात. हे सर्व पर्वत ज्वालामुखीच्या उद्रेकातून बाहेर पडणाऱ्या पदार्थांची उतरंड रचून तयार होतात. दर उद्रेकानंतर यात भर पडत जाते.

इटलीतील माऊंट व्हेसुव्हियस, एटना, हवाईतील मोनालोओ किलू, अमेरिकेतील माऊंट रेनियर, माऊंट शास्ता, लास्सेन पीक, इक्वेडोरमधील कोटोपाक्सी ही यातील काही उदाहरणे. यातील मोनालोआ समुद्रतळाशी जन्मला. आज समुद्रतळापासून त्याची उंची १०,००० मीटर आहे.

लॅकोलिथ पर्वत :- हे पर्वत अग्निज खडकांपासूनच तयार होतात. मात्र यातील अग्निज पदार्थ भू-पृष्ठाबाहेर न पडता भू-पृष्ठातील कमजोर पातळ्यात शिरून वरचे भूस्तर अधिक वर उचलतात व घुमटाकृती पर्वत तयार करतात. असे पर्वत अमेरिकेतील डाकोटा व कोलोराडो प्रांतांत आहेत.

अपक्षरण पर्वत :- केवळ अपक्षरणाने कधीकधी पर्वत तयार होतात. इथे भूविवर्तनी क्रिया व ज्वालामुखीय उद्रेकांचा अभाव असतो. पण भूभागाचे प्रोत्थान झाल्यावर अपक्षरणानेच पर्वत तयार होतात. उंच पठारे किंवा मैदानातून वाहणारे पाणी क्वचित प्रसंगी वाऱ्याची मदत घेऊन कडे, कटक, दऱ्या निर्माण करते. अमेरिकेतल्या अरायझोनातील ग्रॅंड कॅन्यन, न्यूयॉर्कमधील कॅट्सकिल पर्वत हे अशा प्रकारचे पर्वत आहेत. भारतातील हिमालय सोडल्यास बाकीचे सर्व प्रमुख पर्वत, उदाहरणार्थ विंध्य, सह्याद्री, सातपुडा हे अवशिष्ट पर्वत आहेत.

■

सदतीस

खनिजे

आपण पृथ्वीची अंतर्रचना अभ्यासली तर आपल्या असं लक्षात येतं की, अगदी खोलात खोल खणलेली भूमिगत खाण, पेट्रोलियम किंवा इतर कारणासाठी खणलेले ड्रिल होल यांनी आपण भूकवच केवळ खरवडत असतो. त्या खाली काय आहे हे केवळ अनुमानानेच आपल्याला जाणून घ्यावे लागते. मात्र जो काही भू-कवचाचा भाग आपण प्रत्यक्ष अनुभवाने बोलू शकतो. भू-शास्त्रज्ञांनी निरनिराळ्या ठिकाणच्या खडकांचा अभ्यास केला आहे. हे सर्व खडक खनिजे निरनिराळ्या प्रकाराने एकत्र येऊन तयार झालेले दिसतात. म्हणजेच खनिजे ही भूशास्त्रीय-पाषाणशास्त्रीय अभ्यासाचा मूलाधार ठरतात. खनिजांच्या गुणधर्मावर खडकांचे, पर्यायाने भू-पृष्ठाचे गुणधर्म ठरतात.

खनिज म्हणजे काय :- नैसर्गिकरीत्या आढळणाऱ्या स्वत:ची वैशिष्ट्यपूर्ण अंतर्गत आण्विक संरचना असलेल्या अजैवीक पदार्थास खनिज म्हणतात. खनिजांचे कायिक आणि रासायनिक गुणधर्मही वैशिष्ट्यपूर्ण असतात. खडक तयार करणाऱ्या खनिजांचे प्रमुख गट म्हणजे सिलिका, सिलिकेट्स, ऑक्साइड्स, कार्बोनेट्स, सल्फाइड्स, सल्फेट्स व फॉस्फेट्स. निरनिराळ्या गटातील निरनिराळी प्रमुख खनिजे एकत्र येऊन त्यामुळे वेगवेगळे खडक तयार होतात. उदाहरणार्थ ग्रॅनाइट या खडकात क्वार्ट्झ्, फेल्स्पार व थोड्याफार प्रमाणात अभ्रक गटाची खनिजे असतात तर बेसाल्टमध्ये पायरॉक्झीन व प्लॅजिओक्लेज ही खनिजे प्रामुख्याने आढळतात.

खनिजांचे गट, जाती, पोटजाती, उपजाती, या खनिजांच्या कायिक, रासायनिक, प्रकाशीय (क्ष-किरणी) गुणधर्मांवर अवलंबून ठरविल्या जातात. क्ष-किरण हे अगदी सूक्ष्म फरक शोधून काढण्यासाठी वापरण्यात येतात. अर्थात सर्व खनिजांचे सर्वच गुणधर्म इथे पाहाणे शक्य होणार नाही. खनिजांचा एक महत्त्वाचा आणि खनिजांना सौंदर्य पुरवणारा गुणधर्म म्हणजे त्यांचे स्फटिकीकरण व स्फटिकीकरणाची पद्धत.

खनिजे निरनिराळे भूमितीय आकार धारण करतात. सल्फर (गंधक)चे स्फट पिवळे असून अष्टपृष्ठीय असतात. खनिज मिठाचे स्फट धनीय प्रणालीचे असतात, तर क्वार्ट्झ्चे षट्कोणीय प्रणालीचे पारदर्शक स्फट फारच सुंदर दिसतात. आदर्श परिस्थितीत स्फटन झाले तर खनिजे पूर्ण स्फटरूप धारण करतात. अशा परिस्थितीत खनिज ठराविक रूपच

क्वार्ट्झ्चे चमकणारे आकर्षक स्फटिक

धारण करू शकतात. पण स्फटनासाठी आदर्श परिस्थिती निसर्गात फारच कमी वेळा आढळते, त्यामुळे पूर्ण वाढ झालेले स्फट दुर्मिळ ठरतात.

खनिजशास्त्राची स्फटिकशास्त्र ही शाखा खनिजांच्या आकार प्रकार व स्वरूपाचा अभ्यास करते. या शाखेच्या अभ्यासकांनी सर्व प्रमुख खनिज प्रकारांचा अभ्यास करून असे शोधून काढले आहे की, सर्व खनिजांचे स्फटन सहा (किंवा सात) प्रणालींतच सामावले जाते. प्रत्येक प्रणालीची काही मूलभूत रूपे असतात व त्यातून इतर रूपे निर्माण होतात. या प्रमुख स्फटनप्रणाली अशा– धनीय प्रणाली, चतुष्कोणीय प्रणाली, षट्कोणीय प्रणाली (काही शास्त्रज्ञ या प्रणालीचे दोन भाग पाडतात– (१) षट्कोणीय व (२) त्रिकोणीय प्रणाली.) समचतुर्भुजी प्रणाली, एक नताक्ष प्रणाली व त्रिनताक्ष प्रणाली.

सममिती ही जशी प्राणी व वनस्पती सृष्टीत दिसते तशीच किंबहुना त्याहून खूपच अधिक प्रमाणात ती खनिजांमध्ये आढळते. सममितीप्रमाणेच खनिजांचा आणखी एक गुणधर्म म्हणजे विपत्रण सममिती. स्फटिक-रूपाप्रमाणेच विपत्रण हेही अंतर्गत आण्विक संरचनेवर अवलंबून असते. काही खनिजे त्यांच्यावर आघात करताच एका विशिष्ट दिशेने विशिष्ट पातळीवरच फुटतात, या पातळीस विपत्रण पृष्ठ म्हणतात. अशा विपत्रण पृष्ठावर फुटत फुटत खनिज अखेरीस ते ज्या प्रणालीचे असते त्यातील मूलभूत रूप धारण करते.

याशिवाय खनिजे ओळखण्याचा आणखी एक कायिक गुणधर्म म्हणजे काठिण्य. हे काठिण्य ठरविण्याचे प्रमाण म्हणजे दोन पदार्थ एकमेकांवर घासायचे. ज्या पदार्थावर ओरखडे उठतील तो कमी कठीण व ज्यामुळे ओरखडे उठतील तो जास्त कठीण. मोहाची काठिण्यश्रेणी ही अशा दहा खनिजांची बनवली आहे. इथे अर्थात एक गोष्ट लक्षात ठेवायला हवी की, काठिण्य श्रेणीवर चौथा नंबर असलेले खनिज दुसऱ्या क्रमांकाच्या खनिजाच्या दुप्पट कठीण नसते, तर त्याच्या तुलनेत जास्त कठीण ठरते एवढेच. ही काठिण्य श्रेणी १ पासून १०पर्यंत चढत्या तौलनिक काठिण्याची आहे. पहिल्या क्रमांकाचे खनिज हे सर्वांत मृदू, तर दहाव्या क्रमांकाचा हिरा हा सर्वांत कठीण व या दोन्ही टोकांमध्ये इतर खनिजांचा समावेश करण्यात येतो.

१. टाल्क, २. जिप्सम ३. कॅल्साइट, ४. फ्लुओराइट, ५. अॅपटाइट, ६. ऑर्थोक्लेज, ७. क्वार्ट्झ् ८. टोपाझ, ९ कोरंडम, १० हिरा.

अशी दहा खनिजे मोहाच्या काठिण्य श्रेणीत आहेत. बऱ्याच खनिजांचे काठिण्य अगदी एवढेच असते असे नाही, पण फ्लुओराइटला चरे पाडणाऱ्या व अॅपटाइटने चरे पडणाऱ्या खनिजाचे काठिण्य ४ व ५च्या दरम्यान म्हणजे ४.५ आहे असे म्हणतात. याशिवाय खनिजांची रेखा रेखापट्टीवर मिळते ती रंगीत खनिजांच्या, विशेषत: धातुकांची ओळख पटवण्याबाबत उपयोगी ठरते. रंगीत खनिज रेखापट्टीवर खेचल्यावर आपल्याला त्या खनिजाच्या भुकटीचा रंग कळतो, मग प्रत्यक्ष खनिजाचा रंग कसा का असेना.

लोहाचे पायराइट 'फूल्स गोल्ड' म्हणून ओळखले जाते. ते सोन्यासारखे दिसते. मात्र त्याचा रेखारंग काळा असतो, तर सोन्याचा रेखारंग पिवळा असतो. या वर नमूद केलेल्या कायिक गुणधर्मांशिवाय चमक, भंजन, विशिष्ट गुरुत्व, चुंबकत्व वर्णदिप्ती (Irridiscence), प्रतिदिप्ती (Fluoresence) या गुणधर्मांचाही खनिजांची ओळख पटवून घेण्यासाठी उपयोग करता येतो.

■

अडतीस

खनिज संपत्ती

'खनिज संपत्ती' हा शब्द आपण बरेच वेळा ऐकतो. परिस्थिती अशी आहे की, गेली कित्येक वर्षे आपण भू-पृष्ठांतर्गत खनिज संपत्ती आपल्याला हवी तेव्हा हवी तशी घेत आलो आहोत. ही भू-पृष्ठांतर्गत खनिज संपत्ती तयार व्हायला कोट्यवधी वर्षे लागली आणि आपण ती शे-दीडशे वर्षांत संपूर्णतया नष्ट करण्याच्या मागे आहोत. विशेषत: ज्या झपाट्याने औद्योगिकीकरण चालले आहे ते पाहाता पुढच्या शंभर वर्षांत नैसर्गिक, औद्योगिक व आर्थिक महत्त्वाची खनिजे पृथ्वीवर प्रदर्शनातच बघायला मिळतील असे वाटू लागले आहे. दरवर्षी संपूर्ण पृथ्वीवर अब्जावधी डॉलर्सची खनिजे खणून काढली जातात. इतके दिवस आपल्या हालचाली भू-खंडांपुरत्याच मर्यादित होत्या. आता आपण खनिजांच्या शोधात सागरतळी जाऊ लागलो आहोत.

कोळसा, पेट्रोल (खनिज तेल) व नैसर्गिक वायू ही तीनही महत्त्वाची इंधने भूशास्त्रीय घटनांचा परिपाक असतात. गंधक, पारा, लोह, सोने, हिरे, मँगनीज इत्यादी खनिजे निसर्ग आपल्यासाठी तयार ठेवतो. ही कशी तयार होतात हे पाहाणे वेधक ठरेल. कोळसा हा तर वनस्पती गाडल्या जाऊन तयार होतो हे आपण पाहिलेच आहे; पण निसर्ग अशा असंख्य चित्रविचित्र खनिजांना जन्म देतो की, आपले मन थक्क होते. निसर्गाची प्रयोगशाळा फार मोठी आहे. त्याच्याजवळ वेळ भरपूर आहे, त्यामुळे तो हे सगळे करू शकतो असे म्हटले तर वावगे ठरू नये. अतिउच्च तापमान व दाबात हिरे तयार होतात. तर थोडासा दाब, वातावरणाचे नेहमीचे तापमान व हजार दीड हजार वर्षांचा काळ मिळाला तर ज्वालामुखी राखेत ओलाइट खनिजे मिळतात.

कोळसा, खनिजतेल व नैसर्गिक वायू हे जैवी पदार्थ आहेत. पूर्वीच्या काळातील अरण्ये दलदलीच्या प्रदेशात गाडली गेली. त्यावर अवसादन झाले. मग ती पूर्णपणे झाकली गेली. नंतर अतिशय हळूहळू या वनस्पतींचे विघटन झाले. त्यांच्यात निरनिराळे बदल होत होत त्यांचा कोळसा तयार झाला. कार्बोनिफेरस काळातील अरण्ये आज जगाला बराच कोळसा पुरवतात.

खनिज तेल हाही एक जैवीक पदार्थ आहे. त्यात बऱ्याच हायड्रो कार्बनी संयुगांचे मिश्रण असते. म्हणजेच खनिज तेल हे कार्बन व हायड्रोजनच्या मूलद्रव्यांची अनेक प्रकारे झालेली रासायनिक सरमिसळ असते. खनिज तेल कसे तयार होते हे नक्की सांगणे अवघड आहे. ते तयार

व्हायला भरपूर वेळ लागतो हे मात्र निश्चित. सर्वसाधारणपणे जैवीक पदार्थांचे, मग प्राणिज असोत वा वनस्पतीजन्य असोत किंवा दोन्ही एकत्रित असोत– ऊर्ध्वपातन होऊन अवसादी खडकात खनिज तेल तयार होते असे मानले जाते. खनिज तेलाच्या प्रकाशकीय गुणधर्मावरून तरी ते जैवीक उत्पादन असावे असे वाटते. डायाटोम्स नावाच्या सूक्ष्म सागरी जीवांपासून बऱ्याच पेट्रोलियमची निर्मिती होते. खनिज तेलापासून पेट्रोल, रॉकेल, नॅफ्था, बेंझिन, व्हॅसलीन व पॅराफिन हे व असे कार्बनी पदार्थ मिळतात.

खनिज तेल अपनतिच्या शिखराखाली आढळते. ते जिथे तयार होते तिथून भेगाळलेल्या किंवा पार्य खडकांतून पाझरत पाझरत वर वर येते, कारण त्याचे विशिष्ट गुरुत्व पाण्यापेक्षा कमी असते. अभिनतीच्या वरती जर अपार्य-खडक असेल तर ते तिथेच साठते. खनिज तेलाचे नैसर्गिक वायू व खारे पाणी हे बहुधा सहचर असतात. वलीयन झालेल्या खडकात अभिनतीच्या शिखराखाली नैसर्गिक वायू, त्याखाली खनिज तेल व त्याखाली खारे पाणी असते. नैसर्गिक वायू पेट्रोलियमप्रमाणेच जैवी पदार्थाच्या प्रदीर्घकालीन नैसर्गिक कुजण्यामुळे तयार होतो. कोळसा, तेल व वायू या नैसर्गिक ऊर्जासाधना खालोखाल धातुकांना मानवी व्यवहारात महत्त्व असते. धातुक निक्षेपांचे साधारण रूप असे असते की, बरीच धातुके सामान्यपणे एकत्र आढळतात. धातुके कधीकधी मूलरूपी असतात. यात तांबे, सोने, प्लॅटिनम व चांदी यांचा समावेश होतो. पण सर्वच धातुके अशी मूलरूपी नसतात, तर ती खनिजांमध्ये संयुगांच्या स्वरूपात आढळतात. त्यातून रासायनिक क्रिया

सागरातील तेलविहिरीतून तेल मिळवण्यासाठी उभारण्यात आलेला मोठा प्लॅटफॉर्म

करून धातू काढावे लागतात. प्रत्येक धातुक निक्षेपांचा जन्म निरनिराळ्या नैसर्गिक क्रियांतून होतो. त्या निसर्गात सापडतात त्याही आपापल्या आगळ्या वैशिष्ट्यांसह. या निक्षेपांचे गुणधर्म धातुक कसे तयार झाले, कुठून आले, त्याचे निक्षेपण होताना काय बदल घडले, या निक्षेपांची संरचना कशी आहे यावर ठरत असतात. सर्वसाधारणपणे निक्षेपांचे खालीलप्रमाणे वर्गीकरण करतात.

मॅग्मीय संहनन (Magmatic Concentration) :- मॅग्मा भू-पृष्ठात खोलवर तयार होतो. काही वेळा मॅग्माचे भू-पृष्ठाखालीच स्फटन होते. तो भूपृष्ठावर येत नाही. अशा मॅग्मांमध्ये निरनिराळ्या कायिक प्रणालींमुळे एक प्रकारची खनिजे एकत्र होत असतात. यास खनिजांचे संहनन असे म्हणतात. दक्षिण आफ्रिकेतील हिरे शेंगदाण्याच्या पुडीसारख्या मॅग्माच्या अंतर्भेदनात मिळतात. हे हिरे या विशिष्ट प्रकारच्या अंतर्भेदनात विखुरलेल्या स्वरूपात सापडतात. क्रोमियमचे धातुक क्रोमाइट हे खूप जड आहे. त्यातच इतर खनिजांच्या आधी मॅग्मा द्रवरूप स्वरूपात असतानाच त्याचे स्फटन होते. त्यामुळे क्रोमाइटचे स्फट मॅग्मांत बुडतात व मॅग्मा कक्षाच्या तळाशी एकत्र होतात. बुशव्हेल्ड (द. आफ्रिका) येथील क्रोमाइटचे निक्षेप अशा प्रकारचे आहेत. काही खनिजांचे सगळ्यांत शेवटी स्फटन होते. त्यावेळेस मॅग्मा बऱ्याच प्रमाणात घट्ट झालेला असतो. अशी खनिजे सर्वांत वर एकत्र येतात.

द्रव्यांतरण :- मॅग्मा कक्षाच्या किंवा अंतर्भेदन मार्गाच्या आजूबाजूच्या खडकांवर मॅग्माच्या उष्णतेचा, तसेच उष्ण द्रवांचा व वायूंचा परिणाम होतो. त्यावर निरनिराळ्या प्रक्रिया होतात. या खडकांतील चिरांतून ही अतिउष्ण द्रावणे वर चढू लागतात. आजूबाजूच्या खडकांवर रूपांतरण, द्रव्यांतरण किंवा दोन्ही प्रक्रियांचे प्रभाव पडतात. अशा द्रावणात जर धातुके विरघळली असतील तर त्यांचे या खडकांत निक्षेप होतात. बरेच तांबे, जस्त व शिसे यांचे निक्षेप अशा प्रकारचे असतात.

अवसादी निक्षेप :- ज्याप्रमाणे अवसाद खडक तयार होतात, तसेच व्यवहारी उपयोगी खनिजांचे व धातुकांचे अवसादन होते. कित्येक मॅग्मीय निक्षेपांवरून वाहणारे जलप्रवाह आपल्याबरोबर धातुके वाहून आणतात व योग्य जागी त्यांचे अवसादन करतात. पुढे यांचे खडकात रूपांतर होते. मृत सागरी प्राण्यांच्या कवचांची जागा धातुके घेतात. लोह धातुके अवसादी खडकात संधानांचे काम करतात. बॉक्साइट व लॅटेराइट तयार होतात ते खडकांचे इतर घटक नैसर्गिक प्रक्रियांनी वाहून गेल्यामुळे. धातुके तयार होण्याच्या या काही पद्धती. धातुकांच्या नंतर व्यवहारी उपयोगाच्या खनिजांचा क्रमांक लागतो. यात मूल्यवान रत्ने, कमी मूल्यवान रत्ने, अभ्रक, घर्षक खनिजे, मृदा इत्यादींचा समावेश हो तो. खनिजांत सिलिकाचे प्रकार सिलिकेट्स, कार्बोनेट्स व ऑक्साइड्स हे महत्त्वाचे प्रकार असतात.

■

एकोणचाळीस

खनिजांचा शोध

आपल्या पृथ्वीला बहुरत्ना वसुंधरा म्हणतात ते काही खोटे नाही. पण ही रत्ने आणि इतर संपत्ती पृथ्वीच्या पोटातून बाहेर काढण्यासाठी आपल्याला खूपच खटपट करावी लागते. ही संपत्ती शोधणाऱ्यांना नदीनाले, दऱ्या-खोऱ्यातून, जंगलातून आपला मार्ग काढावा लागतो. आता तर नवनवी आयुधेही त्यांना आपल्या बरोबर वाहून न्यावी लागतात. आपली पृथ्वी ही याबाबतीत अनेक पुरावे ठेवते. त्यावरून कुणीही तज्ज्ञ माणूस खनिजांचे साठे, कोळसा किंवा नैसर्गिक तेल साठे, एवढेच काय तर भूजलाचाही शोध घेऊ शकतो.

मानवाच्या या प्रयत्नास भूशास्त्र आणि भूवास्तव शास्त्राची फार मदत होते. भूवास्तव शास्त्रीय माहिती एकदा का एखाद्या तज्ज्ञ भूशास्त्रज्ञाच्या हाती आली की, एखाद्या ठिकाणी भूस्तर कसे असावे हे ठरवणे सोपे जाते. जसजशी शास्त्राची प्रगती होत आहे तसतशी नवीन सुधारित साधनांची भर पडून या शास्त्रज्ञांचे काम सोपे होत आहे. पण साधने जरी वाढली तरी मूलभूत तत्त्व मात्र तीच आहेत; एवढेच काय, पण १९५० सालानंतर खनिजांचा शोध घेण्याची नाव घेण्याजोगी अशी एकही नवी पद्धत अमलात आणली गेली नाही. आता नवीन लेसर किरणांचा त्या दृष्टीने काही उपयोग करता येईल काय या दृष्टीने शास्त्रज्ञांचा विचार चालू आहे. दुसऱ्या महायुद्धानंतर निरनिराळ्या पेट्रोलियम कंपन्यांनी भूवास्तव शास्त्रीय संशोधनात लक्ष घातले, त्यामुळे सहज सापडण्याजोगे खनिजांचे व खनिज तेलांचे साठे झटकन सापडले हे खरे; पण त्यामुळे भूवास्तव शास्त्रीय संशोधनाची गरज अधिकच वाढली.

भूवास्तव शास्त्रीय पद्धती खनिज तेले आणि नैसर्गिक वायूच्या बाबतीत जास्त करून उपयोगात येतात किंवा आणल्या जातात. एकतर त्या फारच खर्चिक असतात आणि दुसरे म्हणजे बऱ्याच खनिज साठ्यांच्या आणि त्यांच्या भोवतालच्या खडकांच्या कायिक गुणधर्मात विशेष फरक असतोच असे नाही.

भूवास्तवशास्त्रीय पद्धतीमध्ये पृथ्वीच्या बऱ्याच गुणधर्मांचा उपयोग करून घेतलेला असतो. यात गुरुत्वाकर्षण भूकंपने, कर्षुकीय (Magnetic) गुणधर्म आदी गोष्टींचा समावेश होतो. खनिज तेलाच्या संशोधनात भूकंपन परावर्तन (Seismic reflection) पद्धती फार मोठ्या प्रमाणात वापरली जाते. त्या खालोखाल गुरुत्वाकर्षण भूकंपन, वक्रीभवन आणि कर्षुकीय पद्धती वापरल्या जातात. या पद्धतीशिवाय भूविद्युत प्रवाह आणि किरणोत्सर्जनाचा उपयोग करूनही खनिजांचा शोध घेतला जातो.

भूकंपन पद्धतीत भूपृष्ठावर डायनामाईटच्या साहाय्याने स्फोट घडवून आणण्यात येतो आणि त्यामुळे निर्माण झालेले तरंग किंवा कंपन लहरी खाली दडलेल्या स्तरांमधून परावर्तित व्हायला किती वेळ लागतो ते मोजले जाते. या परावर्तित लहरी शोधणारी यंत्रे स्फोटाच्या जागेपासून ठराविक अंतरावर पेरलेली असतात. एका स्फोटाच्या लहरीमुळे ६५०० मीटर खोलवर असलेल्या भूस्तरांची माहिती मिळू शकते.

भूकंपन वक्रीभवनाच्या वेळी लहरी शोधणारी यंत्रे खूप अंतरावर ठेवतात. त्यामुळे एका स्तरातून दुसऱ्या स्तरात जाताना भूकंपन लहरीचे होणारे वक्रीभवन समजण्यास मदत होते.

गुरुत्वाकर्षण पद्धतीत पृथ्वीच्या पृष्ठभागापासून काही हजार फूट असलेल्या दगडातील गुरुत्वाकर्षणातील सूक्ष्म बदलाची नोंद केली जाते. निरनिराळ्या खडकांची घनता निरनिराळी असते आणि जास्त घनता असलेल्या खडकाचे गुरुत्वाकर्षण जास्त असते. अर्थात हा बदल अतिसूक्ष्म

असतो, त्यामुळे ही बदल शोधणारी यंत्रे अतिशय संवेदनाक्षम असावी लागतात.

कर्षुकीय पद्धतीत पृथ्वीच्या चुंबकीय क्षेत्राचा अभ्यास केला जातो. त्या पद्धतीचा उपयोग चुंबकीय खनिजांचे साठे शोधताना जास्त होतो. ही पद्धत एवढी विश्वासार्ह मानली जात नाही; परंतु विमानातून चुंबकीय गुणधर्म शोधणारी यंत्रे बसवून प्राथमिक सर्वेक्षणासाठी या पद्धतीचा फारच उपयोग होतो.

याशिवाय खडकांच्या विद्युत गुणधर्मांचा शोध घेऊन त्यावरूनही खनिजांचा शोध घेतला जातो.

सध्या खनिज तेले आणि नैसर्गिक वायूबरोबरच किरणोत्सर्गी खनिजांना वाढती मागणी आहे. या खनिजांचे किरणोत्सर्जन आपल्याला शोधण्याचे आवाहन करीत असते. हे किरणोत्सर्जन शोधणाऱ्या यंत्रास गायगर मापक किंवा आंदोलन मापक (Scintillation Counter) असेही म्हणतात. आजकाल किरणोत्सर्गी खनिजांचे संशोधन बहुतांशी विमानातून होते.

आपल्याकडेमध्ये ऑपरेशन हार्डरॉक नावाची एक योजना सरकारने हाती घेतली होती. त्यासाठी विमानातून कर्षुकीय किंवा चुंबकीय सर्वेक्षण केले गेले होते. याशिवाय हवाई छायाचित्रांच्या साहाय्यानेसुद्धा खनिज संशोधनास मदत होते.

भूवास्तवशास्त्रीय पद्धतीचा पहिला वापर १६४० साली स्वीडनमध्ये केला गेला. तेव्हा फक्त चुंबकसूची हे यंत्र लोखंडाचे साठे शोधण्यासाठी वापरले गेले. १८१५ साली रॉबर्ट फॉक्स या शास्त्रज्ञाने खनिजांच्या विद्युत गुणधर्मांचा शोध लावला व नंतर या पद्धतीत अनेक सुधारणा केल्या गेल्या. मात्र भूवास्तवशास्त्राचा भाव वाढला तो पेट्रोलियममुळे. आजकाल जगभर या पद्धतीचा या ना त्या कारणासाठी वापर होत असतो. या पद्धतीमुळे बहुरत्ना वसुंधरेने आपल्या पोटात गेली कित्येक कोटी वर्षे जपून ठेवलेली संपत्ती हळूहळू बाहेर पडत आहे. एवढेच काय, पण ही यंत्रे आता चंद्रावर पोहोचली असून, चंद्राच्या अंतरंगाबद्दलही आपल्याला माहिती देत आहेत. जर पृथ्वीवरील खनिज संपत्तीचा साठा संपला तर ती आणखीही इतर ग्रहांवरची संपत्ती हस्तगत करण्यास आपल्याला मदत करतील, यात शंकाच नाही. ■

चाळीस

वनस्पतींकडून खनिजांचा शोध

वनस्पती मानवाला असंख्य प्रकारे मदत करीत असतात याबद्दल कोणाचेच दुमत होणार नाही. आपले अन्न मुख्यत: वनस्पती सृष्टीकडूनच आपल्याला मिळत असते. हवेतला प्राणवायूचा समतोल राखायला वनस्पतींचीच मदत होते. आपले इंधन म्हणजे कोळसा हा वनस्पतीपासूनच तयार होतो. पण इतके दिवस अशी मदत करणाऱ्या वनस्पती आता मानवाला खनिजे शोधण्यासाठी मदत करायला पुढे सरसावल्या आहेत.

जिओबोटॅनिकल प्रॉस्पेक्टिंग किंवा भू-वनस्पती शास्त्रामार्फत खनिजांचा शोध ही एक शास्त्राची नवी शाखा गेल्या काही वर्षांत उदयास आली आहे आणि या शास्त्रात रशियन शास्त्रज्ञांनी खूपच आघाडी मारली आहे.

भूशास्त्रज्ञ 'बहुरत्ना वसुंधरे'च्या कवचात दडलेली असंख्य खनिजे शोधायच्या प्रयत्नात असतो. यासाठी अर्थात त्याला खूपच पायपीट करावी लागते. पूर्वी भूशास्त्रज्ञ खडकांचे नमुने गोळा करीत असत, त्यावरून अंदाज बांधून मग भूस्तरात त्या जागी कोणते खनिज सापडणे शक्य आहे याचा अंदाज बांधीत.

पुढे यास भूविज्ञानाची-जिओ फिजिक्सची- मदत मिळू लागली. त्यामुळे पृथ्वीच्या कवचाचे स्वरूप अधिकाधिक स्पष्ट होऊ लागले; पण मानवाची खनिजांची भूक औद्योगिकीकरणाबरोबर वाढत होती. नवे नवे धातू त्याला हवे होते. यातील काही महत्त्वाची मूलद्रव्ये खडकातून इतक्या सूक्ष्म प्रमाणात असतात की, ती सहजासहजी– अगदी आधुनिक विज्ञानाची मदत घेऊनसुद्धा– अवगत होणे अवघड होऊन बसले होते. त्याचबरोबर खर्चिकही झाले होते. नेमक्या याच प्रसंगी वनस्पतींनी मानवासाठी मदतीचा हात पुढे केला.

वनस्पतींना आपल्या दैनंदिन कार्यासाठी निरनिराळ्या क्षारांची आवश्यकता असते. त्यांची मुळे जमिनीतून हे क्षार शोषून घेत असतात. सर्वसामान्यत: त्यांना ऑक्सिजन, नायट्रोजन, लोह, कॅल्शियम, सल्फर, पोटॅशियम, मॅग्नेशियम, हायड्रोजन, कार्बन आणि फॉस्फरस या मूलद्रव्याची गरज भासते. अर्थातच यातल्या काही गोष्टी हवेतूनच आल्या, तरी जमिनीतून येणाऱ्या आवश्यक क्षारांबरोबर अतिसूक्ष्म प्रमाणात इतर मूलद्रव्यांचे क्षारही शोषून घेतले जातातच. मात्र हे इतर क्षार त्या त्या ठिकाणच्या खडकातील मूलद्रव्यांवर म्हणजेच पर्यायाने खनिजांवर अवलंबून असतात.

हिवाळ्यात पानझड सुरू होते. वनस्पतीसृष्टीचे चक्र आपली एक फेरी पूर्ण करते; अशा वेळेस भूशास्त्रज्ञ खडकाबरोबर ही पिकलेली– पूर्ण वाढ झालेली पाने गोळा करतात. या पानांबरोबरच वनस्पतींचे सांधेही गोळा केले जातात. आणि मग? शेकोटीला हिवाळ्याचा मोसम तसा योग्यच असतो म्हणा. पण भूशास्त्रज्ञ स्वत:च्या चैनीसाठी ही पाने गोळा करीत नाहीत. तर या पानांवर व्यवस्थित चिठ्ठ्या चिकटवून– झाडाचे नाव, कुठे गोळा केले हे त्यावर लिहून तो ही पाने यांत्रिक भट्टीत रवाना करतो. या विद्युत भट्ट्यांत ही पाने जाळली जातात. त्यांची राख पुन्हा व्यवस्थित गोळा केली जाते. मग त्याचे सूक्ष्मतर रासायनिक पृथ:करण करण्यात येते.

याशिवाय झाडे, झुडपे, वेली आणि अर्थातच त्यांची फुले ही आपल्या आकारातील व रंगातील बदलांमुळे या जमिनीत निराळ्या प्रकारची मूलद्रव्ये आहेत हे ओरडून जाहीर करीत असतातच.

कॅलिफोर्नियन इमोलिया (Emolia) ची करड्या रंगाची

फुले ‘आम्ही रोज तांबे खातो’ असं सांगतात. त्यांनी जर पिवळा रंग धारण केला तर ती तांबे खायचे सोडून जस्त खायला लागली असावीत असं समजायला हरकत नाही.

छोटेसे ‘हनीसकल’ हे झाड काही बाबतीत भारतीयांचे गुरू ठरावे. याला सोने फार आवडते, तर मिल्कव्हेचची झुडपे अत्याधुनिक किंवा मॉड आहेत असे म्हटले तर चालेल. पांढरट गुलाबी रंगाची फुले असलेल्या या झाडाला आधुनिक जगाच्या अत्याधुनिक इंधनाची चव आवडत असावी. ते युरेनियमयुक्त खडकावर फोफावते. युरेनियम इतकेच मिल्कव्हेचला सेलेनियमही आवडते म्हणा; अर्थात मग त्यांच्या फुलांचा रंग बदलतो.

सेलेनियम हे एक अतिशय दुर्मिळ मूलद्रव्य आहे. दर वर्षीचे सेलेनियमचे जागतिक उत्पादन १००० टनांपेक्षा जास्त नाही. अशा परिस्थितीत जगभर सेलेनियमसाठी हाकाटी सुरू असणे साहजिकच आहे.

अमेरिकेत सेलेनियमचा साठा असा वनस्पतींच्या मदतीनेच सापडवण्यात आला. त्यावेळेस दक्षिण संयुक्त संस्थानात दुष्काळ पडला होता. त्यामुळे शेतकरी आपली गुरे घेऊन वणवण फिरत होते. प्रेअरीच्या गवताळ प्रदेशात गवतासाठी दाही दिशा अशी परिस्थिती निर्माण झाली होती आणि अशा या कठीण परिस्थितीत मध्येच ‘मिल्कव्हेच’ची दाटी झाली झाली होती. त्या दुष्काळी प्रदेशात तेवढेच हिरवे बेट शिल्लक होते.

ती भुकेने व्याकूळ झालेली गुरे त्या मिल्कव्हेचवर तुटून पडली. तो गुरांचा कळप प्राणास मुकला. पण त्यामुळेच त्या मिल्कव्हेचचा तपास घेण्यात येऊन सेलेनियमच्या साठ्याचा शोध लागला.

अर्थात सर्व झाडे अशी निरनिराळी मूलद्रव्ये मिळाल्यामुळे फोफावतातच असेही नाही. प्रेअरीच्या गवताळ प्रदेशात उगवणारी वर्मवुड, उन्हाळी सिप्रेस आणि सॉल्टवर्ट ही झुडपे बोरॉनमुळे खुरटलेली आढळतात. तर जमिनीत निकेलचे प्रमाण जास्त झाले तर गोल्डीलॉकची नीट वाढ होत नाही.

सिल्वर बर्च, गाल्मेई व्हॉयलेट या मंडळींचा जस्तावर फार जीव. या झाडांच्या राखेतल्या जस्ताच्या प्रमाणावरून भूमिगत साठे शोधणे सोपे होते, तर डोंगरी बाल्समला मॉलीब्डेनमची ओढ असते. तांब्याच्या अस्तित्वामुळे चॉकच्या झाडावर हिरवेपिवळे ठिपके दिसतात. १९४१मध्ये पास्क फुलांच्या बदलत्या रंगावरून व आकारावरून फिनलंडमध्ये शास्त्रज्ञांनी निकेलचे साठे शोधले होते.

रशियन शास्त्रज्ञांनीही वनस्पतींच्या अभ्यासावरून असे खनिजांचे साठे शोधले आहेतच, पण बायोजिओकेमिस्ट्री किंवा जीव-भू-रसायन अशा एका नव्या शास्त्राची नव्याने उभारणी केली आहे.

या जीवभूरसायनाचे एक सुरेख उदाहरण म्हणजे उराल पर्वतराजीतल्या काही खेड्यांतल्या लोकांना एक विचित्र रोग होत असे. या रोग्यांच्या मानेत एक आवाळू किंवा ट्युमरसारखी वाढ दिसून येत असे. या रोग्यांची तपासणी करताना असे आढळून आले की, त्यांच्या शरीरात कोबाल्टचे प्रमाण जास्त आहे. हे कोबाल्ट पाण्यावाटे व अन्नावाटे त्यांच्या शरीरात जात होते, हे आजूबाजूच्या वनस्पतींचा अभ्यास करताना शास्त्रज्ञांच्या लक्षात आले. इथल्या वनस्पतीत व पाण्यात कोबाल्ट व निकेल या मूलद्रव्याचे प्रमाण बरेच जास्त होते. मग त्या दोन मूलद्रव्यांचे साठे कुठे आहेत याच्या तपासास सुरुवात झाली आणि ही खेडी कोबाल्ट व निकेलच्या साठ्यांवरच वसली आहेत असे आढळून आले.

नंतर निरनिराळ्या प्राण्यांवर निरनिराळ्या मूलद्रव्यांचा काय परिणाम होतो यासाठी प्रायोगिक चाचण्या करायला शास्त्रज्ञांनी सुरुवात केली. खार्टझ नावाच्या शास्त्रज्ञाने ५०० सस्तन प्राणी, २००० पक्षी, २०० सरपटणारे प्राणी आणि हजार बेडूक व तत्सम प्राणी या प्रयोगात वापरले आणि त्यात त्याला असे आढळून आले की, प्राण्यांच्या यकृताच्या वाढीवर निरनिराळ्या मूलद्रव्यांचा निरनिराळा परिणाम होत असतो. बेडकांच्या लिव्हरची वाढ निकेलमुळे खुरटते, तर तांब्यामुळे ती खूपच जोमाने होते.

हे शास्त्र अजून बाल्यावस्थेतच आहे, पण या नव्या शास्त्राच्या उदयामुळे पृथ्वीच्या कवचात दडलेले नवे नवे खनिज साठे कुठे आहेत हे सहजासहजी शोधणे मानवास शक्य होणार आहे हे मात्र खरे.

■

एकेचाळीस

हवाई छायाचित्रे आणि भूशास्त्र

सर्वत्र पाणी शोधण्यासाठी धडपड चालू आहे. अनेक पद्धतींनी अनेकजण प्रयत्न करीत आहेत. यात सरकार, शिक्षण संस्था आणि खासगी जलशोधक आपापल्यापरीने मदत करीत आहेत. पाणी शोधण्याच्या अनेक पद्धती आहेत. त्यात सध्या बहुतांशी भूशास्त्रीय आणि भू-वैज्ञानिक पद्धतींची मदत घेतली जाते. पण याचबरोबर एक नवीन पद्धत भूशास्त्राच्या मदतीसाठी पुढे येत आहे ती म्हणजे हवाई छायाचित्रांमार्फत भूशास्त्राचा अभ्यास.

हवाई छायाचित्रांमार्फत भूपृष्ठाचा अभ्यास करण्याची पद्धत दुसऱ्या महायुद्धात रूढ झाली. दोस्त राष्ट्रांनी हवाई छायाचित्रांचा उपयोग करून शत्रूविरुद्ध अनेक मोहिमांची बारकाईने तयारी केली. हवाई छायाचित्रांच्या साहाय्याने खूप मोठ्या प्रदेशाचा अभ्यास जलद रीतीने करता येतो आणि आपल्या उद्देशावर अवलंबून आपले प्रयत्न त्या मोठ्या विभागातील कुठल्या विशिष्ट ठिकाणी केंद्रित करावेत हे ठरविणे सोपे जाते. भूशास्त्रीय अभ्यासात मात्र प्रत्यक्ष कार्यक्षेत्राची स्वत: तपासणी करणेही आवश्यक ठरते.

भरपूर पावसाच्या प्रदेशात भरपूर वृक्षराजी आणि मृदावरण असूनसुद्धा हवाई छायाचित्रांच्या मदतीने भूस्तराबद्दल माहिती मिळते, तर कोरड्या, कमी पावसाच्या किंवा रूक्ष अथवा वाळवंटी प्रदेशात हवाई छायाचित्रे भूशास्त्रीय नकाशेच तयार करतात असे म्हणणे अतिशयोक्त होणार नाही. अर्थातच हवाई छायाचित्रांवर नेहमीच्या नकाशांप्रमाणे खुणा नसतात एवढेच; पण तज्ज्ञ हवाई छायाचित्र पाहणारा मात्र या छायाचित्रांचा योग्य तो उपयोग करू शकतो.

हवाई छायाचित्र म्हणजे अर्थातच विमानातून काढलेले छायाचित्र. मात्र हे कसेही असून चालत नाही. विमानचालकास व त्याच्या मदतनीसास या कामी कॅमेऱ्याचा अक्ष क्षितिज समांतर रेषेशी काटकोनात राहील याची काळजी घ्यावी लागते. आजकाल हे काम करणारी यंत्रे निघाली आहेत; तरीसुद्धा ०.५°-१°पर्यंत कल येतोच. पुढे मात्र या छायाचित्रांचा अर्थ लावताना ही वक्रता गृहीत धरून नकाशे व छायाचित्रांचा मेळ घालावा लागतो.

हवाई छायाचित्रात छायाचित्र घेताक्षणी जमिनीवर जी परिस्थिती असेल तसेच छायाचित्र येते. यात भूरूपकीय बारकावे, जमिनीचा उंचसखलपणा, वृक्षराजी, झाडीचे प्रकार, उतार आदी बारकावे चित्रित केलेले असतात. एखाद्या शहराचे छायाचित्रण असेल तर रस्ते, पायवाटा, घरे, तळी, बागबगीचे, क्रीडांगणे यांचाही ठावठिकाणा कळतो. २२ सेंमी × २२ सेंमी. छायाचित्रांचे परिमापन १/४०००० असेल तर ९० वर्ग कि.मी. एवढा भूभाग चित्रित केलेला असतो.

तज्ज्ञ माणसास ज्यावेळेस छायाचित्रांचा अर्थ लावावयाचा असतो त्यावेळेस छायाचित्रांच्या जोडीची आवश्यकता असते. अशी हवाई छायाचित्रांची जोडी त्रिमिती दर्शकाच्या साहाय्याने बघितली जाते. त्यावेळेस ज्या भूभागांबद्दल आशंका वाटते अशा भूभागाची नोंद केली जाते. नंतर भूशास्त्रज्ञास स्वत: त्या भूभागास भेट देऊन त्या भूभागाबद्दल खात्री करून घ्यावी लागते. अशा एखाद्या भूभागास भेट दिली की, त्या अनुभवाचा फायदा पुढच्या वेळीही होतो. हवाई छायाचित्रांच्या साहाय्याने भूशास्त्राचा अभ्यास करण्यावर पुढील मर्यादा पडतात.

(अ) केवळ या पद्धतीवर विसंबून चालत नाही, तर प्रत्यक्ष भूभागास भेट द्यावीच लागते.

(ब) अज्ञ माणसामार्फत हवाई छायाचित्रांचे मूल्यमापन होऊ शकत नाही, तर भूशास्त्राची माहिती आणि छायाचित्रांचा

अर्थ लावण्यात तज्ज्ञ असलेल्या व्यक्तीचीच या कामासाठी जरुरी असते.

(क) जर एखाद्या भूभागावरचे मृदावरण जाड असेल किंवा जर तो भूभाग जंगल किंवा वृक्षराजीने आच्छादित असेल तर हवाई छायाचित्रांचा पूर्णांशाने उपयोग होत नाही.

हवाई छायाचित्रांच्या मर्यादा लक्षात घेऊनही, त्यांची उपयुक्तता नाकारता येत नाही. हवाई छायाचित्रांमार्फत भूमिगत जलाचा शोध घेणे ही एक कला आहे. भूमिगत जल हे बऱ्याच प्रकारचे असते. पण आपण ज्या पाण्यावर अवलंबून असतो ते मुख्यतः पावसामार्फत जमिनीत मुरलेले असते. हेच पाणी आपण विहिरी खोदून मिळवितो किंवा झऱ्यांमार्फत ते भूपृष्ठावर येते.

पावसाच्या पाण्याचे वाटप आणि पुढील हालचाल ही त्या त्या भागातील हवामान, खडकांचे प्रकार, जमिनीचा प्रकार, भूरूपकी, भूरचना, वृक्षराजी, माती आणि जमिनीचा वापर यावर अवलंबून असते. त्यातील बऱ्याच गोष्टींचे हवाई छायाचित्रांच्या साहाय्याने योग्य ते मूल्यमापन करणे सहज शक्य असते. याशिवाय रंगीत छायाचित्रे आणि इन्फ्रारेड छायाचित्रे यांचीही या कामी मदत घेतली जाते.

हवाई छायाचित्रांमार्फत जशी भूपृष्ठावरील पाण्याची माहिती कळते तशाच भूमिगत (भूजल) जलाविषयीही माहिती कळते. भूपृष्ठावरच्या पाण्याविषयीची माहिती ही भूजलाबद्दल अंदाज बांधताना नेहमीच उपयुक्त ठरत असते.

हवाई छायाचित्रांच्या साहाय्याने जलोत्सारणाचे अचूक नकाशे जलद गतीने तयार करता येतात, त्याचबरोबर जलोत्सारणाचा भूरचनेशी असलेला संबंध पडताळून पाहता येतो. मूल्यमापन करता येते आणि जलशास्त्रास मदत होईल अशा भूभागाच्या प्रतिकृती तयार करता येतात.

भूजलाबद्दल हवाई छायाचित्रांच्या साहाय्याने पुढील माहिती मिळू शकते. जलधारक रचितकांची (स्ट्राटा) खडकांची जाणीव आणि त्यांच्या अस्तित्वाचे मार्गदर्शन, भूजलाचे मूल्यमापन, भूजलदर्शक नकाशांची रचना आणि भूजलयुक्त भूभागाबद्दलचा अंदाज. सामान्यतः भूमिगत जल हे खडकांच्या सच्छिद्रतेवर अवलंबून असते. जिथे खडक सच्छिद्र असतात तिथे साहजिकच (ड्रेनेज) जलोत्सारक क्षेत्रे तयार होत नाहीत. नदीच्या गाळांनी बनलेल्या प्रदेशात भूजलधारक रचितक हवाई छायाचित्रात जास्त गडद दिसतात. याशिवाय खडकांना पडलेल्या भेगा व संधी यांची माहितीसुद्धा हवाई छायाचित्रातून मिळते व ती भूजल शोधण्यास उपयोगी ठरते.

एकदा का हवाई छायाचित्रांच्या पाहणीतून जलधारक रचितकांची माहिती मिळाली की, भूशास्त्रज्ञ इतर ठिकाणी मेहनत न करता आपले लक्ष त्या विशिष्ट रचितकांवर, भूभागावर केंद्रित करू शकतो व त्यामुळे त्याचे श्रम कमी होऊन त्याला त्या विशिष्ट भूभागाचा जास्त सखोल अभ्यास करण्यास वेळ मिळतो.

भारतात आता डेहराडून येथे 'इंडियन फोटो इंटरप्रिटेशन इन्स्टिट्यूट' सुरू झाली आहे. बरेच तरुण भूशास्त्रज्ञ तिथे हे नवे ज्ञान आत्मसात करून राष्ट्राच्या सेवेस सज्ज होत आहेत.

■

बेचाळीस

अवकाशी सर्वेक्षण

भूस्तरात दडून बसलेली खनिज संपत्ती, भूजल वगैरे मानवोपयोगी वस्तू शोधून काढण्यासाठी आपली कित्येक शतके, किंबहुना मानवी संस्कृतीच्या सुरुवातीपासून खटपट सुरू आहे. प्रथम हत्यारांसाठी सिलिकाचे प्रकार, लोहाचे धातुके त्याने शोधली. हळूहळू चांदी, पारा, गंधक इत्यादींच्या सहज मिळणाऱ्या खनिजांकडे आपले लक्ष गेले व सोने आणि हिरे हे आपण मिळवू लागलो.

मानव जसजसा प्रगत होत गेला तसतशा त्याच्या खनिजांच्या गरजा वाढू लागल्या. दोन धातूंच्या मिश्रणाने एखादा मिश्रधातू तयार केला तर तो जास्त व्यवहारी फायदे मिळवू शकतो हे मानवाच्या लक्षात आले. त्यामुळे आणखी धातूंची गरज वाढली. नंतर इतर खनिजांच्या गरजा वाढल्या. सोने, हिरे यांना व्यवहारी महत्त्व आले. तांबे, लोखंड रोजच्या जीवनात लागू लागले. असे होत होत वाहतुकीच्या सोयी वाढल्या, युद्धे वाढली, औद्योगिक क्रांती झाली, मानवी गरजा तर वाढतच होत्या; त्यासाठी खनिजांची गरजही वाढली. त्यामुळे खनिजे शोधण्यासाठी निरनिराळ्या शास्त्रांचा उपयोग करण्यात आला. भूवास्तव शास्त्रीय पद्धतींची माहिती आपण बघितली आहेच. आता अवकाश युगाबरोबर झालेल्या प्रगतीचा फायदा घेऊन दूरस्थ संवेदनांच्या साहाय्याने जे अवकाशी सर्वेक्षण केले जाते त्याची माहिती आपल्याला करून घ्यायची आहे. अवकाशी सर्वेक्षणाच्या साहाय्याने भू-शास्त्रे व त्यांच्या शाखा, शेती व इतर शास्त्रे यांचा अभ्यास बऱ्याच अंशी सोपा झाला आहे.

दूरसंवेदनाचे प्राथमिक उद्दिष्ट विद्युतचुंबकीय वर्णलेखाच्या विशिष्ट भागातील ऊर्जा शोधून त्याची नोंद करणे हे असते. यातून निष्कर्ष काढण्यासाठी प्रकाशकीय वास्तवशास्त्र, वातावरणाच्या परिणामांचा अभ्यास व इतर शास्त्रांचीही मदत घ्यावी लागते. दूरसंवेदनात अत्याधुनिक संवेदन प्रणालींच्या अभ्यासाला फारच महत्त्व येते. या प्रणालींच्या साहाय्याने जी माहिती गोळा केली जाते ती प्रतिमांच्या (छायाचित्रांच्या) स्वरूपात चित्रित होऊन त्यांची व्यवस्थित नोंद करण्यात येते. हे संवेदक भू-पृष्ठाकडून प्रकाशाचे परावर्तन, उष्णतेचे उत्सर्जन, या गोष्टींची नोंद करतात. सध्या प्रतिमा ग्राहक (Imaging device) म्हणून हवाई कॅमेरे गुणित वर्णलेख क्रमवीक्षक (Multi Spectral Scanner) यांची मदत घेतली जाते व हवाई रडार (Side Looking Airborne Scanner) यांची मदत घेतली जाते.

हवाई कॅमेरे भूपृष्ठाकडून परावर्तित प्रकाशात साधी किंवा रंगीत छायाचित्रे घेतातच, पण ते उपारुण

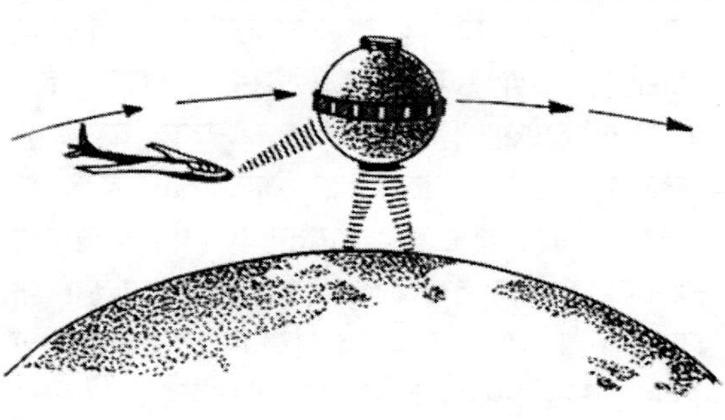

कृत्रिम उपग्रहाच्या साहाय्याने अवकाशी सर्वेक्षण कितीतरी सुलभ झालेले आहे.

(Infrared) प्रकाशकिरणांचा उपयोग करूनही छायाचित्रे घेऊ शकतात. भू-पृष्ठावरील खडक, माती, पाणी इत्यादी पदार्थ स्वत:चे वैशिष्ट्य प्रकट होईल अशा रीतीने उपारुण किरण परावर्तित करतात. त्यामुळे अतिशय चित्रविचित्र रंग प्रतिमेत येतात. या रंगांमुळे वनस्पतींच्या वाढीतील अनियमितपणा, वेगळी माती व भू-जल व जलसाठ्यांची परिस्थिती, स्तरभंग प्रणालींची शेष रूपे लक्षात येण्यास मदत होते.

गुणित वर्णपट क्रमविक्षकात बऱ्याच प्रकारच्या तरंगायामांचा वापर करण्यास वाव मिळतो. त्यामुळे इतर पद्धतींपेक्षा या पद्धतीस महत्त्व येते. गुवक्रविचे (गुणित वर्णपट क्रमविक्षक) विशेष म्हणजे भू-पृष्ठावरून उत्सर्जित होणाऱ्या उष्णतेची नोंद करणे. ही नोंद दीर्घ आयामी उपारुणामार्फत होते (Long Wave Infrared) गुवक्रवि प्रतिमेत पृथ्वीची परावर्तन-क्षमता चार निरनिराळ्या तरंगायामात होऊ शकते; हिरवा, तांबडा व दोन उपारुण वर्णपट! कृष्णधवल क्रमविक्षकांच्या प्रतिमा वेगवेगळ्या पाहाता येतात किंवा हिरवी, तांबडी व उपारुण प्रतिमा एकत्र करूनही एकच प्रतिमा पाहाता येते. परावर्तनी नोंद चुंबकीय पट्ट्यांवर केली जाते व त्याचे पृथक्करण अंकीय संगणकामार्फत (Digital Computers) होते. तसे गुणित वर्णपट प्रतिमांची रेखाटने करून ती आपणसुद्धा अभ्यासू शकतो. स्लार प्रणालीचे काम वैशिष्ट्यपूर्ण असते. स्लार म्हणजे साईड (S) लुकिंग (L), एअरबोर्न (A), रडार (R). अतिदीर्घ रडार तरंगांच्या साहाय्याने भू-पृष्ठाचा हवा तो भाग तपासणे हे त्यांचे काम. रडार तरंग भू-पृष्ठाचा हवा तो भाग तपासणे हे त्यांचे काम. रडार तरंग भू-पृष्ठाच्या एखाद्या स्थलरूपावर आदळतात व तेथून त्यांचे परावर्तन होते. या परावर्तनाच्या साहाय्याने त्या स्थलरूपाचे चित्र तयार केले जाते. रडार प्रतिमा या अंधारात किंवा ढगांचे आवरणावरून उडणाऱ्या उपग्रहातूनसुद्धा तयार होऊ शकतात. याशिवाय निरनिराळ्या अत्याधुनिक यंत्रांच्या व संगणक यंत्रांच्या साहाय्याने या प्रतिमांतील चुका काढून यातील रंगछटांचा विरोधाभास वाढविता येतो. त्यामुळे या प्रतिमांचा अभ्यास सोपा होतो.

इ. स. १९६०मध्ये एवेलिन प्रुट नावाच्या शास्त्रज्ञाने 'दूर संवेदन' (Remote Sensing) या शब्दाचा सर्वप्रथम वापर केला. हवाई छायाचित्रांचा सर्वप्रथम उपयोग केल्यानंतर जवळजवळ १०० वर्षांनी 'दूरसंवेदन' हे नाव प्रथमच अशा प्रकारच्या अभ्यासास वापरण्यात आले. हवाई छायाचित्रांचा सर्वप्रथम उपयोग इ. स. १८४८मध्ये झाला तो बलूनमधून घेतलेल्या छायाचित्रांमार्फत. त्यानंतर बलून्स, पतंग, कबुतरे, अग्निबाण व इ. स. १९०९मध्ये प्रथमच विमानांचा हवाई छायाचित्रांसाठी उपयोग करून घेण्यात आला.

इ.स. १९०९ नंतर दीर्घकाळपर्यंत हवाई छाया-चित्रांचा वापर लष्करी माहिती मिळविण्यासाठी करण्यात येत होता. स्थलरूपांचा अभ्यास करण्यासाठी हवाई छायाचित्रे इ.स. १९२५च्या सुमारास वापरण्यात येऊ लागली. इ.स. १९३०मध्ये अमेरिकेचे हवाई सर्वेक्षण करण्याची योजना सर्वप्रथम पुढे आली. इ.स. १९३५ नंतर हवाई छायाचित्रांचा भू-शास्त्रीय कामासाठी सर्रास उपयोग करण्यात येऊ लागला. याच सुमारास वास्तव शास्त्रीय उपकरणांचाही विमानातून वापर करायला सुरुवात झाली व दूरस्थ संवेदनास एक नवीन दिशा प्राप्त झाली.

इ.स. १९५७मध्ये पहिला मानवी उपग्रह अंतराळात फिरू लागल्यावर दूरसंवेदनामार्फत असंख्य मानवी उपयोगाची सर्वेक्षणे करणे मोठ्या प्रमाणावर शक्य झाले. इ.स. १९६०मध्ये टिरॉस हा हवामानाचा अभ्यास करणारा मानवी (अमेरिकन) उपग्रह पृथ्वीभोवती फिरू लागला. इ.स. १९६४मध्ये निंबस उपग्रहात उपारुण छायाचित्रे घेण्याची सोय होती. इ.स. १९६५मध्ये अवकाशवीरांनी हातात कॅमेरे धरून पृथ्वीची छायाचित्रे घेतली. इ.स. १९७२मध्ये इ. आर. टी. एस-१ (यालाच आता लँड सॅट १ म्हणतात.) अवकाशात भ्रमण करू लागला. यात प्रथमच गुवक्रवि सर्वेक्षणाची सोय होती. आता तर लँड सॅट-२, -स्काय-लॅब हे मानवी उपग्रह, बहुतांशी पृथ्वीची छायाचित्रे घेण्याचे काम करीत आहेत.

उपग्रही छायाचित्रे किंवा प्रतिमाचित्रांचा इतर सर्वेक्षण

पद्धतींना मदत करण्यासाठी खूपच उपयोग होतो. भू-पृष्ठावरून फिरत असताना ज्या गोष्टींची कल्पना येऊ शकत नाही, अशा गोष्टी या प्रतिमाचित्रात झटकन उठून दिसतात. निरनिराळ्या ऋतूत भू-पृष्ठावरील निरनिराळ्या बदलांची कल्पना येते. दूरवर पसरलेल्या तुटक तुटक भागांचे अर्थ लावून त्यातून एका विशाल संरचनेचा बोध होऊ शकतो. मात्र या प्रतिमाचित्रात अगदी छोट्या गोष्टींची कल्पना येणे शक्य होत नाही.

दूरस्थ संवेद नांमुळे भूशास्त्रज्ञास किंवा इतर क्षेत्रांतील तज्ज्ञांनाही बऱ्याच गोष्टींची आगाऊ कल्पना मिळून अनावश्यक पायपीट व प्रवास टाळता येतो. हाही एक महत्त्वाचा फायदा आहे. हे शास्त्र अजून बाल्यावस्थेत आहे. तरीही आपल्याला खूपच उपयोगी ठरते आहे, तर प्रगत झाल्यावर या शास्त्राची आपल्याला किती मदत होईल याची कल्पनाच केलेली बरी.

■

त्रेचाळीस

खडक

आपण रस्त्याने जात असतो. वाटेत बरीच खडी पडलेली असते. सहज म्हणून त्यातला एखादा दगड उचलला जातो. हा दगड पृथ्वीच्या कवचाचा भाग असतो. हा खडक जन्माला आला त्याला कित्येकदा कोट्यवधी वर्षे लोटलेली असतात.

पुण्याजवळ सापडणारा काळा खडक हा शास्त्रीय भाषेत बेसाल्ट म्हणून ओळखला जातो. तो 'क्रिटेशियस इओसीन' कालखंडात तयार झाला असे मानण्यात येते. हा खडक अग्निज आहे. तो सुमारे ७ कोटी ते ५ कोटी वर्षांपूर्वी तयार झाला असावा.

खडकांचे त्यांच्या जन्मावरून तीन प्रकार पाडण्यात येतात. तप्त शिलारस थंड होऊन जे खडक तयार होतात, त्यांना अग्निज खडक असे म्हणतात. मूळ खडकांची झीज होऊन ती एखाद्या वाहकाकडून वाहून नेली गेली आणि दुसऱ्या एखाद्या ठिकाणी हे झिजेमुळे तयार झालेले कण साठवले गेले की, कालांतराने ते कण एकसंध होऊन त्यांचे खडक बनतात. अशा तऱ्हेने तयार झालेल्या खडकांना अवसादी खडक म्हणतात. अग्निज व अवसादी खडकांचे प्रचंड दाब, उष्णता किंवा या दोन्हींमुळे निरनिराळ्या प्रकारच्या खडकात रूपांतरण होते. या खडकास रूपांतरित खडक असे म्हणतात.

खडक कुठल्याही प्रकारचा असला तरी तो खडकांच्या एकत्रीकरणामुळे तयार होत असतो. फारच थोडे खडक पूर्णत: केवळ एका खनिजापासून बनलेले असतात. निसर्गात खनिजे निरनिराळ्या आकार-प्रकार व स्वरूपात सापडतात. धातूंच्या खनिजांना धातुके म्हणतात.

नैसर्गिकरीत्या अकार्बनी स्वरूपाचा, विवक्षित रासायनिक घटकांचा विशिष्ट संरचनेने बद्ध असलेला पदार्थ म्हणजे खनिज, अशी खनिजाची व्याख्या करण्यात आली आहे. यामुळे बर्फ हे खनिज होऊ शकते. पण कोळसा व खनिज तेले खनिजे असू शकत नाहीत. या व्याख्येला अपवाद फक्त पाऱ्याचा.

अशा अनेक खनिजांचा समूह मिळून खडक तयार होत असतो. कुठली खनिजे कशा परिस्थितीत तयार व्हायची. त्यांच्याबरोबर इतर कुठली खनिजे आढळायची याचे नियम निसर्गत:च केलेले आढळतात. यामुळे जेव्हा काही विशिष्ट खनिजे एखाद्या खडकात सापडतात तेव्हा तो खडक तयार होत असताना कोणकोणत्या अवस्थांतून, कशा परिस्थितीतून गेला असेल हे तज्ज्ञ माणसाला लगेच समजून येते.

आपण जरी तज्ज्ञ नसलो तरी खनिजांच्या स्फटिकात जे नैसर्गिक सौंदर्य दृग्गोचर होते, त्यासाठी खनिजे गोळा केली आणि त्यांची माहिती मिळवली तरी हौशी व छांदिष्ट माणसाच्या मनाला खूपच समाधान मिळू शकते.

एकदा खनिजे गोळा करायचे ठरवले की, त्यासाठी

थोडीफार पूर्वतयारी करावी लागते. केवळ निसर्गाच्या सान्निध्यात मनमुराद भटकताना दिसलेला आकर्षक दगड किंवा खडा उचलला व तो घरी नेला की कालांतराने त्यावर धूळ बसून तो आपल्याला आवडेनासा होतो व पुढच्या साफसफाईत कदाचित घराबाहेरही फेकला जातो.

खनिजे गोळा करायच्या पूर्वतयारीत प्रथम खनिजे सापडायच्या जागा माहीत करून घेणे महत्त्वाचे असते. प्रत्येकाला भारतीय सर्वेक्षण विभागाने प्रसिद्ध केलेले नकाशे (मानचित्रे- टोपोशीट्स) मिळणे शक्य नसते, तरीही भारतातल्या जवळजवळ सर्व प्रेक्षणीय ठिकाणांचे व राज्यांचे प्रवासी नकाशे सर्वत्र मिळतात. त्यांच्या साहाय्याने आपली मोहीम आखता येणे शक्य असते.

जेव्हा आपण सहज म्हणून सहलीस जातो तेव्हाही खडक वा खनिजांचे नमुने गोळा करणे शक्य असते. खडक व खनिजांचे नमुने गोळा करायच्या योग्य जागा म्हणजे दगडांच्या खाणी, रस्त्यांसाठी फोडलेले डोंगर, रेल्वेच्या कडेने फोडलेले डोंगर, नव्याने खणलेल्या विहिरी इत्यादी जागा. तिथे खडकांचा ताजा नमुना मिळू शकेल. अगदी सहज म्हणून शेतात सापडलेला दगड उचलला तरी तो जमीन धुपण्याच्या प्रक्रियेत वेगळा झालेला गोटा असू शकतो; म्हणजेच त्यात कायिक व रासायनिक बदल झालेले असतात. कित्येकदा असा नमुना घरी आणेपर्यंत त्याची मातीही बनते. त्यामुळे स्वच्छ, चांगल्या व नव्याने उघड्यावर आलेल्या नमुन्याला संग्राहकाच्या दृष्टीने महत्त्व असते.

जेव्हा अशी नमुने गोळा करावयाची सहल निघते तेव्हा खडकांचे नमुने व्यवस्थित गोळा केले जावेत व ते घरापर्यंत सुखरूप परत यावेत यासाठी अगदी किरकोळ, पण महत्त्वाच्या अशा साधनांची गरज असते. नमुने मूळ खडकापासून वेगळे करणे, त्यांची टोके काढून त्यांना व्यवस्थित आकार देणे यासाठी छिन्नी, हातोडा अत्यंत आवश्यक असतात. हे नमुने नीट गुंडाळून ठेवण्यासाठी रद्दी कागद व वाहण्यासाठी जाड कॅन्व्हासची हॅवर सॅक असणे उत्तमच. हॅवर सॅक नसेल तर जाड कापडाची दप्तरासारखी पिशवी चालू शकते. ही पिशवी फाटू नये म्हणूनच नमुना गोळा करतानाच त्याचे टोकदार कानेकोपरे काढणे आवश्यक ठरते.

या नमुन्यावर क्रमांक घालणे. तो कुठे गोळा केला हे आपल्या खिशात मावेल अशा छोट्या वहीत नमूद करणे ही पुढील कामे. यासाठी खडकाच्या नमुन्यावर पांढरी चिकटपट्टी चिकटवून खडकास क्रमांक देतात व तो नमुना कुठे, कसा गोळा केला, हे लगेच वहीत क्रमांकासमोर लिहावे लागते.

भू-शास्त्रज्ञाच्या विद्यार्थ्याला चुंबकसूची व नतिमापक अशी दोन साधने व जिथे खडकांचे नमुने गोळा करायचे त्या भूभागाचा नकाशा आवश्यक ठरतात. पण हौशीसाठी खडक वा खनिजांचे नमुने गोळा करणाऱ्या व्यक्तीनेसुद्धा चुंबकसूची वा होकायंत्राच्या साहाय्याने दिशादेशन कसे करतात हे शिकून घेतले तर आपण खडकाचा नमुना कुठे गोळा केला हे नकाशावर तंतोतंत दाखविता येते.

एकदा नमुन्यावर क्रमांक घातला की, तो नमुना क्रमांकासह घरी जाईपर्यंत टिकणे आवश्यक असते. इथे बरोबर घेतलेले रद्दी कागद उपयोगी येतात. आपले खडकांचे नमुने रद्दी वर्तमानपत्रात व्यवस्थित गुंडाळले की, पुडीचे जे टोक निघून जाण्याची शक्यता असते ते चिकटपट्टीने चिकटवून पुन्हा त्यावर क्रमांक घातला की झाले.

घरी आल्यावर शक्य झाल्यास स्वत: किंवा मग तज्ज्ञ माणसाकडून त्या नमुन्याच्या खडकाची किंवा खनिजाची ओळख पटवून घेतली की, ती एका चिठ्ठीवर लिहून त्यावर व खडकावर वहीतला नंबर घालावा. उदाहरणार्थ पी एन ४११ नंबरचा खडक असेल तर लेबलवर पी एन ४११- तारीख ४/६/७८, नाव- बेसाल्ट, स्थळ- पौडफाटा, पुणे, गोळा करणारी व्यक्ती- असा मजकूर यायला हवा.

■

चव्वेचाळीस

खडकांचे प्रकार

अग्निज खडक

अग्निज खडक म्हणजे तप्त शिलारस थंड होऊन त्याचे तयार झालेले खडक. ही व्याख्या सर्व शास्त्रविषयक पुस्तकांत आढळते. यात पातालिक, ज्वालामुखीय व अंतर्भेदी असे तीन प्रकार आढळतात.

पातालिक खडक म्हणजे पाताळात सापडणारे खडक असा साधासुधा अर्थ असला तरी पाताळ या शब्दाबद्दल आपल्या मनातील रूढ कल्पनांमुळे गोंधळ होण्याचा संभव असतो. यासाठी पृथ्वीच्या अंतर्भागाची कल्पना असणे आवश्यक ठरते.

पृथ्वीचा अंतर्भाग : पृथ्वीचा व्यास सुमारे १२०० कि.मी. आहे. म्हणजेच त्रिज्या किंवा भू-मध्यापासून आपण ज्या भू-कवचावर उभे असतो तिथपर्यंतचे अंतर अंदाजे ६४०० कि.मी. असते. यातील बहुतेक भाग प्रचंड दाब व तापमानाखाली असतो. पृथ्वीचे टरफल किंवा भूकवच या मानाने अतिशय क्षुल्लक जाडीचे आहे. ही जाडी १५ ते ५० कि.मी.च्या दरम्यान बदलती आहे.

या १५ ते ५० कि.मी. जाडीच्या भूकवचानंतर पृथ्वीचा अंतर्भाग सुरू होतो. याचे प्रावरण व गाभा असे दोन भाग पाडण्यात आले आहेत. या दोन्ही ठिकाणीही प्रचंड दाब व आत्यंतिक तापमानामुळे आपल्याला दिसतात तसे खडक अस्तित्वात असणे केवळ अशक्यप्राय आहे.

पातालिक खडक : हे खडक खूप उष्णता व अतिप्रचंड दाबाखाली तयार होत असतात. त्यामुळे यांचे स्फटिक बऱ्याच अंशी पूर्ण वाढ झालेले, आकाराने मोठे असतात. कारण शिलारस भूस्तरांखाली अतिशय सावकाश थंड होत असतो. या खडकात ग्रॅनाइट ग्रॅबो, पेरिडोटाइट आदी खडकांचा समावेश होतो. ग्रॅनाइट पॉलिश केल्यावर उत्कृष्ट दिसतो. म्हैसूरच्या चामुंडीच्या देवालयाचा डोंगर हा ग्रॅनाइटचा बनलेला आहे. बंगलोरला लालबाग येथेही ग्रॅनाइट मिळतो. ग्रॅनाइट कधीकधी त्यातील फेल्सपार या खनिजामुळे गुलाबीही दिसतो. अबूचा पहाडही ग्रॅनाइटचाच बनलेला आहे.

ग्रॅनाइट हा दगड फार सुरेख पॉलिश घेतो. त्यामुळे

चुनखडक

शेल

वालुकाश्म

लाटांच्या प्रवाहाचे पुरावे दाखवणारा खडक

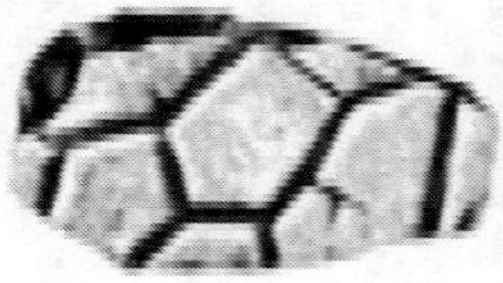

चिखल वाळल्यामुळे झालेल्या पंकाश्मात अशा खुणा दिसतात.

त्यांचा बांधकामात उपयोग करतात. हैदराबादला रेल्वेने जाताना उघड्या माळरानावर बऱ्याच वेळा ग्रॅनाइटचे अपक्षयाने तयार झालेले मोठमोठे टोळे पहावयास मिळतात.

ज्वालामुखीय खडक : ज्वालामुखीतून तप्त शिलारस भूपृष्ठावर ओतला जातो व कालांतराने तो थंड होतो. अशा रीतीने तयार झालेल्या खडकांना ज्वालामुखीय खडक म्हणतात. महाराष्ट्रातला बराच खडक अशा तऱ्हेने तयार झालेला आहे. त्याला बेसाल्ट म्हणतात.

शिलारस भूपृष्ठावर येतो तो दरवेळेस आपल्याला वाटतो तसा टोकदार टेकड्यांच्या माथ्यावरून कारंजासारखा उडत येत नाही. कित्येकदा भूपृष्ठाला प्रचंड मोठी भेग पडून त्यातून बऱ्याच मोठ्या प्रमाणात विशेष गाजावाजा न करता हा शिलारस बऱ्याच मोठ्या भागावर पसरतो. आईसलँडमध्ये लाकी येथे अठराव्या शतकात अशा तऱ्हेने बेसाल्टचे थर बऱ्याच लांबवर पसरले आहेत. या उद्रेकाचा बऱ्याच शास्त्रज्ञांनी उद्रेक होत असताना अभ्यास केला आहे.

महाराष्ट्र, मध्य प्रदेश, गुजरातचा बराच मोठा भाग व्यापणारा बेसाल्ट हा अशाच प्रकारे पसरला असावा असे म्हटले जाते. अलीकडच्या काळात मात्र बऱ्याच भू-शास्त्रज्ञांनी ज्वालामुखीची विवरे शोधून काढली आहेत.

पावागड, गिरनार व मुंबई या ठिकाणी मात्र वेगवेगळ्या प्रकारचे ज्वालामुखीय खडक पाहायला मिळतात. पावागड बडोद्याजवळ असून, तिथे ज्वालामुखीच्या राखेचे थर व्होल्कॅनिक टुफ्स- या प्रकारचे खडक मिळतात. ज्वालामुखीय काच लाव्हारस एकाएकी थंड झाल्यामुळे तयार होते. जलदगतीने थंड होणाऱ्या लाव्हात नवे खनिज स्फट तयार व्हायला वेळ मिळत नाही.

गिरनार पर्वतात अशाच प्रकारे तयार झालेली काळी कुळकुळीत ऑब्सिडियन काच मिळते. याशिवाय बऱ्याच वेळा ज्वालामुखीच्या उद्रेकातून बऱ्याच खनिजांचे पूर्णपणे वाढ झालेले स्फटिक किंवा बृहत्स्फट बाहेर पडतात. व्हेसुव्हियस या जगप्रसिद्ध ज्वालामुखीतून येणाऱ्या लाव्हारसात ल्युसाइट या खनिजाचे पूर्ण वाढ झालेले स्फटिक मिळालेले आहेत. आपल्या देशात जागृत ज्वालामुखी नाहीत. पण बऱ्याच ठिकाणी प्लॅजिओक्लेज खनिजाचे बृहत्स्फट आढळून येतात. पुरंदरच्या किल्ल्यावर एन. सी.सी. अकादमीकडून वज्रेश्वरीला जायच्या रस्त्यावर, शिवनेरीच्या पहिल्या टप्प्यावर व नाशिकच्या रस्त्यावरही अशा तऱ्हेने प्लॅजिओक्लेजच्या बृहत्स्फट युक्त बेसाल्टिक खडक आढळून येतात.

बेसाल्ट खडकांचे वैशिष्ट्य म्हणजे हा खडक तयार होत असताना तप्त लाव्हारसातून बाहेर पडणाऱ्या वाफेचे व वायूंचे बुडबुडे हे खूप प्रचंड आकार धारण करतात. याशिवाय अशा बुडबुड्यांमुळे लाव्हा थराच्या तळाशी पोकळ नळ्या तयार होतात. या निरनिराळ्या प्रकारच्या असतात. यांना कुहरे असे म्हणतात. या दोन नळ्या कित्येकदा एकमेकीस मिळून उलट्या (Y) चा (⅄) आकार तयार होतो. या नळ्यांतून व इतर पोकळ्यांत पश्चात खनिजे तयार होतात. यांचे फार सुंदर स्फटिक पुणे, नाशिक व आसपासच्या परिसरात पाहायला मिळतात. यात अमेथिस्ट, क्वार्ट्, अपोफायलाईट, स्टिल्बाईट मेसोलाईट व इतर झिओलाईटचे प्रकार इथं पाहावयास मिळतात. ह्यूलंडाईट हे खनिज अगदी अभ्रकासारखे दिसते.

याशिवाय जेव्हा लाव्हा दाट असतो व जोराने वाहू शकत नाही, तेव्हा त्याच्या पृष्ठावर वळ्या पडतात. यांना दोरखंडी पृष्ठ असे म्हणतात. असे दोरखंडी पृष्ठ पुण्याच्या आसपास भरपूर प्रमाणात पाहावयास मिळतात. पुण्याच्या पर्वतीवरील टाकी ते कॅनॉल यांच्या दरम्यान असलेल्या खाणीतून असे बरेच दोरखंडी पृष्ठ उघड झाले होते.

कित्येकदा लाव्हारस भू-पृष्ठावर आला की, त्याचा वरचा पृष्ठभाग लगेच घट्ट होतो व या घट्ट पृष्ठाखालून लाव्हाचे वहन चालूच राहते. अशा तऱ्हेने सर्व लाव्हा निघून गेला की ज्या पोकळ नळ्या शिल्लक राहतात, त्यांना लाव्हा नळ्या किंवा बोगदे असे म्हणतात.

अंतर्भेदी खडक : भूकवचातील स्तरांना पडलेल्या भेगांतून शिलारस भू-पृष्ठावर येण्याचा प्रयत्न करीत असतो. मात्र या भेगा जर भू-पृष्ठापर्यंत पोहोचत असतील तर शिलारस लाव्हाच्या स्वरूपात भू-पृष्ठावर न येता मध्येच थंड होतो व खडक बनतात किंवा भू-पृष्ठावर लाव्हा पसरला गेला तरी मधल्या नळातला शिलारस तिथेच कुंठतो व त्याचे खडक बनतात. अशा खडकांना अंतर्भेदी

खडक असे म्हणतात. अंतर्भेदी खडक हे मानवी जीवनाच्या दृष्टीने महत्त्वाचे असतात. पेग्मटाइट शिरा या अशाच प्रकारच्या खडकात मोडतात. पेग्मटाइटमध्ये बहुविध मूल्यवान खनिजे सापडतात. त्यात अभ्रक, टुर्मलिन, बेरील (पाचू) व इतरही अनेक खनिजांचा समावेश असतो. पेग्मटाईटमध्ये किरणोत्सर्गी मूलद्रव्यांचाही आढळ असतो. पेग्मटाईटबरोबर येणाऱ्या विद्राव्यांचा आजूबाजूच्या खडकांवर परिणाम होऊन त्यातसुद्धा काही महत्त्वाची खनिजे तयार होतात.

महाराष्ट्रात दक्षिण रत्नागिरी, नागपूर आदी भागात पेग्मटाईटच्या शिरा सापडतात. काळ्या पाषाणात मात्र अशा प्रकारच्या शिरा सापडत नाहीत. त्याऐवजी बेसाल्टच्याच गुणधर्माच्या डाइक्स सापडतात. या डोलेराइट डाइक्सचा उपयोग चांगल्या प्रकारचा खडीचा दगड एवढाच. आळंदी येथे नदीच्या पात्रात अशा डोलेराइट डाइक्स पाहावयास मिळतात. तसेच तळेगाव रेल्वे स्टेशनच्या दोन्ही बाजूंस एक डोलेराइटची डाइक दिसते.

अग्निजन्य खडकांचे बरेच प्रकार भारतात सर्वत्र विखुरलेले आहेत. पातालिक खडकांपैकी ग्रॅनाइट हे हैदराबाद, म्हैसूर, बंगलोर, अबूचा पहाड, बिहारमध्ये सिंगभूम येथे सापडतात. तर अबूजवळील चंद्रावती येथे ॲनॉर्थोसाइट हा एक खनिजी गॅब्रो मिळतो. सेलमजवळ ड्यूनाइट प्रकारचा खडक मिळतो.

सर्वसाधारणपणे पेग्मटाईटच्या शिरा ग्रॅनाइटी प्रदेशात विपुल प्रमाणात मिळतात. तसेच त्या रूपांतरित खडकांनाही भेदून जातात. बिहार व राजस्थानमधल्या पेग्मटाइटमधून प्रचंड प्रमाणात अभ्रक काढले जाते तसेच अजमेरजवळच्या राजगढ येथे एका पेग्मटाइटच्या क्षेत्रातून बेरी (पाचू) व टुर्मलीन मिळते.

डोलेराइटच्या डाइक्सही बऱ्याच ठिकाणी पाहावयास मिळतात. विशेषत: तापी व नर्मदेच्या खोऱ्यात त्या वैपुल्याने आढळतात. ज्वालामुखीय खडकांचे प्रकार पाहावयाचे असतील तर मुंबई, पावागड, गिरनार ही ठिकाणे अतिशय योग्य ठरतील.

मुंबईजवळ गिल्बर्ट हिल येथे बेसाल्ट खडकांवर निसर्गाने केलेली किमया पाहावयास मिळते. इथे खूप उंचीचे नैसर्गिकरीत्या तयार झालेले चौकोनी, पंचकोनी व षटकोनी स्तंभ पाहावयास मिळतात (म्हणजेच ७४ सालपर्यंत तरी मिळायचे. आता कदाचित त्यांची खडीही झाली असेल). बेसाल्टचा लाव्हा थंड होत असताना त्याला नैसर्गिकरीत्या तडे जाऊन हे स्तंभ तयार होतात. अशा प्रकारचे स्तंभी बेसाल्ट इंग्लंडमध्ये अँट्रीम येथे आहेत. तिथे त्यांना 'जायंट्स कॉजवे' असं म्हटलं जातं; तर अमेरिकेत त्यांचा संबंध सैतानाशी जोडलेला आहे. तिथे स्तंभी बेसाल्ट कॅलिफोर्निया प्रांतात आढळतात, त्यांना 'डेव्हिल्स पोस्टपाइल' असे नाव देण्यात आलं आहे.

अवसादी खडक

नैसर्गिक प्रक्रियांनी अग्निज रूपांतरित वा अवसादी खडकांचे विघटन व झीज होते. यामुळे निर्माण झालेल्या उत्पादनाला वाहते पाणी अवसादरूपात घेऊन वाहते व पुढे संथ झाल्यावर त्याचे अवसादन करते. याशिवाय हिमनद्या, जोरदार वारेसुद्धा थोड्याफार प्रमाणात हे कार्य करतात. या अवसादन प्रक्रियेतून कालांतराने अवसादी खडक निर्माण होतात.

अवसादी खडकांचे महत्त्व म्हणजे त्यात दगडी कोळसा निर्माण होऊ शकतो. भारतातील ओरिसा, बिहार व मध्य प्रदेशात गोंडवन कालखंडातील अवसादी खडकात प्रचंड प्रमाणात दगडी कोळसा सापडतो. महाराष्ट्रात चांदा, नागपूर व भंडारा या भागात काही ठिकाणी गोंडवन कालखंडातील खडक सापडतात. दगडी कोळसा तयार होण्यास योग्य वातावरण असेल तरच दगडी कोळसा सापडतो. म्हणजे कोट्यवधी वर्षांपूर्वीच्या नद्यांच्या काठच्या अरण्यांवर अवसादन झाले की, तिथल्या झाडीवर पडलेल्या दाबाने व भूस्तरांतर्गत प्रक्रियांनी त्या वनस्पतींचे रूपांतर दगडी कोळशात होते. या प्रक्रियेस लक्षावधी वर्षांचा काल जावा लागतो.

कित्येकदा वनस्पती असतात, पण त्यांचे कोळशात रूपांतर होण्याजोगे वातावरण नसते. अशा वेळी सिलिकाच्या पेशी त्या वनस्पतीच्या पेशीत शिरतात व वनस्पतीचे सिलिकाने बनलेले जीवाश्म होतात, तर काही वेळा चुनखडकांवर वनस्पतीच्या पानांचे केवळ ठसेच सापडतात.

अवसादी खडकात केवळ वनस्पतींचेच अवशेष सापडतात असे नाही किंवा अवसादी खडक म्हणजे केवळ

दगडी कोळसा नव्हे. चुनखडक किंवा लाइमस्टोन हाही अवसादी खडकाचाच प्रकार आहे. चुनखडक ज्या कालखंडात तयार झाला त्यावर अवलंबून त्या त्या चुनखडकात जीवाश्म सापडतात.

चांदा, भंडारा या महाराष्ट्राच्या प्रांतांत वनस्पतींचे जीवाश्म सापडतात. सर्व दगडी कोळसाच जीवाश्म असल्यामुळे त्यात पानांचे ठसे सापडल्यास नवल ते काय? भारतात डायनोसॉरचे जीवाश्म फारच कमी सापडले आहेत. पण त्रिचनापल्ली, पाँडिचेरी आदी भागात क्रिटेशियस कालखंडातील जीवाश्म सापडतात. हिमालयातील शिवालिक टेकड्यांत सपृष्ठवंशीय प्राण्यांचे भरपूर अवशेष सापडतात.

महाराष्ट्रात काही ठिकाणी इंटरट्रॅपिअन अवसाद या नावाने ओळखले जाणारे अवसाद सापडतात. गोकाकजवळ उपरहट्टी (कर्नाटक), यवत, नांदेड, देगलूर, नागपूर या ठिकाणी या अवसादात फायसा नावाचे जीवाश्म सापडतात. फायसा हे मूळचे शंख; त्यांचे आता जीवाश्म बनले आहेत. इंटरट्रॅपिअन अवसाद हेही भू-शास्त्रज्ञांच्या दृष्टीने महत्त्वाचे, कारण खालच्या लाव्हा थरानंतर बराच काळ या भागात ज्वालामुखीचे स्फोट होत नव्हते, नवा लाव्हारस वाहत नव्हता तर त्याऐवजी इथे तळी होती. त्यात जीवसृष्टी नांदत होती हे सिद्ध करतात.

अवसादी खडकांबद्दल एक अतिशय महत्त्वाची माहिती सांगायची आहे, ती म्हणजे प्रामुख्याने इओसीन, मायोसीन कालखंडाच्या आसपासच्या अवसादी खडकात पेट्रोलियम सापडते. अर्थात बरेचदा हे खडक खूपच खोलवर असतात हेही तितकेच खरे. हे खडक पृष्ठभागीही असू शकतील. मात्र अशा वेळी वर टोपण नसल्यामुळे त्यात तेल सापडू शकत नाही. खूप खोलवर ड्रिलिंग करून खडकांचे क्रोड काढले जातात, तेव्हाच या खडकांचे नमुने व नैसर्गिक तेल किंवा वायूच्या आढळाची शक्याशक्यता तपासली जाते.

अवसादी खडकांच्या संधीवर कित्येकदा वनस्पतींसारखे आकार दिसतात. या खऱ्या वनस्पती नव्हेत, तर मँगेनीजच्या द्रावणामुळे या संधींवर काढलेली ही एक प्रकारची नैसर्गिक चित्रेच असतात.

अवसादी खडकांत कित्येकदा लाटांच्या हालचालींमुळे निर्माण झालेले खडक मिळतात. महाराष्ट्रात अवसादी खडकांचे प्रमाण फारच कमी आहे. मात्र मध्य प्रदेश, म्हैसूर, गुजरात राज्यांत अवसादी खडक मिळतात. शहाबादची फरशी तर प्रसिद्धच आहे. गुजरातमध्ये वाघा या ठिकाणी जीवाश्मयुक्त खडक मिळतात. त्रिचनापल्लीजवळ अरियालूरच्या परिसरातही जीवाश्मयुक्त खडक मिळतात हे सांगितले आहेत.

रूपांतरित खडक

संगमरवर, पाटीचा दगड, इत्यादी खडक आपण नेहमी पाहतो. पण हे रूपांतरित खडक आहेत हे आपल्यापैकी कितीजणांना ठाऊक असते?

प्रचंड दाब आणि उष्णता यांच्या सुट्यासुट्या परिणामाने किंवा या दोहोंच्या एकत्रित परिणामाने खडकांचे मूळ स्वरूप अंशतः किंवा पूर्णतः बदलते. मूळ खनिजेही अंशतः किंवा पूर्णपणे बदलतात. त्यांची घटना दाब व उष्णतेला अनुसरून नवे रूप प्राप्त करून घेते. नव्या खडकात नव्या संरचनांची निर्मिती होते. अशा तऱ्हेने अंशतः किंवा समूळ पालटलेल्या खडकांना रूपांतरित खडक असे म्हणतात. खडकांच्या रूपांतरणाची क्रिया बहुधा भू-पृष्ठाखाली, खोलवर घडत असते. काहीवेळा केवळ दिशिक दाबामुळे खडकांचा भुगा होतो. पण स्फटिक तेच राहतात; असेही घडते. या क्रियेचाही रूपांतरणातच समावेश होतो.

भू-पृष्ठाखाली जितके खोल जावे त्या प्रमाणात तापमानही वाढत जाते किंवा अंतर्भेदी खडक वर येताना तापलेले असतात. त्यांच्या सान्निध्यात येणाऱ्या खडकांचेही तापमान वाढते. दाब निर्माण होतो तो कवचाच्या हालचालींमुळे किंवा गुरुत्वाकर्षणामुळे. अर्थात या दोन्ही प्रकारच्या दाबाचे स्वरूप वेगवेगळे असते. दाब व तापमानाइतकाच रूपांतरण क्रियेतील महत्त्वाचा घटक म्हणजेच निरनिराळ्या वाफा. पाणी, कार्बन डाय ऑक्साईड, बोरिक आम्ल, हायड्रोफ्लुओरिक आम्ल इत्यादी मॅग्माजन्य वाफा खनिजांच्या रेण्विक समूहांच्या हालचाली घडवून आणतात. म्हणजेच एक रेणू घ्यायचा, त्याला परिस्थितीनुरूप दुसरीकडे बसवायचे व नव्या खनिजाची निर्मिती करायची हे काम वाफांकडून घडून येते. पातळीय

मॅग्मांचे स्फटिकन पूर्ण होत आले की, बरीच बाष्पनशील द्रव्ये थोड्याशा द्रव भागात केंद्रित होतात व त्यामुळे दाब वाढतो. या दाबाचा परिणाम होऊन ही द्रव्ये आजूबाजूच्या खडकांच्या भेगांत, छिद्रांत घुसतात व पसरू लागतात. अशा तऱ्हेने या घुसखोर वाफा बराच दूरवरचा पल्ला गाठतात. उष्णता, दोन प्रकारचे दाब व रासायनिक क्रिया करू शकणाऱ्या वाफा (द्रायू) हे चार घटक सुटे सुटे किंवा एकत्रित येऊन रूपांतरण करतात. या प्रक्रियेत कुठल्या क्रियेचा वाटा किती असतो यावरून रूपांतरणाचे निरनिराळे प्रकार पाडले जातात.

रूपांतरित खडकांचे आपल्याला अतिपरिचित असलेले उदाहरण म्हणजे संगमरवरी खडक.

रूपांतरित खडकांतली खनिजे तयार होताना उष्णतेबरोबर दाबही असतो, त्यामुळे बरीच खनिजे सुईसारखे स्वरूप धारण करतात किंवा एकाच दिशेने लांबतात. या सुया वा पट्ट्या खडकात बरेचदा एकमेकींस समांतर अशा आढळतात. त्यामुळे रूपांतरित खडक पट्टेदार दिसतात.

भारतात बऱ्याच ठिकाणी रूपांतरित खडक सापडतात. दक्षिण भारतात सापडणारा चार्नोकाइट, कर्नाटक राज्यात सापडणारे ग्रॅनाइट, नाइस क्वार्टझाइट, पट्टेदार हेमॅटाइट, क्वार्टझाइट प्रदेश हे रूपांतरित खडक आहेत. याशिवाय आंध्र प्रदेश व ओरिसात खोंडालाइट व कोडुराइट नावाचे रूपांतरित खडक सापडतात. राजस्थानमधील मकराणा येथील संगमरवर ऐतिहासिक काळापासून प्रसिद्ध आहे. सुप्रसिद्ध ताजमहाल बांधण्यासाठी इथलाच संगमरवर वापरण्यात आला होता. हिमालयात जवळजवळ सर्व प्रकारचे रूपांतरित खडक सापडतात. कर्नाटक व केरळमधील काही खडक जगातल्या अतिशय जुन्या खडकांपैकी असून, त्यांचे वय किरणोत्सर्गी पद्धतीने ठरविण्यात आले आहे. त्यावरून असे सिद्ध होते की, हे खडक ३०० कोटी वर्षांपूर्वीचे आहेत.

■

पंचेचाळीस

वसुंधरेचा पुत्र

मानव हा उत्क्रांतीच्या शिडीवरचा निसर्गाचा अत्युच्च चमत्कार असं म्हटलं जातं. या पृथ्वीवर मानव अतिशय फोफावलाय, 'सर्वायवल ऑफ द फिटेस्ट' हे तत्त्व खरं मानायचं ठरलं तर मानव हा खरोखरच निसर्गाची सर्वश्रेष्ठ निर्मिती म्हणायला हवा. यासाठी तरी आपल्याला मानवी इतिहासाचा अभ्यास करणे आवश्यक ठरते. त्याचबरोबर आपण आजचे मानव आजच्या अवस्थेप्रत कसे येऊन पोहोचलो हेही माहिती करून घ्यावे, असं आपल्याला वाटणं साहजिकच आहे. वानरासारख्या पूर्वजांपासून विचार करणारा मानव जन्माला येण्यासाठी मानवाला ज्या गोष्टींची सर्वांत जास्त मदत झाली ती म्हणजे मेंदूची किंवा तसं बघायला गेलं तर मानवाचा सर्वांत जास्त उत्क्रांत अवयव कुठला असं म्हणायचं ठरवलं तर उत्तर एकच येतं ते म्हणजे मेंदू.

माणसाचा मेंदू वाढला, सर्वच बाबतीत वाढला, त्याबरोबरच कवटीची रचना बदलली. कपाळ, हनुवटी हे चेहऱ्याचे भाग वाढले. वाढलेल्या मेंदूचे वजन सहन करण्यासाठी माणूस दोन पायांवर ताठ चालू लागला. त्यामुळेही त्याच्या शरीररचनेत बदल झाला. तो फक्त दोन पायांवर चालू लागल्यामुळे पुढच्या दोन पायांचे कार्य काय? तर ते हत्यारे हाताळू लागले, त्यातच हाताचा अंगठा उरलेल्या चार बोटांच्या विरुद्ध वळू लागलेला; त्यामुळे निरनिराळ्या वस्तू पकडणे, त्या वाहून नेणे सोपे झाले. तो उभा राहू लागल्यामुळे त्याला जास्त दूरदूरचे दिसू लागले. मात्र या सगळ्या गडबडीत त्याची घ्राणेंद्रिये मागासली.

माणसाची प्रगती होण्यात जास्त मोठा वाटा मेंदूचा होता. त्याचप्रमाणे दहा बोटे, दात वगैरे गोष्टींनीही त्याच्या प्रगतीस हातभार लावला तो वेगळ्याच प्रकारे. मानवाला जगण्यासाठी काही वैशिष्ट्यपूर्ण, असामान्य अशी परिस्थिती आवश्यक नसते. तो कुठल्याही परिस्थितीशी जमवून घेऊ शकतो. त्याचमुळे तो जीवन लढ्यात यशस्वी झाला. त्यासाठी त्याला आपल्या हातापायांची खूपच मदत झाली. कारण खूप मोठा मेंदू असून, जर त्याला खूर असते किंवा माशांसारखे वा पक्ष्यांसारखे पंख असते तर त्याची प्रगती झालीच असती असे मात्र सांगता येत नाही. मानवाची हाता-पायांची बोटे व तीक्ष्ण दृष्टी यांचा संबंध मानवाच्या झाडावरच्या अस्तित्वाशी जोडला जातो.

मानवाचे वृक्षस्थ पूर्वज आपले झाडावरचे अस्तित्व सोडून जमिनीवर का वावरू लागले, याला नक्की काय

कारण झाले असावे हे जरी सांगता आले नाही तरी हवामानातील बदल या घटनेस कारणीभूत घडले असावेत. जिथे मानवाचे पूर्वज राहत होते तिथली जंगले हवामानातील बदलामुळे कमी होऊन त्या जागी गवताळ प्रदेशाची निर्मिती झाली असावी. अशा परिस्थितीत झाडांवर चढण्यापेक्षा पळणे जीव वाचवण्याच्या दृष्टीने जास्त महत्त्वाचे ठरते. अर्थात, मानव बऱ्याच शिकारी प्राण्यांपेक्षा फारच हळू पळतो. त्यामुळे दुरून शिकारी पाहणे व कुठेतरी दडी मारणे एवढ्या दोनच गोष्टी तो जीव वाचवण्यासाठी करू शकत होता. शिकारी प्राण्यांशी लढण्यासाठी निसर्गाने त्याला कुठेही संरक्षक कवच किंवा हत्यार दिलेले नव्हतेच. तसेच त्याचे भक्ष्यही त्याच्यापेक्षा खूपच चपळ ठरत होते. त्यामुळे दगड व लाकूड फेकून मारणे या कलेचा त्याला गरजेपोटी-भुकेपोटी शोध लागला.

मानवाचे त्यातल्या त्यात प्रगत पूर्वज बघायचे झाले तर प्लायोसीन काळातील वानरांकडे बघावे लागते. त्यातील ट्रायोपिथेकस व ओरिओपिथेकस या मानवाच्या खूप जवळच्या वानरांचे जीवाश्म मिळाले आहेत. ओरिओपिथेकसच्या जीवाश्माला महत्त्व यायचे कारण म्हणजे त्याची कवटी आजच्या मानवासारखी उभट होती. जबडे खूप पुढे आलेले नव्हते. त्याचे दात मानवसदृश होते, तर नर मादीपेक्षा मोठे होते. बऱ्याच पुरातत्त्वज्ञांच्या मते ओरोपिथेकस हा मानवच होता.

प्लाइस्टोसीन कालाबरोबर मानवसदृश वानरांची सद्दी संपून वानरसदृश मानव पृथ्वीवर अवतरला असे म्हणावे लागते. नर वानराचा म्हणता येईल असा आद्य जीवाश्म जेव्हा सापडला तेव्हा त्याचे नाव शास्त्रज्ञांनी ऑस्ट्रॅलोपिथेकस असे ठेवले. ऑस्ट्रॅलोपिथेकसचे अवशेष दहा लक्ष वर्षांपूर्वीच्या खडकात सापडले आहेत. ऑस्ट्रॅलोपिथेकसची कवटी ६०० घन सें.मी. पोकळी असलेली म्हणजे गोरीलापेक्षा थोडी मोठी होती. तो दोन पायांवर उभा राहून ताठ चालत असे. तो हाडे व शिंगांपासून बनवलेली हत्यारे वापरायचा व गुहांतून राहायचा. पॅरॉंथ्रॉपस हा नर वानरही याच काळात दक्षिण आफ्रिकेच्या याच भागातील गुहांतून वास्तव्य करीत होता. पॅरॉंथ्रॉपस ही मानवी पोटजातच म्हणायला हवी.

इ.स. १९२५मध्ये दक्षिण आफ्रिकेतील ताऊंग येथील फरशीच्या खाणीत ६ वर्षांच्या एका पोराची कवटी सापडली. तिचा अभ्यास करून पुरातत्वज्ञांनी ऑस्ट्रॅलोपिथेकस जातीचा शोध लावला. पण ऑस्ट्रॅलोपिथेकस हा मानवजातीय आहे की नाही याबद्दल त्या काळातील शास्त्रज्ञांत वादाचा विषय होता. पण अखेरीस इ.स. १९३५च्या सुमारास ऑस्ट्रॅलोपिथेकसच्या मनुष्यत्वाबद्दल खातरी पटली. इ.स. १९३८मध्ये पुन्हा एकदा दक्षिण आफ्रिकेतच स्टर्कफॉंटीन व क्रोमद्राई येथे कवट्यांचे भाग सापडले. हे जीवावशेष शोधून काढणाऱ्या डॉ. रॉबर्ट ब्रुम यांनी ताऊंग येथल्या अवशेषांपेक्षा हे निराळे असल्यामुळे त्यांना पॅरॉंथ्रॉपस असे नाव दिले.

दुसऱ्या महायुद्धानंतर स्वार्टक्रान्स येथे आणखी ३५ कवट्या मिळाल्या. या व इतर अवशेषांवरून शरीररचनेच्या बाबतीत ऑस्ट्रॅलोपिथेकस हे मानवाचे पूर्वज आहेत, असे

मानण्याइतका पुरावा उपलब्ध होत होता. पॅरॉंथ्रॉपस हा ऑस्ट्रॅलोपिथेकस वंशाचीच एखादी जास्त वैशिष्ट्यपूर्ण (Specialized) शाखा असावी असे शास्त्रज्ञांनी शोधून काढले होते. ऑस्ट्रॅलोपिथेकस हा सर्वभक्षी प्राणी होता, तर पॅरॉंथ्रॉपस हा त्याच्या दातांवरून शाकाहारी वाटत होता.

इ.स. १९५९मध्ये डॉ. व मिसेस लुई लीकी यांना ओल्डुवाई दरीत (टांझानिया) खडकांची हत्यारे वापरणाऱ्या (अश्मयुगीन) मानवाचे अवशेष सापडले. त्याला झिझॉंथ्रॉपस हे नाव देण्यात आले.

मानवी उत्क्रांतीतील एक महत्त्वाचा टप्पा म्हणून पिथेकॅंथ्रॉपसलाच जावा माणूस म्हणूनही ओळखण्यात येते. जावा माणसाचे अवशेष सर्वप्रथम जावातील सोलो नदीच्या काठावर त्रिनिल येथे सापडले. हे अवशेष ३५०००० वर्षांपूर्वीच्या प्लाइस्टोसीन अवसादात सापडले होते. या जावा माणसाचा मेंदू ८५० घन सें.मी. एवढी जागा व्यापत असे. म्हणजेच तो ऑस्ट्रॅलोपिथेकसपेक्षा प्रगत असावा. जावा माणूस आकाराने आधुनिक माणसाएवढाच होता. तो ताठ चालायचा. त्याला कपाळ नव्हते. त्याच्या भुवया खूप पुढे आलेल्या होत्या. चेहराही लांबुळका होता, जबडा रुंद व फताडे दात यामुळे तो कसा दिसत असेल याची कल्पनाच केलेली बरी! पिथेकॅंथ्रॉपस मानवाचे अवशेष चीन, अल्जेरिया, टांगानिका व जावा येथे सापडले आहेत. म्हणजेच जिथे जिथे राहण्यास योग्य वातावरण उपलब्ध होते तिथे, आफ्रिका व आशिया खंडात जावा माणूस राहत होता.

चीनमधल्या चौकुतियेन या पेकिंगपासून ४४ कि.मी.वर असलेल्या ठिकाणी एका गुहेत पेकिंग माणसाचे अश्मीभूत दात मिळाले. इ.स. १९२९मध्ये त्याची पहिली कवटी सापडली. त्याचे शास्त्रीय नाव सिनॉंथ्रॉपस पेकिनेन्सिन. दुसऱ्या महायुद्धामुळे चीनमधील उत्खनन बंद पडले. तोपर्यंत तिथे चाळीस पेकिंग मानवांचे अवशेष मिळाले होते.

आता बरेच शास्त्रज्ञ जावा मानव व पेकिंग मानव एकाच जातीतील दोन उपजाती असाव्यात असे म्हणतात व पेकिंग मानवाचे नाव पिथेकॅंथ्रॉपस पेकिनेन्सिस् असे लावतात. पेकिंग मानव प्लाइस्टोसीन काळात किंवा दुसऱ्या आंतरहिमयुगीन काळात अस्तित्वात होता. तो ताठ चालत असे. त्याची कवटी खूप जाड होती. भुवयाखाली हाडे खूपच पुढे आलेली होती. कपाळ अरुंद व उतरते होते. मात्र पेकिंग माणसाचे कपाळ जावा माणसाच्या कपाळापेक्षा मोठे होते. त्याचा जबडासुद्धा माणसापेक्षा अरुंद होता व हनुवटी कमी पुढे आलेली होती. त्याचे दात अगदी आधुनिक मानवासारखेच होते. तो सर्वभक्षी होता. तो कधीकधी नरमांस भक्षणही करीत असावा. तो अग्नीशी परिचित होताच; पण त्याला दगड व हाडाची हत्यारे करायची कलाही अवगत होती.

हायडेलर्बचा माणूस होमोहायडेलबर्गेन्सिस् या नावाने प्रथम जगापुढे आला. तो २५०००० वर्षांपूर्वी युरोपात वावरला. हे नाव त्याला मिळाले याचे कारण इ.स. १९०७मध्ये त्याचा पहिला अवशेष– खालचा जबडा सापडला तो हाडेलबर्गजवळ जर्मनीत. हा जबडा एकसारखा हनुवटीविरहित, पण मानवसदृश दात असलेला होता.

निॲंडर्थल माणूस १५०००० वर्षांपूर्वी पृथ्वीवर अवतरला. आपण त्या कालखंडास अपर प्लाइस्टोसीन कालखंड म्हणतो. तो बुटका, जाड, चेहरा निमुळता, मागे डोके लांबकुळे, मेंदू तुमच्या-आमच्याएवढा असलेला होता. त्याला आग पेटवणे, कपडे घालणे या गोष्टी कळत होत्या. तो गुहांतून राहायचा; बरीच वेगवेगळी हत्यारे वापरायचा. मृतदेह पुरावेत हे त्याला कळत होते. तो युरोप, आफ्रिका व आशिया खंडांत जर्मनी ते केपटाऊन व स्पेन ते जावा एवढ्या प्रदेशात विखुरला होता. निॲंडर्थल हे नाव जर्मनीतल्या ड्युसेलडॉर्फ प्रांतातील निॲंडरच्या खोऱ्यावरून पडले आहे; कारण इथे या मानवाचे पहिले अवशेष मिळाले. हे अवशेष इ.स. १८५६मध्ये सापडले.

आपला खऱ्या अर्थाने पूर्वज म्हणता येईल असा क्रोमॅग्नॉन मानव ५०००० वर्षांपूर्वी अस्तित्वात आला. त्यांच्या मेंदूच्या पेटीचं घनफळ १४५० घन सें.मी. होते. हा बऱ्यापैकी उंच होता. त्याचे कपाळ व हनुवटी व्यवस्थित जागच्या जागी होते. तो दोन पायांवर ताठ चालायचा. तो निॲंडर्थल मानवाच्या काळातच पृथ्वीवर ५०००० वर्षांपूर्वी वावरू लागला. निॲंडर्थल मानव नाहीसा होण्यास तो काही अंशी कारणीभूत ठरला.

यानंतर हळूहळू उत्क्रांती होत आजचा मानव– होमो सेपियन्स– अस्तित्वात आला.

इ.स. १९०८मध्ये ससेक्समधील पिल्ट डाऊन येथे एक जबड्याचा भाग सापडला. त्याचबरोबर इतरही अवशेष मिळाले. या माणसाचे नाव इओअँन्थॉपस डॉसोनी असे ठेवण्यात आले. कारण डॉसन या माणसाला हे अवशेष सापडले. या पिल्ट डाऊन मानवास 'डॉन मॅन' किंवा 'पहाटेचा मानव' असे म्हणण्यात यायचे. हा मानवी उत्क्रांतीतील एक महत्त्वाचा दुवा मानला जात होता. इ.स. १९५० नंतर जेव्हा अत्याधुनिक तंत्रांच्या साहाय्याने या अवशेषांची तपासणी करण्यात आली, तेव्हा हे अवशेष माणूस व वानरांचे असल्याचे सिद्ध झाले. पिल्ट डाऊनचा मानव ही एक मोठी शास्त्रीय लबाडी होती!

कार्बन १४ पद्धती

मानवी इतिहासातील महत्त्वाच्या घटना ठरविण्यासाठी जी अनेक तंत्रे वापरली जातात त्यात कार्बन १४ ही पद्धत फार महत्त्वाची आहे. जेव्हा वैश्विक किरण अवकाशातून पृथ्वीच्या वातावरणात प्रवेश करतात तेव्हा साधारण ८ कि.मी. उंचीवर ते नायट्रोजनच्या अणूवर आपटतात. यातून कार्बन १४चे अणू तयार होतात. हे कार्बन १४चे अणू आपल्या नेहमीच्या $C_{१२}$चे समस्थली असतात. तेही ऑक्सिजनशी संयोगाने कार्बन डाय ऑक्साईड वायू तयार करतात. कार्बन डाय ऑक्साईड हा वनस्पतींच्या कर्बनग्रहणांतील महत्त्वाचा घटक. त्या कार्बन डाय ऑक्साईड मध्ये $C_{१४}$ सुद्धा असतो. हा $C_{१४}$ वनस्पतींकडून प्राण्यांच्या शरीरात पोहोचतो. आपण भाज्याही खातो व मांसाहारही करतो. त्यातून मानवी शरीरात $C_{१४}$ चा प्रवेश होतो.

सजीव मृत्यूनंतर अचेतन होतात. त्यामुळे त्यांचे $C_{१४}$चे सेवन बंद होते. यानंतर त्यांच्या मृतदेहाचे विघटन होऊन $C_{१४}$ ही सुटा होऊ लागतो. शास्त्रज्ञ मृतदेहात किंवा अवशेषातील $C_{१४}$ व $C_{१२}$ चे गुणोत्तर शोधतात. त्यावरून त्या अवशेषांचे वय शोधून काढतात.

कार्बनचे एकूण तीन समस्थली आहेत. $C_{१२}$, $C_{१३}$, व $C_{१४}$ यांतील $C_{१४}$ हा समस्थली किरणोत्सर्गी आहे. $C_{१४}$चे अर्धे आयुष्य ५५६८ वर्षे आहे. म्हणजे आज एखाद्या सजीवाने जेवढा $C_{१४}$ सेवन केला असेल त्याच्या निम्माच $C_{१४}$ त्या सजीवाच्या देहात आपल्याला ५५६८ वर्षांनी सापडेल. त्यानंतरच्या ५५६८ वर्षांनी आपल्याला त्याच अवशेषात निम्म्याच्या निम्मा म्हणजे $^{१}/_{४}$ $C_{१४}$ सापडेल. असं करत करत एक दिवस $C_{१४}$चा साठा त्याच्या किरणोत्सर्जनामुळे संपुष्टात येईल. $C_{१४}$ पद्धतीने ४०००० वर्षांपूर्वीपर्यंतच्या अवशेषांचे वय थोडीफार चुकीची अपेक्षा गृहीत धरून ठरवता येते.

पुढील तक्त्यात आद्य मानव किंवा मानवसदृश प्राण्याची अधिक माहिती दिलेली आहे.

	नाव	**अवशेष सापडल्याचे वर्ष**	**सापडण्याचे ठिकाण**	**किती वर्षांपूर्वी पृथ्वीवर वावरला**	**प्रथम सापडलेले अवयव**
मानव	ओरिओपिथेकस	१८६९	टस्कनी, इटली	१,००००,०००	जबड्याचे खालचे हाड
सदृश	ऑस्ट्रॅलोपिथेकस	१९२५	तऊंग, द. आफ्रिका	१,०००,०००	कवटी
प्राणी	झिन्जाँथॉपस	१९५९	टांगानिका	१७,५०,०००	कवटी, घोट्याचे हाड
	पिथेकँथ्रॉपस	१८९१	जावा	५,००,०००	कवटी, मांडीचे हाड
	हायडेलबर्ग मानव	१९०७	जर्मनी	५,००,०००	खालचा जबडा
	स्वान्सकोंब मानव	१९३५-३६	इंग्लंड	५,००,०००	कवटीचे भाग
	फोंतेशेव्हादे मानव	१९४७	फ्रान्स	२,५०,०००	कवटीचे भाग
	माऊंट कार्मेल मानव	१९३१-३२	पॅलेस्टीन	१,००,०००	बारा सांगाडे
	क्रे-मॅग्नॉन मानव	१८६८	फ्रान्स	२०,०००-५०,०००	चार सांगाडे
	निअँडरथल मानव	१८५६	जर्मनी	१,२०,०००	कवटी व हाडे

■

सेहेचाळीस

मानवाचे मूळ

परवा सहज एका ओळखीच्या गृहस्थांकडे गेलो. या-बसा झाले. तेवढ्यात त्यांचा मुलगा आला. आल्याबरोबर वडील त्याला म्हणाले, 'या!' वडील इतक्या आदराने आपल्या चिरंजिवांशी बोलताना दिसले की, समजावे काहीतरी भानगड आहे म्हणून. खुणेनेच काय म्हणून विचारले, ते म्हणाले, ''धाकट्याला मनूची गोष्ट सांगत होतो, सांगून झाल्यावर त्याला म्हणालो, मनूपासून निर्माण झाला तो मनुष्य. तर या चिरंजिवांनी विचारले, 'मनू माकड होता का? आमच्या दहावीच्या पुस्तकात लिहिलंय माणूस माकडापासून निर्माण झाला म्हणून.' ''

माणूस माकडापासून जन्मला हे वाक्य आपण बऱ्याच वेळा वाचतो. ते डार्विनने प्रथम सांगितले असे आपल्याला कुठेतरी ऐकून माहीत असते, पण प्रत्येक हिंदी हीरोंकडे बघितल्यावर डार्विनला जर हिंदी चित्रपट बघायला मिळाले असते तर हा शोध लावण्यासाठी पृथ्वीप्रदक्षिणा करावी लागली नसती हेही आपल्या लक्षात येते. त्या मुलाची शंका त्याच्या वडिलांना वाह्यात वाटली, पण डार्विनच्या सिद्धांताचा प्रचार करणाऱ्या शास्त्रज्ञांना यापेक्षाही वेडेवाकडे प्रश्न विचारले जात होते.

डार्विनने सिद्धांत मांडला खरा, पण स्वत: भाषण करायला डार्विनला आवडत नसे. त्याचा पाठीराखा मित्र आणि अनुयायी थॉमस हक्स्ले याने उत्क्रांतिवादाची तत्त्वे जनतेपुढे मांडण्याचे काम स्वत:च्या अंगावर घेतले.

एकदा तो असाच बऱ्याच मोठ्या समुदायापुढे भाषण करीत होता. त्यावेळेस बिशप विल्बरफोर्स या उत्क्रांतीवादाच्या प्रमुख विरोधकाने हक्स्लेंना विचारले, ''जर ते एप माकड आपलं पूर्वज होतं असे म्हणता तर ते आपल्या आजोबांकडून आपलं नातेवाईक होतं, का आजीकडून तेवढं जरा सांगितलंत तर बरं! '' थॉमस हक्स्ले रागाने लाल झाले आणि गरजले, ''महाशय! जर आपणास माझा पूर्वज एखादा एप असावा की धर्मगुरू, असा प्रश्न असेल तर मी एपच पसंत करीन, निदान ते एखाद्या शास्त्रीय सभेत खुळचट धर्मगुरूंसारखे आचरट अशास्त्रीय प्रश्न तरी विचारीत नाहीत!''

'पृथ्वी सूर्याभोवती फिरते' या सिद्धांतानंतर एवढा विरोध दुसऱ्या कोठल्याच सिद्धांताला झाला नसेल. लोकांनी डार्विन आणि त्याच्या अनुयायांची अफाट टिंगल केली. त्यात हा सिद्धांत बायबलविरोधी होता. बायबलमध्ये चक्क लिहिलेले आहे, ''सहा दिवस ईश्वराने दुनिया निर्माण केली. सगळ्याचा कळस मानव सहाव्या दिवशी तयार केला आणि सातव्या दिवशी– रविवारी– ईश्वर हात झटकून विश्रांती घ्यायला गेला.'' (ज्यूंच्या मते हा विश्रांतीचा दिवस शनिवार असतो तर इस्लामात शुक्रवार), असं असताना हा डार्विन कोण मोठा लागून गेलाय जो याविरुद्ध बोलतोय. चक्क सगळे प्राणी परिस्थितीनुरूप बदलत बदलत आजच्या स्वरूपाला पोहोचले असं म्हणतोय. म्हणजे माणसाचा पूर्वज माकडच ठरला की!

खरंतर वानरापासून माणूस निर्माण झाला असे म्हणणारा डार्विन हाच काही पहिला माणूस नव्हता. ल्युसिलिओ व्हॅनिनिला इ.स. १६१९ साली इटालियन जनतेने असलीच सैतानी कल्पना मांडल्याबद्दल दगडमार करून नंतर भर चौकात जिवंत जाळले होते. यामुळेच की काय, पण इ.स. १६९९पर्यंत पुन्हा असल्या सैतानी कल्पनेचा कुणी परत पाठपुरावा केला नाही. इ.स. १६९९मध्ये एडवर्ड टायसनने एक ओरँग उटांग बघितले आणि 'माकडे, वानरे, पिग्मिज आणि माणूस' यांच्या शरीररचनेबद्दल एक तुलनात्मक निबंध लिहिला.

(आपण माकड आणि वानर हे शब्द मन मानेल तसे वापरतो, फार तर लालतोंडी, काळीतोंडी एवढाच त्यांच्यात

फरक करतो. पण येथे सोयीसाठी एप्सना वानरे आणि लांब शेपटीच्या इतरांना माकडे हा शब्द वापरला आहे.)

१८व्या शतकात लिनिअसने जे प्राणिजातींचे वर्गीकरण केले आहे त्यात माणसाला 'होमो सॅपिएन्स' म्हणजे 'मॅन दि वाईज' असे नाव दिले. त्यानंतर इ.स. १७८४मध्ये जेम्स मॉनबोडे आणि डोरनिक या दोन शास्त्रज्ञांनी स्वतंत्रपणे मानवसृदश वानरांपासून माणूस निर्माण झाल्याचा आपापला सिद्धांत मांडला. त्यानंतर युरोपात एक प्राणी आणि वनस्पतिशास्त्राचा अभ्यास करायची हौशी संशोधकांत लाट आली, त्यातला लामार्क हा एक. आपल्या संशोधनाने तो अमर झाला. त्याने आपल्या फिलॉसॉफी ऑफ झूलॉजी या ग्रंथात (इ.स. १८०९) प्राणी आणि वनस्पती जीवनातील उत्क्रांतीवादी बदलांचे बरेच पुरावे दिले होते. त्याच्या मते दुनियेत अस्तित्वात असलेले सर्व प्राणी कोठल्या ना कोठल्या पूर्वजापासून बदल होत होत निरनिराळ्या परिस्थितीशी सामावून घेत घेत आजच्या स्थितीस येऊन पोहोचले होते. माणूसही असाच एप वानरापासून निर्माण होण्याची शक्यता त्याने बोलून दाखविली होती.

बऱ्याच शास्त्रज्ञांना वानरापासून नर निर्माण झाला हे पटले तरी नेमक्या अमुक अमुक वानरानंतर अमुक अमुक ठिकाणी या वेळेस मानव निर्माण झाला हे सांगणे अवघड काम आहे. हे काम अवघड असायचे कारणही तसे जबरदस्त आहे. कारण माणसाची व्याख्या नेमकी कोणती करायची? प्राणीशास्त्रज्ञ, तत्त्वज्ञ, मानववंश शास्त्रज्ञ आणि मानसशास्त्रज्ञ हे सगळे आपल्या परीने त्याची व्याख्या करणार. या सगळ्यांची मते एकत्रित केली तर "मन असलेला, विचार करणारा, एकमेकांचे विचार बोलून, समजून घेणारा, सपृष्ठवंशीय, दोन पायांवर ताठ चालणारा प्राणी तो मानव." अशी व्याख्या गृहीत धरायला काही हरकत नाही. प्रसिद्ध मानववंश व पुरातत्त्वशास्त्रज्ञ डॉ. यांनी "हत्यारे वापरणारा तो माणूस" अशीही एक व्याख्या केली आहे आणि त्या शास्त्रापुरती ती जगन्मान्य आहे.

ही व्याख्या गृहीत धरली की, पुढे अडचणी निर्माण होऊ लागतात. या अडचणी समजून घेण्यासाठी, मानवाचे पूर्वज शोधण्याचे काम कसे होते, कोणते पुरावे त्या कामी उपयोगात येतात ते बघायला हवे.

सामान्यत: पुराण ग्रंथ चाळून, ऐतिहासिक दंतकथांचा मागोवा घेत घेत, जुन्या चालीरीती समजावून घेऊन आपल्याला बरीच पूर्वीची माहिती मिळते. याशिवाय उत्खननात माणसांची घरे बांधण्याची पद्धत हत्यारे, लिपी हे पाहूनही बरेच अंदाज बांधता येतात. पण माणूस घरे बांधू लागला वगैरे गोष्टी फारच अलीकडच्या काळातल्या आहेत. वानर झाडावरून एकदम जमिनीवर आला नाही तर मध्ये त्याच्या काही संक्रमणावस्थाही झाल्या असणार. त्या कोणत्या यांचा शोध घेणे महत्त्वाचे ठरते.

तसेच वानर झाडावरून खाली आला तो एकदम घर बांधायला शिकला नाही. मधला काही काळ तरी त्याने झाडीच्या कडेला गुहांमध्ये व्यतीत केला. (याचे पुरावेही गुहांमध्ये त्याने मागे ठेवले. मुलाला जसे अंगावर पिण्याचे सोडवून, बाटली देऊन हळूहळू वरचे दूध प्यायची सवय करतात, तसेच वानर मानवांची झाडी सुटून जमिनीचा आधार पक्का व्हायला काही काळ नक्कीच लागला.)

निसर्गाला वेळेची किंमत नाही, त्याला ऑफिसची घाई नाही, या बदलांना हजारो वर्षे लागणारा काळ त्याच्याजवळ भरपूर प्रमाणात उपलब्ध आहे, त्यामुळे निरनिराळ्या चुका सुधारत सुधारत उत्क्रांतीवादाचे शिखर असे स्वत:ला म्हणवून घेणारा मानव तयार व्हायला किमान १७,५०,००० वर्षे लागली. या थापा नाहीत. शास्त्रज्ञ पुराव्याशिवाय बोलू शकत नाहीत. हे पुरावे निसर्गाने मानवासाठी जपून ठेवले आहेत. फक्त निसर्गाने हे पुरावे अशा रीतीने ठेवले आहेत की, माणसाला आपला मेंदू वापरायला लागावा.

हे पुरावे म्हणजे एखादी अश्मिभूत कवटी, पायाचे किंवा मांडीचे हाड, फ्लिंटची हत्यारे, एखादा बरगडीचा तुकडा. हे असे पुरावे मिळतात हेही आपले नशीब; कारण प्राण्यांचे अवशेष टिकून राहातात ते पुरलेल्या स्वरूपात. तिथे त्यांचे मृदू अवयव, मांस, कुर्चा हे सगळे झडून, कुजून नाहीसे होते आणि हाडे शिल्लक राहतात. (शंख शिंपले आणि इतर हाडे नसलेल्या प्राण्यांत त्यांच्या कठीण भागाचे तुकडे राहतात.) हाडातील प्रथिनयुक्त आणि इतर कार्बनी पदार्थ जमिनीतून फिरणाऱ्या पाण्यामुळे निघून जातात. शिवाय सूक्ष्म जीवाणूंचे कार्य चालू असतेच. जर जमिनीत

आम्ले जास्त प्रमाणात असतील तर हाडेही नाहीशी होण्याची शक्यता असते. जर जमीन आम्ल नसेल तर बऱ्याच वेळा निघून गेलेल्या पदार्थांच्या जागी ॲरागोनाईट किंवा कॅल्साइट ($CaCO_3$) ही खनिजे येऊन त्यांची पुटे चढत असतात. कित्येकदा आतले पदार्थ जाणे आणि कॅल्साईटचे पूट चढणे हे प्रकार बरोबरच होतात आणि हाडांचा फॉस्फेटयुक्त भाग आणि कॅल्साइट मिळून अश्मिभूत हाड तयार होते. (अगदी क्वचितच अपवादात्मक परिस्थितीत एखादा प्राणी अखंडच्या अखंड सापडतो.)

अशा तऱ्हेने प्राण्यांचे अवशेष सापडले की, संपूर्ण प्राणी कसा असेल याचे चित्र डोळ्यांपुढे उभे करणे तज्ज्ञाला सहज शक्य असते.

मानवाच्या हालचालींचा ५-६ हजार वर्षांपूर्वीपर्यंतचा बराच पुरावा आपल्याला मिळालेला आहे. काही ठिकाणी हा पुरावा लेखीही आहे, पण सर्वत्र त्या लेखांचे कोडे उलगडता आलेले नाही. मानवाचे रहस्य उलगडण्यात दोन शास्त्रे मग्न असतात. पुरातत्त्वशास्त्र आणि मानववंश शास्त्र. पण नर-वानर संबंधासारख्याच याच्या सीमारेषा नक्की नाहीत.

नर-वानर संबंधाच्या साखळीतील दुवा जर नक्की करता आला तर बरेच मोठे कोडे सुटेल. ओरिओपिथेकस हा प्राणी त्या दृष्टीने महत्त्वाचा ठरतो. हा अत्यंत आद्य मानव असावा असे काही शास्त्रज्ञांचे म्हणणे आहे. याचा जन्मकाल एप्सच्याही पूर्वीचा. कारण त्याचे अवशेष ज्या दगडात सापडले तो दगड मध्य मायोसीन ते पूर्व प्लायोसीन कालखंडातील म्हणजे कमीत कमी १.३ कोटी वर्षांपूर्वीचा. १८७९ साली ओरिओपिथेकसचा अश्मिभूत अवयव प्रथम सापडला. पुढे १९५८ साली त्याचा संपूर्ण सांगाडाही मिळाला आणि ओरिओपिथेकसने मानवविषयक अभ्यासात खळबळ माजविली. हा सांगाडा इटलीतील टस्कनी प्रांतात सापडला.

ओरिओपिथेकसने एवढी खळबळ माजवायचे कारण काय? तर ज्यावेळेस (एप्स) वानरांची रूपसंपदा अजून निश्चित ठरली नव्हती, इतक्या जुन्या काळात ओरिओपिथेकसमध्ये बरेच मानवी गुणधर्म होते. ओरिओपिथेकसची हनुवटी अर्धवर्तुळाकृती होती. सर्व दात एका ओळीत उभे होते. दातांमध्ये फटी नव्हत्या. त्याच्या पाठीच्या तळाचे मणके जड होते, म्हणजे तो दोन पायांवर वावरत होता. काही शास्त्रज्ञांच्या मते ओरिओपिथेकस हाच खरा माणसाचा पूर्वज. मानव आणि वानर यांची फारकत फारच आधी झाली. म्हणजे मग माकडापासून वानर आणि मग मानव हे म्हणणे चुकीचे ठरते.

ओरिओपिथेकस नंतर मानवाचा जवळचा अश्मिभूत नातेवाईक म्हणजे झिंजांथ्रॉपस. याला त्याच्या शोधकांनी 'झिंज' असे टोपण नाव दिले. झिंजची माहिती करून घ्यायची तर डॉ. लुईस लिकी आणि त्यांच्या कुटुंबीयांची माहिती करून घ्यायला हवी. या कुटुंबाने मिळून आपल्या पूर्वजांची जेवढी माहिती गोळा केली तेवढी दुसऱ्या कुणीच केली नसेल. डॉ. लुईस लिकींच्या निधनानंतरसुद्धा या कुटुंबीयांनी आपले काम जोमाने चालू ठेवलेले आहे.

लिकी मंडळी गेली कित्येक वर्षे ओल्डुवाई नदीच्या खोऱ्यात मुक्काम ठोकून आहेत. टांझानिया, केनिया व युगांडात त्यांनी अनेक ठिकाणी उत्खनन केलेले आहे. त्यांना 'नॅशनल जिऑग्राफिक' हे मासिक आर्थिक साहाय्य करते.

टांझानियातील ओल्डुवाई नदीच्या खोऱ्यात प्रा. लिकींच्या चिरंजीवांना एक दिवस एक खड्ग दंत (सॅबर टूथ) वाघाचा एक दात सापडला. तोपर्यंत हा अवशेष विरळा होता. हा अवशेष सापडला तो एका मृत ज्वालामुखीच्या राखेच्या ढिगाऱ्यात.

ओल्डुवाई नदीचे खोरे हे ओल्डुवाई नदीने, तळ्यातील गाळ व ज्वालामुखीच्या राखेच्या ३०० फूट जाडीच्या ढिगाऱ्यातून कोरून काढले आहे. याच ज्वालामुखीतून उडालेल्या राखेने त्या काळचे मानवी अवशेष आपल्यासाठी आजपर्यंत जपून ठेवले आहेत.

खड्गदंताचा दात मिळाल्यमुळे लिकी मंडळींनी तो दात सापडला तिथे आणखी उकराउकर केली तर तिथे त्यांना सापडला एक तेरा वर्षे वयाचा मुलाचा सांगाडा. याला त्यांनी 'NN' असे नाव दिले. त्याचे वय 'झिंज'च्याहीपेक्षा जास्त होते. हा माणूस दगडी हत्यारे करू शकत होता म्हणून त्याला नाव मिळाले 'होमो हॅबिलीस' किंवा कुशल माणूस. इथेच सापडलेल्या आणखी

एका सांगाड्याच्या पायाच्या हाडावर हिंस्रपशूंच्या दाताच्या खुणा आहेत.

कुशल मानवाने पुन्हा एक वाद चालू केला. आतापर्यंत द. आफ्रिकेत ओरिओपिथेकस नावाच्या प्राण्याचे अवशेष सापडत होते. त्यांचा आणि हॅबिलिसचा काहीतरी संबंध असावा, असा अंदाज काही शास्त्रज्ञांनी व्यक्त केला. अर्थात शास्त्रज्ञांच्या दुसऱ्या गटाने या म्हणण्यास विरोध केला. ऑस्ट्रॅलोपिथेकस हा वानर मानव म्हणून प्रसिद्ध आहे. हा वाद सोडून दिला. तरी झिंज, हॅबिलीस, ऑस्ट्रॅलोपिथेकस शिवाय आफ्रिका खंडाने शास्त्रज्ञांना मानवाचे खूपच अवशेष पुरविले. उदा. ट्रान्सवालचा प्लेसिअँथ्रॉपस आणि पॅरँथ्रॉपस हे मानवाचे फार जवळचे नातेवाईक.

आफ्रिकेशिवाय जगात इतरत्रही मानवाचे अवशेष सापडले. यातला पिथकँथ्रॉपस इरेक्टस ऊर्फ जावा माणूस डॉ. ड्युबुआ या डच डॉक्टरांना इ.स. १८९०मध्ये सापडला. प्रथम या जावा माणसाचे कवटी, मांडीचे हाड आणि काही दात सापडले. या माणसाच्या अवशेषांबरोबरच, हत्ती, गेंडे, पाणघोडे, हरणे वगैरे प्राण्यांचेही अवशेष सापडले होते. पण या अवशेषांवरून तत्कालिन विद्वानांची जी मारामारी झाली तिला कंटाळून त्यांनी आपल्याला सापडलेले सर्व अवशेष १९२३पर्यंत कुलपात ठेवले.

१९३६ साली डॉ. फॉन कोएनिग्जवाल्डना चार दात असलेला मानवाचा खालचा जबडा आणि इ.स. १९३९मध्ये वरचा जबडा आणि कवटी मिळाली. या व इतर शोधांचा उपयोग करून जावा माणसाबद्दल बरीच माहिती मिळाली. त्यावरून जावा माणसाला आग व हत्यारे यांचा उपयोग माहीत होता असे वाटत नाही. मात्र त्या काळी निदान एक तरी जावा माणूस मांडीच्या हाडाच्या विकृतीने आजारी होता असा पुरावा सापडला. याशिवाय त्याच वेळी मेगँथ्रॉपस नावाचा एक राक्षसी आकाराचा माणूस जावात राहात होता याचा पुरावे मिळाले आहेत.

जावा माणसानंतर पेकिंग माणसाचा पृथ्वीवर अवतार झाला. पेकिंग माणूस आगीचा उपयोग करीत असे आणि दगडी व हाडांची हत्यारेही तो वापरीत होता.

युरोपात जावा माणसाच्या काळात हायडेलबर्गचा माणूस वावरत होता. त्यानंतर निअँडर्थल माणूस जन्मला. हा आपला जवळचा पूर्वज. आधुनिक माणसाचा खात्रीशीर समजला गेलेला पूर्वज म्हणजे क्रोमॅग्नॉन माणूस. क्रोमॅग्नॉन नंतर मानव सर्वत्र पसरला. त्याचे निरनिराळे वंशगट तयार झाले. उदा. निग्रॉइटड, कॉकेशियन, मॅंगोलॉइड वगैरे. क्रोमॅग्नॉन पृथ्वीवर ८,००० वर्षांपूर्वीपर्यंत होता. मग सुरू झाले नव अश्मयुग किंवा निओलिथिक कालखंड. आता माणसाने प्राणी पाळायला सुरुवात केली होती. तो बऱ्यापैकी शेतीही करू लागला होता.

तो दगडी हत्यारे मोठ्या प्रमाणावर तयार करीत असे. निओलिथिक कालखंड आजच्या संस्कृतीची पहाट समजला जातो. त्यानंतर ताम्रयुग, मग ब्रॉंझ. आता मानवाची प्रगती जोराने सुरू झाली.

मानवाच्या जन्माची सुरुवात प्लाइस्टोसीन कालखंडातील हिमयुगांच्या आधी सुरू झाली. त्या संकटांचे बाळकडू पीत-पीतच माणूस तयार झाला. मानव हत्यारे वापरू लागल्यापासून ते ताम्रयुगापर्यंतच्या काळास प्राग ऐतिहासिक काळ म्हणतात. याचे पॅलिओलिथिक पुराण अश्मयुग– १७,३०,००० ते १८,००० वर्षांपूर्वी, मेसोलिथिक ख्रि.पू. ६,००० वर्षेपर्यंत आणि निओलिथिक ख्रि.पू. ४,००० वर्षांपर्यंत असे भाग पडतात.

पहिल्या कालखंडात सुरुवातीला मानव जवळजवळ माकडासारखा जगला, मग त्याने हत्यार म्हणून दगड वापरले. या काळात तो मांस कच्चेच खात होता. सुमारे १,५०,००० वर्षांपूर्वी आगीचा शोध लागला. तेव्हा आगीच्या मदतीने मानवाने एक हिमयुग पार पाडले. मग सुमारे ३५,००० वर्षांपूर्वी तो कातडी गुंडाळू लागला, तर १८,००० वर्षांपूर्वी त्याने फ्लिंट आणि हाडाच्या सुया तयार केल्या. हळूहळू मासे वगैरे पकडत मानव ८,००० वर्षांपूर्वी शेती व गुरे चारणे या उद्योगांकडे वळला. भटकेपणा सोडून तो स्थिरावला.

आतापर्यंतचे सगळे पुरावे लक्षात घेऊन आता माणसाच्या निर्मितीबद्दल शास्त्रज्ञ दोन तर्कांपर्यंत आले आहेत.

(१) ओरिओपिथेकसच्या आधीच नर-वानर या शाखा निर्माण झाल्या.

(२) प्रोकॉन्सल या २॥ कोटी वर्षांपूर्वीच्या प्राण्याचे नर-वानर हे वंशज असावेत.

(श्री. व सौ. लिकी यांना १९४८ साली आफ्रिकेत प्रोकॉन्सल या वानराची कवटी व इतर हाडे सापडली आणि त्यांनी आफ्रिका हे आपले कार्यक्षेत्र ठरविले. प्रोकॉन्सलचे दात व जबडा बरेचसे माणसासारखे होते. तो हाताचा आधार न घेता चालत असे.)

असे बरेच पुरावे आपण गोळा केले, अनेक उत्खनने केली तरी अजूनही वानर कुठला आणि नर कुठला हे सांगणे अवघड ठरते. कारण सापडलेल्या सांगाड्यात मन होते, तो विचार करीत होता हे सांगणे अवघड आहे, नव्हे अशक्यच आहे. अशा तऱ्हेने मानवाने केलेली स्वत:ची व्याख्याच त्याचे मूळ शोधण्यात त्याला अडथळा आणीत आहे.

आपल्या भारतात मानवाच्या संस्कृतीवर प्रकाशझोत टाकणारे बरेच पुरावे सापडले आहेत. त्यातील हरप्पा, मोहेंजोदरो, नेवासा वगैरे अलीकडील संस्कृतीचे पुरावे जगभर प्रसिद्ध आहेत. पण नुकत्याच १९७०च्या सुमारास लागलेल्या शिवालिक टेकड्यातील एक शोध फार महत्त्वाचा आहे; तो म्हणजे रामापिथेकसचा. या रामापिथेकसचा शोध चंदिगडच्या अँथ्रॉपॉलॉजी विभागाने लावला असून, या संशोधनामुळे त्या विद्यापीठाचे नाव जगभर गाजले आहे.

रामापिथेकसचे वय मायोसिन कालखंडातील असून, डॉ. लिकी यांच्या ''हत्यारे करू शकणारा तो मानव'' या व्याख्येत रामापिथेकस बसू शकतो.

डॉ. लिकी यांचा मुलगा रिचर्ड हा सध्या केनियाच्या राष्ट्रीय वस्तुसंग्रहालयाचा व्यवस्थापक आहे. याने केनियातील लेक रुडॉल्फजवळ १९७३मध्ये नव मानवी अवशेष शोधले आहेत. या अवयवांचे वय सुमारे २५ लाख वर्षे इतके जुने आहे आणि आतापर्यंत मानव जन्माच्या ज्या कथा रचल्या गेल्या त्याचे डोलारे कोसळतील इतक्या महत्त्वाचे हे अवयव आहेत, असे नॅशनल जिऑग्राफिकल सोसायटीने जाहीर केले आहे. या माणसाचे नामकरण व्हायचे आहे. पण डॉक्टर लिकींच्या निधनानंतर केवळ दोन महिन्यांच्या आत रिचर्डने नवा शोध लावून आपल्या पित्याला योग्य अशी श्रद्धांजली अर्पण केली आहे हे मात्र खरे.

■

सत्तेचाळीस

मंगळावरचे खडक पृथ्वीवर

सुमारे १८ कोटी वर्षांपूर्वीची गोष्ट. मंगळावरच्या विरल वातावरणात एक प्रचंड मोठी उल्का घुसली. त्या वातावरणाशी घर्षण होऊन ती दीप्तिमान बनली आणि अनेक हायड्रोजन बाँबच्या विध्वंसक शक्तीनं ती मंगळाच्या पृष्ठभागांवर आपटली. या प्रचंड धक्क्यामुळे अब्जावधी वर्षांपूर्वीचे बेसाल्ट खडकाचे तुकडे आकाशभर पसरले. यातले काही तुकडे काही मीटर लांबीरुंदीचे होते, तर काही छोटे होते. लक्षावधी वर्षे ते आकाशातून भ्रमण करीत होते. इतर आकाशगामी वस्तूंवर आपटत होते. असेच काही तुकडे पृथ्वीवरही आपटले. या पृथ्वीवर आपटलेल्या खडकतुकड्यांनी विसाव्या शतकातले पृथ्वीवरचे शास्त्रज्ञ रंजीस आले, चिडले, आपापसात झगडू लागले; पण या पाषाण उल्कांचं रहस्य काही त्यांना उलगडलं नव्हतं. आतापर्यंत आपण जे वाचलं, तोही या तुकड्यांचा जन्म कसा झाला असेल याबद्दलचा एक तर्क किंवा अजूनही सिद्ध न झालेला असा एक वैचारिक सिद्धांत आहे. सिद्ध न झालेला सिद्धांत हा वदतो व्याघात आहे म्हणून याला हवं तर आपण वैचारिक कसरत असं म्हणू या.

या पृथ्वीवर जे उल्कापाषाण सापडले त्यात शिरगोटाइट्स, नाखलाइट्स आणि चासिग्नाइट्स या नावाच्या उल्का पाषाणांनी शास्त्रज्ञांना फार बुचकळ्यात पाडलंय. यामुळेच त्यांच्या जन्माबाबत नवनवे सिद्धांत सतत पुढे येत राहिले. या उल्कापाषाणांना एवढं महत्त्व प्राप्त व्हायचं कारण म्हणजे त्यांचं वय. इतर उल्कांच्या मानानं यांचं वय खूपच कमी असतं. साधारणपणे बहुतेक उल्कापाषाण हे आपल्या सूर्याभोवती फिरणाऱ्या ग्रहमालेबरोबरच ४॥ अब्ज वर्षांपूर्वीच जन्माला आले असं मानलं जातं. या उल्कापाषाणाची किरणोत्सर्गी पद्धतीने काढलेली वयंसुद्धा या तर्कास दुजोरा देणारीच असतात. अशा प्रकारच्या उल्कांचे हजारो तुकडे पृथ्वीवरून गोळा करण्यात आलेले आहेत. याउलट कमी वयाच्या उल्कापाषाणांचे तुकडे मात्र पृथ्वीवर फक्त नऊ ठिकाणीच सापडले आहेत. इ.स. १८६५मध्ये ईशान्य भारतात शिरगोटीजवळ यातली एक उल्का आदळली. यामुळे या उल्केस शिरगोटी उल्का हे नाव मिळालं. जवळजवळ एका शतकानंतर नायजेरियातील झगामी नावाच्या गावाजवळ अशीच एक दुसरी उल्का सापडली. याशिवाय फ्रान्स, ऑस्ट्रेलिया, ब्राझील, अंटार्क्टिका आणि अमेरिकेत इंडियाना राज्यात अशा अलीकडे जन्मलेल्या उल्कांचे तुकडे मिळाले. या सर्व तुकड्यांचा समान गुणधर्म म्हणजे १ अब्ज ३० कोटी वर्षांपूर्वी कुठल्यातरी वितळलेल्या बेसाल्ट लाव्हाचे हे तुकडे आहेत. विश्वाच्या इतिहासात ही घटना अलीकडली मानावी लागते. याच सुमारास मंगळावर अशाच प्रकारचा लाव्हा ओतला जात होता आणि घट्ट होत होता. याशिवाय १८ कोटी वर्षांपूर्वी कुठेतरी अवकाशी उत्पात घडल्याच्या खुणा वागवणाऱ्या या उल्काही पाहायला मिळतात. या उल्का जन्मल्या त्या आधी मंगळ आणि गुरूमधला पट्टा अस्तित्वात आल्यास काही अब्ज वर्षे लोटलेली होती.

कार्नेजी या वॉशिंग्टनस्थित संस्थेत काम करणाऱ्या जॉर्ज वेदरिल नावाच्या शास्त्रज्ञाला एकदा एक फ्रेंच शास्त्रज्ञ भेटला. हा फ्रेंच शास्त्रज्ञ पृथ्वीवर आढळणाऱ्या बेसाल्ट खडकांचा अभ्यासक होता. त्याला या उल्कामध्ये आणि पृथ्वीवरच्या बेसाल्ट खडकात खूप साम्य आढळून आलं होतं. पण यातले बरेच खडक आकाशातून पृथ्वीवर पडताना अनेक लोकांनी बघितले होते. मग हे मंगळावरून तर

आले नसतील असा विचार वेदरिल आणि इतर काही शास्त्रज्ञांच्या मनात आला.

वेदरिल आणि त्यांच्या समविचारी शास्त्रज्ञांनी हे उल्कापाषाण खरंच एखाद्या परग्रहावरून आले असावेत का, या प्रश्नावर गंभीर स्वरूपात विचार करायला सुरुवात केली. एखाद्या ग्रहावर जर जागृत ज्वालामुखी असतील, असा ग्रह कुठला? हा विचार त्यांनी प्रथम केला. साधारणपणे १ अब्ज वर्षांपूर्वी मंगळावर जागृत ज्वालामुखी होतेच. यामुळे या उल्कापाषाणांची जन्मभूमी बहुधा मंगळच असावी हा विचार प्रबळ झाला. नासाच्या जॉन्सन स्पेस सेंटरचे चार्लस वुड आणि भू-रसायन शास्त्रज्ञ ल्युईस अॅशवाल हे ल्यूनर अँड प्लॅनेटरी इन्स्टिट्यूटमधले शास्त्रज्ञ म्हणतात, 'हे खडक इतर उल्कांपेक्षा रासायनिक, कायिक, पाषाणशास्त्रीय आणि चुंबकीय बाबतीत अगदीच वेगळे आहेत.'

वेदरिल यांनी मंगळावरचे खडक उल्का रूपाने पृथ्वीवर कसे आले असावेत याबद्दल एक स्पष्टीकरण देऊ केलं होतं. या स्पष्टीकरणानुसार एखादा मोठा उल्कापात जर मंगळावर झाला असला तर त्यामुळे मंगळावर मोठ्या प्रमाणात असलेल्या भूमिगत बर्फाची एकदम वाफ झाली असेल. यामुळे वाफेचे झोत एकदम वर आले असतील. वर येताना दाब कमी झाल्यामुळे आणि उल्कापाताच्या दणक्यातील जोरामुळे मंगळावरील खडकांचे तुकडे अंतराळात फेकले गेले असतील आणि त्यातले काही पृथ्वीवर येऊन पडले असण्याची शक्यता आहे. बऱ्याच शास्त्रज्ञांचा या स्पष्टीकरणाला विरोध आहे याचं कारण असं घडण्यासाठी मूळ उल्का किती मोठी असावी, ती पडल्यामुळे किती जोराचा धक्का बसायला हवा. मंगळाच्या पृष्ठापर्यंत कितीतरी बर्फ असेल, त्याची किती वाफ होईल वगैरे गोष्टीबद्दलचे आकडे या स्पष्टीकरणात दिलेले नाहीत. यामुळे या गृहीतकावर विश्वास ठेवण्यात काहीच अर्थ नाही.

असं असलं तरी शिरगोट्टाइट्स या खडकात प्लॅजिआक्लेज नावाचं जे खनिज सापडतं ते मूळ प्लॅजिओक्लेज या स्वरूपात न सापडता ते मस्केलीनाइट या स्वरूपात सापडतं. मस्केलीनाइट ही प्लॅजिओक्लेजचे धक्कारूपांतरित आवृत्ती असते. म्हणजे प्रचंड जोराच्या धक्क्यानेच प्लॅजिओक्लेजचे मस्केलिनाइटमध्ये रूपांतर होते. शिरगोट्टाइटच्या प्लॅजिओक्लेजचं मस्केलिनाइटमध्ये रूपांतर होण्यासाठी प्रति इंचास ४५ लाख पौंड म्हणजे अंदाजे दर सें.मी.ला ८.५ लाख किलोग्रॅम एवढा दाब पडणे आवश्यक होते, असं या क्षेत्रातले शास्त्रज्ञ म्हणतात.

उल्केतील किरणोत्सर्गी विघटनाचं मोजमाप करून लॉरेन्स नायक्विस्ट व त्यांच्या सहकाऱ्यांनी हा धक्का १८ कोटी वर्षांपूर्वी बसला असावा असं अनुमान काढलं आहे. यामुळे ही उल्का मंगळाला बसलेल्या धक्क्यातून निर्माण झाली असावी, असं या शास्त्रज्ञांना वाटतं. याशिवाय व्हायकिंग यानाने मंगळावरील मातीचे जे जुने नमुने तपासले त्यांचे नि शिरगोट्टाइटचे रासायनिक पृथ:करण एकमेकांशी जुळणारे आहे.

याशिवाय मंगळावरून हे खडक आले असावेत हे सांगणारे काही नकारात्मक पुरावे आहेत. शुक्राचं घनदाट वातावरण आणि गुरुत्वाकर्षण यामुळे तिथून असे खडक पृथ्वीवर येऊ शकत नाहीत. चंद्रावर वातावरण नाही नि गुरुत्वाकर्षण कमी आहे हे खरं, पण चंद्रावर एक अब्ज वर्षांपूर्वी ज्वालामुखीजन्य खडक तयार होत नव्हता.

पृथ्वीवरून असा खडक आकाशात गेला असेल तर तो पृथ्वीवर पडायला लक्षावधी वर्षे अवधी जावा लागणार नाही. या खडकाचं मूळ वय एक अब्ज वर्षांपूर्वीचं आहे. त्यांना अठरा कोटी वर्षांपूर्वी धक्का बसला आणि नंतर काही लक्ष ते कोटी वर्षे ते अवकाशात भरकटले ही अनुमाने करण्याइतपत पुरावा उपलब्ध आहे. यामुळेही चंद्रावरून हे खडक पृथ्वीवर आले असावेत या तर्कास छेद जातो. याचं कारण चंद्र तसा पृथ्वीच्या जवळ आहे व पृथ्वीचं गुरुत्वाकर्षण चंद्राच्या मानानं खूप जास्त आहे. त्यामुळे चंद्रावरून अवकाशात फेकले गेलेले खडक काहीशे वर्षांत किंवा अगदी लगेचच पृथ्वीवर आदळतील.

आणखी एक महत्त्वाची गोष्ट म्हणजे या उल्कापाषाणातील लोह आणि मँगेनीज यांचे प्रमाण पृथ्वीवरच्या खडकांपेक्षा वेगळे आहेच, पण ऑक्सिजनच्या समस्थलींचे प्रमाणही पृथ्वीपेक्षा वेगळे आहे. त्याहून महत्त्वाचं म्हणजे हे उल्कापाषाण तयार झाले तेव्हा त्यांच्यावर कुठल्याही चुंबकीय क्षेत्राचा परिणाम नव्हता. जर त्यांचा जन्म पृथ्वीवर झालेला असता तर त्यात प्रविष्ट चुंबकीय

क्षेत्र नक्कीच सापडले असते. आयो या गुरूच्या उपग्रहावर जिवंत ज्वालामुखी होते असा पुरावा व्हॉयजरने मिळवला, पण गुरूचं गुरुत्वाकर्षण इतकं प्रचंड आहे की, आयोवरचा कुठलाही खडक त्यातून बाहेर पडणंच शक्य नाही. असं असलं तरी यामुळे हे उल्कापाषाण मंगळावरूनच आले असावेत असं ठामपणे म्हणता येत नाही, हे सर्वच शास्त्रज्ञ मान्य करतात. याचं कारण शिरागोट्टाइटना बसलेला धक्का त्यांना मंगळावरून अवकाशात फेकेल एवढा जोरकस नव्हता. याशिवाय नाखलाइटना तर धक्काच बसला नव्हता असं आढळून आलं आहे. हे नाखलाइट म्हणजे १९११ साली इजिप्तमधल्या नाखला गावाजवळ पडलेले उल्कापाषाण. या उल्कापातात एक कुत्रंही मेलं होतं. वुडच्या मते या उल्का मंगळावर वेगवेगळ्या खोलीवर होत्या, त्यामुळे खूप खोलवरून आलेल्या उल्कांवर धक्क्याचे परिणाम दिसत नाहीत. मंगळावर निघालेले उल्कापाषाण पृथ्वीवर आले तर चंद्रावरचे का आले नाहीत या प्रश्नाला मात्र अजून उत्तर मिळालेलं नाही हे खरं, पण या उल्कापाषाणामुळे या शास्त्रज्ञांना वादाला विषय व विचाराला चालना मिळाली हेही तितकंच खरं आहे.

आता अमेरिकेची यानं मंगळावरचे खडक तपासत आहेत. त्यांनी काढलेल्या निष्कर्षांवरून हे कोडे सुटायला हरकत नाही.

■

अठ्ठेचाळीस

अवकाशात बुद्धिमान सजीवांचे वास्तव्य आहे काय?

अवकाशात बुद्धिमान सजीवांचे वास्तव्य आहे काय? हा प्रश्न मानवाला फार पूर्वीपासून सतावतो आहे. विज्ञान कथालेखकांनी ही कल्पना आपल्या कथांतून १९ व्या शतकाच्या उत्तरार्धात प्रथम राबवली खरी; पण ख्रि.पू. ४ थ्या शतकात मेट्रोडोरस या ग्रीक तत्त्वज्ञाने 'या अनंत अवकाशात फक्त पृथ्वीवरच सजीव सृष्टी आहे अशी कल्पना करणे म्हणजे सबंध शेतात धान्य पेरून त्यातले एकच बीज फक्त रुजेल असं म्हणण्याइतपत मूर्खपणाचे आहे!' असे उद्‌गार काढले होते.

मध्ययुगीन कालखंडात ख्रिश्चन धर्माविरुद्ध बोलणे म्हणजे आत्महत्या करणे अशी परिस्थिती होती. त्यावेळेस 'पृथ्वी हा विश्वाचा मध्य असून, सगळे जग पृथ्वीभोवती फिरते आहे' असे मानले जात होते. यामुळेच कोपर्निकस या पोलिश ज्योतिषाने (खगोलशास्त्रज्ञाने) आपला 'ऑन द रिव्होल्यूशन ऑफ हेवनली बॉडीज' हा ग्रंथ मृत्युशय्येवर पडेपर्यंत प्रसिद्ध होऊ दिला नव्हता. या ग्रंथाने टॉलेमीच्या पृथ्वी मध्य मानलेल्या विश्वाला वर्मी घाव घातला. कोपर्निकसने सूर्याभोवती ग्रह फिरतात असं म्हटलं तर त्याचा शिष्य गिआर्दानो ब्रूनोने यापेक्षाही क्रांतिकारक कल्पना जगापुढे मांडली. ''या विश्वात असंख्य सूर्य आहेत. या सूर्याभोवती खूप पृथ्व्या फिरत असतात. यांचे भ्रमण आपल्या सूर्याभोवती फिरणाऱ्या सात ग्रहांप्रमाणेच चालते (त्या काळात सातच ग्रह ठाऊक होते) आणि या ग्रहांवर आपल्या पृथ्वीप्रमाणेच सजीवांची वस्ती आहे.'' बिचारा ब्रूनो. त्याने कालबाह्य वर्तन केले होते. इ.स. १६००मध्ये या संन्याशाला सैतानाचा दूत म्हणून जाहीररीत्या जिवंत जाळण्यात आले.

१८व्या शतकात दुर्बिणीचा शोध लागल्यावर मात्र हे चित्र पालटले आणि बहुधा सर्व ताऱ्यांवर सजीवांची वस्ती असते, असं म्हणायची एक नवी फॅशन शास्त्रज्ञांत पडली. बर्नार्ड द फाँतेनेय, इमॅन्युएल स्वेडेनबोर्ग हे लेखक आणि इमॅन्युएल कांट आणि योहॅनेस केपलर यासारखे शास्त्रज्ञसुद्धा या लाटेत सामील झाले. प्रख्यात ब्रिटिश खगोलज्ञ विल्यम हर्शेलने तर सूर्यावरसुद्धा सजीव असावेत असे प्रतिपादन केले, तर शास्त्रज्ञ जोहान एलर्ट बोड याने या सर्वांवर कडी केली. जोहान एलर्ट बोड याचा बोडस् लॉ विज्ञानाच्या विद्यार्थ्यांना नवा नाही. हा बोडचा खगोल शास्त्रीय नियम असा : प्रत्येक ग्रह हा सूर्यापासून साधारणपणे आपल्याआधीच ग्रह आणि सूर्य यांच्यामधील अंतराच्या दुप्पट अंतरावर असतो आणि बोडने हाच नियम या ग्रहांवरच्या सजीवांच्या आध्यात्मिक विचारांसाठी लागू केला. त्यांच्या नियमानुसार मंगळावरचे (सूर्यापासून चौथ्या ग्रहावरचे) लोक हे पृथ्वीवरच्या लोकांच्या (सूर्यापासून तिसऱ्या ग्रहावरच्या लोकांपेक्षा) दुप्पट धार्मिक होते.

१९व्या शतकात हेच सूत्र पुढे चालवले जात होते. त्यातच इ.स. १७८८मध्ये इटालियन खगोल शास्त्रज्ञ जिओवानी व्हर्जिनिओ शियापारेलीने आपण मंगळावरच्या गडद भागांना जोडणारे 'कॅनाली' (Canali) पाहिल्याचे जाहीर केले. 'कॅनाली' या इटालियन शब्दाचा अर्थ खाचा किंवा चाकोऱ्या असा आहे. पण या कॅनालीचे इंग्लिश कॅनाल या शब्दाशी साम्य असल्यामुळे एक नवाच वाद सुरू झाला. कॅनाल किंवा कालवे म्हणजे त्यात कृत्रिमता आली. हे कालवे खोदणारे अभियंते कुठले? अशा तऱ्हेने मंगळावरची माणसे अस्तित्वात आली.

यामुळे पर्सिवल लॉवेल हा अमेरिकन मुत्सद्दी इतका भारावला गेला की, त्याने राजकारण सोडून अरायझोनाच्या कोरड्या हवेत व स्वच्छ आकाशातून अवकाश– विशेषत: मंगळाचे निरीक्षण करणे सोपे जाईल म्हणून फ्लॅगस्टाफ इथे एक वेधशाळा बांधली. लॉवेलने मंगळावर शेकडो

शुक्रावर उतरलेले मरीनर- २

कालवे बघितले आणि मंगळाचा एक नकाशासुद्धा प्रकाशित केला. हे कालवे नक्कीच कुठल्या तरी प्रगत संस्कृतीने बांधलेले असावेत असं आपलं मतही त्यानं प्रसिद्ध केलं. याच सुमारास एच. जी. वेल्स या प्रख्यात लेखकाने 'वॉर ऑफ द वर्ल्डस्' ही कादंबरी लिहिली व ती चांगलीच गाजली.

इ.स. १८९९मध्ये निकोला तेस्ला हा शास्त्रज्ञ आपल्या कोलोराडो स्प्रिंग्जमधल्या विद्युतीय प्रयोगशाळेत काम करीत बसला होता. निकोला तेस्ला हा एडिसनच्या तोडीचा अमेरिकन संशोधक. त्याला जे. पी. मॉर्गन या प्रख्यात कोट्यधीश अमेरिकनाने ही प्रयोगशाळा बांधून दिली होती. त्या काळातली सर्व अद्ययावत साधने या प्रयोगशाळेत होती. एकाएकी त्याला काही त्याच्याच शब्दात म्हणजे– स्ट्रेंज इलेक्ट्रिकल ॲक्शन्स दृष्टोत्पत्तीस आल्या. या ॲक्शन्स कुठल्याही नैसर्गिक क्रियेमुळे झालेल्या नव्हत्या. त्या कृतींचा उगम कशात असावा हेच त्याच्या लक्षात येत नव्हते. थोडा वेळ गेला आणि तेस्लाच्या मनात विचार आला की, या घटनेमागे कुणीतरी बुद्धिमान सजीव असावा. निकोला तेस्लाचे पुढील शब्द फार गाजले. "The feeling is constantly growing on me that I had been the first the greeting of one planet to another.".

निकोला तेस्लाचे हे शब्द क्षणिक खळबळ माजवणारे ठरले, कारण तेस्लाला काहीसा बुद्धिभ्रंश होता. त्यामुळे या शब्दांकडे पुढे लोकांनी दुर्लक्ष केले. कारण यावेळेस पृथ्वीच्या विद्युत क्षेत्रात अडथळे व लाटा निर्माण करून रात्री सर्व जगभर उजेड पाडायचा प्रयोग करण्यात निकोला तेस्ला मग्न होता!

इ.स. १९२४मध्ये ज्यावेळेस मंगळ पृथ्वीच्या जवळ आला होता, तेव्हा पृथ्वीवरची सर्व रेडिओ केंद्रे बंद ठेवावीत अशी काही शास्त्रज्ञांनी सूचना केली होती. त्यावेळेस मंगळावरून जर काही संदेश येत असतील, तर ते नीट घेता येतील अशी यामागे कल्पना होती. अर्थातच याकडे कुणीच लक्ष दिले नव्हते ही गोष्ट निराळी, पण या कल्पनेने शास्त्रज्ञांच्या डोक्यात मूळ धरले होते.

दुसऱ्या महायुद्धाच्या दरम्यान अशा प्रकारचे प्रयोग मागे पडले. इ.स. १९५०पर्यंत ॲस्ट्रोफिजिक्स किंवा ख-भौतिकी या शास्त्रात गांभीर्याने काम करणारा नाव घेण्यासारखा एकच शास्त्रज्ञ जी.पी. क्यूपर हा अमेरिकेत काम करीत होता. पण युद्धानंतर सर्व राष्ट्रे सावरायला जो वेळ लागला, त्यानंतर मात्र या शास्त्रात झपाट्याने प्रगती होऊ लागली. याला कारणही दुसरे महायुद्ध! दुसऱ्या महायुद्धाच्या निमित्ताने जे संशोधन झाले त्याचा फायदा खगोलशास्त्र आणि ख-भौतिकीस भरपूर प्रमाणात झाला होता. त्यातच रशियाने अवकाशात स्पुटनिक सोडला.

अवकाशावर रेडिओ दुर्बिणी सतत रोखल्या तर परग्रहांवरून जर संदेश येत असतील तर त्यांचा पत्ता लावणं शक्य होईल, असा विचार डॉ. फ्रँक ड्रेक या ख-वास्तवशास्त्रज्ञाच्या मनात आला. रेडिओ दुर्बीण हे यंत्र वापरणे हे जितके कुशलतेचे काम आहे तितकेच ते खर्चिकही असते. केवळ फ्रँक ड्रेक म्हणाला, म्हणून हा प्रयोग सुरू करता येणार नव्हता. डॉक्टर ड्रेकनी वॉशिंग्टनमध्ये काय चावी फिरवली कुणास ठाऊक, पण अमेरिकन सरकारने या प्रयोगाला मान्यता दिली. त्याच सुमाराला अमेरिका व रशियाची अवकाश शर्यत चालू होती. निरनिराळे शास्त्रज्ञ तर रशिया व अमेरिकेच्याही आधी परग्रहावरच्या बुद्धिमान सजीवांची अवकाशयाने पृथ्वीच्या चंद्रावर पोहोचणार असे म्हणू लागले होते. युफो (UFO – Unidentified Flying Objects) किंवा उडत्या तबकड्यांबद्दल जगभर भरपूर कंड्या पिकत होत्या. या वातावरणाचाही परिणाम असेल कदाचित; पण डॉक्टर फ्रँक ड्रेकच्या प्रयोगाला

सरकारी आशीर्वाद लाभला होता.

डॉक्टर ड्रेकने आपल्या या प्रयोगाचे नाव ठेवले होते प्रोजेक्ट ओझ्मा. ओझ्मा म्हणजे ओझ नावाच्या एका काल्पनिक, पोहोचायला अवघड आणि चित्रविचित्र प्राण्यांनी भरलेल्या जगाची राजकन्या. प्रोजेक्ट सुरू झाले आणि दुसऱ्याच दिवशी म्हणजे ९ एप्रिल इ.स. १९६०ला डॉ. ड्रेक आणि त्यांच्या सहकाऱ्यांना एक प्रचंड आश्चर्याचा धक्का बसला. त्यांनी आपली रेडिओ दुर्बीण एप्सिलॉन एरडानी या ताऱ्याच्या दिशेने रोखली होती. एकाएकी सर्व यंत्रांच्या सूची थरथरू लागल्या. एक फार मोठा संदेश आला. खोलीत एकदम खळबळ माजली. त्यांना आधी वाटलं की, आपलीच यंत्रे बिघडली आहेत. त्यामुळे सर्वांत आधी त्यांनी यंत्रे तपासली. ती सगळी व्यवस्थित काम करीत होती. दोन महिने हे संदेश येत होते. डॉ. ड्रेक व त्यांच्या सहकाऱ्यांनी शेवटी असा निष्कर्ष काढला, की हे संदेश पृथ्वीवरून येताहेत. हे संदेश सोडले तर प्रोजेक्ट ओझ्माला दुसरे कुठलेही संदेश मिळू शकले नाहीत आणि इ.स. १९६०चे मे, जून व जुलै या तीन महिन्यांत त्यांनी एकूण १५० तास अवकाशाचा वेध घेतल्यावर प्रोजेक्ट ओझ्माची सद्दी संपली. दुसऱ्या महत्त्वाच्या कामाकरिता त्या रेडिओ टेलिस्कोपची गरज होती, असं अधिकृतरीत्या सांगण्यात आलं. केवळ दीडशे तासांत बुद्धिमान संदेश मिळवणं ही गोष्ट तशी अवघडच असते. त्यामुळे हे संदेश न मिळाल्यामुळे ते फार निराश झाले असंही नाही. त्यांच्या दृष्टीने महत्त्वाची गोष्ट म्हणजे ॲप्लाईड रीसर्चच्या नावाने हाकाटी करणाऱ्या सरकारने अखेर या शुद्ध संशोधनाला महत्त्व दिले होते. प्रोजेक्ट ओझ्मा संपल्यावर डॉ. ड्रेक म्हणाले, "भविष्यकाळात कधीतरी शेकडो वर्षांनी, हजारो वर्षांनी, पुढच्या वर्षी किंवा उद्यासुद्धा आमचा शोध यशस्वी होईल."

इ.स. १९६१ हे साल परकीय जीवशास्त्रज्ञांच्या दृष्टीने फार महत्त्वाचे ठरले. एक म्हणजे Futurology किंवा भविष्यशास्त्र आणि दुसरे म्हणजे Extra Terestrial intelligence किंवा परके बुद्धिमान सजीव यांचे शास्त्र एक्झो बायोलॉजी या दोन शास्त्रांचा या वर्षी पाया घातला गेला. शास्त्रज्ञ उघडपणे परके बुद्धिमान सजीव अस्तित्वात आहेत असे म्हणू लागले. मुख्य म्हणजे ग्रीनबँक येथेच, असे मानणारे सर्व शास्त्रज्ञ एकत्र जमा झाले. त्यांनी मनमोकळेपणाने या विषयावर चर्चा केली. अशा बुद्धिमान सजीवांचे अस्तित्व मान्य केले.

फ्रीमन डायसन या शास्त्रज्ञाने फक्त रेडिओ संदेश ऐकत बसलो तर या क्षेत्रात प्रगती होणे अशक्य आहे, असं आपलं मत ठामपणे या सभेत सांगितले. फ्रीमन डायसन हा ब्रिटनमध्ये जन्मलेला शास्त्रज्ञ प्रिन्स्टन न्यू जर्सीतल्या इन्स्टिट्यूट ऑफ ॲडव्हान्स्ड स्टडीजमध्ये गणित, विज्ञान या विषयात संशोधन करीत होता. त्याचं म्हणणं असं की, त्यांना जर तुमच्याशी संपर्क साधायची इच्छा नसली तर ते रेडिओ संदेश कशाला पाठवतील. त्याने

याहीपेक्षा एक सुपर सिव्हिलायझेशन– प्रगत संस्कृती शोधायचा सोपा मार्ग शास्त्रज्ञांपुढे मांडला. डायसन याची कल्पनाशक्ती आणि शास्त्रीय विचारसरणी हातात हात घालून वावरतात हेच या योजनेने सिद्ध केले. एखाद्या विज्ञान कथाकाराने अचंब्याने तोंडात बोट घालावे अशी ही कल्पना होती.

डायसन यांच्या मते जर ही किंवा या संस्कृती खरोखरच अतिप्रगत असतील तर त्यांच्यापुढे ऊर्जा समस्या असणार (याबद्दल कुणाचेच दुमत नाही.); त्यामुळे या संस्कृतीत आपला सूर्य व त्यांची संपूर्ण ग्रहमाला यांच्याभोवती एक कवच किंवा पांघरूण घालतील, म्हणजे त्या सूर्याची ऊर्जा वाया जाणार नाही. इ.स. १९६०मध्ये डायसनने तिथे उपस्थित असलेल्या सर्व ज्योतिषांना (खगोलशास्त्रज्ञ, ख-वैज्ञानिक आणि गणिती वैज्ञानिकांना) अशा सूर्यमाला पृथ्वीवरून कशा दिसतील किंवा भासतील हे सप्रयोग दाखवून दिले. त्यावेळेस असे काही कुणीच बघितलेले नव्हते. पण नंतर अशा बऱ्याच गोष्टी शास्त्रज्ञांना सापडल्या. या सगळ्यांना शास्त्रज्ञ डायसन सिव्हिलायझेशन असं म्हणत. शेवटी इ.स. १९६७-६८मध्ये डायसनने यात कृत्रिम काही नाही, हे नैसर्गिकच असावं असं म्हटलं. पण तरीही इ.स. १९६७-६८मध्ये व्हर्जिनियातील शार्लोट्सव्हिल येथील शास्त्रज्ञांच्या परिषदेत या विषयावर गरमागरम चर्चा झालीच.

डायसनच्या या कल्पना अतिप्रगत असल्यामुळे सामान्य माणूस व वृत्तपत्रे बऱ्याच वेळा दुर्लक्ष करतात, पण अधूनमधून एखादा शास्त्रज्ञ याबद्दलचे आपले विचार कुठेतरी सहज म्हणून बोलून जातो आणि नंतर त्याला उगीचच इतकी प्रसिद्धी मिळते की, आपण काहीच बोललो नसतो तर बरं झालं असतं असं म्हणायची त्याच्यावर पाळी येते. इ.स. १९६५मध्ये असंच झालं. जगभरच्या वर्तमानपत्रांत मथळे झळकले, "रशियन ॲस्ट्रॉनॉमर डिटेक्ट्स मेसेज फ्रॉम आउटर स्पेस".

'टास' या रशियन अधिकृत बातमी संस्थेने निकोलाय कार्दाशेव या तरुण रेडिओ खगोल वैज्ञानिकाने एका दूरवरच्या ग्रहावरचे संदेश मिळविण्यात यश मिळविले आहे, हे संदेश बुद्धिमान सजीवांचे असणार अशी विपर्यस्त बातमी दिली. या बातमीने शास्त्रीय वर्तुळात प्रचंड खळबळ माजवली. कार्दाशेवने आणखी एक न्यूज कॉन्फरन्स घेतली. तो व त्याचे सहकारी भयंकर क्षुब्ध मन:स्थितीत होते. त्यांनी कार्दाशेवचे म्हणणे मांडताना चूक करून हेतुपुरस्सर खळबळ उडविल्याबद्दल वृत्तपत्रांचा धिक्कार केला. कार्दाशेवला काहीतरी संदेशासारखे मिळाले होते. "हं आपल्याला मिळालेले संशोधनाचे निकाल जर कृत्रिमरीत्या निर्माण झालेले असते तर काय बहार येईल!" असं तो बोलताना म्हणाला होता. त्याचीच 'टासने' बातमी केली होती.

याच सुमारास केंब्रिजच्या शास्त्रज्ञांना असेच संदेश येऊ लागले. कार्दाशेवला लागलेली ठेच लक्षात घेता या शास्त्रज्ञांनी काहीही बोलायचं नाही असं ठरवलं होतं. कसं कोण जाणे बातमीदारांना या गोष्टीचा वास लागलाच. एका अज्ञात खगोल शास्त्रज्ञाने, "गेल्या ५० वर्षांतली ही सगळ्यांत खळबळजनक बातमी आहे." असे उद्‌गार काढले. पण

माझे नाव जाहीर करू नका अशी बातमीदाराला विनंती केली. शेवटी केंब्रिज विद्यापीठाचे प्रमुख खगोल शास्त्रज्ञ सर मार्टिन राईल यांनी "हे संदेश मिळताच आमच्या मनात पहिला विचार आला तो दुसरी संस्कृती मानवांशी बोलायचा प्रयत्न प्रगत करते आहे असाच आणि अजूनही आमच्या डोक्यातला हा विचार गेलेला नाही!" असे जाहीर करून टाकले. यामुळे न्यूयॉर्क टाइम्ससारख्या वर्तमानपत्राच्या दुढ्ढाचार्य संपादकांनी यावर संपादकीय लिहिले. परत एकदा जगभर या विषयास चालना मिळाली.

आता सगळे खगोलशास्त्रज्ञ एकत्र जमले आणि या व अशा संशोधनाला मिळणारी विकृत प्रसिद्धी टाळावी म्हणून त्यांनी LGM (Little Green Men) हे या संदेश पाठवणाऱ्यांचे नाव बदलून त्यांना पल्सेटिंग रेडिओ सोर्सेस किंवा पल्सार्स असे नाव दिले. पल्सार्स हे काय असावेत याबद्दल कॉर्नेल विद्यापीठाच्या ख-विज्ञान व अवकाश संशोधन केंद्राचे प्रमुख डॉ. थॉमस गोल्ड यांनी आपले मत मांडले. ते म्हणाले की, पल्सार्स हे न्यूट्रॉन तारे असावेत आणि या न्यूट्रॉन ताऱ्यांकडून अशा प्रकारचे संदेश येऊ शकतात. न्यूट्रॉन तारे म्हणजे एकेकाळी प्रचंड असलेले; पण आता आक्रसलेले प्रचंड वेगाने स्व-परिभ्रमण करीत फिरणारे सूर्य!

हे न्यूट्रॉन तारे अशा तऱ्हेचे संदेश पाठवू शकतात हे मान्य; पण हाही एक सिद्धांतच आहे. अतिप्रगत संस्कृती जितक्या सैद्धांतिक आहेत तितकेच न्यूट्रॉन तारे हे सैद्धांतिक. म्हणजे हा पेच अजून सुटलेला नाही.

आता हा पेच निर्माण का व्हावा? जगभरच्या शास्त्रज्ञांनी यावर खूप विचार केला. त्यांची परग्रहांवर बुद्धिमान सजीव आहेत, याबद्दल खात्रीही पटलेली आहे. अशी खात्री पटायला काही बळकट पुरावेही त्यांच्याकडे असायला हवेत; पण शास्त्रज्ञांना अशा पुराव्यांची गरज वाटत नाही. त्यांना संख्याशास्त्रीय पुरावे पुरेसे वाटतात.

आपल्या सूर्याच्या ग्रहमालेत सजीव असतील काय?

या प्रश्नाचे उत्तर देताना मात्र शास्त्रज्ञ बऱ्याच ठामपणे उत्तर देतात. आपल्या सूर्याच्या ग्रहमालेत सजीव असण्याची शक्यता फारच थोडी आहे. याला कारण बुधावरचे तीव्र तापमान, शुक्रावरील ढगांचे आवरण, मंगळावरील अति-विरळ वातावरण, यामुळे पृथ्वी सोडली तर सूर्याच्या जवळपासचे हे घन ग्रह याबाबतीत आपली निराशाच करणार आहोत. मात्र आपली सूर्यमाला ओलांडून बाहेर पडणाऱ्या यानावर– पायोनियर दहावर मानवाने आपण आहोत हे सिद्ध करणारा पुरावा कोरून आपल्या सूर्यमालेबाहेर सोडलाय! का तर या सूर्यमालेबाहेर जर एखाद्या मानवाइतक्या किंवा अधिक बुद्धिमान प्राण्याचे अस्तित्व असेल तर त्याला कळावं की कुठेतरी असा एक ग्रह आहे की, ज्यावर दोन हातांचा, दोन पायांचा, दोन भिन्न लिंगांचा, बुद्धिमान प्राणी अस्तित्वात आहे.

चंद्रावर जीवन नाही हे फार पूर्वीच शास्त्रज्ञांच्या लक्षात आलं होतं. अपोलो मोहिमांनी या समजुतीवर शिक्कामोर्तब केले. आता मानवाची दृष्टी मंगळावर अवतरलेली आहे. अमेरिकेची अंतराळयाने मंगळावर सजीव आहेत की नाही याचा शोध घेत आहेत.

माणसाच्या या सगळ्या धडपडीचे फलित म्हणून एक नवे शास्त्र जन्माला येत आहे. या शास्त्राचे नाव आहे एक्झो बायोलॉजी किंवा पृथ्वीबाह्य जीवशास्त्र. या शास्त्राचा जन्म पृथ्वीबाहेरील सजीवांचा अभ्यास करण्यासाठी झाला आहे हे उघडच आहे. पण केवळ बारा-पंधरा वर्षांतच या शास्त्राने चांगलेच मूळ धरले आहे. या शास्त्राचा अभ्यास विषय अस्तित्वात आहे हे मात्र अजून पुराव्याने सिद्ध व्हायचे आहे.

सप्टेंबर १९७१मध्ये सोव्हिएत आणि अमेरिकन ॲकॅडमीज ऑफ सायन्सेसने मिळून सोव्हिएत आर्मेनियातल्या बायुराकान ॲस्ट्रोफिजिकल लॅबोरेटरीत एक परिषद भरवली होती. या परिषदेला जगातले मोठमोठे शास्त्रज्ञही होते. या परिषदेचा विषय होता, "अवकाशातून दुसऱ्या बुद्धिमान सजीवांकडून येणारे संदेश मिळवायचा मानवाने प्रयत्न करावा का?" आणि निष्कर्ष निघाला की, हा प्रयत्न आधीच व्हायला हवा होता. आता आणखी उशीर करून उपयोग नाही. या परिषदेत बऱ्याच वर्षांनी रशियन, अमेरिकन, झेक, हंगेरियन आणि सर्व मानवजातीने मिळून असा प्रयत्न करायला हवा, असा एकमुखी ठरावही मंजूर केला.

या मैत्रीच्या नि खेळीमेळीच्या वातावरणात रशियन शास्त्रज्ञांनी आपण असे प्रयत्न आधीपासूनच सुरू केले

आहेत असे जाहीर केले.

रशियात एक १६ मीटर व्यासाची रेडिओ दुर्बीण त्यातल्या त्यात जवळच्या अशा ५० ताऱ्यांकडून येणाऱ्या उत्सर्जनांची पाहणी करीत असते. एवढेच नव्हे तर ४ निरनिराळ्या रेडिओ वेधशाळा अंतराळातून येणाऱ्या अल्पकालीन अतितीव्र विद्युतचुंबकीय ऊर्जेचे स्वरूप ठरविण्यात मग्न असतात.

या शास्त्रज्ञांना, या अतिप्रगत देशांना एवढे पैसे या मृगजळासाठी खर्च करायला वेड लागलंय का? अवकाशस्थ ग्रहगोलांवर बुद्धिमान सजीव– किमान एकपेशीय सजीव हयात असण्याची शक्यता किती आहे? असा प्रश्न जर एखाद्या जीवशास्त्रज्ञाला विचारला तर तो 'शंभर टक्के' असे उत्तर देतो ते कशाच्या जोरावर?

सध्या तरी आपल्या सूर्याच्या ग्रहमालेत सजीव असण्याची शक्यता फारच थोडी आहे, असे शास्त्रज्ञांना वाटते. बुधावरचे तापमान, शुक्रावरील ढगांचे आवरण, मंगळावरचे अति विरळ वातावरण यामुळे पृथ्वी सोडली तर सूर्याच्या जवळपासचे हे घन ग्रह, याबाबतीत आपली निराशाच करतात. शनी व गुरूची किंवा आपली त्यापलीकडील वायुरूप ग्रहांची आपल्याला काहीच माहिती नाही. किंबहुना ते वायुरूप आहेत की घनरूप हेही आपल्याला ठाऊक नसले तरीही तिथे पोहोचणारा अंधुक सूर्यप्रकाश हा जीवनास कितपत उपयोगी पडेल ही शंकाच आहे.

मात्र आपली सूर्यमाला सोडली तर मानवाला बुद्धिमान सोबती मिळण्याची शक्यता वाटते. आपण जेव्हा विश्वाचा पसारा अफाट आहे असे म्हणतो, त्यावेळेस अफाट म्हणजे किती अफाट याची खरोखरच आपल्याला कल्पना नसते. आपली पृथ्वी ही आपल्या सूर्याभोवती फिरणाऱ्या नऊ ग्रहांच्या ग्रहमालेचा एक घटक आहे. आपली सूर्यमाला ही आपल्या अवकाशगंगेतील एक मध्यम प्रतीचा तारा आहे. आपल्या अवकाशगंगेत आपल्या सूर्यासारखे तेजस्वी सुमारे १५० अब्ज इतके स्वयंप्रकाशी तारे आहेत. यातील काही तारे आपल्या सूर्यापेक्षा कैक पटीने अधिक तेजस्वी, तर काही कमी तेजस्वी आहेत. यातील बहुतेक सूर्यांना– स्वयंप्रकाशी ताऱ्यांना स्वत:ची ग्रहमाला असू शकेल.

आपली ही आकाशगंगा विश्वातील एकमेव आकाशगंगा नाही आणि दुसरे म्हणजे ती फार मोठी अशी आकाशगंगाही नाही. तरीसुद्धा तिचा विस्तार या टोकापासून त्या टोकापर्यंत ८०-१००० हजार प्रकाशवर्षे आहे. (एक प्रकाशवर्ष म्हणजे सेकंदास तीन लक्ष किलोमीटर या वेगाने एका वर्षात कापलेले अंतर.) आपली आकाशगंगा वलिताभ्रिका (Spiral Type Galaxy) असून, तिचा आकार इंग्रजी एस S सारखा आहे. आपली सूर्यमाला या वलिताभ्रिकेच्या एका हातात अगदी टोकाला अशी आहे. ती आकाशगंगेच्या मध्यापासून २७,००० प्रकाशवर्षे दूरवर आहे.

आपल्या आकाशगंगेतील फक्त आपल्या सूर्याइतक्याच तेजस्वी ताऱ्यांचा विचार करायचा असं ठरवलं तरी ६४ कोटी ताऱ्यांचा विचार करायला हवा. या प्रत्येक सूर्याच्या ग्रहमालेत एक तरी ग्रह पृथ्वीसारखा आहे असे गृहीत धरायला काही हरकत नाही, तरी हे सर्व ग्रह समान अंतरावर आपल्या आकाशगंगेत पसरले तर पृथ्वीसारखाच असणारा सर्वांत जवळचा ग्रह आपल्यापासून २७ प्रकाशवर्षे इतका दूर असेल. आणि आपली पृथ्वी मध्य धरून १०० प्रकाशवर्षांच्या त्रिज्येने एक वर्तुळ काढले तर या वर्तुळात पृथ्वीसारखे कमीत कमी पन्नास तरी ग्रह असतील. या पन्नासच्या पन्नास ग्रहांवर पृथ्वीसारखीच परिस्थिती आणि उत्क्रांती पथावर निरनिराळ्या टप्प्यावर असलेली जीवसृष्टी अस्तित्वात असण्याची शक्यता आहे. कारण पृथ्वीच्या उत्पत्तीपासून पृथ्वी ज्या ज्या अवस्थांतून गेली त्या त्या अवस्थांतून हेही ग्रह गेलेले असणार. त्या ग्रहांवर, कधीकाळी पृथ्वीवर सजीव निर्माण होण्याच्या वेळी जशी परिस्थिती निर्माण झालेली होती, तशीच परिस्थिती कधी ना कधी निर्माण झालेली असणार.

पन्नासच्या पन्नास ग्रहांवर सजीव सृष्टी असेलच असे नाही, पण काही ग्रहांवर तरी नक्कीच अस्तित्वात असायला हवी; कारण निसर्गनियम सर्वत्र सारखेच असतात, त्यात दुजाभाव नाही आणि जर तिथले सजीव आपल्या आधी निर्माण झालेले असले तर कदाचित ते अनुभवाने आपल्यापेक्षा शहाणे असणेही सहज शक्य ठरते. पृथ्वीवर पहिला सजीव निर्माण झाल्यापासून सुमारे ६० कोटी वर्षांच्या आतच बुद्धिमान मानवाची निर्मिती झाली.

आतापर्यंत आपण आपल्या आकाशगंगेचा एक

छोटासाच भाग विचारात घेतला. आपण जर आपली सर्वच्या सर्व आकाशगंगा विचारात घेतली तर फक्त आपल्या आकाशगंगेतच हजारोंपेक्षा जास्त ग्रहांवर उत्क्रांतीच्या निरनिराळ्या अवस्थेतील सजीव अस्तित्वात आहेत असे गृहीत धरता येईल. यातल्या काही ग्रहांवर तरी मानवापेक्षा जास्त बुद्धिमान प्राणी अस्तित्वात आहेत असे गृहीत धरले तरी ते चुकीचे ठरणार नाही. आतापर्यंतचा विचार झाला तो फक्त आपल्या आकाशगंगेचा. विश्वाच्या खरोखरच अफाट असलेल्या पसाऱ्यात अशा अनेक आकाशगंगा आहेत. काही काही ठिकाणी दोन किंवा तीन आकाशगंगा एकत्र येऊन बृहत्‌आकाशगंगा तयार झालेल्या आहेत. तेव्हा या विश्वात कुठे ना कुठे मानवासारखा प्राणी किंवा प्रगल्भ बुद्धीचा एखादा सजीव अस्तित्वात असायला काय हरकत आहे?

हे जर मान्य केले तर– खरंतर करायला काहीच हरकत नाही– तर प्रश्न उरतो आपल्याला हे बुद्धिमान परके सजीव भेटू शकतील का? त्यांची व आपली प्रत्यक्ष भेट होणे जरासे अवघडच वाटते.

आपल्या पृथ्वीवर जवळचा– किंवा आपल्या सूर्यमालेच्या सर्वांत जवळचा सूर्य आणि त्याची ग्रहमाला ही ३.५ ते ४.२ प्रकाशवर्षे इतक्या जवळ किंवा दूर आहे. वैश्विक प्रमाणावर हे अंतर अतिशय क्षुल्लक असले तरी मानवाच्या दृष्टीने हे अंतर अतिप्रचंड आहे. मुख्य म्हणजे हे अंतर प्रकाशाच्या वेगाने जाणाऱ्या यानावर मापलेले असते. प्रत्यक्षात पृथ्वीवर वाट पाहणाऱ्या मानवाला प्रकाशाच्या वेगाने जाऊन येणाऱ्या या यानाची वाट पाहत २० वर्षे थांबावे लागणार आहे. सध्याच्या आपल्या अत्यंत जलद अग्निबाणांचा वेग प्रकाशाच्या वेगाच्या जवळपासही पोहोचत नाही. म्हणजेच आपण आपल्या शेजारच्या सूर्यमाला याची देही याची डोळा पाहू शकणार नाही.

आता दुसरी शक्यता उरते ती म्हणजे त्या सजीवांनी आपल्याला भेट देण्याची. याबाबतीत दोन शक्यता संभवतात. एक म्हणजे ते आपल्यापेक्षा अप्रगत किंवा आपल्याइतकेच प्रगत आहेत. अशा परिस्थितीत ज्या आपल्या अडचणी त्याच त्यांच्या अडचणी. पण जर ते आपल्यापेक्षा अतिप्रगत असतील, तर मात्र त्यांना आपल्याला भेट देणे सहज जरी नसले तरी शक्य व्हायला काहीच हरकत नाही.

खरोखरच हे शक्य आहे का? जर हे शक्य असेल तर परकीय बुद्धिमान सजीव कसे दिसतील, याबद्दल बऱ्याच शास्त्रज्ञांनी तर्कशुद्ध मते मांडलेली आहेत. त्यानुसार वरील गोष्टी सहज शक्य आहेत. पण त्या घडल्याच पाहिजेत असा आपण आग्रह धरू शकत नाही, असा त्यांनी निष्कर्ष काढला आहे.

अवकाशातील बुद्धिमान सजीव कसे असतील याबद्दल तर्क करण्यात कार्ल सागन या खगोल वैज्ञानिकाचा फार मोठा वाटा आहे. कार्ल सागन काय किंवा इतर शास्त्रज्ञ काय त्यांच्या विचारप्रणालीचे सार थोडक्यात असे मांडता येईल.

कुठल्याही सजीवास ऊर्जेची जलद देवाणघेवाण करण्यासाठी एखाद्या रासायनिक प्रणालीची आवश्यकता असते. आपल्या पृथ्वीवरच अशा अनेक रासायनिक प्रणाली अस्तित्वात आहेत. लोह, तांबे, व्हॅनॅडियम मॉलिब्डेनम आणि कोबाल्ट ही मूलद्रव्ये सजीवांच्या जीवन व्यापारात फार महत्त्वाचा भाग पार पाडत असतात. मानवी रक्तात लोहपिंजक असते (Pigment). इतर काही सजीव ताम्र व व्हॅनेडियमची पिंजके वापरतात. वनस्पतींना नायट्रोजनचे अवबंधन करण्याकरिता मॉलिब्डेनमच्या पिंजकाची आवश्यकता असते. एखाद्या परक्या जगतावर तिथल्या सजीव सृष्टीने कदाचित दुसऱ्या कुठल्या मूलद्रव्य ऊर्जाप्रणालीचा आधार घेऊन उत्क्रांती करून घेतली असेल, तर अशा सजीवांचे स्वरूप मानवापेक्षा काहीसे वेगळे असेल.

याहीपेक्षा महत्त्वाची मूलभूत गरज म्हणजे आनुवंशिक गुणवत्ता वाहू शकेल अशा जटील संयुगांची. ही संयुगे सहज पुनरावृत्ती होऊ शकेल अशी हवीत. पृथ्वीवरच्या सजीव पेशीत न्यूक्लिइक ॲसिड ही कामगिरी बजावीत असते. अशा प्रकारचे दुसरे सूत्र अनुत्तरितच आहेत. अशा कुठल्याही सूत्रमालिकेने आनुवंशिक गुणवत्ता वाहण्याचे काम केले की, आपल्यासमोर तिसरा नि सर्वांत महत्त्वाचा प्रश्न उभा राहतो तो म्हणजे पुनरावृत्तीची प्रक्रिया आणि ऊर्जेचे हस्तांतर सहजगतीने पार पाडू शकेल असे माध्यम. पृथ्वीवर पाणी या माध्यमाचे काम करीत असते. पाण्याप्रमाणे आणखीही एका माध्यमात न्यूक्लिइक ॲसिड काम करू

शकेल; ते माध्यम म्हणजे द्रवरूप अमोनिया.

द्रवरूप अमोनियाच्या अतिशीत माध्यमात–अमोनियाच्या सागरात आपल्यासारख्याच रासायनिक घटनेचे बुद्धिमान सजीव असणे शक्य आहे; पण हे सजीव आपल्याला किंवा आपण या सजीवांना भेटू शकणार नाही.

याचप्रमाणे जिथे नायट्रोजन फॉस्फरस क्लोरिनची साखळी संयुगे सजीवांचा मूलाधार असतील त्यांचे जग आपल्याला व आपले जग त्यांना विषवत ठरेल.

या प्राण्यांचे आकार व शरीररचना कशी असेल याबद्दल तर्क करणे अवघड आहे. पण यात द्विपाद मानवसदृश प्राणी असणेही शक्य आहे. तो जर एखाद्या ग्रहावर मानवाआधी कोट्यवधी वर्षे जन्मला असेल आणि त्याने अवकाशसंचार हस्तगत केला असेल, तर असा प्राणी पृथ्वीवर येऊन गेला असण्याची शक्यता नाकारता येत नाही.

सध्यातरी आपला त्यांच्याशी संपर्क नाही; पण जर असा संपर्क साधायचा असेल तर? यासाठीही शास्त्रज्ञांजवळ उत्तर तयार आहे.

ड्रेक या अमेरिकन शास्त्रज्ञाने ताव सेती आणि एप्सिलॉन एरिड्नी या सूर्याच्या दिशेने इ.स. १९६०पासून आपल्या रेडिओ दुर्बिणी रोखलेल्या आहेत. रशियातल्या गार्की या शहरात रेडिओ फिजिकल रीसर्च लॅबोरेटरीचे डॉ. व्ही. एस. गोइस्की यांच्या मार्गदर्शनाखाली असाच प्रयत्न चालू आहे. २१ सेंटीमीटर वेव्हलेंग्थवर काही संदेश येतात का याचा ही मंडळी शोध घेत असतात. ही वेव्हलेंग्थ किंवा तरंगायाम २१ सेंटीमीटर्सच का? तर हायड्रोजन अणूच्या नैसर्गिक उत्सर्जनाची ही वेव्हलेंग्थ असते आणि सर्वसामान्यपणे अवकाशापार संदेश पाठविणारी कुठलीही प्रगत संस्कृती प्रथम हाच तरंगायाम वापरील.

याबाबतीत एक्झो बायॉलॉजीच्या क्षेत्रात घडलेल्या एका उल्लेखनीय गोष्टीचाही विचार कसोशीने सध्या चालू आहे. हा शोध ब्रिटिश इंटर प्लॅनेटरी सोसायटीच्या स्पेस फ्लाइट या शास्त्रीय प्रकाशनात डंकन ल्यूनन या एका २७-२८ वर्षांच्या तरुण शास्त्रज्ञाने मांडला आहे.

हा सिद्धांत इ.स. १९२० साली घडलेल्या एका शास्त्रीय प्रयोगावर आधारित आहे. इ.स. १९२० साली कार्ल स्टोर्मर हे नॉर्वेजियन भू-वैज्ञानिक आणि त्यांचे डच सहाध्यायी बाल्दासार वँडरपोल एकमेकांशी लघुलहरींवर संपर्क साधत होते. प्रथम प्रक्षेपणानंतर पंधरा सेकंदांनी या संदेशाचा एक प्रतिध्वनी येत असे. हा कालखंड रेडिओ लहरींच्या मानाने खूपच जास्त होता. बरं, वातावरणातील बदल, चुंबकीय वादळे किंवा इतर कुठल्याही नैसर्गिक गोष्टींचा रेडिओ लहरींवर असा परिणाम होत नाही याची शास्त्रज्ञांना खात्री होती. शास्त्रास न सुटलेले एक कोडे म्हणून ही घटना बाजूस सारली गेली आणि हळूहळू विस्मृतीच्या किंवा फायलींच्या ढिगाआड सारली गेली.

इ.स. १९६०मध्ये स्टॅन्फोर्ड विद्यापीठाचे रेडिओ शास्त्रज्ञ रोनाल्ड ब्रेसवेल यांनी 'नेचर' या प्रसिद्ध शास्त्रीय ब्रिटिश नियतकालिकात लिहिताना असं म्हटलं की, एखादी पुढारलेली संस्कृती दुसऱ्या सूर्यमालेतील बुद्धिमान संस्कृतीशी संपर्क साधायचा प्रयत्न करीत असेल, तर ती आंतरजातीय अवकाशातून संदेश पाठविणार नाही. कारण ते क्षीण होत होत जात नाहीसे होतील. याऐवजी अशा प्रगत संस्कृती यांत्रिक अवकाश शोध किंवा उपग्रह दुसऱ्या सूर्यमालेत पाठवतील.

हे निरोपे त्याच्याभोवती ग्रह बनून योग्य अशा अंतरावर फिरू लागतील. हे योग्य असे अंतर, त्या सूर्याच्या तेजावर अवलंबून, त्या सूर्यमालेतला सजीव असू शकेल असा ग्रह ज्या अंतरावर असेल, त्या अंतराच्या जवळपासचे अंतर अशा त्यांच्या भ्रमंतीत जर बुद्धिमत्तेची चाहूल देणाऱ्या रडिओ लहरी त्यांच्यावर थडकल्या तर त्या पुन्हा प्रक्षेपित करून हे अवकाश शोध आपल्या आगमनाची वार्ता प्रसारित करतील आणि कायमचा संबंध प्रस्थापित करतील.

'नेचर'मधला हा संदर्भ पाहण्यात आल्यावर डंकन ल्यूननने स्टोर्मर आणि वँडरपोल यांचा मूळ लेख, विधाने व टिपणे परत एकदा वाचून काढली. सुदैवाने त्या दोघांनी आपले संदेश व प्रतिध्वनी परत यायला लागणारा वेळ यांची अचूक नोंद ठेवलेली होती. हा वेळातील फरक हा गुप्त लिपीचा प्रकार असण्याची शक्यता लक्षात घेऊनच ल्यूनन यांनी वेळेतील फरक दाखविणारे आलेख तयार केले. या आलेखाच्या एका अक्षावर प्रत्येक प्रतिध्वनीला लागणाऱ्या वेळेची नोंद केलेली होती, तर दुसऱ्या अक्षावर

प्रतिध्वनीच्या मालिकेतील त्या प्रतिध्वनीचे स्थान मांडलेले होते. हे सगळे तर्क कॉम्प्युटरला भरविले गेले. कॉम्प्युटरने अक्षांची अदलाबदल करून बोहोटिल तारकासमूहाचा व आसपासच्या भागाचा नकाशा सादर केला. ल्यूनन यांच्या मते हा यांत्रिक शोधाने पाठविलेला संदेश असून, हा यांत्रिक शोध ३००० वर्षांपूर्वी पृथ्वीभोवती आला असावा. ल्यूनन यांच्यामते तो पुढील संदेश प्रसारित करतो–

''आम्ही एप्लिसॉन बुट्‌चे रहिवासी आहोत. एप्लिसॉन बुट्‌स हा एक जोड तार आहे. आम्ही सात ग्रहांपैकी सहाव्या ग्रहावर राहतो– पुन्हा सांगतो– सातापैकी सहाव्या– सूर्यापासून सहाव्या ग्रहावर राहतो. आमचा सूर्य दोहोतला मोठा तारा आहे. आमच्या ग्रहाला एक चंद्र आहे, तर चौथ्याला तीन चंद्र आहेत. आम्ही सोडलेला उपग्रह तुमच्या चंद्राभोवती फिरतो आहे.''

आता प्रश्न उरतो तो असा की, जर असे परके बुद्धिमान सजीव खरोखरच पृथ्वीवर आले तर काय? कॉमिक्स व निरनिराळ्या प्रकारच्या विज्ञान कथाकारांनी कारण नसताना या बुद्धिमान सजीवांना बदनाम केलेले आहे. जे बुद्धिमान जीव एवढा प्रचंड अवकाश प्रवास करून येतील ते विनाकारण हत्या करणारे असतील ही कल्पनाच चुकीची आहे. तेव्हा असे जर बुद्धिमान परके सजीव उद्या खरोखरच पृथ्वीवर आले तर मानवाने त्यांचे प्रेमभावाने स्वागतच करायला हवे. कारण त्यामुळे दोघांचाही फायदाच होण्याची शक्यता आहे. शिवाय मानव एकाकी नाही तर या अफाट विश्वात त्यालाही साथीदार आहेत ही गोष्ट खरोखरच दिलासा देणारी ठरणार आहे.

अशा परग्रहावरील सजीवांचे आगमन हे वसुंधरेच्या जीवनातील सोनेरी पान ठरेल.

त्या क्षणाचीच आपण प्रतीक्षा करू या!

■

परिशिष्ट : १

वाळवंटे

चंद्रावर गेलेल्या मानवास किंवा अवकाशयानातून प्रदक्षिणा घालणाऱ्या मानवाला पृथ्वीवरील दोन गोष्टी प्रामुख्याने चटकन लक्षात येतात. त्या म्हणजे सागर व वाळवंटे. वाळवंटे हे वाळूचे सागरच आहेत. बऱ्याच बाबतीत त्यांची सागराशी तुलना होऊ शकते. वाळवंटात वाळूच्या लाटाही असतात.

जगातील प्रमुख वाळवंटांकडे बघितले की, असे लक्षात येते की, ही वाळवंटे विषुववृत्ताच्या दोन्ही बाजूंस १५ ते ३० अक्षांशांच्या दरम्यान आढळतात. सहारा, गोबी, अरबस्थान, थर, मेक्सिकोनामिब, कलहारी, ऑस्ट्रेलिया, ब्राझील, पेरू व चिली ही वाळवंटे आढळतात. वाळवंटे तयार व्हायचे एक महत्त्वाचे कारण म्हणजे वातावरणातील प्रवाह. हवा जमिनीजवळ आली की, दाबली जाते व तापते. अशा हवेत बाष्पाचे प्रमाणही जास्त असते. उत्तर व दक्षिण ३० ते ३५° अक्षांशाजवळ कोरडी हवा जमिनीजवळ येते व तापली जाते. यातली काही हवा विषुववृत्ताकडे सरकते व अधिक तापते. यात वाफेचे प्रमाण अधिक असले तरी जास्त तापमानामुळे त्याचा पाऊस बनत नाही. यामुळे वाळवंटांची निर्मिती होते.

सध्या वाळवंटे ही चिंतेचा विषय बनली आहेत. याचे कारण म्हणजे त्यांची झपाट्याने होत चाललेली वाढ. याला नैसर्गिक कारणांबरोबरच, किंबहुना त्यापेक्षाही अधिक आपणच कारणीभूत झालेलो आहोत. अमाप जंगलतोड व गुरे चारणे यामुळे वाळवंटांची वाढ व्हायला मदत झाली आहे. विशेषत: शेळ्या व मेंढ्या गवत खाताना ते मुळापासून

उपटून खातात, त्यामुळे जमिनीची खूपच नासधूस होते.

वाढत्या वाळवंटांचा धोका लक्षात घेऊन आता एक आंतरराष्ट्रीय समिती स्थापन करण्यात आली असून, वाळवंटे कशी थोपवावीत याबद्दल सर्वच राष्ट्रे या समितीस मदत करीत आहेत.

प्रमुख वाळवंटे आणि त्यांचा विस्तार

		चौ. कि.मी. (विस्तार)
सहारा	(उत्तर आफ्रिका)	४८,००,०००
लिबियन सहारा (सहाराचा भाग)	ईशान्य आफ्रिका	१०,४०,०००
ऑस्ट्रेलियन वाळवंट	(पश्चिम आणि मध्य ऑस्ट्रे.)	९,६०,०००
अरेबियन वाळवंट		८,००,०००
गोबी	(मंगोलिया)	६,४०,०००
कलहारी	(बेच्युआनालँड)	३,२०,०००
टक्ला मकान	(चीन)	२,००,०००
काराकुम	(द. तुर्कस्तान) रशिया	१,६८,०००
थर	(भारत) वायव्य भारत	१,६०,०००
अँटाकामा	(उत्तर चिली)	१,१२,०००

■

परिशिष्ट : २

आपली सूर्यमाला

	सूर्यापासून सरासरी अंतर	परिभ्रमणकाल	परिवलनकाल	व्यास (कि.मी.)	पृथ्वीच्या पटीत वजन	कमाल तापमान सें.गे.मध्ये	उपग्रह संख्या
सूर्य	–	–	–	१३८२२४००	३३२१०००	६०००° सें.ग्रे.	–
बुध	५७६०००००	८८ दिवस	८८ दिवस	४८६०	.०५६	४०५° सें.ग्रे.	–
शुक्र	१०७५०००००	२२५ दिवस	३० तास (?)	१२३२०	.०८२	१००° सें.ग्रे.	–
पृथ्वी	१४९५३२०००	३६५.३ दिवस	२३ ता.५६ मि.६से.	१२६४०	१.००	५५° सें.ग्रे.	१
पृथ्वीचा उपग्रह चंद्र	(पृथ्वीपासून अंतर) ३८२१६०	२७दिवस ७तास ४३ मिनिटे	२९.५ दिवस	३३५६	०.१६	१००° सें.ग्रे.	–
मंगळ	२२६४०००००	३८७ दिवस	२४ता.३७मि.२३से.	६७२०	१०६	२७° सें.ग्रे.	२
गुरू	७७३३०००००	११.८६ वर्षे	९ ता. ५० मि.	१३८७२०	३१८.३५	१४३° सें.ग्रे.	१६*
शनि	१४१७४०००००	२९.४६ वर्षे	१० ता. २ मि.	११४४००	९५.३	–१६५° सें.ग्रे.	१८*
युरेनस	२८५२५०००००	८४.०१ वर्षे	१० ता. ४५ मि.	५१२००	२४.५४	–१८७° सें.ग्रे.	१५
नेपच्यून	४४६९६०००००	१६४.७९ वर्षे	१५ता. ८मि.	४९६००	१७.२	–२००° सें.ग्रे.	८
प्लूटो	३८८०००००००	२४८.४३ वर्षे	६ वर्षे ३९ दिवस	५७६०	–	–२१०° सें.ग्रे.	१

टीप : परिभ्रमण काल म्हणजे सूर्याभोवती ग्रहाला एक फेरी पूर्ण होण्यास लागणारा काल. चंद्राच्या बाबतीत पृथ्वीभोवती एक फेरी पूर्ण होण्यास लागणारा काल. परिवलन काल म्हणजे स्वत:भोवती ग्रहाला वा उपग्रहाला एक फेरी पूर्ण होण्यास लागणारा काल.

* आता ही चंद्रांची संख्या बरीच वाढली असून, जसजशी अवकाशयाने या ग्रहांचा अभ्यास करतील तसतसे नवे उपग्रह शोधले जाण्याची शक्यता आहे.

परिशिष्ट : ३

जगातील काही उंच पर्वतशिखरे

शिखर	माणूस प्रथम पोहोचल्याचा दिवस	प्रदेशाचे नाव	उंची (फूट)	उंची (मीटर)
एव्हरेस्ट	२९/५/१९५३	नेपाळ-तिबेट सरहद्द (भारत)	२९,०२८	८८४८
के-२ (गॉडविन ऑस्टीन)	३१/७/१९५४	काश्मीर-कियांग (भारत)	२८,२५०	८६१०
कांचनगंगा	२५/५/१९५५	नेपाळ-भारत	२८,२०९	८५९७
मकालू	१५/५/१९५५	तिबेट-नेपाळ	२७,८०५	८४८१
धवलगिरी	१३/५/१९६०	नेपाळ	२६,८१०	८१६७
नंगा पर्वत	३/७/१९५३	भारत	२६,६६०	८१२४
अन्नपूर्णा	३/६/१९५०	नेपाळ	२६,५०४	८०९१
गॅशरब्रम	५/७/१९५८	भारत	२६,४७०	८०६८
ग्याचुंकांग	१०/४/१९६४	भारत	२६,०००	७९२३
नंदा देवी	२९/८/१९३६	भारत	२५,६४५	७८१६
राकापोशी	२५/६/१९५८	भारत	२५,५५०	७७८८
कामेट	२१/६/१९३१	भारत-तिबेट	२५,४४७	७७५६
नामछा बरवा		तिबेट	२५,४४७	७७५६
गुरला मांधाता		तिबेट	२५३५५	७७२८
उलुघ मुझताच		तिबेट	२५,३३८	७७२५
कुंगुर		सीकियांग	२५,३२५	७७१९
तिरिच मीर		पाकिस्तान	२५,२३०	७७०६
आम्नेमाचीन		चीन	२४,९७४	७६१२
मिन्या कोन्का		चीन	२४,९०३	७५८७
मुझताघ अता		सीकियांग	२४,७५७	७५४६
सेरो अकोंकाग्वा		अर्जेंटिना	२२,८३४	६९६०
मॅकिन्ली		अलास्का	२०,३२०	६१९४
किलिमांजारो		टांझानिया	१९,३४०	५८९४
मोंत ब्लांक		फ्रान्स	१५,७७१	४८०७
व्हिनस मासिफ		अंटार्क्टिका	१६,६८१	५१४०

या यादीत हिमालयातील काही महत्त्वाच्या शिखरांबरोबर आशियासह इतर भूखंडातील पर्वतशिखरे आहेत. आशिया सोडून इतर भूखंडांतील फक्त सर्वोच्च शिखरांचा या यादीत समावेश आहे. पहिल्या बारा शिखरांवर माणसाने प्रथम आरोहण केल्याच्या तारखाही दिल्या आहेत.

■

काही उपयुक्त वाचनीय संदर्भग्रंथ

Spencer, E. W.	Basic concepts of Physical Geology
Spencer, E. W.	Basic concepts of Historical Geology
Stokes	Outlines of Earth History
Holmes, A.	Physical Geology
Assimov, Isaac	Guide of Physical Sciences Part I & II
प्रा. प्र. वि. सोवनी,	पाषाणशास्त्र
सौ. शालिनी ओक,	पुराजीवशास्त्र
विद्याधर सहस्रबुद्धे,	महासागर
सुधाकर भालेराव,	कृत्रिम उपग्रह आणि अवकाश विज्ञान
Strahler, Arthur	Physical Geology
Ordway, Richard	Earth Science
Assimov, Isaac	20th Century Discovery - The Planets
Levin, Boris	The Origine of the Earth Planets
Clarke, Arthur C.	The Promise of Space
Hurley P. M.	How old is the Earth
Broms, Allan	Our changing Universe
Assimov, Issac	The Fact & Fantacy
Zim & Schaffer	Rock & Minerals
Smith E.J.	The Earth
Swinnerton	The Earth Beneath US
Lynn & Gray Pool	Science dates the Past
Leet & leet	The world of Geology
Richard Carrington	A guide to Earth History
Miller	Physical Geology
U.S.I.S.	Earth of Space
U.S.I.S.	Earth Resources
World Atlas	Published by Readers Digest
Larouse	Encyclopedia of Earth
Matthews Samuel W.	This changing Earth (National Geographic - January 1973)

सूची

■

आपल्या पूर्वजांचे विज्ञान

आजच्या विज्ञानयुगाची किमया केवळ अफाट आणि पावलोपावली अचंबित करणारी... या साऱ्यांची मुळं जरा खणून पाहिली, हजारो-शेकडो वर्षांच्या इतिहासाची पानं खोलवर चाळून पाहिली आणि भूतकाळातल्या शृंखलांना एक-एक जोडून पाहिलं तर समजून येतं की, पूर्वजांच्या ज्ञानार्जनाचं आणि सखोल संशोधनाचंचफलित मिरवतोय आपण... एकंदरीतच, आजच्या विज्ञानयुगाची अलौकिक बीजं पूर्वजांनीच खोलवर रुजवलीत. याच अद्‌भुत शोधांचा कालौघात लुप्त झालेल्या सांस्कृतिक मूल्यांचा माहितीपूर्ण खजिना!

❖❖❖

आपल्या पूर्वजांचे तंत्रज्ञान

'माहिती-तंत्रज्ञान' हा शब्द परवलीचा बनलेलं आजचं युग आणि आधुनिक अभियांत्रिकी कमाल दर्शविणारी तंत्रज्ञानाची नानाविध रूपं! ही द्योतक आहेत; पूर्वजांच्या अनुभवसिद्ध ज्ञानाची, प्रयोगशीलतेची. आजघडीला तंत्रज्ञानाचा हा अफाट डोलारा साकारलाय,

तो पूर्वजांच्या अगाध प्राचीन तंत्रज्ञानाच्या भक्कम पायावर. काळाच्या ओघात, मानवजातीच्या जडणघडणीत लोप पावलेल्या, नामशेष झालेल्या या प्राचीन तंत्रज्ञानाची अपूर्व ओळख...

❖❖❖